Phiếm 5

Phiếm 5

song thao

NHÂN ẢNH
2008

Phiếm 5

Song Thao

tranh bìa: "Ly say" **Trịnh Cung**

chân dung tác giả: **Nguyễn Trọng Khôi**

bìa và trình bày: **Tạ Quốc Quang**

NHÂN ẢNH xuất bản

www.songthao.com

MỤC LỤC

BIỂN

Con người rất thích gần biển. Đi tắm biển bao giờ cũng là một điều thích thú. Lần đầu tiên tôi được biết mùi tắm biển là ở bãi biển Vũng Tàu. Xe qua Bà Rịa, ngửi thấy mùi biển đã hồi hộp thích thú. Nhìn thấy biển như nhìn thấy hạnh phúc. Đi tắm biển lần đầu là ở Vũng Tàu, nhưng nghe nói tới cái thú tắm biển thì từ trước. Tận Đồ Sơn. Đó là khi đọc "Trống Mái" của Khái Hưng. Đồ Sơn chỉ là niềm mong ước. Đặt chân tới Đồ Sơn thì chẳng bao giờ. Khá tiếc! Nhưng sau này thì không thấy tiếc nữa. *Chưa đi chưa biết Đồ Sơn / Đi rồi mới thấy chẳng hơn đồ nhà.* Vậy thì còn tiếc nuối gì nữa!

Khi phải kiếm sống, tôi có dịp thân mật với Vũng Tàu. Tuần nào cũng phải xuống Vũng tàu bốn ngày. Những lúc nhàn rỗi tôi thường cùng vài người bạn ra thuê ghế nằm trên bãi cát ngắm biển. Cứ nhìn mông ra những đợt sóng xanh rì đều đặn vỗ vào bờ cát trong đầu cũng nghĩ ra được khối chuyện. Chuyện lớn nhất là chuyện thân phận con người trước mênh mông biển cả. Nhìn cái hạt cát nhỏ bé thấy được tầm vóc của mình trước thiên nhiên. *Ta cúi xuống mênh mông là biển động / Nhặt vỏ sò xem trăng mọc trên tay.* Hai câu thơ tôi đọc được bằng thư họa trên một vạt áo dài gặp ở Đà Lạt trong lần về thăm năm 2002 chẳng biết của ai (chắc hẳn phải là của một thiền sư!) nối được con người với biển cả.

Những khi chập chờn trước biển, trong tôi vẫn lảng vảng ý nghĩ về con người. Biển và người hình như có sự thân thuộc. Chẳng vậy mà có giống người cá! Nửa trên cạn nửa dưới nước. Nhiều người nói làm gì có loại người lai căng như vậy. Đó là sản phẩm tưởng tượng của những thủy thủ lâu ngày thèm bóng người nữ. Nếu đó là tưởng tượng của những người đi biển thì tội nghiệp cho họ quá. Người đẹp không có chân (khoan nói đến chân dài hay chân ngắn!) và không có kẽ chân thì còn ra cái chi chi!

Loại người nửa trên cạn nửa dưới nước này hiển hiện trong bức tượng "Nàng Tiên Cá" lừng danh thế giới của nhà điêu khắc Edward Ericsen được đặt trên những hòn đá chồng tại bờ biển Copenhagen, Đan Mạch. Du khách tới Đan Mạch thì bắt buộc phải tới coi để cảm thông với những thủy thủ. Đầu tháng 3 năm nay, bức tượng bị những người không biết vì ác ý hay nghịch ngợm xịt sơn hồng thành một bức tượng màu hồng tươi thay vì màu cố hữu là màu đá. Màu hồng là màu…không giới tính. Chẳng lẽ những kẻ nghịch ngợm đã thấy cái thân dưới của người cá không ra ngô ra khoai gì cả nên cho tượng cái màu… không ông không bà này cho đúng chỉ số!

Những người thượng đàn bà hạ đàn…cá như vậy là món ăn tinh thần của các người đi biển. Cá chính hiệu mới là mối lợi vật chất của thủy thủ. Đó là lý do khiến họ bỏ đất để lênh đênh trên biển. Lênh đênh trên biển chẳng phải chỉ có những con tàu mà còn có những…cái chai. Đây là một trò chơi thú vị của những người đi tắm biển. Thôi thì tôi cũng…xưng tội ra ở đây cho rồi. Khi đi tắm biển Vũng Tàu, tôi có bỏ một số thông điệp vào chai rồi thả xuống biển với hy vọng một người nào đó nhặt được và trả lời lại. Bãi Trước, Bãi Sau, Ô Quắn lẫn Bãi Dứa đều có nhận được những chiếc chai nghịch ngợm và phiêu lưu của tôi. Rồi cũng chờ mong. Chẳng có một cái chai nào phiêu lưu cho đẹp lòng người gửi. Không một hồi âm nhưng đã có những niềm vui.

Có thể tôi là một người không may mắn. Từ cổ chí kim có thiếu gì những cái chai thông minh hơn những cái chai của tôi nhiều. Một nhóm thiếu niên 86 người có quốc tịch Ecuador và Peru lênh đênh trên biển đã ba ngày trên một chiếc tàu chật cứng và hư máy. Họ tuyệt vọng không biết làm sao hơn là thả một cái chai có ghi thông điệp cầu cứu xuống biển. Một dân thuyền chài đã nhặt được chiếc chai này và đưa cho một nhân viên làm việc tại khu đảo bảo tồn thiên nhiên Coco, cách bờ biển nước Costa Rica 600 cây số. Nhân viên này là người duy nhất trên đảo. Ông cấp báo cho chính quyền trên đất liền và họ đã cứu được những người trên tàu mà họ nghi là những người được một tổ chức đưa đi vượt biên trái phép và bị bỏ lại khi tàu gặp nạn. Biển kể ra cũng biết ra tay nghĩa hiệp!

Cậu bé Christopher Wattam, 11 tuổi, trong một cuộc đi biển chơi đã thả chai để…chơi. Cậu viết một bức thư như thế này: " Người tìm được chai này thân mến, Coquitlam là một thành phố ở gần Vancouver. Nếu bạn không biết Vancouver ở đâu thì bạn dở về địa lý. Tôi ở Canada. Bạn có thể nghĩ đó là bờ phía đông Thái Bình Dương nhưng chúng tôi thì cho rằng chúng tôi ở bờ phía tây và đó là chỗ Vancouver tọa lạc." Cậu Christopher muốn người nhặt được chiếc chai này, mà cậu đoán là sẽ ngụ ở bên Á Châu, sẽ viết thư cho cậu. Và cậu đề ngày ở dưới: ngày 9 tháng 5 năm 1995. Mãi 11 năm sau, năm 2006, trong một cuộc đi chơi biển ở bãi biển *Sunset Beach,* ở tiểu bang Oregon, Hoa Kỳ, cô Mary Graham mới nhặt được cái chai bị mắc kẹt trong một đống bùi nhùi nằm vướng trên một sợi dây chăng đánh dấu giới hạn được phép tắm. Cô thú vị khi thấy lá thư nằm trong chai. Cô kể câu chuyện cho phóng viên báo *Daily Astorian.* Tòa báo vội điện thoại về Coquitlam. Bố mẹ cậu Christopher vẫn còn ở đó, nhưng cậu thanh niên nay đã 22 tuổi này thì đang đi thực tập ở Úc Châu. Cậu đã đi nhanh hơn chiếc chai. Cậu đang ở bờ phía đông Thái Bình Dương trong khi chiếc chai chỉ xuôi nam từ Canada tới Hoa Kỳ!

Chiếc chai…lười biếng không biết cưỡi sóng biển của cậu Christopher thua xa chiếc chai của viên thuyền trưởng Harvey Benneth. Vị thuyền trưởng 55 tuổi này không cầu cứu chi cả mà chỉ thả chơi 5 cái chai khi tàu đang ở gần Long Island, tiểu bang New York vào tháng 8 năm 2006. Chỉ vài tháng sau ông nhận được một bức thư gửi từ Anh. Ông xúc động mở lá thư. Vui đâu chẳng thấy chỉ thấy bị mắng! “ Tôi vừa nhặt được cái chai trong khi đang đi dạo trên bờ biển Poole Harbour. Bạn nghĩ là bạn muốn thử tốc độ của dòng nước biển nhưng tôi thì có một tên khác cho việc làm của bạn: xả rác! Dân Mỹ các bạn chỉ vui khi vấy dơ được một nơi nào đó!” Dưới bức thư có ký tên đàng hoàng: Henry Biggelsworth, ngụ tại Bournemouth, Dorset County.

Thiếu gì người làm ô nhiễm biển, biển có nói gì đâu. Ông thuyền trưởng Harvey Benneth chỉ mới thả có mấy cái chai đã bị xỉ vả. Số kể cũng là xui! Biển bao la nên biển rộng lòng. Biển sẵn lòng đón nhận những đời người muốn trở về với biển. Có nhiều lý do mà những người giã biệt cõi đời này muốn thân xác nằm trong lòng biển. Như bà thím tôi trước khi chết đã nhắn nhủ con cháu hãy hỏa thiêu thân xác bà và khi có đứa con nào đi vượt biên thì mang tro tàn rải ra biển để bà …vượt biên muộn cho thân xác thoát khỏi một chế độ bà không muốn chung sống. Hoặc như những người muốn tránh cái ngột ngạt trong lòng đất tối tăm chật hẹp. Hoặc như những người muốn lánh xa loài người trên mặt đất. Hay như những người chỉ thích…tắm biển đời đời kiếp kiếp! Bà mẹ của khoa học gia nổi tiếng James Gray thì muốn hài cốt của mình được rải trên Thái Bình Dương và trôi theo dòng nước luân lưu của biển cả. Ông Gray là người đã viết các chương trình điện toán cho hệ thống rút tiền ATM của các ngân hàng và hệ thống bán vé máy bay trên *internet* của các hãng hàng không, hai lợi ích này hầu như tất cả chúng ta đang thụ hưởng. Ông làm việc cho Microsoft và năm 1998 và đã được giải thưởng *"AM Turing Award"*, một thứ Nobel của ngành *computer*. Mẹ ông mất vào năm ngoái, thọ 97 tuổi. Ông rất thương mẹ, muốn giữ tro cốt của mẹ ở nhà để được gần mẹ nhưng ông cũng là đứa con hiếu thảo nên không muốn làm trái ý mẹ. Một sáng Chủ nhật cuối tháng giêng năm nay, ông đưa mẹ ra biển. Ông không nói gì với vợ con, ôm bình tro cốt lên chiếc tàu riêng của ông mang tên *Tenacious* mà ông vẫn thường dùng để ra chơi ngoài biển. Khi ra tới độ xa không còn nhìn thấy đất liền, ông dùng điện thoại di động gọi con gái. Cô đi vắng, chỉ còn con rể ông ở nhà. Ông nói chuyện qua quít rồi cúp. Từ đó, không có tin tức gì của ông. Vợ ông tổ chức cuộc tìm kiếm không kết quả. Hàng ngàn người tiếp tay. Website *"Search for Jim"* ra đời thúc đẩy thêm cuộc kiếm tìm hầu như vô vọng. NASA vào cuộc với loại máy bay thám thính trang bị máy chụp hình đặc biệt có thể chụp được các vật khác thường nằm dưới lòng đại dương. Vậy mà vẫn không thấy bóng dáng nhà khoa học ngoài sáu chục tuổi còn rất khỏe mạnh này. Ông gặp tai nạn hay chủ động đi theo mẹ dưới lòng biển cả, chỉ có biển mới biết được!

Người ta thường ví von lòng biển như lòng mẹ thương con. Nếu là lòng biển Thái Bình thì nhất! Nghe êm ả xiết bao. Nhà thơ Xuân Quỳnh lại nhìn biển như một người tình. Một người tình dịu dàng với tình nhân là một con thuyền.

Những đêm trăng hiền từ
Biển như cô gái nhỏ
Thầm thì gửi tâm tư
Quanh mạn thuyền sóng vỗ.
Cũng có khi vô cớ
Biển ào ạt xô thuyền
(Vì tình yêu muôn thuở
Có bao giờ đứng yên?)
Chỉ có thuyền mới hiểu
Biển mênh mang nhường nào
Chỉ có biển mới biết
Thuyền đi đâu, về đâu.
Những ngày không gặp nhau
Biển bạc đầu thương nhớ
Những ngày không gặp nhau
Lòng thuyền đau – rạn vỡ
Nếu từ giã thuyền rồi
Biển chỉ còn sóng gió!

Biển không tình là biển sóng gió. Lúc đó biển như một ác mộng. Ác mộng đó con dân nước Việt đã nếm đủ đắng cay. Chuyện vượt biên là chuyện dài. Chuyện dài của nhọc nhằn, tủi nhục, đói khát, tuyệt vọng và chết chóc! Mỗi con tàu, mỗi chuyến đi là một phiêu lưu. Phiêu lưu chạm bờ tử sinh! Trên nửa triệu con người Việt Nam đã nhào ra biển để chạy trốn một chế độ chính trị không giống ai. Gần nửa con số này đã vĩnh viễn nằm trong tay biển cả. Tôi có trong tay cuốn *"Chuyện Kể Hành Trình Biển Đông"* xuất bản năm 2003. Đây mới chỉ là cuốn 1. 46 tác giả kể lại 46 cuộc vượt biên. Đọc mà thấy rợn người. Chuyện vượt biển nhắc lại chỉ thêm đau lòng. Tôi chỉ xin nhắc lại một chuyện lạ lùng nhất. Chuyện sanh trên biển được tác giả Vy Vy Trần kể lại trong bài "Đứa Con Của Biển". Con thuyền dài 17 thước, rộng 3 thước, máy 6 bloc, chở 350 nhân mạng bị chết máy, lật nghiêng 90 độ hất người rụng xuống biển như sung! Chỉ còn một số nhỏ người bám vào được những thùng phuy, mảnh ván là còn nổi trên biển. *"Người chồng quay qua thiếu niên giọng nói thất thanh qua tiếng sóng: 'Vợ tôi sắp sanh... nhờ cậu săn sóc giùm...' Thiếu phụ hai tay bám vào thành bè, cố ngước mặt lên khỏi mặt nước thở, thỉnh thoảng nàng rên nho nhỏ... Thiếu niên và một thanh niên nữa giúp đẩy thiếu phụ sắp sanh lên bè. Nàng nằm đó nhưng nửa người chìm dưới nước lạnh căm. Bỗng thiếu phụ nhỏm dậy và la to: 'Chắc sắp đến giờ sanh rồi'. Nàng tiếp tục rên khe khẽ. Sau một vài phút rên, thiếu phụ lại nằm xuống, ngâm bụng bầu dưới nước lạnh buốt, rồi la to: 'Nó ra rồi! Nó ra rồi!'. Quýnh quá, thiếu niên kêu hai cô gái lớn qua phụ. Một cô khóc òa lên. Một cô vừa mếu máo vừa đưa tay xuống nước, sờ phải đầu hài nhi, òa lên khóc. Người chồng, một tay bám vào bè, một tay ôm chặt đứa con trai 3 tuổi, nói với thiếu niên: 'Chắc số cháu không sống được đâu, thôi để nó chết!'. Lúc đó là nửa đêm, trận bão đang ở thời điểm tàn phá dữ dội nhất. Tất cả đều kiệt sức, mạng sống như sợi chỉ treo mành... Thiếu niên đánh liều dùng hai chân bơi để giữ thế thăng bằng, hai tay thò xuống nước, đụng phải đầu hài nhi. Cái đầu nhỏ thó đã ra ngoài, nhưng còn vướng cái vai. Bỗng sản phụ rên lớn lên một tiếng, hài nhi đã lọt ra gần hết, chỉ còn hai bàn chân. Thiếu niên đánh bạo từ từ kéo hài nhi ra luôn. Hài nhi ra ngoài cùng với nhau bầy nhầy. Em lúng túng, không biết làm gì hơn là ôm cả hài nhi lẫn đống nhau bầy nhầy lên khỏi mặt nước. Người mẹ nhoài người lấy cây kéo cũ lúc nào cũng buộc ngang thắt lưng. Bà nhờ em cắt cuống rốn hài nhi. Vì sóng quá lớn, lúng túng mãi em mới cắt được cuống rốn và để dài chừng một gang tay như lời thiếu phụ căn dặn. 'Cậu nhớ giữ chặt cuống rốn , kẻo gió cháu chết mất'. Sau một hồi lâu sản phụ mới tìm thấy cuộn chỉ đen lẫn trong cạp quần nhét giữa hai cái phao. Lúc đó người chồng một tay ôm con trai 3 tuổi và bám vào bè, một tay cột rốn phụ với thiếu niên."* Nửa giờ sau, hài nhi mới khóc được tiếng khóc đầu đời giữa tiếng sóng gào thét và những đợt sóng biển đổ ụp lên đoàn người khốn nạn. Số người đến được bến bờ tự do là 14 người trên tổng số 350 người lúc ra đi. Con số thứ 15 là đứa bé trai, con của biển cả!

Nhà văn Mai Thảo cũng là một thuyền nhân sau khi bị săn đuổi bén gót trong nước. Con thuyền đưa ông đi cũng bị biển hành hạ, cướp mất nhiều nhân mạng. Ông kể lại cuộc hành trình giữa biển khơi trong bài thơ "*Hỏi Mình Giữa Biển*".

Những tuyến đất đã rụng khuất những chân trời trí nhớ
Những tuyến trời bay nghiêng hình
Từng sợi tóc bay nghiêng
Những sợi tóc thả bóng tóc trôi theo từng tuyến biển
Tôi hỏi tôi trên mỗi tuyến hồn mình
Bảy đêm bảy ngày hỏi mình giữa biển
Bảy ngày bảy đêm giữa biển hỏi mình.

Giữa biển hỏi mình, Mai Thảo còn có đồng bạn. Chia nhau hiểm nguy, chia nhau đói khát, chia nhau chết chóc, chia nhau hy vọng, con người còn có hơi ấm của con người sưởi lẫn nhau. Một mình trên biển mới là sự cô đơn tận cùng của thân phận hạt cát trong đại dương. Cái thân phận tột cùng cô đơn đó, một anh bạn tôi đã trải qua. Anh một mình ra đi từ Lăng Cô trên một con thuyền không máy, chỉ có một lá buồm tự làm lấy. Sau thời gian một tháng chín ngày anh đã tới được Hương Cảng. Một mình trên biển với sóng to gió lớn, hiểm nguy chực chờ, anh đã từng sống trong nỗi cô đơn tột cùng. Tôi đã ngồi nói chuyện với người vượt biển cô đơn nhất để ghi lại câu chuyện của anh trong truyện ngắn "*Trên Nỗi Nhọc Nhằn*". "*Trời đất đang dần dần đen kịt lại. Bóng đêm như một chiếc bao bố chụp kín Ngọc. Anh rùng mình nhớ lại cảm giác ứ nghẹt hồi anh lên sáu khi đang ngồi chơi trong góc sân vào lúc trời nhá nhem tối bị bà chị tinh nghịch úp chụp chiếc bao gạo cũ lên người. Mùi ẩm mốc rít kịt, những hạt bụi ồ ạt chui vào mũi và nỗi sợ hãi ùa tới như một bàn tay thô lỗ bóp nghẹt ngực làm anh bàng hoàng tưởng mình đang cô đơn trong cỗ hậu sự của bà ngoại nằm câm nín hãi hùng ở một góc tối trong nhà. Bây giờ mình anh cô đơn giữa biển cả tối tăm, cảm giác của thời thơ ấu đã bùng dậy làm anh hoảng hốt. Anh thấy như ngộp thở giữa bao la trùng điệp của biển. Anh thu người lại trong nỗi cô quạnh tuyệt đối. Mình anh nhỏ bé chìm ngập trong cái vô cùng của đại dương. Bốn bề như những cánh tay rét mướt dồn ép anh vào nỗi sợ hãi của con người nguyên thủy co quắp giữa vũ trụ mênh mông. Đầu óc anh thiếp đi bàng bạc nỗi trống vắng tột cùng. Không gian như trốn chạy, thời gian như mất hút, chỉ có cái hỗn mang quay cuồng quanh một sinh vật trơ khấc trần trụi trong tăm tối. Anh thèm đến tận ruột gan một hơi thở, một tiếng nói, một bóng hình đồng loại*".

Biển mở lối đưa con người đi trốn cái ác tâm của loài người.

Biển nâng con người lên, nhận chìm con người xuống trong sức mạnh vũ bão của thiên nhiên. Biển dậy cho ta bài học thân phận của con người. Nếu đó là thân phận lưu lạc thì biển cũng lại sẽ sẵn sàng nhận mang xác của con người lưu vong về với đất tổ. Như nhà thơ Du Tử Lê đã nhắn nhủ: khi tôi chết hãy đem tôi ra biển.

khi tôi chết hãy đem tôi ra biển
đời lưu vong không cả một ngôi mồ
vùi đất lạ thịt xương e khó rã
hồn không đi sao trở lại quê nhà

khi tôi chết hãy đem tôi ra biển
nước ngược dòng sẽ đẩy xác trôi đi
bên kia biển là quê hương tôi đó
rặng tre xưa muôn tuổi vẫn xanh rì

Biển và người. Như một nhân duyên. Con người như bị ràng buộc vào với biển. Có người bảo con người xưa vốn từ biển lên đất. Cứ thử hỏi người cá khắc biết!

03/2007

CẮN

Tôi không thích môn quyền anh. Mấy ông bạn tôi lại rất thích. Đang ngồi uống cà phê nói chuyện văn chương chữ nghĩa bỗng mấy ông nhúc nhích trên ghế như gà mắc đẻ. Chỉ một lát sau là biến. Các ông rủ nhau đi lại một "tiệm rượu thể thao" có màn hình bắt đài *satellite* để xem người ta đánh nhau. Máu me dĩ nhiên là đầm đìa, văng răng cũng có khi, nhiều lúc lại có cả vụ bất tỉnh nhân sự nằm một đống trên võ đài. Ghê như vậy mà lại thích coi. Và còn gọi là thể thao. Tôi chê thứ thể thao ác đức này. Vậy mà tôi cũng biết tên các ông thợ đấm Mike Tyson và Evander Holyfield. Bởi vì ông Mike Tyson chơi màn võ cắn đứt tai ông Evander Holyfield trong một trận tỷ thí trên võ đài *MGM Grand Garden Arena* tại thành phố cờ bịch Las Vegas. Chuyện xảy ra vào ngày 28 tháng 6 năm 1997. Trong hiệp đấu thứ hai, Holyfield húc đầu vào mặt Tyson làm đứt một đường dài trên mắt phải của Tyson, máu me chảy ra. Tyson phản đối. Trọng tài ngưng trận đấu trong giây lát nhưng thấy không có dấu hiệu Holyfield cố tình húc nên trận đấu lại tiếp tục. Gần hết hiệp ba, Tyson dựa vào vai Holyfield, quay đầu lên và cắn dái tai phải của Holyfield đứt rời một miếng để trả thù. Holyfield đau đớn nhảy cẫng lên. Trọng tài ngưng trận đấu. Bác sĩ khám tai và tuyên bố Holyfield có thể tiếp tục trận đấu. Khi còn 30 phút chót của hiệp sau đó, Tyson lại giở võ cắn. Lần này là dái tai trái của đối thủ. Trọng tài tuyên bố truất quyền thi đấu của Tyson. Sau đó, Tyson bị phạt 3 triệu đồng và bị cấm tranh tài trong một năm!

Ba triệu đồng cho hai vết cắn. Hơi đắt! Chắc vì Tyson là đàn ông. Đàn ông thường không cắn. Cắn là mất tư cách. Đó là món võ tuyệt vọng của kẻ yếu. Chị Ngân thuộc phái yếu. Chị sống ở Thủ Dầu Một thuộc tỉnh Bình Dương. Sáng tinh mơ ngày 7 tháng giêng năm nay, 2007, chị ra cạo mủ cao su trong vườn, cách nhà chừng 700 thước. Trong khi chị đang mải mê làm việc thì một bàn tay thô cứng đè cổ chị, vật ngã xuống đất. Theo phản ứng, chị vung con dao cạo mủ về phía sau trúng đầu kẻ lạ mặt. Hắn cắn răng chịu đựng, dùng sức mạnh tước con dao vứt ra xa. Thấy chị đeo một sợi dây chuyền vàng, hắn lột ngay. Cướp của xong, hắn đè chị xuống cưỡng hiếp. Chị Ngân phản ứng quyết liệt. Trong lúc vật nhau, chị cắn đứt một miếng dái tai của tên cướp. Hắn vội bật quẹt tìm mảnh dái tai rơi. Thừa lúc đó, chị chạy thoát và tri hô cầu cứu. Công an tới nơi thu được mảnh dái tai phải của hung thủ. Ba tháng sau, ngày 4 tháng 4, công an thấy một thanh niên không có dái tai bên phải đi trên đường, bèn chặn lại, giải về đồn. Hắn khai tên là Nguyễn Văn Điền, 31 tuổi, ngụ tại xã Tân Định, huyện Bến Cát, tỉnh Bình Dương. Thử DNA thì đích thị hắn là chủ nhân của chiếc dái tai tang vật. Hắn chỉ còn một con đường là ra hầu chuyện trước tòa!

Võ cắn như vậy lại hợp với dái tai. Tội cho cái tai chỉ có mỗi cái tội lủng lẳng trước miệng kẻ thù mà gặp nạn. Gần tai là cổ. Cắn vào cổ chỉ có ma cà rồng. Ông Geng không phải là ma cà rồng. Ông là một nông dân ở tỉnh Hồ Bắc bên Tàu. Tối tối ông thường ra ruộng dưa ngủ để canh gác kẻ trộm. Cùng canh dưa với ông có chú chó rất trung thành với ông. Một buổi tối, ông đang ngủ thì nghe chú chó kêu rên rỉ. Biết có biến, ông mò ra. Tưởng là kẻ trộm nhưng hóa ra là một chú chó to lớn đang cắn liên tu bất tận vào chú chó thân yêu của ông. Ông nhặt một trái dưa ném vào con chó lạ để xua nó đi. Bị ném, con chó nổi điên, càng cắn dữ. Ông xót ruột xông vào vật lộn với con chó. Cuộc chiến giữa người và chó kéo dài khoảng 10 phút. Kết quả, ông bị hai vết cắn lớn trên vai, nhưng chú cẩu dữ dằn nằm chết thẳng cẳng. Trên mình cũng mang nhiều vết cắn. Những vết cắn đó không phải của chú chó nhà mà đích thị là của ông Geng! Người cắn chết chó, tài thật! Nhưng coi chừng vết thương trên vai ông Geng. Nếu chú chó dữ dằn đó mà mang bệnh dại thì ông Geng phải đi nhà thương tiêm phòng ngay.

Thuở nhỏ, lúc tản cư vào cuối năm 1945, tôi ở miền quê, chó chạy rông ngoài đường nhiều. Ra đường là phải thủ một cây gậy cho bảo đảm. Vậy mà vẫn bị chó đớp ngay vào đùi. Vết cắn đến bây giờ còn để lại sẹo. Được cái chú chó này cũng còn biết lịch sự nên vết sẹo được quần phủ lấp không phải ai cũng thấy được. Nhưng tôi đã bị khủng hoảng khi người lớn bàn nhau phải mang tôi tới chỗ có bệnh viện để chích ngừa. Chích bệnh dại người ta dùng một cây kim dài ấn vào bụng. Chắc đau ngất ngư. Lúc đó trong đầu óc tôi, cây kim đã dài bằng chiếc đũa. Nhưng may mắn thay, một ông bác có kinh nghiệm bảo cứ để đó coi xem đã. Cha tôi lấy thuốc rửa ráy vết cắn. Tôi nằm khóc rưng rức. Con chó cắn tôi được mọi người theo dõi. Nếu nó chơi màn thè lưỡi nhớt giãi chảy tùm lum là khốn nạn đời tôi. Theo dõi con chó khoảng hai tuần, thấy nó không có triệu chứng dại, tôi mới được giải thoát khỏi nỗi lo sợ.

Theo y khoa ngày nay thì phải chích ngừa ngay nếu con vật cắn lên cơn hoặc có biểu hiện nghi dại. Cũng tùy theo vết cắn nữa. Nếu vết cắn ở đầu, mặt, cổ, hoặc bộ phận sinh dục, ngay trong trường hợp chỉ bị sây sát nhẹ, cũng phải chích ngừa ngay. Nếu chú cầu chơi màn cắn xong chạy mất tiêu, không theo dõi được hay không biết nó ở đâu thì cũng nên chích. Nếu theo dõi được con vật thì trong vòng 15 ngày sẽ không chích nếu vết cắn nhẹ, xa não và con vật không có biểu hiện dại. Dù có phải chích hay không thì cũng cần rửa ngay vết cắn bằng xà bông đặc hay nước muối đặc, dội nước sạch nhiều lần, bôi chất sát trùng như cồn hoặc iốt đậm đặc.

Dân Âu Châu và Bắc Mỹ thích nuôi chó để làm bạn. Họ ôm, hôn, ngủ với chó như điên. Thường thì chó nuôi làm cảnh là thứ nhỏ nhít, dễ thương và có muốn cắn cũng chẳng cắn được ai. Nhưng có nhiều người nuôi những loại chó dữ dằn như loại *pitbull* cắn chết người như không. Đã có nhiều người hui nhị tì vì những chú cầu tai quái này, nhất là những trẻ em nhỏ sống chung trong nhà với loại chó này. Bệnh dại ngày nay vẫn tồn tại trên chừng 80 quốc gia, phần lớn ở Á Châu và Phi Châu. Mỗi năm có khoảng 10 triệu người bị động vật nghi dại cắn và số tử vong khoảng 55 ngàn người. Tính theo lối…ấn tượng thì trên thế giới này cứ 10 phút lại có một người bế mạc cuộc đời vì thú vật dại. Tại Việt Nam mỗi năm có khoảng 550 người phải chích ngừa vì bị thú dại cắn. Và từ năm 2001 đến nay, mỗi năm ghi nhận được từ 35 đến 85 trường hợp tử vong do dại. Nhưng năm nay con số tử vong tăng mạnh. Chỉ trong vòng 8 tháng đầu năm đã có 81 người chết.

Nhà cầm quyền tại các thành phố lớn tại Trung Quốc có lẽ nhìn thấy nạn chó đớp người nên ra quy định khắt khe về nuôi chó. Tại thủ đô Bắc kinh có thông báo chi tiết như sau: 'Trong khu vực thành phố, mỗi gia đình chỉ được phép nuôi một con chó, không được nuôi loại chó to hay chó dữ. Trong các khu vực đặc biệt không được nuôi loại chó dữ hoặc loại chó cao quá 35 phân!". Chó chạy rông ngoài đường sẽ bị xe bắt chó chộp. Nếu không có ai nhận nuôi thì chó sẽ được "giải quyết hợp lý". Những người bạn của chó, hãy đoàn kết lại! Họ ới nhau bằng điện thoại di động và *internet,* tập họp được trên hai ngàn người biểu tình chọc quê nhà nước ngay tại Sở Thú Bắc Kinh. Thành phố phải điều động tới trên 200 cảnh sát để dẹp biểu tình!

Chó cắn nguy hiểm chết người như không nhưng miệng người nhiều khi cũng làm chó oan ức. Một ông chủ bự đi ăn vụng với cô thư ký trẻ đẹp. Sau khi tù ti đã đời, ông vào phòng tắm sửa soạn đi về. Bỗng ông hoảng hồn khi nhìn thấy trên cổ một vết cắn bầm của cô thư ký lưu lại. Biết ăn nói sao với vợ đây? Lòng ông rối rắm trên suốt đường về. Tới nhà, ông vừa mở cửa, chú chó bẹc-giê nhảy chồm lên mừng chủ. Đầu ông bỗng minh mẫn lạ thường. Ông ôm chú chó, giả bộ vật lộn với nó. Bất thình lình, ông la toáng lên, ôm lấy cổ ra vẻ đau đớn, chạy vào phòng nói với vợ: " Em xem này, con chó quý của em cắn bầm cổ anh nè!". Vợ ông ta vội vàng phanh áo, chỉ vào ngực phân bua: " Anh coi này! Nó cũng cắn em tím bầm ngực đây nè!"

Vết răng trên cổ ông và vết răng cắn trên ngực bà, nếu nhìn kỹ ra, không phải là một. Càng không phải vết răng chó. Nhưng cả ông lẫn bà đều đã xóa được một nghi vấn. Thế là vui rồi! Nhưng các nhà điều tra tội phạm không dễ dãi như hai ông bà người ăn chả kẻ ăn nem phớt lờ cho nhau. Cũng như dấu vân tay, trên đời không thể có hai dấu răng cắn giống nhau. Hàm răng mỗi người là một dấu vết sinh học với nhiều yếu tố khác nhau như: vòng cung của hàm, chiều cao thân răng, diện tích răng, kích thước khoảng cách của răng với ổ miệng, kích thước chiều miệng lưỡi. Ngoài ra mỗi người đều có những đặc điểm khác như: răng mọc cái cao cái thấp. mọc chìa ra hay quặp vào, hình thể mặt nhai của răng hàm hoặc các khuyết tật như răng sâu, chỗ sứt mẻ, răng gãy, răng giả.Vậy thì có rất nhiều yếu tố để phân biệt dấu vết hàm răng của người này với người kia. Dựa vào sự khác biệt đó, dấu răng có thể là một yếu tố để điều tra một vụ án, chính xác không kém gì dấu vân tay. Chúng ta thử theo dõi một vụ.

Sáng ngày 23 tháng 8 năm 1994, tại Pháp, một căn phòng trong chung cư Marly-le-Roi bị cháy. Lính cứu hỏa đã kịp thời tới dập tắt được ngọn lửa. Trong phòng có xác một phụ nữ nằm lõa lồ. Không có dấu vết cưỡng hiếp, không có tinh dịch, nhưng trên cổ nạn nhân có nhiều vết siết và đặc biệt có những vết cắn trên hai bầu ngực. Kết luận đầu tiên: đây là một vụ án mạng, hung thủ muốn phi tang nên đốt nhà.

Giám định viên nha khoa Michel Evenot được mời tới quan sát các vết răng cắn. Ông đo và chụp ảnh những dấu răng trên thi thể nạn nhân dưới nhiều góc độ bằng ánh sáng thường và ánh sáng tử ngoại. Tiếp đó, cảnh sát hình sự khám xét. Họ mau chóng xác định được lai lịch nạn nhân. Cô tên Pierrette Godessart, 36 tuổi. Xét nghiệm máu thấy có rượu. Bởi vậy cuộc điều tra hướng tới các quán rượu trong thành phố. Họ dò hỏi các nhân chứng và phác họa được sơ đồ hành trình của nạn nhân trước khi bị giết. Ngày hôm trước, Godesssart tới nhà mẹ, ra về vào lúc chiều tối và tạt vào quán rượu Marigny. Tại đây cô gặp một người đàn ông tên Yves Plumereau. Điều tra hướng vào người đàn ông này. Y 36 tuổi và là một bợm nhậu thường la cà ở quán rượu. Y lập tức bị nghi là thủ phạm. Nhưng Yves Plumereau không nhận tội. Án mạng không có nhân chứng, hiện trường không có dấu tay, làm sao mà kết tội được? Dấu răng trên ngực Godessart tỏ ra được việc.

Giám định viên yêu cầu lấy dấu răng của nghi can Yves Plumereau. Hắn ký giấy đồng ý. Giám định viên Michel Evenot cho nghi can cắn vào sáp để lấy dấu răng bằng nhiều vết cắn mạnh và yếu khác nhau. So sánh với dấu răng trên thi thể nạn nhân thì trúng phóc là những vết cắn gây ra bởi hàm răng của Yves Plumereau. Giám định viên đã giải thích trước tòa Phúc Thẩm Paris như sau. Thứ nhất, những dấu răng cho thấy kẻ cắn nạn nhân không có các răng hàm thứ nhất. Yếu tố này chưa đủ để buộc tội can phạm vì có nhiều người khác cũng khiếm khuyết răng hàm thứ nhất. Thứ hai, một vết thương nhỏ có dạng hình lưỡi liềm cho biết một trong những răng cửa của hung thủ có một khuyết tật nhỏ. Thứ ba, độ sâu của các bọc máu tại vết cắn cho thấy hai răng nanh của hung thủ dài hơn các răng cửa nhiều. Cuối cùng, vòng cung của vết cắn ăn khớp với vòng cung hàm răng của nghi can. Tóm lại, giám định viên trình bày trước tòa, các dấu răng của Yves Plumereau hoàn toàn phù hợp với dấu răng trên tử thi của nạn nhân. Theo xác suất thống kê thì 99,9% các vết cắn trên ngực Godessart là do Plumereau gây ra!

Trước các bằng chứng không thể chối cãi, hung thủ đã nhận tội. Y khai là tối hôm trước Godessart rủ hắn về nhà ngủ qua đêm. Khi tới phòng ngủ, Godessart tự ý cởi quần áo và đòi hắn làm tình, nhưng vì quá say rượu và mệt mỏi, hắn không thể đáp ứng. Không được thỏa mãn, Godessart đã dùng lời lẽ thô bỉ để chế nhạo hắn. Hắn điên tiết xiết cổ nạn nhân bằng dây thắt lưng và cắn vào ngực. Sau đó, y đã nổi lửa đốt để phi tang. Tòa tuyên phạt hung thủ 16 năm tù giam.

Năm 2000, tại tỉnh Bình Thuận đã xảy ra một vụ án mạng. Bà Phan Thị Ngọc Ánh, 66 tuổi, bị giết chết tại nhà. Theo cuộc điều tra thì bà Ánh ở một mình nên cho một người có họ với bà là Dương Thị Thơm ngủ nhờ trong nhà. Ban ngày Thơm đi làm, tối về ngủ. Một đêm kia, bà Ánh bị giết và hung thủ đã lấy đi số tiền 30 triệu dành dụm của bà. Chẳng phải là điều tra viên, nghe như vậy, chúng ta đã nghi ngay thủ phạm là cô cháu Dương Thị Thơm chứ không ai khác. Nhưng chứng cớ đâu? Tại hiện trường, các điều tra viên tìm được một chiếc cặp tóc, tóc và sợi quần áo của Thơm. Nhưng vì hàng ngày Thơm ngủ chung với bà Ánh nên những chứng cớ này chưa đủ để kết tội. May là trên cánh tay bà Ánh có một vết cắn. Từ vết cắn này, điều tra viên mới làm lại mẫu, đúc lại hàm răng và so sánh trên máy vi tính với hàm răng của Thơm. Tất cả đều trùng khít với nhau. Hung thủ phải nhận tội.

Cắn người là lậy ông tôi ở bụi này. Chẳng nên. Nhưng con nít thì cần chi, chúng cắn lia chia. Có dấu răng thì đã sao. Cười toét miệng một cái là xong. Cắn là…phát biểu của bé. Khi mọc răng, nướu bị ngứa, bé cắn để gãi ngứa. Lúc đó núm vú của mẹ là…nạn nhân. Khi người lớn không để ý tới bé, bé cũng cắn. Phát biểu: tui đây nè! Từ 1 tới 3 tuổi, bé tìm kiếm sự độc lập. Muốn đòi cái gì cắn một cái, muốn tranh dành với một đứa bé khác: cũng cắn! Tất cả những biểu lộ qua cái cắn đều có nguyên nhân cả. Nếu cha mẹ chỉ có chiêu phát vào mông hay đuổi bé đi chỗ khác thì yếu quá. Bạn chưa biết cách dạy con nít. Điều nên làm là dùng giọng nói hay nét mặt biểu lộ cho bé thấy cắn như vậy là không chấp nhận được. Cần cương quyết và nhìn thẳng vào mắt bé. Bé sẽ nhận ra…tối hậu thư của bố mẹ và sẽ sửa đổi.

Lớn lên nhất định phải ngưng cắn trừ khi yêu. *Yêu nhau lắm, cắn nhau đau*! Hóa ra ngày xưa các cụ đã biết cắn yêu rồi! Tình nhỉ! Cắn yêu hàm ý cắn nhè nhẹ, diễn tả một cách nhẹ nhàng tình cảm đang dâng lên trong con tim. Nhưng nếu tình yêu quá mãnh liệt, diễn tả nhè nhẹ không phê, liệu vết răng có hằn lên thân thể người yêu không? Thường là không. Nhưng đôi khi cũng phải để cho tình yêu...hiển hiện! Yêu như cô bạn gái của anh chàng Wei ở Trùng Khánh bên Tàu thì hơi đau. Hai người hẹn hò nhau. Khi tình yêu lên cơn, cô gái xiết chặt tình nhân, hôn ra rít đến cắn đứt môi dưới của anh Wei. Anh được đưa vào bệnh viện. Các bác sĩ tận tình vá chứng tích của tình yêu nhưng vì phần thịt gắn trên môi của anh đã chết nên phải lấy thịt ở một chỗ khác trên cơ thể anh để vá lại môi! Bản tin sơ ý không nói rõ là lấy thịt ở chỗ nào. Anh Wei chẳng trách cứ gì cô người yêu đầy nhiệt tình của mình. Anh cho biết đây không phải là lần đầu môi anh bị cắn. Cô này có lẽ thích thịt môi nên mỗi lần hôn là một lần anh mang thương tích. Lần này thì quá đáng. Các bác sĩ cho là cô này có vấn đề tâm lý. Nhưng anh Wei lại tỉnh bơ...phiếm: " Chắc cô bạn gái của tôi cầm tinh con chó!".

Anh Wei bị cắn nhưng ông nhà thơ Nguyễn Nam An lại mang sẹo!

Anh và em như hai hàng cây
Thức dậy mỗi ngày nơi đây nơi đó
Có nắng mới của thời vui mắt ngó
Hay buồn thiu buổi lất phất mưa về
Anh và em như mùa xa mùa kề
Phơ phất gió của vài năm nguội lạnh
Vết sẹo cắn đùa hôm nao canh cánh

Da liền rồi sao chợt chạnh như đau
Anh và em vẫn lòng vòng đi đâu
Không biết nữa bài thơ này xin nhận.

10/2007

CAO

Ở sao cho vừa lòng người,
Ở rộng người cười, ở hẹp người chê.
Cao chê ngỏng, thấp chê lùn,
Béo chê béo trục béo tròn,
Gầy chê xương sống xương sườn phơi ra.

Vậy là khó mà được mắt con người. Ca dao của dân gian đã nói chắc nịch như thế. Cao bị chê. Lùn cũng chê. Béo cũng chê. Gầy cũng chê. Chê tuốt. Nhưng giữa cao và lùn, người đời thường ưa thứ nào? Hình như cao được ưa hơn thì phải. Không những cao về thể xác mà cái gì cao cũng khá hơn thấp. Học cao, địa vị cao, chức vụ cao, lương tiền cao bao giờ cũng hơn thấp. Ngay cả cao hổ cốt, cao ban long…cũng có giá. Có lẽ vì cao là thứ làm cho con người cao hơn!

Nhà thơ nữ, trẻ của Việt Nam Vi Thùy Linh đã viết những câu thơ tha thiết sau:

Khi hôn mắt anh, mắt trong mắt anh

Em nhìn thấy sự vận động của thế giới từ những hạt mầm còn nằm trong ngấn nước.

Khi nằm nơi anh,

Em như ở trên hòn đảo bình yên của cuộc đời mình.

Khi áp vào tai anh,

Em nghe thấy muôn tiếng sóng vỗ về miên man, như áp con ốc biển

Khi em hòa trong toàn vẹn anh,

Em đã vén được bức màn bí ẩn về sự sống

Và em biết

Với tình yêu của em

Anh có thể ngẩng cao trở thành chính anh.

Người anh diễm phúc này là người phải như thế nào, Vi Thùy Linh đã trả lời trong một cuộc phỏng vấn: *"Trắng trẻo, cao trên 1m70, có ADN tốt về hình thức và trí tuệ. Người như vậy sẽ thụ tạo những đứa con đẹp đẽ thông minh. Không được lùn, đặc biệt lùn về trí tuệ và phải yêu nghệ thuật. Tôi rất ấn tượng với những người (cả nam và nữ) có bàn tay đẹp, những ngón tay dài như ngón tay chơi dương cầm."*. Cô nhà thơ này chẳng có gì khác người. Tìm người bạn đời cao ráo là xu hướng chung. Giáo sư Boguslaw Powlowski, nhà nhân chủng học thuộc Đại Học Wroclaw, Ba Lan đã phân tích để đi đến kết luận là trong quan hệ nam nữ, chiều cao quan trọng hơn sức nặng, diện mạo và ngay cả tính tình nữa. Cứ cao là ngon! Muốn tính xem có xứng đôi vừa lứa không thì lấy chiều cao của nam chia cho chiều cao của nữ. Nếu tỷ lệ là 1 / 1,09 thì số dách. Chứ còn tỷ lệ cỡ 0,94 / 1 như cặp vợ chồng Tom Cruise và Nicole Kidman, chồng cao 1m70 vợ 1m80, thì chia tay hoàng hôn không phải là chuyện lạ! Vẫn theo Giáo Sư Powlowski thì các cô thích người đàn ông của đời mình cao ráo vì người đàn ông có kích thước thường là người dễ có địa vị cao hơn, kiếm được nhiều tiền hơn và ít bệnh tật hơn. Tôi nghi ngờ kết luận của vị Giáo sư này. Có lẽ ông cũng có chiều cao kha khá nên có vẻ thiên vị những cây tre miễu! Chứ trong thực tế tôi không thấy cao lại có nhiều lợi thế như vậy.

Dù sao cao, dài: đó là tiêu chuẩn! Cỡ thước mốt, xin đi chỗ khác chơi. Mèng ra cũng phải thước bẩy. Lựa chọn phi công hình như cũng có tiêu chuẩn về chiều cao. Ông phi công nào trông cũng cao ráo bắt mắt. Có xí trai chút đỉnh cũng nhờ chiều cao xí xóa được. Nhưng loại phi công cao cấp thời vệ tinh phi thuyền là các phi hành gia thì lại khác. Cao quá cũng không đặng! Cơ Quan Hàng Không và Không Gian Hoa Kỳ NASA vừa mới ra quy định mới. Kể từ năm 2010, cơ quan này sẽ phế thải các phi thuyền kiểu cũ và dùng các phi thuyền kiểu mới có kích thước nhỏ hơn. Kích thước lớn nhỏ thế nào chưa được tiết lộ nhưng các phi hành gia sẽ không được cao quá. Lên phi thuyền mà cứ lom khom coi mất uy tín quốc gia đi! Tới lúc đó thì phi hành gia phải lùn tới cỡ nào thì chưa biết nhưng vào năm 2003, NASA đã quy định chiều cao tối thiểu và tối đa của một phi hành gia là 1m49 và 1m93!

Vậy là lúa đời anh chàng Bao Xishun! Anh cao tới 2m36 lận! Làm sao mà...phi hành gia được! Không làm được phi hành gia nhưng anh vẫn có quyền coi mọi người trên thế giới này bằng nửa con mắt: anh là người cao nhất thế giới. Ngày 21 tháng 7 năm 2005 anh đã được chính thức công nhận danh vị này. Anh đã thắng anh chàng đang giữ kỷ lục là anh Radhouane Charbib, người Tunisia chỉ vỏn vẹn có 2 phân! Bao là người Nội Mông, sanh năm 1951, trong một gia đình sống bằng nghề chăn nuôi gia súc. Theo nhiều lời đồn đại thì anh là hậu duệ của Thành Cát Tư Hãn, người sáng lập triều Nguyên tại Trung Hoa. Anh có chiều cao bình thường của một đứa trẻ từ khi sanh ra cho tới năm 15 tuổi. Bỗng từ tuổi 15, anh…nhẩy vọt! Tới năm 20 tuổi thì anh đã cao tới 2m10! Cả nhà hoảng sợ khi chiều dài của Bao cứ lừng lững tăng thêm. Họ đưa anh tới Thẩm Dương là thủ phủ của tỉnh láng giềng Liêu Ninh để chữa trị. Trị gì được! Nhưng chiều cao quá mức của Bao đã lọt vào mắt một huấn luyện viên bóng rổ. Cao như vậy thì bỏ bóng vào rổ dễ như…ăn kẹo. Tưởng vậy mà không phải vậy. Cao là một chuyện, bỏ được bóng vào rổ là một chuyện. Anh không có khiếu…đút bóng vào rổ. Anh gia nhập quân đội trong ba năm rồi về quê sống bình thường. Tới năm 2004, một ông chủ tiệm ăn thấy được lợi thế trong chiều cao quá khổ của Bao. Ông thuê anh đứng đón khách cho nhà hàng. Quả nhiên thực khách đông hẳn lên. Một tờ báo địa phương đã giúp anh nộp đơn ứng cử kỷ lục cao nhất thế giới của Guinness. Trúng cử, anh nổi tiếng ngang xương. Anh đi *show* vung vít từ Nhật tới Tân Gia Ba. Anh được mời làm người mẫu quảng cáo thuốc. Truyền thanh, truyền hình, báo chí thi nhau phỏng vấn anh. Và đầu năm nay, 2007, anh lấy vợ. Có lẽ nhờ nổi tiếng anh mới có vợ chứ trước đây, khi còn vô danh tiểu tốt ở quê nhà, anh muốn kiếm vợ mà chẳng cô nào kham nổi cái chiều cao quá cỡ của anh. Vợ anh là một người kém anh 25 tuổi và có chiều cao chỉ bằng hai phần ba chiều cao của anh!

Chồng cao vợ thấp không biết có là một trở ngại không nhưng chồng thấp vợ cao đã bị ca dao điểm mặt.

Mẹ em tham thúng xôi rền
Tham con lợn béo, tham tiền Cảnh Hưng.
Em đã bảo mẹ rằng đừng,
Mẹ hấm mẹ hứ mẹ bưng ngay vào
Bây giờ chồng thấp vợ cao

Như đôi đũa lệch so sao cho vừa.

Cô gái trong ca dao coi bộ khó tính. Lấy vợ lấy chồng thường người ta cưới cái mình thiếu. Thiếu bề ngang thì khoái đối tượng có bề ngang, thiếu chiều cao thì rước thêm chiều cao. Thành ra chồng thấp vợ cao là thường tình. Thước tấc mình đã thua anh kém em thì cưới một cô vợ cao hơn mình để…đầu tư chiều cao cho con cái sau này! Bạn tôi thiếu gì tên…ăn gian như vậy. Đi bát phố với bồ ngoài đường mặt cứ vác lên. Không vác lên thì sao mà thấy mặt bồ? Để chọc quê mấy anh lùn mà ham này, chúng tôi dè bỉu là anh em ta đang đi…rước đèn!

Ngày nay *internet* cái gì cũng có. Cái vụ lấy vợ lấy chồng cao thấp hẳn nhiên là phải có. Bấm bấm con chuột vài cái là rơi vào…chiến trường. Phe chủ trương lấy vợ lùn bày tỏ lập trường:

Lấy vợ xin anh lấy vợ lùn
Áo quần em mặc, vải hay thun
Người cao một bộ, em hai bộ
Tiết kiệm cho anh gấp bội phần!

Lý luận kiểu kinh tế rất vững chắc và hết sức thuyết phục. Phe đối lập sức mấy có được lợi thế rõ ràng như vậy. Họ phản công bằng lý lẽ khác:

Lấy vợ xin anh lấy vợ cao
Chúng mình đùm bọc lẫn cho nhau
Cây trái anh thèm, em tay với
Đỡ mất công anh bắc thang trèo.

Tiện lợi vô cùng. Mấy anh bán thang cỡ lớn *Home Depot, Rona* hay *Reno Depot* chỉ có nước khóc ròng!

Thước tấc của chúng ta là nhờ trời. Trời cho cao thì được cao, trời bắt lùn thì phải lùn. Có phải như vậy không? Sai bét! Cứ nhìn chung quanh chúng ta sẽ thấy lối đổ lỗi cho trời như vậy sai bét be. Trước hết là do di truyền. Cha mẹ cao thì con cao. Cha mẹ thiếu thước tấc thì con cũng…xinh xinh. Nhưng cũng không hẳn như vậy. Có khi anh em cùng cha cùng mẹ mà có người cao có người không được cao. Tại sao vậy? Cha mẹ có một số gien di truyền quyết định chiều cao của thân thể để truyền lại cho con cái. Tùy theo trường hợp, có khi đứa con này nhận được nhiều gien di truyền hơn đứa con khác nên cao hơn anh chị em.

Nam thường cao hơn nữ. Chung chung thì như vậy nhưng cũng có ngoại lệ. Chiều cao của con người được quyết định bằng độ dài ngắn của khung xương. Nhưng xương chi dưới mới quan trọng. Muốn thí nghiệm thì dễ ẹt! Để hai người cao thấp chênh lệch nhau ngồi trên cùng một băng ghế sẽ thấy chiều cao của hai người sêm sêm như nhau. Nhưng nếu bắt hai người duỗi chân ra đo thì thấy chênh nhau một đoạn dài. Như vậy cao thấp khác nhau ở sự dài ngắn của đôi chân. Vì vậy các cô người mẫu cao ráo mới được gọi là…chân dài! Mà dài thật! Cứ xem các cô biểu diễn mới thấy cặp chân…trường túc làm các cô cao hơn người. Người mẫu là một giống đặc biệt. Thường thì các nàng thấp hơn các chàng. Đó là ý trời! Sự tăng trưởng chiều cao nơi trẻ em khác nhau tùy theo tuổi. Năm thứ nhất cao thêm khoảng từ 23 đến 25 phân. Năm thứ hai chỉ thêm 10 phân. Sau đó càng ngày tốc độ cao càng chậm. Năm thứ ba: 8 phân. Năm thứ tư và thứ năm: từ 4 đến 6 phân mỗi năm. Năm thứ sáu và thứ bảy lại cao nhanh hơn: khoảng từ 8 đến 10 phân mỗi năm. Từ đó tới tuổi dậy thì lại chậm lại: mỗi năm cao thêm khoảng 3 hay 4 phân thôi. Tới tuổi dậy thì mới chia phe trai gái rõ rệt. Bé gái bắt đầu phát dục vào độ tuổi 11 đến 12. Con trai thì chậm hơn 2 hoặc 3 năm. Trong thời gian này chiều cao sẽ tăng nhanh, khoảng 5 đến 7 phân mỗi năm. Đến tuổi 17 hay 18 thì sự tăng chiều cao phần lớn dựa vào sự tăng cột sống. Sự tăng trưởng này chậm nhưng kéo dài. Con trai phát dục chậm hơn con gái nhưng tốc độ cao lại vượt nhanh hơn và kéo dài hơn. Con gái kết thúc tăng cao khoảng từ 19 đến 23 tuổi trong khi con trai chỉ ngừng cao khi tới 23 hoặc 26 tuổi. Vì vậy con trai mới cao hơn con gái!

Cao hay thấp còn do dinh dưỡng nữa. Dân nào lùn bằng dân Nhật Bổn, lùn đến thành danh là lùn cả nước! Nhưng chỉ sau một vài thế hệ dinh dưỡng cẩn thận, các thanh thiếu niên Nhật ngày nay cũng cao như ai. Đến thủ đô Tokyo của Nhật, chắc du khách phải chú ý tới những chiếc xe bán sữa tươi hiện diện khắp nơi trên vỉa hè thành phố. Trẻ em đi học, về nhà, ghé vào, bỏ chút tiền đã uống được chất…cao vào người. Uống riết từ thế hệ này qua thế hệ khác, cao mấy hồi! Con em chúng ta cũng vậy. Từ khi sống trên đất tạm dung, ăn uống đầy đủ hơn chúng ta hồi còn ở trong nước, chiều cao nhảy xổ lên làm cha mẹ muốn nói chuyện với con cứ phải ngước đầu lên mới đối thoại được. Địa vị của cha mẹ…thấp hẳn đi!

Ngày xưa, ở trong nước, các em học tại các trường tiểu học cũng được uống sữa bột Mỹ viện trợ. Sữa bột được quấy nước sôi, nếu quấy không đều tay, sữa sẽ bón thành cục. Nếu các cô giáo quấy ít bột sữa và nhiều nước thì sữa lạt nhách rất khó uống. Các em bị bắt buộc uống nhưng có nhiều em không chịu uống. Trong số các em…chống sữa có một em nay trở thành nhà văn đã thú tội như sau: *"Hồi đó cả lũ tụi tôi học trường tiểu học Bàn Cờ, cứ mỗi lần vào giờ ra chơi, học trò theo cô giáo xếp hàng đi uống sữa bột viện trợ. Lúc ấy, tôi còn nhỏ không nhớ đó là chương trình gì của chính phủ dành cho học sinh tiểu học, chỉ biết là có màn rình cô giáo quay đi, không kiểm soát là đem sữa đi đổ không thèm uống, mùi sữa hăng không giống sữa bột guigoz, nhất là cái vị nhạt phèo, chán nhách. Tôi ra lệnh cho thằng Thiện, làm cách nào không cần biết, thanh toán ly của nó trước, sau đó đổi ly không của nó lấy ly sữa của tôi, có nhiều lần nó không kịp đổ, đành phải bịt mũi nhắm mắt, uống một hơi trước mặt cô giáo. Nhờ vậy mà sau này, khi nhổ giò, nó cao hơn tôi cả hai cái đầu. Phần tôi đến bây giờ vẫn còn lùn xủn."* (Ấu Tím, Nó và Tôi).

Lùn vì không chịu uống sữa là lùn…dinh dưỡng nhưng nếu quá lùn thành bệnh thì do thiếu *hormone* tăng trưởng. Đó là việc không bình thường. Như em Nguyễn Thị Ngọc ở Cần Thơ. Cha mẹ em có chiều cao bình thường nhưng cho tới năm 16 tuổi, chiều cao của em chỉ có 1m36. Đó là một trường hợp chậm tăng trưởng chiều cao do bệnh lý. Nếu xác định được nguyên nhân thì khoa học ngày nay có thể cứu chữa được tình trạng đáng buồn này. Vì sao trẻ bị thiếu *hormone* tăng trưởng? Lý do bẩm sinh rất hiếm. Có thể là do bị tổn thương nặng ở đầu như u não, nhiễm trùng não, viêm màng não… Ngoài ra, có thể vì trẻ bị xáo trộn những *hormone* khác như suy giảm *hormone* tuyến giáp, tăng tiết *cortisone.* Cũng có thể trẻ bị hội chứng *Turner* và *Prader-Willi* là những chứng rối loạn về *gene.* Hoặc bị ung thư, bệnh thận mãn tính hay sinh non.

Làm sao mà biết là trẻ bị chậm tăng trưởng chiều cao? Nếu từ lúc 2 tuổi đến khi dậy thì mà mỗi năm chỉ cao thêm dưới 4 phân thì đích thị là có vấn đề. Theo Bác Sĩ Trần Ngọc Khánh thuộc Bộ Môn Nội Tiết, Đại Học Sài Gòn, thì biểu hiện trẻ thiếu *hormone* tăng trưởng chỉ có thể biết được sau khi trẻ được 3 tuổi vì trong ba năm đầu thường thì trẻ vẫn phát triển bình thường. Khi khám phá thấy trẻ cao không đủ thì phải đưa trẻ đi khám bác sĩ liền. Bác sĩ sẽ kiểm tra các thông số tăng trưởng của trẻ và theo dõi trong vài tháng. Nếu nghi ngờ, bác sĩ sẽ làm thêm các xét nghiệm chẩn đoán để tìm ra nguyên nhân như chụp quang tuyến X tuổi xương, thí nghiệm kích thích *hormone* tăng trưởng… Phải chẩn đoán đúng mới xác định được trường hợp nào thật sự cần thiết dùng *hormone* tăng trưởng để phát triển chiều cao.

Hormone tăng trưởng cần chích được tính theo sức nặng của cơ thể và thường chích từ 5 đến 6 lần mỗi tuần. Thuốc được chích dưới da trước khi ngủ vì *hormone* tăng trưởng được sản sinh nhiều nhất lúc cơ thể đang trong giấc ngủ sâu. Thời gian điều trị thích hợp nhất là từ 6 tuổi và càng điều trị sớm kết quả càng cao. Việc điều trị cần giữ liên tục cho tới khoảng từ 15 đến 18 tuổi, khi đã đạt được chiều cao bình thường. Sau khoảng 3 đến 6 tháng điều trị, chiều cao của trẻ tăng rõ rệt. Có em tăng gấp bốn lần sức tăng trưởng trước đó. Nếu không thấy kết quả, bác sĩ sẽ phải làm lại một số xét nghiệm để theo dõi.

Tại bệnh viện của Đại Học Y Dược Sài Gòn, số trẻ tới khám khá đông nhưng điều trị đến cùng chưa đầy 1 phần ngàn. Tính chính xác thì có 2002 trẻ tới khám nhưng theo đuổi điều trị chỉ có 13 em! Tại sao có tình trạng phi lý như vậy? Do điều trị phải kéo dài trong nhiều năm, trẻ dễ bị căng thẳng, kích động hoặc mệt mỏi nên bỏ cuộc . Nhưng lý do bỏ cuộc quan trọng nhất là túi tiền. Ít có bậc cha mẹ nào có đủ khả năng theo đuổi thuốc thang cho con khi một mũi chích giá trên một triệu bạc và mỗi tuần phải chích 5 hoặc 6 mũi trong thời gian nhiều năm! Đành đầu hàng. Vả chăng bệnh lùn chẳng phải là bệnh quan trọng tới tính mạng nên cứ nhắm mắt cho qua. Nếu thương con lắm thì họ xoay ra uống những thứ thuốc được điều chế bằng thảo dược quảng cáo đầy dẫy trên báo chí hoặc *internet* là có công hiệu làm tăng chiều cao. Những thứ thuốc này dĩ nhiên là bị Tây y không công nhận!

Cao cũng khi trồi khi sụt. Buổi sáng mới ngủ dậy chúng ta cao hơn buổi tối một chút. Khéo vẽ chuyện! Làm cho có cái vụ này. Có chứ. Không tin các bạn cứ thử đo khi ngủ và khi thức giấc mà xem. Khoa học đã giải thích chuyện bất nhất này rất suông sẻ. Thường thì sau một ngày làm việc mệt nhọc, các cơ bắp, khớp xương và dây chằng trong cơ thể đều ở trạng thái căng thẳng và bị dồn nén, các đĩa đệm giữa các khớp xương thường có độ đàn hồi cao cũng co lại khiến các đốt xương sống ép sát vào nhau. Chúng ta lùn đi. Sau một đêm ngủ nghỉ, các đĩa đệm đàn hồi sẽ giãn ra, cột xương sống sẽ vươn lên chút đỉnh. Chúng ta cao hơn!

Khi chúng ta về già trời lấy đi mất vài phân chiều cao là chuyện bắt buộc. Đừng lầm bầm mà phạm thượng. Về già, xương cốt chúng ta xụm bà chè. Có thể vì chứng loãng xương, nhất là xương của các bà. Loãng xương nghĩa là xương trở nên xốp và yếu đi. Nếu đi đứng loạng quạng không để ý té một cái là tiêu. Chơi với nạng, với xe lăn là cái chắc. Loãng xương còn làm chúng ta lùn đi vì cột sống không được giữ thẳng đứng như hồi trẻ. Nhưng loãng xương chưa phải là đích danh thủ phạm. Thủ phạm là những đĩa đệm cột sống nằm giữa các đốt xương sống giống như các miếng cao su. Khi cơ thể già nua thì những đĩa đệm này co lại một cách tự nhiên và thay đổi hình dạng do mô và nước bị tiêu hao đi. Khi những đĩa này co rút thì các đốt xương sống xích lại gần nhau hơn làm chiều cao của chúng ta ngắn đi. Thêm vào đó, cột sống của chúng ta thực ra không thẳng tắp như một cái que mà là một chuỗi các đường cong ở vùng cổ, phần ngực trên và lưng dưới. Khi về già (thật chán mớ đời khi cứ phải dùng mãi cái tiếng khó thương này!) những đoạn cong này lại càng vòng cung hơn vì các bắp thịt trở nên yếu hơn nhất là các cơ chung quanh cột sống ít linh hoạt hơn.

Vì vậy người già rất khó đứng thẳng. Hồi nhỏ, bà cụ hàng xóm của nhà tôi đi kiểu móc câu, cong vòng. Chòm xóm đã chẳng thương cho cái tật cắm đầu xuống đất của người già thì chớ lại dùng cụ để nhát con nít. Tôi đã có một tuổi thơ bị…khủng bố vì cái lưng cong như vậy!

Xương xóc người già là cái tội! Tội lùn! Nhưng xương xóc của người trẻ, cao ráo cũng không hẳn là không phải cái tội. Chúng ta trở lại với anh chàng Bao Xishun, người cao nhất thế giới có…môn bài đàng hoàng. Anh năm nay mới có 56 cái xuân xanh, chưa thể gọi được là già, nhưng đã mang chứng bệnh thấp khớp từ 37 năm qua. Bây giờ anh mới có điều kiện để…phải trái với căn bệnh nhức nhối này. Anh nhập viện tại một bệnh viện nơi thành phố cảng Đại Liên ở phía đông bắc tỉnh Liêu Ninh, Trung Quốc. Bệnh viện náo loạn hẳn lên. Trước hết là do tính hiếu kỳ của con người. Ai cũng muốn được nhìn bằng mắt và chụp một tấm hình kỷ niệm với cây tre miễu này. Bệnh viện lại phải đóng cho anh một chiếc giường đặc biệt để anh có đủ chiều dài để ngả lưng. Ông già De Gaulle, Tổng Thống Pháp, trước đây cũng đã làm phiền thiên hạ vì cái chiều cao quá khổ của mình, tuy cao chưa thấm vào đâu với anh chàng Bao. Mỗi lần ông Tổng Thống nhiều chiều cao này đi công du là báo hại các nơi ông đến phải có giường dài đặc biệt cho ông.

Anh Bao, tuy chẳng tổng thống tổng thiếc gì cả nhưng còn làm phiền bệnh viện quá tổng thống. Ngoài giường và ghế ngoại khổ, ngay cả thuốc dùng cho anh cũng phải tốn gấp đôi người khác! Dài chân thì thuốc cũng phải nhiều đủ để chạy cho khắp. Dài chân thì nhiều xương, không thấp khớp cũng uổng! Chuyện này con cá nó cũng biết!

Hai chú cá nói chuyện với nhau:

“ Tụi mình rất may vì không có chân!”

“ Tại sao vậy?”

“ Có vậy mà cậu cũng không hiểu! Cậu thử tính xem, ngâm cả ngày trong nước lạnh như thế này, nếu có chân thì tụi mình bị thấp khớp từ lâu rồi!”

05/2007

CHÍ

" Ông Châu Trí lúc bé thông minh và chăm học lắm. Năm mới lên mười hai tuổi, đã biết làm văn, nhiều người đều khen ngợi. Song nhà nghèo, ông vẫn phải đến ở nhờ tại chùa Long Tuyền. Không có tiền mua dầu thắp đèn, ông phải đi quét lá đa, tối đến đốt lửa lên mà học. Ông học đến năm mười sáu tuổi đã đỗ giải nguyên.

Thiên hạ rủ nhau đến mừng và tặng ông một bài thơ:

Một anh trò kiết chùa Long Tuyền,
Ai ngờ nay lại đỗ giải nguyên,
Ở đời chẳng có việc gì khó,
Người ta lập chí phải nên kiên."

Đoạn văn ngắn trên chắc nhiều người thấy quen quen. Ê a cả thời tuổi thơ thì làm gì chẳng quen. Đây là một bài trong cuốn "Quốc Văn Giáo Khoa Thư, lớp Sơ Đẳng". Tựa bài là " Có Chí Thì Nên".

Có chí thì nên! Những ngày tiểu học, chúng tôi đã được

nhét vào đầu như vậy. Nhét là một chuyện, chí nó có vào nằm *trong* đầu không lại là chuyện khác. Để chọc quê, lũ học trò chúng tôi cho chí di chuyển! Bắt nó nằm *trên* đầu. *Có chí thì gãi!* Thứ chí này có hình dáng rõ ràng, gãi thì cũng chẳng quên được. Gãi như vậy đã lắm. Đã vì trả thù được...giai cấp thầy giáo áp bức!

Học trò học troẹt, tuổi còn non, trí óc cũng non. Ăn chưa no lo chưa tới, ham chơi ham đùa, nên mới thiển cận như vậy. Thực ra chí cần lắm. Không có chí như đi thuyền không có la bàn, cứ loạng quạng mò quanh, bỏ trường lạc ra vỉa hè cầu bơ cầu bất như không. Có chí thì vững chắc trên đường đi, thuyền cứ thẳng cánh một lèo tới đích. Nói tới ý chí thì phải ngôn tới sự kiên nhẫn. Có chí là giữ rịt vững chắc tới mục đích phải vươn tới. Giữ chắc cho tới…trăm tuổi!

Thầy Nguyễn Khắc Kham ra đi vừa đúng trăm tuổi. Sống trăm tuổi không là một thành tích. Thầy Kham coi việc sống trăm tuổi là một cái nhục. Thầy quá lời chăng? Không! Thầy giải thích với một môn sinh: " Anh xem đấy, càng già mình càng thua một đứa bé, muốn làm gì cũng không được, phải nhờ vả đến người khác, nhục lắm". Nhưng sống trăm tuổi mà còn đeo đuổi cái chí của mình được như thầy cổ kim ít người có được. Cả đời thầy cống hiến cho văn hóa. Ngày thầy còn ngày ngày cắp cặp tới trường Đại Học Văn Khoa Sài Gòn truyền bá kiến thức cho tụi hậu sinh chúng tôi, dưới mắt những sinh viên chúng tôi dạo ấy, thầy không được chúng tôi nể sợ. Chỉ vì cái lòng của thầy đối với văn hóa nước nhà lớn quá. Lớn đến nỗi chúng tôi không thông cảm với thầy được. Thầy càng quý trọng, chiều chuộng chúng tôi thì chúng tôi càng lờn mặt thầy! Chí của thầy, chúng tôi không với tới nên không biết quý. Khi đầu đã hai thứ tóc, thấy tấm lòng của thầy với văn hóa đất Việt, chúng tôi mới hối tiếc và thẹn thùng. Thầy có một tủ sách quý và luôn luôn muốn chia sẻ, tiếp tay với những người có lòng với văn hóa. Cuối đời thầy bị đau xương bàn tọa, cử động khó khăn, nhưng nếu ai cần tài liệu nghiên cứu, điện thoại hỏi thầy, thầy vẫn cố lăn người qua kệ sách phía bên giường hoặc trườn người xuống sàn, lục trong những thùng sách để tìm tài liệu trả lời. Ông Nguyễn Tuấn Khanh không phải là môn sinh ngày xưa của thầy nhưng có đam mê nghiên cứu nên thường tiếp xúc với thầy đã kể lại : " *Cụ không lái xe, lại không muốn phiền ai nên mỗi lần đi đâu, cụ đi bộ hoặc dùng xe buýt. Cụ bị bệnh rỗng xương nên hay đau lưng, đi đứng khó khăn, chỉ đi được khoảng một phần ba dặm là phải nằm nghỉ mệt trên thảm cỏ hoặc bên lề đường. Đôi khi có môn sinh hoặc thân hữu gặp cụ nghỉ mệt bên đường, dừng xe xin đưa cụ đi, nhưng cụ nhất định từ chối vì không muốn làm phiền ai, có khi phải nằn nì mãi cụ mới nhận lời. Những hôm cụ đến thư viện Berkeley mượn sách là cả một vấn đề. Cụ rời nhà từ 8 giờ sáng, đi bộ ra trạm xe buýt để đón xe đến trạm xe điện ở Fremont cách nhà cụ khoảng 45 dặm, nhưng cụ phải mất trên hai tiếng mới tới nơi, sau đó còn phải đi bộ một đoạn xa từ trạm xe đến thư viện nên mỗi khi đi mượn sách, thường đến 6 giờ tối cụ mới về đến nhà. Tuy đi mượn sách cực nhọc và mất thời giờ như vậy, nhưng mỗi khi mượn được quyển sách hay, cụ lại gọi điện thoại "khoe" với tôi và rủ tôi hôm nào tiện thì đi sao chụp chung để giữ làm tài liệu".*

Chẳng phải học giả như thầy Nguyễn Khắc Kham, cụ F. Gomet ở Venezuela cũng chứng tỏ cái chí của mình. Phải học! Học không bao giờ muộn cả. Vào đúng ngày sinh nhật 100 tuổi, cụ nhận được chứng chỉ tốt nghiệp…tiểu học. Ở vào cái tuổi mọi người chỉ muốn phè ra hưởng thụ, cụ vẫn không quên cái ước muốn biết đọc biết viết của cụ. Cụ mang cái thân già đi học. Biết đọc biết viết, cụ đẩy cái chí của cụ lên một mức nữa: phải học xong tiểu học. Trăm tuổi, cầm chứng chỉ tốt nghiệp trong tay, cụ làm tới. *"Tôi nghĩ là sẽ tiếp tục học nữa mặc dù con cháu khuyên là đã đủ rồi đối với tuổi của tôi. Nhưng tôi đã quyết định là sẽ tiếp tục học để lấy cái bằng tú tài!"*.

Cụ trăm tuổi người Venezuela quyết chí lấy cái Tú Tài để dối già, cụ 79 tuổi người Việt Nam thì đã trì chí lấy được cái bằng Đại Học. Cụ đã về tới đích vào ngày tốt nghiệp do trường Đại Học Cộng Đồng Coastline tổ chức vào cuối tháng 5 năm nay. Trong số 1582 tân khoa áo mũ xênh xang có cụ ông Nguyễn Thế Phi, 79 tuổi, tốt nghiệp bộ môn Nghệ Thuật. Mới đến Mỹ vào năm 1999, cụ cắp sách tới trường khi đã quá tuổi thất thập. Vừa đánh vật với môn tiếng Anh, vừa đeo đuổi những lớp hội họa, vừa cố gắng cho đi chỗ khác chơi những bất tiện của tuổi già, cụ Nguyễn đã nêu gương lập chí cho con cháu. Nói chi con cháu, cụ bà cũng phải phục cụ ông sát nút. Khi được hỏi cảm tưởng trong lễ tốt nghiệp của cụ ông, cụ bà đã nói: "Ông nhà tôi lớn tuổi, lại lãng tai, nên khi đi học phải thâu âm để về nhà nghe lại, tóm lược ý nghĩa của môn học trong nhiều năm. Ông tốt nghiệp hôm nay là niềm hãnh diện cho gia đình chúng tôi."

Cũng tháng 5 năm nay, trong buổi lễ tốt nghiệp Cử Nhân của trường Đại Học Kansas ở Fort Hays, có tân cử nhân 95 tuổi. Đó là cụ bà Nola Ochs. Cùng với văn bằng Cử Nhân bộ môn Lịch Sử, cụ đã tạo kỷ lục thế giới là người cao tuổi nhất tốt nghiệp văn bằng Cử Nhân. Kỷ lục này trước đây do cụ Mozelle Richardson, tốt nghiệp Viện Đại Học Oklahoma vào năm 2004, giữ khi cụ tốt nghiệp vào lúc đã 90 tuổi. Thành tích "có chí thì nên" của cụ Nola đã phá vỡ một tập tục lâu đời của Viện Đại Học này. Thường thì trong lễ tốt nghiệp, mọi người chỉ được vỗ tay một lần chung cho tất cả các tân khoa sau khi đã xướng danh tất cả các…đại đăng khoa. Riêng trong trường hợp của tân khoa Nola, cả hội trường đã đứng lên vỗ tay hoan hô nhiệt liệt bà cụ gân này khi cụ bà tiến lên khán đài nhận văn bằng do đích thân Thống Đốc Kathleen Sebelius trao giữa một rừng con cháu mặc áo thung có ghi hàng chữ "Cụ cố Nola là số dách!". Trong số 2176 sinh viên tốt nghiệp có cả cô cháu gái út của cụ Nola là cô Alexandra Ochs! Trong một cuộc họp báo sau đó, cụ Ochs chỉ nói vắn tắt: " Tôi cũng chỉ là một sinh viên bình thường thôi!" Cụ vẫn chỉ thích là sinh viên. Lãnh xong bằng Cử nhân, cụ dọa ngay: " Thật không có gì đáng ngạc nhiên nếu tôi lại khởi đầu học tiếp thêm nữa!" Tưởng là cụ dọa, nhưng cụ làm thiệt. Cụ sẽ tiếp tục dùi mài kinh sử để bỏ túi mảnh bằng Cao Học nữa!

Nặng một túi văn bằng là cụ Ilia Osipov, ngụ tại thành phố Novo Kuznetsk ở bên Nga. Tính sơ sơ cho tới nay cụ mới có 22 văn bằng Đại Học và Cao Đẳng. Nay cụ lại tiếp tục bộ sưu tầm bằng cấp bằng cách ghi tên theo học Y Khoa để trở thành Bác Sĩ! Cụ năm nay bao nhiêu tuổi? Thưa mới có 79 cái xuân xanh! Cụ đã từng bị liệt cả người. Vậy mà, một lần cụ té trên cỏ và bị ong đốt. Không biết có phải là ong thần không mà sau đó cụ cử động chân tay được. Bà vợ thấy lạ bèn dùng nọc ong chữa bệnh cho chồng. Sau nhiều tháng kiên trì điều trị như vậy, cụ đã đi lại được. Từ đó, cụ trở nên ham học kỳ lạ, siêng năng như…ong, tốt nghiệp hết trường này tới trường khác. Đầu tiên cụ giật mảnh bằng của trường trung cấp kỹ nghệ than Osinikovsky. Tiếp đó là Đại Học Luyện Kim Siberia. Rồi Đại Học Sư Phạm Novokuznetsk. Bộ sưu tập văn bằng của cụ Osipov sau đó thêm bằng của Đại Học Báo Chí, rồi bằng trung cấp châm cứu trị liệu. Trong…kho bằng cấp của cụ, cụ quý trọng nhất là bằng tốt nghiệp về nuôi ong của một trường Đại Học! Chẳng là ong là…ân nhân của cụ! Tấm bằng gần đây nhất của cụ là bằng về sản khoa của trường Cao Đẳng Y Khoa. Cụ…kiếm được tấm bằng này khi cụ đã bước vào tuổi cổ lai hy! Lúc cụ tới hỏi điều kiện để theo học sản khoa, nhà trường tưởng là cụ hỏi cho con cháu. Ai ngờ chính cụ nộp đơn xin thi. Và cụ đã đậu vào trường với số điểm tối đa! Điểm cao là điều bắt buộc cụ phải đạt tới. Thi bằng nào cụ cũng ngồi trên người khác. Có một lần thi tốt nghiệp, cụ chỉ đạt được điểm 4 trong khi điểm tối đa là 5, cụ không bằng lòng, xin thi lại. Nhà trường hỏi cụ thi lại làm chi, cụ trả lời: " Tôi dự định sống đến năm 99 tuổi và vì thế còn phải học thêm nhiều trường nữa. Mà muốn được nhận vào trường Đại Học miễn thi thì cần phải có điểm cao!". Cụ đã cất giữ 22 tấm bằng đã đạt được trong một chiếc hộp cùng với bức hình chân dung của cụ bà Frausta, người vợ đã ra đi trước cụ!

Ông Bill Gates mà biết được chí học hành của cụ Ilia Osipov chắc phải đỏ mặt dữ! Vì ông học có một môn mà… sóoc-ti lát chẳng bằng biếu chi cả. Trường ông tỷ phú số một thế giới này học là trường Đại Học nổi tiếng Harvard. Khi đang theo học năm thứ ba, vào năm 1975, ông bỏ học ngang xương. Ngày nay ông trở thành tỷ phú điện toán nhưng không có tấm bằng dắt lưng. Không hiểu vì ngộp bởi cái gia tài kếch xù của Bill hay sợ mang tiếng là chẳng cần học mà vẫn cứ thành công, trường Harvard vừa quyết định sẽ cứ phát bằng tốt nghiệp cho ông vào tháng 6/2007 sắp tới với lý do là ông có những "công lao đặc biệt"!

Thực ra Bill nhà ta không phải là người kém thông minh. Ông quá thông minh! Vì thông minh xuất chúng nên ông mới bỏ học, chuyển cái chí…học sang cái chí…kiếm tiền! Trước khi nhập học Harvard, Bill Gates đã theo học tại trường trung học tư thục nổi tiếng Lakeside và chính tại đây Bill bắt đầu say mê *computer* và công việc lập các thảo chương cho loại máy hiện đại này. Năm học lớp 9, Bill nằm trong danh sách mười học sinh ưu tú nhất nước Mỹ. Một năm sau, ông dậy các học sinh khác về *computer* và kiếm được 4200 đô nhờ soạn ra phần mềm để lập thời gian biểu cho các môn học trong trường.

Danh sách các nhân vật di chuyển từ cái chí học hành ra cái chí kiếm tiền không phải chỉ có một mình chàng Bill ta. Còn nhiều nữa. Mà toàn các tai to mặt lớn tiền tỷ không! Tiền thì nhiều không ai bằng nhưng bằng thì chẳng bằng ai. Như Steve Jobs, Giám Đốc Điều Hành của Apple. Ông này rất tà tà. Vừa xong khóa đầu tiên trong năm thứ nhất ông đã bị đuổi ra khỏi trường Đại học! Tưởng ông cầu bơ cầu bất, nhưng sau 35 năm ông đã có tài sản cỡ 5,7 tỷ đô. Như Tổng Giám Đốc Công Ty Oracle, Lawrence Ellision, cũng đã có trong tay sơ sơ 21,5 tỷ đô. Chàng này học hành làm sao? Đang học dở dang tại Đại Học Illinois, chàng bèn chuyển…chí, quay qua quyết chí làm giầu. Như Sheldon Adelson, người giầu thứ ba trên thế giới với tài sản 26,5 tỷ đô, học hành có ra chi đâu. Đang theo học Đại Học tại New York, chàng bỗng bỏ trường đi giang hồ làm ăn. Từ tay trắng trở thành đại phú chủ nhân một hệ thống sòng bài và khách sạn lớn nhất thế giới hẳn phải có chí…kiếm tiền. Như nhà tỷ phú Tây Ban Nha Omansio Ortega, người cũng bỏ Đại học mà đi kiếm sơ sơ 24 tỷ đô bỏ túi. Như nhà tỷ phú nổi tiếng người Nga Roman Abramovich mà các *fan* túc cầu biết như là ông chủ của câu lạc bộ Chelsea. Ông này còn chơi ngon hơn nữa là đã làm tới Thống Đốc tiểu bang Chukotka! Tiền thì có cỡ 18,7 tỷ nhưng bằng cấp thì…mậu dậu!

Những nhà tỷ phú không bằng cấp này đã làm phiền lòng những người vẫn quan niệm học vấn là phương tiện đưa đến thành công. Chủ Tịch hãng Sun Microsystems, ông Scott

McNealy, là người quyết chí giữ vững quan niệm xưa cũ này. Ông đã lên tiếng chỉ trích gay gắt Bill Gates về chuyện Bill không có tấm bằng vắt vai mặc dù về tiền bạc ông…phê bình gia này mới chỉ ở hàng triệu phú!

Dân Nam ta vẫn trọng học vấn. Đó là chiếc chìa khóa mở được mọi cánh cửa. Tôi e rằng trong mọi cánh cửa không chắc có cánh cửa tiền bạc. Chuyện mới xảy ra ở Việt Nam và còn đang được các báo đề cập tới hầu như mỗi ngày. Đó là chuyện một em bé thần đồng được đề nghị mua với giá 1 triệu đô Mỹ. Cậu bé Trần Ngọc Châu Long, 3 tuổi, ở xã Đức Hòa Thượng, huyện Đức Hòa, tỉnh Long An, đã biết đọc cả tiếng Việt lẫn tiếng Anh lại còn biết đếm và tính toán. Theo như tiết lộ của ông Trần Ngọc Châu, cha của cậu thần đồng, thì bé đã được một công ty ngoại quốc hỏi mua với giá 1 triệu đô Mỹ. Ông kể với ký giả: “Cách đây gần một năm, báo Phụ Nữ có đăng thông tin về con tôi thì có một ông xưng là luật sư đại diện cho một công ty nước ngoài hỏi “mua đứt” bé Châu Long với giá 500 ngàn USD, song tôi nói con tôi không bán, chỉ cần người hợp tác để nuôi dậy bé mà thôi. Một tuần sau anh này điện thoại lại tăng giá lên 1 triệu USD và nói khi nào tôi đồng ý thì nhắn tin.” Ông Châu cho biết là đã dậy bé Châu Long ngay từ khi mới lọt lòng mẹ. Trong phòng của bé ông vẽ các chữ cái và các con số nằm nghiêng, ngửa với mục đích cho bé quen dần bảng chữ cái. Khi bé mới chập chững biết đi là ông bố bắt đầu chương trình dậy học. Bé biết đọc khi mới được 18 tháng tuổi và khoảng 5 tháng sau thì đọc trôi chảy. Ông Châu cho biết dù công ty trên có trả cả tỷ đồng ông cũng không bán con nhưng trong khi trả lời phỏng vấn ông lại lỡ lời hy vọng họ sẽ tăng số tiền lên 2 triệu! Ông còn đăng quảng cáo trên tờ “Mua và Bán” với mục đích tìm đối tác trong và ngoài nước có đạo đức, có phương pháp dậy dỗ để phát huy tối đa khả năng của bé Châu Long mà ông cho biết là "thông minh, trí nhớ tốt nhưng ăn uống quá kém lại bướng bỉnh khó dạy nên gia đình tôi cần nhờ cộng đồng chung tay giúp sức như tư vấn, trao đổi kinh nghiệm".

Báo chí đã đổ xô về Long An để tìm hiểu hiện tượng lạ này và họ đã khám phá ra nhiều điều thú vị. Theo hàng xóm cho biết thì họ đã nghe thấy nhiều lần tiếng la lối của ông bố và tiếng khóc của chú bé Châu Long khi bị bắt học. Ông Châu cố nhồi vào trí óc con càng nhiều càng tốt khiến chú bé được mệnh danh là thần đồng này còi cọt, bệnh hoạn. Bé Châu Long đang được điều trị tại Bệnh Viện Nhi Đồng 2 ở Sài Gòn.

Đây có lẽ là một trường hợp nuôi con khác thường với chủ đích cầu lợi. Bé Châu Long chắc chẳng có một thứ chí nào. Sợ học như vậy còn trí đâu mà…chí! Có chí chăng là ông bố Trần Ngọc Châu. Ông trì chí đi tới bạc triệu đô!

Cái chí ngày nay nó quanh quẩn trong vòng danh lợi và tiền bạc như vậy. Người ta quyết chí tìm danh, tìm tiền. Không ai phí thời giờ cho cái chí làm trai. Cụ Nguyễn Công Trứ chắc buồn nhiều phút. Còn ai ngâm nga tương đắc với cái chí…lạc hậu của cụ?

Vòng trời đất dọc ngang, ngang dọc.
Nợ tang bồng vay trả, trả vay.
Chí làm trai Nam Bắc Đông Tây,
Cho phỉ sức vẫy vùng trong bốn bể.

Viết tới đây, đầu óc tôi bỗng chợt quay về những ngày tiểu học cũ. Chí làm trai được hun đúc cho chúng tôi từ lúc đầu óc còn như mảnh giấy trắng. Bài học thuộc lòng vẫn còn hằn in trong trí tới ngày hôm nay.

Làm trai quyết chí tu thân,
Công danh chớ vội, nợ nần chớ lo.

Khi nên trời giúp công cho,
Làm trai năm liệu bẩy lo mới hào.
Trời sinh, trời chẳng phụ nào,
Phong vân gặp hội, anh hào ra tay.
Trí khôn sắp để dạ này,
Có công mài sắt, có ngày nên kim.
Chí như vậy mới…nam nhi chi chí chứ!

06/2007

CHUÔNG

Trong một lần tới Paris, tôi đã bỏ công đi tìm một tiếng chuông. Đó là tiếng chuông của anh gù nhà thờ Đức Bà. Tiếng chuông tôi nghe vọng từ trong màn ảnh của phim "Thằng Gù Nhà Thờ Đức Bà". Anh gù do tài tử Anthony Quinn đóng thật tài tình. Tiếng chuông phát ra từ những cái giật, những cái đu như điên cuồng của một con người hờn giận nhân thế.

Leo không biết bao nhiêu bực thang nho nhỏ tăm tối của ngôi nhà thờ cổ, tôi đã tận mắt nhìn được vào quả chuông mà tưởng suốt đời tôi vẫn chỉ thấy nằm trong màn ảnh. Nhìn một hồi, quả chuông bỗng trở nên tầm thường. Như bất cứ quả chuông nào khác trên gác chuông của bất cứ nhà thờ nào. Chuông của anh gù hay chuông của anh ngọng có khác gì nhau không?

Một đàn thằng ngọng đứng xem chuông
Chúng bảo nhau rằng "ấy ái uông".

(Hồ Xuân Hương)

Chính cách đánh chuông của anh gù mới là cái tôi tìm

kiếm.

Hồi nhỏ, tôi đã nhiều lần theo ông từ nhà thờ Hàm Long, Hà Nội, lên gác chuông. Ông từ tốn giật sợi dây chuông. Những hồi chuông báo tử làm ông co người lại, giữ sợi dây thừng chỉ cho nhả ra từng tiếng một. Đàn ông bảy tiếng, đàn bà chín tiếng. Tiếng chuông phát ra nghe rền rĩ. Những ngày lễ trọng, ông kéo chúng tôi lên gác chuông. Sáu bẩy sợi dây rủ xuống. Mỗi sợi nối với một quả chuông. Chuông nhỏ cho tiếng thanh, chuông lớn cho tiếng trầm. Ông chia dây chuông cho chúng tôi. Mỗi đứa một sợi. Bữa nào ít người thì đứa lớn được hai sợi. Riêng ông giữ sợi dây của quả chuông lớn nhất. Ông đu người lên dây. Phải hai ba cái đu sợi dây mới trơn tru lên xuống. Ông níu chặt tay theo đà lúc lắc của chuông. Tiếng chuông đầu tiên phát ra. Ông liếc mắt, gật đầu về phía chúng tôi, những sợi dây lúc lắc. Mọi tiếng chuông đổ dồn reo vui. Âm thanh tỏa ra tứ phía lanh canh rộn ràng.

Không biết người khác ra sao chứ riêng tôi mỗi lần nghe tiếng chuông nhà thờ là hình ảnh những ngày đeo dây chuông lại trở về. Tôi thấy lại cái tôi nhếch nhác, mồ hôi mồ kê đầy mặt, áo quần xốc xếch. Tôi thấy lại sợi dây chuông xù xì làm bong da, rát tay. Tôi thấy lại những ngày vui mộc mạc của thời xa xưa.

Những người tay đã nhúng…chuông thường da diết với tiếng chuông như vậy. Nhúng kiểu con nít như tôi đã vậy, nhúng cỡ choai choai đã biết trai gái thì bệnh tình chắc nặng nề hơn nhiều. Bởi vậy tôi hết sức thú vị khi đọc truyện ngắn "Dì Xinh" của tác giả Nguyễn Văn Lục. Nhân vật chính xưng "tôi" bị gia đình gửi đi tu trên mạn ngược lén lên gác chuông với một nữ tu cùng tâm trạng nhớ nhà để cầm tay nhau tâm sự. Đúng lúc đó, ông bõ già lên gác đánh chuông nguyện vào giữa trưa. Hai người vội nấp vào một xó kẹt. *"Cả hai chúng tôi dõi mắt nhìn bõ Tâm như xem một tấn tuồng. Vô tình, dì đứng sát vào người tôi mà không hay. Thoạt đầu, bõ dợm người đu cái dây xuống, vừa ghìm đủ để quả chuông đánh một tiếng chuông. Một tiếng bỏ lửng. Sau đó, như lấy tấn, bõ ghì dây chuông để đừng có tiếng phản hồi. Bõ sửa soạn tiếng thứ hai. Cũng một cách thức như thế. Lại đu dây chuông, lại ghìm, lại lấy tấn giữ quả chuông nằm im. Rồi tiếng thứ ba. Dứt tiếng ba, bõ như nghỉ lấy sức và hết sức bình sinh giật dây chuông thật mạnh. Quả chuông lắc như điên cuồng, và bên này phản hồi bên kia. Lúc này bõ như con nhái bén, chỉ cần giữ dây chuông cho chặt, đu đưa theo đà chuông, lúc bên này, lúc văng sang bên kia. Bõ như chấp nó. Người và chuông đọ sức. Trên gác chuông tiếng kính coong inh ỏi đến điếc tai, mà hưng phấn. Tôi và dì đưa mắt đảo qua đảo lại theo nhịp qua lại của bõ Tâm không chớp mắt. Kéo một hồi như thế thấy đủ, bõ từ từ tuột xuống sàn gác. Chân dính sàn, bõ ghì dây chuông. Chuông tiếp tục lôi thếch bõ lên, bõ theo đà chuông nhún lên, nhưng cũng ráng ghì xuống. Vài lần như thế, chuông như kiệt sức không đụng đậy nữa. Người bõ vã mồ hôi sau cuộc đọ sức. Bõ trở lại là bõ, hiền lành đến yếu đuối trong tấm thân gầy guộc chỉ còn xương. Có lẽ ý nghĩa đời sống của bõ chỉ ở những lúc này, lúc đọ sức, lúc đu đưa vật vã. Hết đọ sức, bõ trở thành con người tầm thường. Bõ nghỉ một chút, chậm rãi, nặng nề, đầu cúi gập như thể đã tiêu hao hết sức lực. Quẹt trán, lau mồ hôi, bõ xuống thang gác chuông từ hồi nào. Để cho bõ đi xa, tôi và dì Xinh rời tay nhau, lặng lẽ đi xuống".* (Tân Văn, số 1, tháng 8/2007)

Để có được một hồi chuông thênh thang trong không gian, người kéo chuông đã phải vất vả đổ mồ hôi. Bù lại, những người bõ, những ông từ nhà thờ đã mãn nguyện vì đã dùng tiếng chuông để đưa tâm hồn mọi người lên chốn thanh cao phơi phới. Lúc vui cũng như khi buồn. *Ernest Hemingway,* nhà văn nổi tiếng của Mỹ, đã có một cuốn tiểu thuyết mang tên… chuông: "*For Whom The Bell Tolls*" (Chuông Gọi Hồn Ai). Nhà thơ John Donne đã thơ:

Do not ask for whom the bell tolls
It tolls for thee.

Chuông gọi mọi người. Trong những làng quê Việt Nam trước đây, tiếng chuông đã giữ nhịp sinh hoạt cho dân làng. Sớm tinh mơ, chuông nhắc nhở mọi người tới dự lễ nhất để còn ra đồng làm ruộng. Đúng ngọ, chuông báo giờ nghỉ trưa để hút điếu thuốc lào, ăn vội bát cơm chén cà củ khoai. Buổi chiều chuông nguyện. Buổi tối chuông tắt đèn. Trong một khung cảnh nhỏ nhoi đóng kín của một ngôi làng, tiếng chuông nghe thân mật ấm cúng. Như tiếng nói chuyện tâm tình của một người thân. Tiếng chuông còn vọng lên làm ngơ ngác mọi người vào những lúc không ai chờ đợi tiếng chuông. Một người vừa mới qua đời. Quan lớn về làng. Đức Cha về thăm bổn đạo. Hoặc cũng có thể là hồi chuông báo động trong thời chiến.

Thời chiến, gác chuông nhà thờ, mục tiêu cao nhất của một vùng quê thường bị hứng bom đạn đầu tiên. Chuông đổ xuống như cái đầu của người khổng lồ vừa lìa khỏi thân xác. "*Hiển nhận được lệnh xông lên khỏi giao thông hào, kéo lính tiến về phía La Vang Chính Tòa. Thiếu tá Soạn chỉ huy Tiểu Đoàn cao giọng trong máy truyền tin: "Thằng nào vào trước ôm hôn chân tượng Đức Mẹ đầu tiên sẽ lên một lon, nghe chưa?". Trận tiến chiếm La Vang diễn ra trong mười hai tiếng đồng hồ máu xương. Lính Bắc chống trả điên dại. Vương Cung Thánh Đường tan nát thành những mảnh vụn. Mái chuông nhà thờ ụp xuống, chuông đồng chổng ngược lên trên mặt đất. Giờ đây chuông câm nín, và sẽ chẳng bao giờ gióng giả ngân nga nâng phần hồn con người lên một Đức Chúa Cha, tai đã ù điếc vì những tiếng đại bác và những tiếng bom mà con của Người gửi cho nhau như quà tặng trong ngày tận thế"*. (Nam Dao, Bể Dâu, quyển 2, trang 601).

Bên Đông cũng như bên Tây, chuông luôn có mặt bên cạnh con người khi buồn lúc vui. Đúng một trăm năm trước đây, vào lúc 5 giờ 37 phút chiều ngày 29 tháng 8 năm 1907, dân chúng trong vùng ven sông St Laurence cách thành phố Quebec City 35 cây số đã tưởng như có một cuộc động đất. Chỉ trong vòng 15 giây, nhanh như một cái chớp mắt, cây cầu đang xây cất nối liền Quebec City với Levis đã sụp đổ xuống sông kéo theo 75 nhân mạng gồm 17 người Mỹ, 25 người Canada và 33 thổ dân Mohawk trước mắt vợ con đến đón họ sau một ngày làm việc xây cầu. Người cai vừa thổi còi chấm dứt một ngày làm việc thì cầu gẫy xuống sông! Đúng thời khắc đó năm nay, 2007, 100 năm sau không sai một giây, tất cả chuông của 40 nhà thờ trong vùng Đại Quebec City, 54 nhà thờ trong vùng giáo xứ St. Jean Longueuil phụ cận và một số nhà thờ khác tại Quebec sẽ vang lên trong vòng ba phút để tưởng niệm tới thảm trạng này. Sử gia David Gagné, người tổ chức cuộc tưởng niệm này, đã nhấn mạnh tới ý nghĩa của những tiếng chuông kỷ niệm : " Chuông nhà thờ đã từng báo cho mọi người biết những cuộc hôn nhân, sanh đẻ, chết chóc, hỏa hoạn và các thiên tai thảm nạn khác. Ngày nay, tuy một số nhà thờ không còn chuông và không ai nhớ tới những tiếng chuông thông báo đó nữa nhưng tiếng chuông vẫn là cách tốt nhất để đưa con người trở về một tai nạn thảm khốc của một thời xa xưa."

Quả vậy, tiếng chuông đã bị bỏ rơi. Trong cuộc sống tất bật ngày nay, tiếng chuông đã bị coi như một thứ âm thanh quấy nhiễu con người. Nhà thờ không được kéo chuông trong các ngày đi làm, chỉ được kéo chuông trong ngày Chủ Nhật và các ngày lễ. Và cũng không được kéo chuông sớm quá làm rộn giấc ngủ mọi người!

Tiếng chuông như lời nhắc nhở các tín đồ tới nhà thờ nhưng ngày nay giáo dân có thèm tới nhà thờ đâu! Đi dự lễ ngày Chủ Nhật là một điều bắt buộc đối với người theo đạo Chúa nhưng ngày nay số người đi dự lễ càng ngày càng thưa thớt. Nhà thờ trở nên rộng thênh thang. Không có người tới dự lễ có nghĩa là không thu được tiền đóng góp để điều hành và sửa sang nhà thờ. Tại thành phố Montréal có cả thảy 246 nhà thờ Công giáo nhưng có tới 123 nhà thờ không đủ sở hụi để mở cửa thường xuyên được. Đó là tình hình vào năm 2005, cách đây hai năm. Một số nhà thờ đã biến thành trường học, thư viện, cơ sở công và thậm chí thành *condo* nữa! Trên đường phố, nhất là tại các vùng phụ cận ít dân cư, nhiều nhà thờ đã để hoang tàn thậm chí có nơi còn để bảng bán. Tại xứ sở bé chút xíu Hoà Lan, từ năm 2000 đến nay, đã có khoảng 200 nhà thờ đóng cửa.

Nhà thờ còn như vậy huống chi là chuông. Nhà thờ của làng Béthanie thuộc vùng Eastern Townships, nằm cách Montréal 95 cây số, đã được bán trong mùa xuân năm nay. Dân làng quý quả chuông đã ngân vang khắp làng từ năm 1917 tới nay. Chín chục năm chính quả chuông này đã loan báo các lễ cưới, lễ rửa tội và lễ tang của dân làng. Họ giữ lại quả chuông và dự định xây một tháp nhỏ trong nghĩa địa để treo lên. Đây là một quả chuông cổ cao 60 phân, rộng 70 phân, có ghi xuất xứ nơi đúc. Vào một ngày cuối tuần trong tháng 8 năm nay, quả chuông bị trộm rinh mất trước khi được đưa tới nghĩa địa. Chính quả chuông đã bị quân gian đưa tới một nghĩa địa khác: nghĩa địa đồ lạc soong phế thải. Chẳng là thị trường đồ kim loại phế thải đang nóng. Đồ đồng, đồ thau đang rất có giá. Nếu không phát hiện ra kịp thì quả chuông cổ lịch sử này đã đi vào lò nấu mất tang tích.

Mùa đông năm ngoái, 2006, quả chuông của nhà thờ Tin lành Plymouth-Trinity United Church ở vùng Sherbrooke, trị giá 2400 đô, cũng đã bị rinh mất. Giáo dân đã tìm lại được tại một vựa đồ phế thải tại Montreal.

Có lẽ chưa bao giờ chuông có số phận long đong như bây giờ. Tiếng chuông bị giáo dân bỏ rơi, nơi trú ngụ của chuông bị đóng cửa, đường đi của chuông là đường tới…hỏa ngục với lò lửa thiêu ngày đêm rực đỏ cho một thị trường nóng bỏng!

Chẳng phải chuông nhà thờ, quả chuông Big Ben của thủ đô Luân Đôn cũng được treo trong một tháp chuông kiểu Gothic của nhà thờ từ ngót 150 năm nay. Big Ben không phải tên chiếc tháp do kiến trúc sư Charles Barry vẽ kiểu như mọi người vẫn lầm tưởng mà chính là tên của quả chuông khổng lồ nặng tới 13 tấn rưỡi này. Big Ben đã bắt đầu vang tiếng vào tháng 7 năm 1859. Mỗi tiếng đồng hồ, chuông lại gióng giả vang lên ghi điểm thời gian trên nóc tòa nhà Quốc Hội. Tiếng chuông đã vang vọng trên khắp thế giới qua làn sóng của đài phát thanh BBC. Trong suốt cuộc Đệ Nhị Thế Chiến, mặc những cuộc oanh tạc khủng khiếp, Big Ben vẫn không ngừng lên tiếng. "Ông già" 150 tuổi này đã ba lần bị bệnh phải ngưng để sửa chữa vào các năm 1934, 1956 và 1990. Năm 1962, bệnh tình trầm trọng nhất, Big Ben đã chạy chậm trong mùa tuyết rơi và đêm giao thừa năm đó, "người" đã lên tiếng chậm tới 10 phút! Tháng 8 năm nay, Big Ben lại im tiếng để sửa chữa nữa. Chuông cũng như người, già rồi cũng sinh tật sinh bệnh!

Chỉ có chuông chùa cứ nhẩn nha ngân nga. Chẳng chạy bằng điện bằng pin, cũng chẳng thèm có quả chuông để trục trặc. Chuông chùa thường được đặt trong tháp thấp và được đánh bằng chiếc dùi thúc vào chuông. Nghe chuông chùa thong dong từng tiếng con người dễ cảm nhận được nhịp sống an lạc nơi cửa Phật. Mỗi tiếng chuông không phải chỉ là một âm thanh mà là một lời kinh gửi đến thân tâm các đệ tử của Đức Như Lai. *"Bỗng vẳng nghe một tiếng chuông, Ngọc giật mình ngoảnh lại. Theo tiếng ngân, chàng lần tới bậc gạch bên tả rón rén lần từng bước leo lên cái gác vuông con. Tới bậc thượng cùng, vừa nhô đầu lên, chàng nghe có tiếng "Đà Phật" lại kế tiếp một tiếng chuông. Ngước mắt nhìn, chàng gặp chú Lan tay cầm chiếc vồ gỗ. Thấy Ngọc, chú hơi đỏ má, mỉm cười ngả đầu chào. Đôi bạn mới gặp nhau hôm qua, nay đã như có chiều thân mật. Song chú vẫn chăm chú vào phận sự: cứ đọc một câu lại đánh một tiếng bớt, khi câu niệm chỉ còn ít chữ thì hai tiếng kế tiếp lại thêm gần nhau cho tới khi chú tiểu đổ hồi. Ngọc cố chờ tới mười lăm phút cho chú tiểu đánh dứt hồi chuông cuối cùng đặt vồ xuống ván gác, rồi nghiêm trang hỏi rằng:*

- Sao chú phải cầu kinh thế mới đánh được chuông?

Lan cười:

- Đánh chuông phải đọc thần chú chứ.

- Thần chú! Hay nhỉ?

- Nghĩa là mười câu niệm Phật, ba hồi, một trăm hăm ba tiếng.

- Vậy nhớ được cũng khó lắm nhỉ?

- Phải học thuộc lòng chứ.

- Những ba hồi, một trăm hăm mươi ba tiếng! Thảo nào mãi tới bây giờ mới dứt hồi. Tiếng chuông thứ nhất của chú làm tôi thức giấc. Tôi tiếc quá vì đương nằm mơ giấc chiêm bao. (Khái Hưng, Hồn Bướm Mơ Tiên)

Cũng tiếng chuông chùa nhưng từ mười ba thế kỷ trước.

Tiếng chuông…cũ như thế thì còn chi âm vang? Vẫn còn. Bao nhiêu thế hệ con người vẫn văng vẳng tiếng chuông của một ngôi chùa nhỏ bé tầm thường tuốt tận Tô Châu bên Tàu. Những người Việt có đọc thơ Đường chẳng ai không cảm bài thơ của Trương Kế. Cảm ngay từ nguyên tác chữ Hán.

Nguyệt lạc ô đề sương mãn thiên
Giang phong ngư hỏa đối sầu miên
Cô Tô thành ngoại Hàn Sơn tự
Dạ bán chung thanh đáo khách thuyền.

Tôi không muốn chép lại đây một bản dịch nào cả dù chúng ta có rất nhiều bản dịch. Tôi vẫn mãi mãi nhớ giọng đọc theo âm Hán của chị Hoàng Xuân Giang vào một buổi đọc thơ khuya năm nào giữa trung tâm thành phố Montreal. *Duỵt loọc ố lề sướn mán thín*.... Không hiểu chi hết nhưng ai cũng thấm hồn thơ.

Nhưng chẳng lẽ có bản dịch mà không chép ra cho đủ. Đành chép vậy. Đây là bản dịch của học giả Trần Trọng Kim.

Quạ kêu, trăng lặn, sương rơi
Lửa chài, cây bãi, đối người nằm co
Con thuyền đậu bến Cô Tô
Nửa đêm nghe tiếng chuông chùa Hàn San.

Chùa Hàn San nay là một địa điểm du lịch được khai thác rất mạnh. Du khách nườm nượp đến với tiếng chuông. Và họ muốn tự tay đánh lên tiếng chuông vẫn vang vọng trong lòng từ lâu. Nhà văn Phạm Phú Minh đã tới chùa Hàn San, đã bỏ ra 5 nguyên, tương đương với 60 xu Mỹ, để cầm vồ đánh một tiếng chuông. *"Lạ lùng làm sao một ngày đầu thế kỷ 21, tôi, một người Việt nam đã đến đây, đã cung kính cầm cái chày vồ cũ kỹ giộng nên mấy tiếng chuông. Tiếng chuông tôi đánh giữa một buổi chiều trong cái thành phố Tô Châu đang tấp nập xe cộ và người buôn bán chắc sẽ chẳng vang đi xa, nhất là chẳng vào thẳng cõi lòng ai như tiếng chuông lúc nửa đêm bay đến chiếc thuyền đang neo ở bến Phong Kiều cách đây mười ba thế kỷ. Nhưng dù sao tôi cũng đã có duyên nghe nó, và hơn nữa, tạo nên nó, cũng như tôi đã có duyên đứng sau chùa nhìn ra con sông lững lờ trôi như vẫn trôi từ ngàn xưa tới giờ...* "(Thế Kỷ 21, số 192, tháng 4/2005)

Thỉnh chuông chùa sau khi móc túi chi tiền (thời buổi kinh tế thị trường người ta bán cả tiếng chuông chùa!), trong cái nhộn nhịp của một địa điểm du lịch, chú tiểu Lan mà biết được chắc chú sẽ chắp tay: mô Phật!

Nhưng giữ được tiếng chuông chùa giữa một đêm thanh vắng âm vang đến mười ba thế kỷ, chỉ có thơ mới làm nổi!

09/2007

ĐÁ

Đá là thứ cùng mằng lổn nhổn đầy đường, bàn chân nào buồn tình cũng có thể đá cho một cái văng tía lia. Báu gì! Nhưng đá long lanh thì lại khác. Nếu được mài giũa óng ánh thì lại khác nữa. Đó là…đời sống của nhiều người. Thường thì là phái nữ. Nhưng phái nam ngày nay cũng nhiều người muốn có những ngón tay óng ánh. Trong những lần về Việt Nam, tôi đã từng thấy những tay rủng rỉnh tiền bạc tự "khẳng định" bằng những chiếc cà rá nhận hột xoàn tổ chảng. Cục hột xoàn bự nhất tôi đã được mắt thấy là ở trên ngón tay của Út Trà Ôn từ hồi thập niên 60. Bữa đó tôi tới chơi nhà một người bạn có tiệm vàng, thấy chàng Út nhà ta đang mua gì chẳng biết. Cô bạn bảo nhỏ tôi nhìn vào cục hột xoàn trên tay chàng kép số một của cải lương miền Nam lúc đó. Cục hột xoàn cỡ hột bắp lấp lánh trên tay kéo được cặp mắt ngưỡng mộ của bao nhiêu người đứng trong tiệm lúc đó. Không có cặp mắt của tôi. Bởi vì từ hồi đó tới bây giờ cục đá có lóng lánh thì trong mắt tôi vẫn cứ là cục đá! Chẳng ham!

Anh tài xế taxi Nữu Ước Osman Chowdhury cũng giống tôi. Chẳng ham! Anh chạy xong cuốc xe cho một bà khách, nhận 11 đô tiền xe, bà khách *tip* cho 30 xu, khách xuống xe, anh vội lái đi tìm mối khác. Vài giờ sau anh mới phát giác ra bà khách đã để quên trong cóp xe một chiếc túi xách màu đen trong đó có một cái *laptop,* một số giấy tờ và…31 chiếc nhẫn kim cương! Anh tá hỏa tìm cách liên lạc lại với bà khách. Sau cả chục cú điện thoại và lòng vòng chạy xe, anh mới nói chuyện được với mẹ của bà khách nhờ có số điện thoại trong túi xách. Gặp lại được bà khách đãng trí, anh trao lại nguyên vẹn cái túi xách quý giá. Bà đề nghị tặng anh một số tiền thưởng nhưng anh không nhận. Anh cho biết: "Tôi chưa bao giờ nghĩ đến tiền thưởng hay bất kỳ sự đền đáp nào. Tôi không bao giờ giữ đồ của người khác. Tôi đã như vậy suốt cả đời mình!" Chuyện xảy ra vào đầu tháng 2 năm 2007 vừa qua. Vì không ham hột xoàn, anh chàng *taxi* 41 tuổi này bỗng nổi tiếng. Hình ảnh anh được chiếu đi chiếu lại trên các đài truyền hình Mỹ cũng như các nước khác như một tấm gương thật thà hiếm có trong thời buổi này. Ban Quản Lý *Taxi* và *Limousine* Nữu Ước tặng anh giải thưởng Thành Tựu 2007, Hội đồng Thành Phố gửi lời khen, Thị Trưởng Nữu Ước Michael Bloomberg thông báo sẽ tặng anh một phần thưởng. Không thèm kim cương thiệt, anh trở thành một viên kim cương vô giá về đạo đức và liêm khiết!

Đem chuyện anh tài xế taxi này kể cho các bà các cô nghe, nhiều người tiếc hùi hụi. Biết anh này làm như thế là đúng nhưng 31 viên kim cương chứ ít ỏi gì! Hột xoàn làm điên người lên là sự thường. Anh Divesh Borse chẳng hạn. Anh này là một dân chôm chĩa ở thành phố Mumbai, Ấn Độ.

Anh đã đột nhập vào một tiệm bán nữ trang và chôm được một mẻ hột xoàn trị giá tới hơn một triệu đô Mỹ. Anh mang bán một phần số tài sản phi nghĩa này. Một phần nhưng cũng là một số tiền lớn. Anh tới một vũ trường trong hai đêm liền và trả hàng trăm đô Mỹ chỉ để bắt vũ trường này cho hát đi hát lại bản nhạc thuộc loại sến *"Humbo Deewana Kar Gaye"* (Chàng Làm Em Điên Đảo) mà anh rất thích. Tới đêm thứ ba, anh trở lại vũ trường và lại chơi mửng cũ. Khách chơi ở vũ trường chịu không nổi phản đối ầm ĩ. Để bịt miệng những kẻ không cùng một khiếu thưởng thức với anh, anh vứt ra sàn nhảy cả đống tiền giấy một ngàn *rupee,* tính ra tiền Mỹ thì là 22 đô mỗi tờ, cho thiên hạ nhặt chơi. Cảnh sát thấy chuyện lạ bèn chặn anh lại. Khám trong người anh mới thấy có một số kim cương ăn trộm trị giá 67 ngàn đô!

Muốn có tí hột xoàn giắt tay, người ta phải xùy tiền ra. Người ta đây có thể là người đeo hột xoàn nhưng thường thì là người không đeo. Cũng có một cách khác. Đó là tới Công Viên Kim Cương Quốc Gia *Diamonds State Park* ở miền nam Arkansas. Nơi đây, trong khi dạo chơi, du khách nên cúi gầm mặt xuống đất, nếu gặp may, có thể lượm được hột xoàn! Trung tuần tháng 3 năm 2007, hai bé trai sinh đôi 8 tuổi đã gặp vận may. Hai em đã lượm được một cái gì óng ánh dưới đất. Đầu tiên hai em nghĩ là một miếng *mica* nhưng sau đó mới biết chính là…hột xàng! Cục kim cương này còn ở dạng nguyên thủy nặng 2 *carat* rưỡi, có hình trái tim, phát ra ánh sáng lấp lánh rất đẹp và trị giá tới nhiều ngàn đô. Một viên chức của công viên, ông Bill Henderson đã đặt tên cho viên kim cương này là *"Duncan Twins"*.

Nếu làm mặt nhẫn chẳng hạn thì 2 *carat* rưỡi trông cũng được nhưng ai cũng thừa biết đây không có thể gọi được là một viên hột xoàn lớn. Lớn nhất thế giới trong vòng một trăm năm qua là cục hột xoàn nặng tới 603 *carat* lận! Tên của cục…quý này là *Lesotho Promise* mới được tìm thấy ở vương quốc Lesotho, một nước nhỏ ở phía nam châu Phi. Viên kim cương chi bảo này có màu trắng khá đặc biệt, hạng D, một loại màu thượng hạng trong thế giới kim cương. Cũng trong vương quốc này, vào năm 1967, người ta cũng đã tìm được một viên kim cương 601 *carat.* Đã lỡ nói chuyện về những thứ xịn trong làng kim cương thì nói cho hết kẻo các bà các cô không vừa lòng. Viên kim cương lớn nhất thế giới đã qua cắt gọt là *Golden Jubilée,* 545 *carat.* Viên kim cương đứng đầu thế giới về chất lượng và hình dáng là *Koh-I-Noor,* 600 *carat.* Viên kim cương tinh khiết nhất mang tên *Régent.*

Những thứ xịn trên chẳng bao giờ tới tay những dân làm xàm như chúng ta. Thản hoặc chúng được mang ra triển lãm thì chen vào nhìn được chúng đã mãn nguyện lắm rồi. Còn thường thì chỉ được nhìn hình trên báo chí hay truyền hình. Nằm trên tay, trên cổ hay trên tai các bà các cô thường chỉ là thứ vài *carat.* Nghe thì thấy nhỏ nhít nhưng có được chúng cũng không phải là việc dễ. Giá của chúng cũng ngoài tầm tay với của đông đảo chúng ta. Muốn có tí lấp lánh trên người, nhiều người đã đeo đồ giả. Cũng nháy nháy sáng sáng như ai nhưng giá trị không bao nhiêu, giá mua cũng bèo bọt. Giả ra giả, thật ra thật, phân minh như vậy là tốt. Nhưng cũng có thứ giả mà bị lộn là thật mới…oan ơi ông địa! Nhiều người không rành rẽ đã bị lừa. Thời xưa cũng như ngày nay, việc xác định đá quí giả thật phải dựa vào mắt của những chuyên gia. Ngày xưa những chuyên gia này được gọi là "biện ngọc", ngày nay gọi là "kiểm ngọc". Còn giám định đá quí hay kim cương theo phương pháp khoa học và bằng các thiết bị hiện đại được gọi là 'ngọc học". Trên thế giới có nhiều công ty chuyên giám định hột xoàn lừng danh và uy tín. Họ đã xác định thì cứ thế mà tin. Thật giả phân minh. Tại Việt Nam ngày nay có nhà ngọc học đầu tiên là Giáo Sư Địa Chất Phan Trường Thị. Có bằng Tiến Sĩ Địa Chất của Đại Học Lomonosov, từ các nghiên cứu về các công trình địa chất lớn lao. Từ khoảng 15 năm nay ông bỗng "thu nhỏ" mình lại để chuyên về các viên đá quí nhỏ xíu. Theo ông thì muốn đánh giá đá quí phải có căn bản về địa chất. Nếu không thì không thể nắm hết được cái tinh tế của ngành này. Ông đã thành lập tại một ngôi nhà nhỏ trên đường Nguyễn Bỉnh Khiêm, Sài Gòn, một cơ sở tư nhân chuyên đánh giá kim cương và đá quí. Nhỏ nhưng cái tên lại lớn: Viện Đá Quí – Trang Sức. Từ năm đầu của thế kỷ mới, năm 2000, Viện đã bắt đầu hoạt động với những thiết bị mới và hiện đại gồm kính hiển vi ngọc học có lắp cáp quang, đèn chiếu tia cực tím sóng dài và sóng ngắn, tới quang phổ kế và máy đo chiết suất. Ông đã bỏ ra tới 200 ngàn đô Mỹ cho những thiết bị này. Khách hàng của ông là những bóng người vội vã đi vào, vội vã đi ra. Họ là những đại gia, những dân nhiều tiền có nhu cầu mua và trữ kim cương. Doanh thu mỗi tháng của Viện khoảng từ 20 đến 30 triệu đồng. Ngoài việc nghiên cứu ứng dụng tiến bộ kỹ thuật trong điều tra địa chất, Viện chú trọng vào những dịch vụ chế tác và kiểm định đá quí và trang sức. Viện cũng hợp tác với các viện ngọc học danh tiếng tại Hoa Kỳ, Pháp, Thụy Sĩ và Đức.

Viên kim cương hay đá quí do khách hàng mang tới, sau khi đã được kiểm định bằng máy, sẽ được giao lại cho khách hàng trong một lớp giấy bóng cứng có in mã vạch và kèm theo một chứng thư kiểm định có ghi rõ các thông số xác minh của viên kim cương hay đá quí đó cùng với những chứng nhận pháp lý cần thiết. Vậy là khách hàng yên chí lớn. Hột xoàn của mình là đồ thật chính cống bà lang trọc! Giáo Sư Thị quả quyết: “ Nếu chứng nhận đá giả là thật thì chúng tôi sẽ phải bồi thường bằng đúng giá trị đá thật!”

Kim cương có những trái tính của chúng. Sau 15 năm kinh nghiệm giám định không biết bao nhiêu kim cương và đá quí, Giáo sư Thị đưa ra một nhận xét nghe khá trái tai: Hễ viên nào hoàn hảo, không tì vết thì đích thị là…giả! Giữa thật và giả là cả một đống tiền. Một đại gia đến đưa cho Giáo sư kiểm định một viên “dạ minh châu” được mua với cái giá khiếp đảm 500 ngàn đô Mỹ với tính năng như trong truyền thuyết “đông ấm, hè mát, đêm phát sáng”. Sau khi giám định, đó là…giả! Vị đại gia không biểu lộ một xúc động nào, thản nhiên đi ra cổng về! Một lần khác, một người mang đến cho ông một lô kim cương gồm 200 viên. Ông đưa lại với…phán quyết: hai phần ba là kim cương giả trộn lẫn vào kim cương thật! Vị khách đứng như trời trồng, mặt cắt không còn một hột máu!

Tôi đã từng có sự hồi hộp tương tự khi đến thăm một trung tâm ngọc trai tại Tokyo, Nhật Bổn. Họ có một chiếc máy kiểm định mà phần trên là một hộp kính nhỏ để thử hạt trai thật giả. Du khách viếng thăm được mời để đồ trang sức bằng hạt trai vào máy để kiểm nghiệm coi là giả hay thật. Một bà run run tháo sợi giây đeo cổ bằng hạt trai đặt vào máy. Kết quả: giả! Bà điếng người, bẽn lẽn bước ra sau, không biết có giọt nước mắt nào không. Tôi thì trang sức trang siếc gì! Cứ đứng nhìn thiên hạ khóc cười theo…giả thật, thật giả. Anh chuyên viên bỗng nhìn thấy trên cây ghim cà vạt của tôi có đính hạt trai, chỉ một hạt. Anh bảo tôi bỏ vào thử. Có mỗi một hạt thì giả thật cũng vậy thôi, vậy mà tôi cũng hồi hộp, chẳng hiểu tại sao! Khi họ chiếu tia cực tím vào, giữa hạt trai không có cái nhân nhỏ bằng hạt gạo. Thật! Giả thì có cái nhân là miếng nhựa người ta đút vào vỏ trai làm vật kích thích cho trai nhả nước miếng bao phủ.

Thật giả, trong cuộc đời chắc chúng ta đã nhiều lần phải ngỡ ngàng. Đâu là thật, đâu là giả? Hột xoàn giả thì lỗi chắc tại các bà các cô. Cứ thích óng ánh so se mới nên nỗi. Có thứ hột xoàn thật nhưng màu sắc giả! Lại còn vậy nữa sao? Kẻ gian đã dùng công nghệ phóng xạ tạo màu sắc giả cho kim cương để làm tăng giá trị lên. Thẩm định màu sắc giả hay thiệt mới khốn khó cho các nhà ngọc học. Thường thì rất khó phát hiện mặc dù đã dùng những máy móc tối tân nhất của các viện nghiên cứu của các trường Đại học. Giáo sư Thị cho biết là nhiều trường hợp ông đành bó tay vì chưa đủ phương tiện hiện đại để phân tích.

Vớ vào ngọc hay hột xoàn nhiều khi cháy tay là vậy. Ngọc hay hột xoàn đều phải qua bàn tay con người mới lộ ra vẻ đẹp. Nếu móc ở dưới đất lên bảo các bà đeo lên người chắc bà nào cũng lắc đầu quầy quậy. *Ngọc bất trác bất thành khí / Nhân bất học bất tri lý.* Các cụ xưa chúa là rắc rối: mang ngọc ra để răn đe người. Câu chữ Hán này đã được diễn nôm ra thơ để lũ học trò tiểu học chúng tôi, trên nửa thế kỷ trước, ê a trong các buổi học.

Ngọc kia chẳng giũa chẳng mài
Cũng thành vô dụng cũng hoài ngọc đi
Con người ta có khác gì
Học hành quí giá, ngu si hư đời!

Khi ngọc đã được mài giũa chúng mới được dắt trên

người các bậc mẫu nghi thiên hạ, các quí nương, các tiểu thư khuê các. Thường thì ngọc không dính với người. Người ta có thể tháo chúng ra khi không cần thiết. Nghe ra ngọc cũng giống người, khi hợp khi tan! Nhưng ngày nay các cô, và ngay cả các cậu, chơi đá quí cách khác. Họ gắn vào thân thể. Chung quanh chúng ta, kim cương, đá quí được gắn chặt vào vành tai, hóc mũi, môi, lưỡi cho tới xuôi nam nơi những chỗ chẳng cần nói ai cũng biết! Mốt mới hơn nữa là gắn kim cương hay đá quí vào răng. Làm sao mà gắn? Tới các trung tâm thẩm mỹ người ta sẽ lo cho hết. Bác sĩ sẽ chích thuốc tê, khoan lỗ trên răng vừa khít với đường kính của đá. Sau đó sẽ chiếu đèn *halogène,* phun một loại keo nha khoa để gắn chặt viên đá vào răng. Thường thì gắn các viên đá có màu tím nhạt, đỏ, hồng, xanh mắt mèo, trắng. Nhưng cũng có nhiều tay chơi thứ xịn gắn kim cương cỡ từ 2 đến 3 ly. Rồi sao ăn? Vẫn ăn được như thường. Nhưng một khi gắn vật lạ vào răng dĩ nhiên cũng cấn cái. Người nào mà răng yếu thì việc mài giũa để gắn đá có thể gây tê buốt mỗi khi ăn đồ ăn nóng hoặc lạnh. Nếu đá được gắn bởi những người tay nghề không vững hoặc máy móc không tối tân thì nhiều khi chỉ qua vài lần đánh răng thì đá đi răng ở lại, nếu không gắn tiếp thì chỗ vết khoan sẽ bị đóng đồ ăn, lâu ngày sinh ra sâu răng.

Răng cỏ như vậy thì sao sực phàn được bánh ngọt…kim cương? Lại có thứ bánh quí phái đó nữa sao? Nhà hàng bánh ngọt nổi tiếng *Nahid La Patisserie Artistique* ở khu xi nê Beverly Hills phối hợp với nhà kim hoàn *Mimi So Jewellers* đã cho trưng bày cái bánh không giống ai này vào ngày 16 tháng 10 năm 2006. Đây là chiếc bánh cưới đắt giá nhất từ trước tới nay có gắn toàn kim cương. Giá sơ sơ có 20 triệu đô! Có ăn được không? Nhà tổ chức cuộc trưng bày Ilona

Sherman cũng phải lắc đầu: " Tôi nghĩ rằng các viên kim cương quá cứng làm sao bao tử có thể tiêu thụ được chúng chứ!" Có lẽ đây là chiếc bánh vô duyên nhất thế giới!

Nói tới kim cương mà không ngôn tới kim cương đen là một thiếu sót. Quả là trên thế giới có thứ kim cương này, thứ kim cương không được tạo ra dưới lòng đất như các loại kim cương khác. Chúng tới từ không gian! Và nó chỉ xuất hiện tại hai nơi là Ba Tây và Cộng Hòa Trung Phi. Theo nhà địa chất học Stephen Haggerty của Đại Học Quốc tế Florida ở Miami thì kim cương đen rơi xuống trái đất từ một thiên thạch cách đây khoảng vài tỷ năm. Chúng là bụi kim cương của một ngôi sao siêu lớn bị nổ tung. Trải qua thời gian, chúng cô đặc thành những khối lớn và dính chặt vào các thiên thạch trong thái dương hệ. Như vậy tuổi của loại kim cương đen này là từ 2,6 tới 3, 8 tỷ năm! Đã là dân chơi thì phải chơi thứ kim cương…ảm đạm này mới mát mặt. Bạn đã thấy có quý bà quý cô nào đeo loại kim cương vũ trụ này chưa? Tôi quả thật chưa thấy. Mà có khi tôi thấy rồi cũng chẳng biết vì dưới mắt tôi thì đá nào cũng là đá. Lóng lánh hay không cũng vậy. Xanh đỏ tím vàng cũng rứa. Chỉ có một thứ đá quí mà tôi nhận ra ngay. Ông bạn nhà thơ Hoàng Lộc của tôi cũng nhận ra ngay.

như em, loài ngọc quí
cả đời anh gia công
khi qua nhà gã ấy
biết còn nhớ anh không?

Thứ ngọc này không tính bằng *carat* mà tính bằng kí!

04/2007

ĐẠO

Kỳ đó tôi tới Boston nhằm lúc gần một trăm thành viên của một giáo phái đã tự tử tập thể vào lúc mà họ tin rằng một phi thuyền từ trời xuống rước họ về Thiên đàng. Câu chuyện về những người muốn lên Thiên đàng bằng cái chết của họ đang gây xôn xao dư luận. Trên xe chở tôi tới nhà của nhà thơ Phan Xuân Sinh ở Salem, nhà văn Lâm Chương và tôi cũng chuyện qua lại về biến cố này. Anh cho là cái thế giới ngày nay lạ lùng lắm. Nhiều người sẵn sàng tin theo và dấn thân cho những chuyện mà thông thường chúng ta cho là không tưởng. “ *Ông cứ thử mà xem. Ông bịa ra bất cứ một thứ tín ngưỡng nào, dù vô lý đến đâu, cũng sẽ có người theo!*” Từ ngày đó tới giờ, nhiều năm đã trôi qua, tôi quá bận nên chưa kịp lập ra một thứ đạo nào để kiểm chứng lời ông Lâm Chương.

Chuyện tưởng đã đi vào quên lãng thì tôi có dịp biết về những nhà tiên tri cỡ Warren Jeffs hay Winston Blackmore, những người đã làm sống lại trong tôi tham vọng làm Giáo chủ.

Có lẽ ông Lâm Chương nói đúng.

Giáo chủ Warren Jeffs mới 49 tuổi mà đã nên danh vì đã lập nên giáo phái *Fundamentalist Church of Jesus Christ of Latter Day Saints*, viết tắt là *FLDS.* Tín điều của giáo phái này là một người đàn ông phải lấy ít nhất ba người vợ mới được vào Thiên đàng. Tôi rất đồng ý với giáo điều này vì nếu có gan lấy tới ba bà vợ thì xứng đáng vào nước Thiên đàng. Lý do là vì họ đã ở trong địa ngục trên trần thế này thì chết đi, vì lẽ công bằng, phải cho họ hưởng phúc Thiên đàng. Nhưng hình như ông Giáo chủ này cũng đã biết sự liên hệ giữa hỏa ngục và thiên đường nên ông ấy cố đặt ra những thứ giáo điều để triệt tiêu cái hỏa ngục ba vợ trở lên ở trần thế này để ông ấy và các đồng đạo được hưởng thiên đàng từ dưới đất lên tới trên trời. Giáo điều này dạy rằng: người vợ phải hoàn toàn tùy thuộc vào người chồng, tuyệt đối trung thành với chồng là hình ảnh của Thượng Đế! Vậy là các…thượng đế mặc sức lấy vợ và bắt vợ tùng phục. Dẫn đầu là giáo chủ tiền nhiệm Rulon T. Jeffs, cha của giáo chủ đương nhiệm Warren Jeffs. Ông này có tới khoảng từ 30 đến 40 bà vợ. Con số đích xác không được tiết lộ. Có lẽ vì đây là bí mật tôn giáo! Cứ thi nhau lấy nhiều vợ thì sản xuất đâu ra đủ đàn bà con gái mà lấy, họ lại đặt ra tục lệ…gặt lúa non theo đó thì một bé gái khoảng trên chục tuổi là có thể lấy chồng được rồi. Một mũi tên bắn một lúc hai con chim: vừa có đủ đàn bà làm vợ vừa có được những cô vợ…nhí cho sướng cái thân già. Vậy mà cung vẫn không đủ cầu. Vẫn thiếu vợ. Tới lúc này các bộ óc siêu việt của thượng đế mới giở trò trần tục là…dành ăn. Họ tìm cách rút phép thông công các chàng trai trẻ để loại đi những địch thủ có nhiều lợi thế hơn họ. Theo một phúc trình vào tháng 6 năm 2005 thì có khoảng từ 400 tới 1000 chàng trai đã bị rút phép thông công. Tội của họ có thể là mặc áo ngắn tay, nghe nhạc trên CD hay có bạn gái. Bị buộc tội, họ bị tống ra khỏi cộng đồng và ném ra xa lộ. Trên một bài báo của tờ *The Guardian* xuất bản vào ngày 14 tháng 6 năm 2005 dưới đầu đề: *"The lost boys thrown out of US sect so that older men can marry more wives"* đã cho biết 6 trẻ em trong nhóm này đã kiện giáo chủ Jeffs và phụ tá cảnh sát trưởng hạt Mohave County, một cộng tác viên thân cận của Jeffs, về tội thông đồng trục xuất các chàng trai ra khỏi cộng đồng. Vậy mà vẫn chưa xong. Nạn thiếu vợ vẫn tồn tại. Những bộ óc siêu việt lại giở mánh khác. Họ ban hành luật "xếp đặt hôn nhân" *(The Law of Placing)* theo đó thì chỉ có giáo chủ mới có quyền cho ai lấy vợ và lấy ai tùy theo chức sắc của họ trong cộng đồng và tùy theo công tội của người đó. Ngoài ra nếu giáo chủ bắt ai nhường vợ cho người khác thì người đó cũng phải cung kính chấp nhận! Vụ tranh dành vợ để được lên thiên đàng rẽ qua một khúc quanh vào ngày 10 tháng giêng năm 2004. Thị Trưởng của Colorado City và khoảng 20 người khác bị rút phép thông công. Họ bị tịch thu tất cả vợ để phân phối cho người khác và bị tống ra khỏi thành phố. Chuyện xảy ra đã gây nên cuộc thoát chạy của nhiều thiếu nữ trong cộng đồng.

Colorado City? Bộ chuyện này xảy ra ở Mỹ chăng? Lạ nhỉ! Mỹ là một nước chống đa thê mà sao vẫn tồn tại một nơi có chế độ nhiều vợ? Quả có vậy! Ở Utah đa thê là phạm pháp nhưng đa thê vẫn là một phần của cuộc sống nơi đây. Giáo phái FLDS là một chi nhánh tách rời ra khỏi đạo Mormon vào năm 1890 khi Mormon không chấp nhận đa thê nữa. Họ hoạt động trong nhiều vùng tại các tiểu bang Utah, Texas và Arizona và có khoảng 10 ngàn tín đồ. Nhà tiên tri Warren Jeffs có cả thảy 70 vợ trong đó có cả các bà vợ của cha ông ta mà ông kế vị. Khi cha ông là Rulon Jeffs chết vào năm 98 tuổi thì ông lượm hết các bà vợ còn lại của cha. Không hiểu vì lý do…tôn giáo hay vì bỏ đi thì…phí của trời!

Đạo đa thê từ Mỹ tràn qua Canada trấn đóng tại Bountiful thuộc tỉnh bang British Columbia. Mọi chuyện bắt đầu vào năm 1947 khi có bốn gia đình của đạo FLDS ly khai từ Utah đi ngược về phía bắc qua Canada cắm dùi. Ngày nay họ có khoảng một ngàn tín đồ dưới quyền cai quản của nhà tiên tri Winston Blackmore. Sau này Blackmore có nối lại với FLDS ở Utah nhưng năm 2002, nhà tiên tri Warren Jeffs khai trừ nhà tiên tri Winston Blackmore nên hai bên lại đường ai nấy đi. Dư luận Canada chúng tôi coi bộ khe khắt hơn Hoa Kỳ. Họ không chấp nhận trong lòng Canada lại có một xã hội khép kín và không tôn trọng luật pháp Canada. Trong một cuộc thăm dò ý kiến có 502 người trên khắp Canada trả lời, do *Institute of Canadian Values* tổ chức từ ngày 18 đến 27 tháng 10 năm 2006 thì 80% không muốn hợp pháp hóa chế độ đa thê. Đồng thời một phúc trình do Rebecca Cook thuộc Viện Đại Học Toronto thực hiện cho bộ Tư Pháp Liên Bang Canada đã kết luận là Canada vi phạm nhiều thỏa hiệp quốc tế như Công Ước Bãi Bỏ Mọi Hình Thức Kỳ Thị Chống Lại Phụ Nữ của Liên Hiệp Quốc và Công Ước Về Quyền Của Nhi Đồng cũng của Liên Hiệp Quốc. Phát ngôn viên của bộ Tư Pháp Chris Girouard xác nhận là đa thê là bất hợp pháp ở Canada nhưng mỗi địa phương có trách nhiệm áp dụng bộ Hình Luật trên địa bàn của họ. Điều 293 bộ Hình Luật Canada cấm " mọi hình thức đa thê " hay " mọi trường hợp kết hợp hôn nhân với hơn một người trong cùng một thời gian". Giới chức chính quyền tại địa phương cho biết là không có ai khiếu nại là bị vi phạm Hiến Chương về nhân quyền, cũng không ai tố cáo là bị ép duyên, không ai tự nhận là nạn nhân của chế độ đa thê hay nạn nhi dâm. Vậy thì nhà nước dựa vào đâu mà làm việc? Hơn nữa, trong một buổi họp vào tháng 4 năm 2005 có khoảng 300 người tham dự tại Creston, gần Bountiful, các bà vợ của chế độ đa thê đã bênh vực cho lối sống của họ. Bà Leah Baron, một y tá kiêm nữ hộ sinh, đã mạnh dạn thách thức: " Chúng tôi là những phụ nữ đã chọn lối sống Bountiful. Chúng tôi yêu và tin tưởng vào lối sống này. Chúng tôi hiểu hơn hết mọi người khác nền văn hóa của chúng tôi. Đó không phải là nền văn hóa cho mọi người nhưng đối với chúng tôi đó là sự chọn lựa đúng và chúng tôi không đổi nó với bất cứ một thứ gì trên trái đất này!"

Đa thê là một chọn lựa đúng chăng? Dám lắm. Tôi bỗng muốn trở về nguồn. Dân tộc ta cũng đa thê ra gì trong suốt bao nhiêu thế hệ. Thế hệ cha ông chúng ta vẫn còn đa thê. Tôi còn nhớ trên tờ khai sanh của tôi vẫn còn mục: "Con vợ chánh hay vợ thứ?" Mãi tới khi có bộ Luật Gia Đình trong thời Đệ Nhất Cộng Hòa, đa thê mới chính thức bị khai trừ. Ngày xưa, cha ông chúng ta cứ thoải mái cưới vợ lia chia miễn sao có đủ tiền nuôi vợ con. Ca dao còn phân chia công việc cho từng người vợ.

Đêm năm canh năm vợ ngồi hầu,
Vợ cả pha nước têm trầu chàng xơi.
Vợ hai giải chiếu chia bài,
Vợ ba coi sóc nhà ngoài nhà trong.
Vợ tư trải chiếu quạt mùng,
Vợ năm thức dậy trong lòng xót xa.
Chè thang cháo đậu bưng ra,
Chàng xơi một bát kẻo mà công lênh.

Đa thê chỉ là một lối phân công phân nhiệm. Một người làm không nổi thì nhiều người làm. Tội tình gì đâu!

Cụ Nguyễn Trãi khả kính của chúng ta cũng đa thê như ai.

Cụ có tí văn thơ nên còn hơn người ở chỗ cua được nàng Thị Lộ mới có một tí xuân xanh. Một ông lão tóc bạc phơ và một thiếu nữ trăng tròn lẻ yêu nhau ra sao? Chúng ta hãy theo chân nhà văn Nam Dao.

" Thế yêu một người là thế nào?" Lộ hỏi, giọng hờn dỗi.

Trãi nhắm mắt. Giả thử không có Thị Lộ ở bên, cả nhân thế này bỗng trống tênh. Giữa cái mênh mông vô nghĩa đó, chàng chỉ muốn tan biến đi, mãi mãi, tan biến không cách cứu vãn hay đảo ngược được. Nắm bàn tay Lộ áp lên môi, nước mắt Trãi ứa ra. Một lát sau, Trãi thủ thỉ:

"Là thế nào ư? Ta là em. Và em cũng là ta!"

Ôm lấy đầu Trãi áp vào ngực, Lộ cũng khóc. Trãi rúc vào hít thở mùi da thịt nồng nàn, chòm râu bạc áp lên lồng ngực Lộ săn lại rồi cứng lên đáp mời ve vuốt. Vòng tay gỡ vành khăn, giải tóc Lộ rơi xuống. Giải thác ấy chảy vào mặt vào mũi Trãi, mang theo mùi hương bồ kết, lẩn vào mớ tóc bạc mơ hồ vết tích thời gian. (Đất Trời, Văn Mới, 2002, trang 271).

Chơi trống bỏi là nghề của những bậc văn nho phong nhã. Họ hồn nhiên nói về cái thú gặm cỏ non. Cây thông Nguyễn Công Trứ với chí làm trai cao ngất đụng vào trăng tròn lẻ cũng ngây ngất con tàu đi.

Trẻ tạo hóa ngẩn ngơ lắm việc,
Già Nguyệt ông cắc cớ trêu nhau.
Kìa những người mái tuyết đã phau phau,
Run rẩy kẻ tơ đào còn manh mảnh.
Trong trướng gấm ngọn đèn hoa nhấp nhánh,
Nhất tọa lê hoa áp hải đường.
Từ đây là tạc đá, nghi vàng.
Bởi đâu trước lựa tơ, chắp chỉ.
Tân nhân dục vấn lang niên kỷ,

Ngũ thập niên tiền nhị thập tam.
Tình đã chung lứa cũng phải vam,
Suốt kim cổ lấy làm phận sự,
Trong trần thế duyên duyên, nợ nợ,
Duyên cũng đành mà nợ cũng đành.
Xưa nay mấy kẻ đa tình,
Lão Trần là một với mình là hai.
Càng già, càng dẻo, càng dai!

Nối gót tiền nhân, tại sao tôi không lập đạo như lời xúi của ông Lâm Chương nhỉ? Đạo "vừa nhiều vừa chất lượng" thì có thiếu giống gì người xin làm đệ tử. Tôi đã nhìn thấy tương lai sáng chói và phồn vinh của đạo ta!

Nhưng tôi rét. Bởi vì ông giáo chủ Warren Jeffs đã bị săn đuổi bén gót. Ông đã trốn chui trốn nhũi trong hai năm trước khi tên ông được FBI công bố trong danh sách 10 người bị săn đuổi nhất và đầu ông được treo giá 100 ngàn đô Mỹ. Nhà tiên tri bên Canada Winston Blackmore thấy nhà tiên tri bên Mỹ bị săn đuổi đã...đạo đức khi cho biết là ông sẽ không làm gì để giúp chính phủ Mỹ bắt được người đã trục xuất ông nhiều năm trước đây khiến ông phải kéo bầu đoàn thê tử qua Canada. "Nếu tôi thấy ông ta trên một chiếc xe, tôi sẽ quay qua hướng khác. Chúng tôi là thành viên trong một gia đình. Việc ông ta là con mồi bị săn của FBI chẳng dính dáng gì đến tôi." Blackmore cho biết là số tiền thưởng 100 ngàn đô cho ai chỉ điểm được Jeffs sẽ có kết quả. Nếu tăng thêm thì kết quả còn mau hơn vì "trong tập thể nào cũng đều có Judas".

Ông Blackmore đang chờ Judas của giáo hội do ông làm giáo chủ tại Bountiful, Canada. Ông đã tâm sự với một nhà báo là ông sẽ gặp rắc rối với luật pháp một khi Hoa Kỳ đã truy tố Warren Jeffs. Một trong những bà vợ của ông, bà Leah Barlow, người đang điều hành một nhà hộ sinh trong cộng đồng cho biết là cảnh sát đã tới điều tra về sổ sách của nhà hộ sinh. Họ muốn biết về số tuổi của những bà vợ và số tuổi của các sản phụ tới sanh. Với một giọng rầu rĩ, bà Leah Barlow nói: " Cuối cuộc điều tra, tôi đã đi tới kết luận là họ đang thâu thập những bằng chứng để đưa đến việc kết tội người mà chúng tôi yêu thương nhất!" Chẳng biết bà…thứ phi Leah Barlow lo gần hay lo xa. Bởi vì các ông tòa của tỉnh bang British Columbia đang mắc chân vào luật pháp. Một đàng đa thê bị coi là bất hợp pháp theo bộ luật Hình Canada được ban hành từ năm 1892. Một đàng Hiến pháp Canada công nhận quyền tự do tôn giáo. Vụ này là mộ vụ đa thê vì lý do tôn giáo! Thế mới rối bòng bong. Các ông tòa tỉnh bang đang ngóng cổ chờ nơi Tối Cao Pháp Viện Canada. Có lẽ chuyện phải leo cao đến nấc tột cùng như vậy!

Chỉ ba tháng sau khi đầu bị treo giá, vị giáo chủ Warren Jeffs đã bị tóm cổ vào tháng 8 năm 2006. Ông…thần này bị buộc tội chi? Tội ép buộc hôn nhân giữa những cô gái vị thành niên và những người đàn ông lớn tuổi và tội đồng phạm cưỡng hiếp ở Utah. Ông bị bắt thật tình cờ. Một cảnh sát viên đang đi tuần trên xa lộ Nevada đã chặn kiểm soát một chiếc xe thể thao hiệu Cadillac Escalade. Trên xe có Warren Jeffs, em trai của ông ta và một trong số các bà vợ của ông ta. Không ai rõ đây là bà vợ thứ mấy vì ông có tất cả 70 vợ!

Khám xét trên xe, cảnh sát tìm thấy 3 bộ tóc giả, 15 điện thoại di động, *laptop, radio,* một số tiền mặt là 54 ngàn đô và các phiếu tặng quà trị giá 10 ngàn đô. Những tang vật này được suy đoán là cần dùng cho người đang chạy trốn.

Khi nhà giáo chủ hết thời này bị giải ra tòa, một phụ nữ chỉ coi phiên xử qua truyền hình cũng đã nghẹn ngào cho biết: "Đời tôi tan nát, tôi sợ hãi và nhìn vào người đàn ông đầy quyền lực trong cuộc sống của chúng tôi. Ông ta sao mà nhỏ bé và xanh xao thế!" Chị Katty Jo Nicholson này, năm nay 36 tuổi, đã trốn khỏi cộng đồng đa thê và đã viết báo, và còn dự định viết sách, nói về cuộc trốn chạy này với hy vọng là các phụ nữ khác cũng theo hành động quả cảm của chị.

Giáo chủ Warren Jeffs đặt ra lệ bắt các thành viên trong cộng đồng đóng góp mỗi tháng 1000 đô và 10% lợi tức kiếm được cho giáo hội. Dĩ nhiên giáo chủ có xà xẻo vào số tiền dâng cúng bắt buộc này. Ông và gia đình cư ngụ trong một khu biệt thự có tường bao bọc ở Hildare. Ngoài ra ông này còn có nhiều nhà tại Mỹ và Canada nữa. Sau khi có lệnh truy tố giáo chủ Jeffs, thẩm phán tiểu bang Utah đã bổ nhiệm một kế toán viên của thành phố Salt Lake quản lý quỹ của nhà thờ. Lúc đó trong quỹ còn 100 triệu đô!

Viết tới đây tôi lại càng muốn thành lập…đạo hơn nữa. Trăm triệu đô bao giờ cũng là con số hấp dẫn. Vừa nhiều vợ còn non tơ, vừa nhiều tiền tiêu mệt nghỉ, thiên đàng ở đó chứ đâu! Tôi biết, đúng như lời nhà văn Lâm Chương đã nói với tôi, là nếu đạo của tôi được thành lập, tín đồ sẽ kéo tới nườm nượp. Cứ nhìn vào mắt mấy ông bạn tôi mà coi. Có cặp mắt nào không sáng như sao đâu! Lòng tôi muốn lắm nhưng gan lại nhỏ nên đành nuốt nước miếng. Buồn tình, tôi nhấc điện thoại nói chuyện với ông Lâm Chương. Không gặp. Ông bạn tôi đã đi về Việt Nam. Tôi thừ người ra. Chẳng lẽ bạn tôi đã nhanh chân về làm giáo chủ rồi sao?

08/2007

DỊ

Chuyện xảy ra ngay trước mắt tôi. Bà bạn tôi ở Vancouver biết rất rõ là mình không kham nổi một múi mít. Đã nhiều lần mít làm khổ bà. Bữa đó, nhân tôi sang chơi, thấy mít ngon và rẻ nên mua về nhà bà ăn. Tôi đâu có biết mít có mối thù thâm sâu với bà! Nhìn mọi người ăn, múi mít vàng ngậy thơm như…múi mít, bà cầm lòng không đậu. Bà muốn thử lại xem mối thù của mít có giảm đi không. Ông chồng bà rối rít can ngăn. Nhưng bà tỏ ra là dân chịu chơi. Một múi ăn thua chi! Vậy mà ăn thua. Vừa nuốt xong múi mít, mặt bà bỗng sưng phồng lên, đỏ gay. Ông chồng cuống quít tìm nước giải…độc. Miệng ông không ngớt thở than. *Anh đã bảo mình rằng đừng / Mình háy mình nguýt mình ăn ngay vào ? Bây giờ cái mặt…tào lao!*

Bà bạn tôi bị dị ứng. Dị ứng của bà là dị ứng hạng sang vì mít ở Canada rất đắt tiền. Có nhiều người bị dị ứng…bình dân hơn. Như dị ứng đậu phọng, hạt dẻ, mè. Toàn những thứ rẻ rề! Hoặc sữa, trứng gà, hải sản, đậu nành, bột mì. Cũng còn rẻ hơn mít. Dị ứng sang như vậy mà bà bạn tôi còn cự nự. Tại sao mọi người ăn được mà tôi ăn không được! Số trời đã định vậy thì đôi co làm chi cho...dị! Người không dị ứng thì nhiều, người dị ứng thì ít, bà thuộc vào số ít. Rất quý! Được trời chọn. Vậy thì còn kêu ca nỗi gì!

Tôi thuộc dân cầu bơ cầu bất, trời không chỉ mặt, nên thứ gì người ta ăn được thì mình ăn được. Số đông dân chúng trên trái đất này đều như vậy. Tại Canada chỉ có từ 2% đến 3% bị dị ứng thực phẩm, đa phần là dị ứng đậu phọng. Tại Hoa Kỳ, hàng năm có khoảng 150 người qui tiên vì dị ứng thực phẩm, trong số đó có 50 người chết vì dị ứng đậu phọng. Dị ứng chi mà đưa đến tử vong? Đó là dị ứng quá nặng đưa đến co thắt đường hô hấp, phù cuống họng đưa đến rối loạn hô hấp, suy huyết áp, mất ý thức. Thường thì nhẹ hơn như cỡ: nổi mày đay, ngứa hoặc lở loét da, sưng môi, mặt, lưỡi, họng, thở khò khè, xung huyết mũi, đau bụng, tiêu chảy, buồn nôn hoặc nôn, chóng mặt, choáng váng hay ngất xỉu. Toàn những thứ khó thương.

Nhân vật Thái trong truyện ngắn *"Xuân Bất Tái Lai"* của tác giả Nguyễn Trung Tây còn khổ vì dị ứng hơn bà bạn tôi. *"Trời lạnh. Người tự nhiên nổi sần sượng, ngứa. Ngứa gãi sướng tay sướng chân. Cứ thế mà gãi. Càng gãi những vết sần sượng càng đỏ tươi, nhìn như ghẻ, nhìn thấy sợ, nhìn thấy ngán. Lấy* lotion *bôi. Da bớt khô nhưng vẫn nứt ngang nứt dọc tương tự như ruộng lúa vào một ngày nắng hạn, như đường đèo bới ngổn ngang của những con cái ghẻ"*. Bởi đâu mà Thái có những ruộng lúa, đường đèo trên người vậy? Anh đi khám bác sĩ. *"Ông Bác sĩ nói: "Ông bị dị ứng với thịt bò. Ông càng ăn thịt bò, ông càng bị ngứa". Thái trợn tròn mắt: "Bác sĩ nói sao chớ cả đời tôi ăn thịt bò mà có thấy chi đâu?". Không nói chi, ông Bác sĩ lật hồ sơ cá nhân của Thái lên, cười nhếch mép, chậm rãi nói, giọng hơi đều: "Ông năm nay bốn mươi mốt tuổi, tuổi đã toan về già. Ông còn ăn thịt bò ông sẽ còn ngứa dài dài. Ông nhìn những vết mề đay nổi đầy trên người đi. Ông tiếp tục ăn thịt bò, có ngày mất mạng. Ông trên bốn mươi rồi, tôi đề nghị kỳ tới lấy hẹn đi khám* prostate *đi.".* Hóa ra anh thịt bò cũng gây ra chuyện. Tôi bỗng thấy mềm người. Tôi vốn không phải tuổi con bò nên rất khoái ăn thịt bò. Phở thì vừa tái vừa nạm. Hết một tô thì còn thêm một tô tái nước chỉ có thịt bò. Trong thâm tâm tôi cứ nghĩ rằng thịt bò phục hồi sinh lực. Càng già càng phải…bò. Vậy mà chơi nhau một cú ngang xương dị dị ứng ứng như thế này, sống sao nổi? Nhịn mít còn được, nhịn thịt bò: *no way!* Từ ngày được ông Nguyễn Trung Tây tiết lộ thứ dị ứng thịt bò, mỗi lần ăn thịt bò cứ phải nghe ngóng trong người. Mệt!

Nghe ngóng trong người? Khi cơ thể tiếp xúc với một chất gây dị ứng, nó sẽ phản ứng lại bằng cách tạo ra trong máu một loại kháng thể đặc biệt gọi là *Immunoglobuline E* (viết tắt là *IgE*). *IgE* sau đó sẽ nằm vùng trong tế bào *mastocytes* vốn là thành phần của một mô liên kết nằm dưới da cũng như tại các vùng niêm mạc. Đó là lần cơ thể tiếp xúc lần đầu với chất dị ứng. Sau đó, nếu chất dị ứng đó mon men đến nữa, cơ thể sẽ báo động, kháng thể *IgE* sẽ dễ dàng nhận biết…kẻ thù và khơi mào cho tế bào *mastocytes* xua các hóa chất trung gian ra. Chất quan trọng nhất là *histamine.* Chính *histamine* chạy tới các mô, bám vào các thụ thể H1 hiện diện hầu như khắp nơi trong cơ thể để gây ra các phản ứng viêm sưng, tăng sức thẩm thấu của các mạch máu nhỏ, làm đỏ da, gây phù thủng, ngứa ngáy, chảy nước mắt nước mũi, khó thở..v..v.. Ngoài ra , một loại thụ thể khác là H2 nằm trong dạ dày có nhiệm vụ tiết ra chất *acid chlorhydric.*

Dị ứng thực phẩm, nếu nhẹ thì chỉ cần dùng thuốc chống *histamin* để ngăn chặn sự bài tiết *histamin* của hệ miễn dịch. Lười dùng thuốc thì có thứ kem bôi ngoài da giúp giảm bớt phản ứng miễn dịch. Nếu thấy choáng váng thì chuyện đã lớn. Cần chích ngay *adrenalin* rồi gọi 911 mang xe ò e tới mang đi cứu cấp.

Dị ứng chẳng thể chỉ vạch mặt thủ phạm là thực phẩm. Chính không khí chúng ta hít thở hàng ngày mới đích danh thủ phạm lớn. Không khí trong nhà chúng ta thường chứa rất nhiều bụi bặm đủ loại và loại dễ gây dị ứng nhất là những vi sinh vật nhỏ li ti bay theo bụi bặm trong không khí. Có bạn sẽ cãi lại: nhà tôi có máy điều hòa không khí, cửa đóng then cài kín mít, có thấy vi sinh vật nào đâu? Đã gọi là vi sinh vật thì nó li ti, mắt chúng ta làm sao mà thấy được. Những vi sinh vật này tự chúng không tạo ra dị ứng mà chính những chất bài tiết ra từ cơ thể chúng vương lại trên bàn, ghế, nệm, thảm, giường chiếu hoặc khi những vi sinh vật này chết xác của chúng tan thành bụi tiếp tục bay trong không khí mới chính là những thứ gây nên dị ứng. Nếu nhà bạn nuôi chó nuôi mèo thì lông của chúng cũng gây dị ứng. Ra ngoài đường thì phấn hoa, ô nhiễm từ các khu kỹ nghệ, bào tử mốc meo. Rồi các chất hóa học dùng trong nhà hoặc xịt trên người. Những thứ đeo trên người như vòng vàng xuyến bạc, dây đồng hồ. Rồi thời tiết thay đổi từ mùa nọ qua mùa kia. Rồi thay đổi chỗ ở hay chỗ làm cũng dị ứng. Các thứ làm chúng ta dị ứng bao quanh chúng ta như một vòng vây khó thoát. Ngay cái thứ tưởng chừng như hơi thở yêu thương cũng làm khó chúng ta.

em ngồi tỉa chậu hoa xuân
nụ còn khép cánh, hương lừng khắp nơi
hương từ em ngát đấy thôi

lòng tôi dị ứng suốt đời nhớ nhung
(Luân Hoán)

Thứ dị ứng nhớ nhung trong lòng của ông nhà thơ Luân Hoán ra sao thì quả thật chỉ có ông cảm thấy. Dị ứng trên đầu thì rất nhiều người biết nếu họ xí xọn nhuộm tóc. Nhuộm tóc vì muốn níu kéo xuân thì hay nhuộm tóc vì theo mốt cũng như nhau. Thuốc nhuộm tóc là một tổng hợp các hóa chất tiềm ẩn nhiều nguy cơ cho sức khỏe mà dị ứng là nguy cơ trước mắt. Vậy mà ngày nay trăm người thì chín mươi chín người chơi thuốc nhuộm tóc. Người còn lại là…tôi! Thực ra bên cạnh tôi còn ông Từ Công Phụng. Nhưng khi tôi đang viết bài này thì chàng gọi phôn qua báo cáo là vừa mới bị đè đầu ra nhuộm lần đầu, tóc tai làm mình lạ với mình. Vậy là tôi cô đơn! Chẳng phải vì tóc tôi không đáng nhuộm, cũng muối tiêu như ai, càng về chiều càng ăn mặn nên càng nhiều muối. Nhưng tôi thích sống thuận theo mệnh trời. Trời bảo sao thì dạ theo đó. Bởi vậy nên trời thưởng: ai hỏi cũng đều có thể vênh mặt lên mà phán. Thưa đây là thứ *gin* 72 phần dầu! Còn 99 phần trăm người có nhuộm tóc gồm già trẻ lớn bé từ 13 đến 113 tuổi. Nhỏ thì chơi màu, phất phơ vài lọn khi tím khi đỏ, khi nâu khi vàng, lớn thì chơi…đen cứ như đời chưa bao giờ bạc! Bà giáo Trần Thị D. ở Yên Hòa, Cầu Giấy, Hà Nội, năm nay đã 70 tuổi, than thở: " Tôi bắt đầu bị ngứa sau một năm nhuộm tóc, nhưng chỉ gội đầu hai lần là hết ngứa. Mới đây tôi được cô con dâu gửi cho thuốc nhuộm tóc Revlon từ Mỹ về, trước tôi đã từng dùng thuốc nhuộm của Hàn Quốc, Nhật, Đức… Hai lần đầu dùng thuốc mới tôi cũng bị dị ứng nhưng đều nhẹ. Đến lần thứ ba, thứ tư thì bị nặng. Mặt và đầu sưng vù, hai mắt sưng húp, tôi bị ngứa hết hai hàng mi mỗi sáng ngủ dậy, nước mắt chảy ra, mụn nổi đầy mặt như lên sởi, mặt lúc đỏ lúc đen, hai tai chảy nước suốt ngày". Ông doanh nhân Lê Tiến T., 68 tuổi, dùng thuốc nhuộm tóc của Nhật hơn chục năm nay không sao, lần này sau khi nhuộm ông bị dị ứng nặng. "Ngủ dậy tôi thấy mặt mình to béo, hai mắt sưng vù, da đỏ như gà chọi, ngứa đến nỗi chỉ muốn cào thịt, gãi tứa máu, đầu chảy nước vàng, nước chảy đến đâu sưng tấy đến đấy!"

Nghe hai nhân chứng nạn nhân của tóc tai...*recycle* phát biểu chắc nhiều người dựng tóc gáy. Nhuộm thì dị ứng, không nhuộm thì...dị òm. Ra đường cứ phất phơ tuyết trắng trên đầu xem ra như đội cả mùa đông lạnh giá. Run chết! Khổ một nỗi là theo thống kê của các cơ quan y tế thì nhuộm tóc màu đen bị dị ứng nhiều hơn nhuộm các màu khác. Sao vậy? Bởi vì những người nhuộm đen thường là những người có tuổi, sức đề kháng kém, hay có những bệnh mạn tính, hơn nữa những người này thường nhuộm trong thời gian dài và dùng loại thuốc rẻ tiền chứa nhiều nguy cơ gây dị ứng. Thì ra tiền cũng quan trọng thật! Đắt tiền và rẻ tiền khác nhau cái chi chi? Khác về thành phần hóa chất trong thuốc nhuộm. Trong bất kỳ loại thuốc nhuộm tóc nào đều có hai lọ riêng biệt nhau, một lọ thuốc màu và một lọ thuốc pha hay là thuốc trợ *(hydrogen peroxide)*. Chính cái anh thuốc trợ này mới là đất làm ăn của anh chàng dị ứng. Đây là một chất oxy hóa rất không tốt cho sức khỏe của người sử dụng nhưng lại là căn bản của thuốc nhuộm tóc. Bởi vì nó là chìa khóa mở lớp biểu bì cho phép các chất màu nhuộm thấm sâu vào chân tóc và không bị phai màu sau nhiều lần gội. Nghiên cứu khoa học gần đây cho biết là chính chất PPD *(paraphenylenediamin)* trong thuốc nhuộm là thủ phạm gây ra dị ứng.

Mới chỉ có tí hóa chất trên tóc đã làm phấn khởi anh dị ứng, vậy thì những công nhân làm trong các nhà máy kỹ nghệ có dùng hóa chất thì sao? Dĩ nhiên là có hại, nhiều phần là dị ứng, nhưng thường thì quen đi. Một anh bạn tôi, sang tới đây, nửa đời nửa đoạn, phải xin vào làm trong một hãng nhuộm vải để nuôi con. Mới làm được nửa giờ, mặt mũi anh sưng vù, khó thở, đành bỏ *job,* chuyện sinh kế tính sau. Một anh khác, mới đụng vào một hỗn hợp hóa chất để làm cho vải mềm mại thì cả người nổi lên những mụn đỏ li ti. Nói chi đến những nhà máy chuyên chế tạo các hóa chất!

Mùa xuân năm 1990, cậu bé Kevin Ryan, 11 tuổi đã có mặt trong cuộc họp của tiểu ban Thượng Viện Hoa Kỳ về bảo vệ môi trường với tư cách nhân chứng. Từ khi gia đình cậu có một người hàng xóm mới, nhân viên của một công ty chuyên chế tạo chất diệt trừ sâu bọ, thì tay chân cậu bị tê dại, các khớp xương bị đau, ngực tức tối, thỉnh thoảng cậu còn bị tiêu chảy và nôn ói. Tình trạng khó chịu này kéo dài cả tháng trời không hết. Trong cuộc họp, các Nghị sĩ đã không đồng ý được với nhau. Người thì tin là cậu bé nói thật, người thì nghi là cha mẹ cậu bé bầy chuyện để moi tiền của hãng bảo hiểm. Các chứng liệu của bác sĩ cũng không xác định được cậu bé mắc bệnh gì. Cho tới khi đại diện của hãng hóa chất nơi người hàng xóm của cậu Kevin làm việc được mời ra trình bày. Người này vừa ngồi xuống cạnh cậu bé, lập tức cậu thấy khó thở và dần dần ngất xỉu. Bác sĩ có mặt trong phiên tòa xác nhận cậu Kevin bị dị ứng cấp tính kéo theo sưng phù cổ họng và tăng nhanh nhịp tim. Cậu được cứu khẩn cấp. Nếu không cậu có thể mất mạng vì ngạt thở! Chuyên gia về dị ứng xác nhận trong buổi họp là cậu bé bị dị ứng do mùi bốc ra từ quần áo của nhân viên hãng hóa chất.

Thân thể con người cũng là một nhà máy sản xuất hóa chất. Nói cho to chuyện vậy thôi chứ thực sự, theo y học, thì có những trường hợp lẻ tẻ khi một người mang theo mình *phero-*

mone nhận từ người khác và các chất này có thể gây dị ứng ảnh hưởng đến sức khỏe của người thứ ba. Chúng ta có một thí dụ bi thảm về trường hợp người dị ứng người này. Sviatoslav, 50 tuổi, lăng nhăng với một đồng nghiệp trẻ dạy tiếng Đức tên Kachia. Mối tình ngoài lề hôn nhân của họ ngày càng sâu đậm. Sviatoslav thường đi sớm về khuya. Ông giải thích với bà vợ Lena là ông đang soạn luận án tiến sĩ nên rất bận rộn. Cứ mỗi lần ông…soạn luận án về là Lena lại cảm thấy rất mệt mỏi và ho khủng khiếp. Ngày nào mà ông về sớm, không làm "luận án" với tình nhân thì Lena thấy dễ chịu hơn. Bác sĩ khám bệnh cho Lena kết luận là cô bị hen suyễn nên cho dùng thuốc suyễn thường xuyên. Thứ suyễn của Lena là do bị dị ứng về thứ gì? Các chuyên gia về dị ứng cố mầy mò cho rõ nguyên nhân. Họ mời ông chồng Sviatoslav tới để xác định một số chi tiết. Họ hỏi ông có thay đổi nước hoa, hoặc đổi công việc, hoặc trong chỗ ông làm có sửa chữa phòng ốc gì không? Không tìm thấy gì khả nghi, các chuyên gia bèn yêu cầu ông kể hết mọi thay đổi trong cuộc sống vào thời gian gần đây nhất. Ông chồng này chắc thuộc hạng thật thà có cầu chứng tại tòa nên kể sơ sơ về những liên lạc gần đây với cô giáo dạy tiếng Đức mới tới làm việc. Bác sĩ lập tức xoáy vào mục tiêu mới này. Họ đề nghị ông đưa cô giáo trẻ Kachia tới cho họ gặp. Thật vớ vẩn! Ông nghĩ như vậy nhưng vẫn đưa cô Kachia tới. Chuyện cũng chẳng đi đến đâu.

Trong khi đó thì một giọng phụ nữ báo qua điện thoại với bà vợ Lena là ông chồng của bà đang tù ti với cô Kachia. Cơn ghen nổi lên, bà này vội phóng tới phòng làm việc của chồng. Bà không gõ cửa mà xộc vào ngay hy vọng bắt được quả tang cả chả lẫn nem. Trong phòng khi đó chỉ có nem là Kachia. Vừa thấy mặt Kachia, mặt Lena nhợt nhạt, xanh xao. Hơi thở nặng nề, khó khăn. Bà không thể đứng vững được mà phải dựa người vào một lưng ghế. Sau đó Lena quỵ xuống và nổi cơn ho từng chập. Kachia vội chạy ra ngoài gọi cấp cứu. Khi bác sĩ cấp cứu tới thì Lena đã chết. Nguyên nhân: sốc dị ứng đột ngột dẫn đến phù và ngạt thở! Tên chuyên môn y khoa của loại phù này là phù Quincke. Hiện tượng phù này thường dẫn đến sốc dị ứng với cảm giác căng trên mặt, môi, mi mắt, tai, lưỡi, khí quản bị phù dẫn tới mức bị ngạt. Trong trường hợp của Lena, nguồn gốc của chất gây dị ứng xuất phát từ Kachia. Nếu có cứu cấp kịp thời thì Lena cũng chết vì bà bị dị ứng từ tác nhân trực tiếp. Bài học rút ra từ trường hợp này là nếu các ông chồng có hoa lá cành thì nhớ phải chọn người có *pheromone* không gây dị ứng cho vợ. Nếu có gây dị ứng thì phải đổi...*pheromone* khác nếu không muốn mang tội sát nhân!

Có một thứ dị ứng mà chúng ta thường gặp tuy không xảy ra chết chóc nhưng rất phiền cho lỗ mũi của chúng ta. Thứ dị ứng này ai cũng có thể ban phát cho người khác mà mặt không hề đỏ vì nó thuộc dạng...chui. Thôi, không loanh quanh nữa. Tôi mời cụ Tiên Điền về giúp tôi giải mã. Đây là nguyên văn hai câu thơ trong truyện Kiều.

Trông theo nào thấy đâu nào
Hương thừa dường hãy ra vào đâu đây.

Tôi phải thưa ngay với cụ Nguyễn Du là tôi vô tội. Cụ nói chuyện hồn ma Đạm Tiên *bye bye* với nàng Kiều trong giấc mơ mà nhiều người trước tôi lại hiểu là cụ muốn giỡn vui với lũ hậu sinh. Tôi có cái tật ham giỡn nên a-dua theo. Cụ có khiển trách thì xin chừa tôi ra. Để tôi còn đi tìm nhà văn Võ Phiến. Ông nhà văn họ Võ là một người thật thà. Nói như Nguyễn Bính, ông là một người chân quê. Cứ có sao nói vậy người ơi! Ông hồn nhiên kể chuyện về cái thứ mà tôi đã coi là thứ dị ứng phổ thông nhất trong chốn nhân gian. Bên Á cũng như bên Âu. *"Năm 1987, trong một tiệm chạp phô ở ngoại ô Portland (Oregon) có thầy từng khậu này kiện thầy từng khậu kia, đòi bồi thường trăm nghìn Mỹ kim. Lý do là thầy kia cứ cố tình phát trung tiện trước mặt thầy này, làm cho thầy này cảm thấy bị hạ nhục, thấy tâm thần bị thương tổn trầm trọng. Ngược lại, thầy kia nhất định viện dẫn quyền tự do "phát biểu" được ghi trong tu chánh án của Hiến Pháp để bào chữa hoạt động chính đáng của mình.."* (Kiện Cáo).

Động tới chuyện kiện cáo có viện dẫn Hiến Pháp thì tôi chịu thua. Tôi vốn…dị ứng với những thứ rắc rối này. Không dám…phát biểu chi cả!

07/2007

ĐIỆN

Trong giờ Siêu Hình Học tại trường Chu Văn An Sài-gòn, giáo sư là một Linh Mục đang chứng minh về sự hiện hữu của Thượng Đế. Ông đưa ra những hài hòa trong vũ trụ để đưa đến kết luận là phải có một bàn tay điều khiển sự hài hòa đó. Bàn tay đó là Thượng Đế. Một anh học sinh phát biểu là anh chỉ tin vào những gì anh nhìn thấy, không thấy thì không hiện diện. Vị linh mục chỉ vào chiếc bóng đèn đang sáng trên trần nhà, hỏi lại: "Anh biết là điện làm sáng bóng đèn này nhưng anh có trông thấy điện không?"

Chẳng ai thấy điện cả nhưng điện vẫn giật. Một bà bị điện giật chết, cảnh sát tới làm biên bản. Họ hỏi ông chồng:

"Ông nói là nghe tiếng bà nhà hét lên, tại sao ông không chạy vào bếp để cứu?"

"Mọi khi vẫn thế mà bà ấy có sao đâu."

"Ông muốn nói rằng bà nhà vẫn thường xuyên bị điện giật?"

"Không ! Tôi muốn nói bà ấy vẫn thường xuyên hét lên như vậy!"

Cách ngôn: các bà chẳng nên hét nhiều kẻo có ngày chết vì... hét!

Nhưng nếu bị điện giật mà không hét thì họa có là thánh! Trong đời chúng ta chắc ai cũng đã có lần bị điện giật. Đó là một kinh nghiệm không ai muốn gặp lại. Cứ như tự nhiên bị ma cắn. Người giật bắn lên, mặt xanh lè, thần trí rối loạn như vừa thoát chết. Thoát chết thật chứ còn gì nữa. Điện thế càng cao càng dễ chết. Ở Bắc Mỹ chúng ta xài điện thế 110 volts nhưng ở Việt Nam hiện nay xài điện thế 220 volts, nguy hiểm hơn. Điện thế trên 1000 volts, được gọi là điện cao thế, thì nguy hiểm quá sức! Tôi vốn rất ngại học khoa học. Toán, vật lý hay hóa học không phải là bạn tôi. Vậy mà tôi cũng biết qua loa về điện thế. Để phòng thân! Cái biết của tôi đại khái như thế này. Thân thể ta là một vật dẫn điện và cũng có điện trở như tất cả các đồ dùng chạy bằng điện khác. Khi hai điểm khác nhau trên thân thể chúng ta tiếp xúc với dây điện có hiệu điện thế (như dây nóng và dây nguội trong điện nhà) thì sẽ có dòng điện chạy qua. Theo định luật Ohm, cường độ dòng điện sẽ bằng hiệu điện thế chia cho điện trở trong người chúng ta. Hiệu điện thế càng cao và điện trở càng thấp thì cường độ dòng điện qua người càng lớn. Chúng ta nhảy nhót nhiều và mạnh hơn khi bị điện chạy vào người. Điện trở trong người chúng ta có nhất định không? Không. Nó phụ thuộc nhiều yếu tố như thể chất con người, tình trạng sức khỏe (đói, no, mệt...) và yếu tố môi trường như nhiệt độ, độ ẩm. Vì vậy mỗi người có một trị số điện trở riêng, không ai giống ai. Những người có da tay da chân bị chai dầy nhiều thì có điện trở lớn hơn một ít so với người bình thường. Thường thì sai số giữa người này với người khác không nhiều. Trung bình điện trở trong người chúng ta là 1000 ohms. Chúng ta hầu như bình đẳng về phương diện...điện giật. Cứ dí điện vào người thì ai cũng bị giật như nhau trừ tiếng hét. Người thì hét to, người thì hét nhỏ, nếu không kịp hét thì...a men! Nếu điện trong nhà có hiệu thế là 220 volts, thì cường độ dòng điện chạy qua thân thể chúng ta là: 220 volts chia cho 1000 ohms bằng 0,22 ampères hay 220 mA (miliampères). Đây là bảng giá: khi cường độ đạt tới 100 mA sẽ gây rối loạn nhịp tim, từ 100mA tới 120mA trong thời gian 5 giây sẽ khiến tim ngừng đập, dẫn đến chết người.

Hai ông Huỳnh văn Hùng, ngụ tại xã Bình Định, Cà Mau, và Bùi văn Dinh, ở huyện Châu Thành, tỉnh Tiền Giang, không "giỏi" điện như tôi nên mất mạng. Hai ông là thợ điện có kinh nghiệm 20 năm trong nghề và có "biệt tài" là sửa điện mà không bao giờ phải tắt nguồn điện cả. Không cần rút phích điện ra mà vẫn tỉnh bơ thò tay vào sửa. Hai ông...thày điện này tự coi như được miễn nhiễm điện giật. Ông Dinh ngoài việc sờ tay trực tiếp vào điện mà vẫn tỉnh bơ còn biểu diễn màn ngậm đui đèn vào miệng mà bóng đèn sáng! Vậy mà ông Hùng, 44 tuổi, mới bị điện giật chết khi sửa máy bơm nước chạy bằng điện và ông Dinh cũng hui nhị tì trong một lần biểu diễn sờ vào điện vào tháng 9 năm 2005 vừa qua. Tại sao hai ông bạn thân thiết với điện như vậy mà bị điện phản phé giật chết tươi? Đó là hai ông không biết là điện trở trong người thay đổi. Ông Hùng có khả năng tiếp xúc với điện mà không hề chi nhưng lần này ông sửa máy bơm nước có thể đã chạm vào điện trong khi người và mặt bị ướt có khả năng cường độ dòng điện chạy qua người lớn vượt quá sức chịu đựng của cơ thể. Ông Dinh không biết là điện trở trong người tùy thuộc vào nhiều yếu tố nên sờ vào điện đúng lúc khả năng trơ điện bị suy giảm. Vậy là sinh nghề tử nghiệp!

Chẳng nghề chẳng nghiệp gì mà chị Vinh cũng bị điện giật cho té ngửa. Nghe lời mách của bạn bè, chị tìm mua một đai quấn nóng để làm giảm mập. Cứ đeo đai quanh bụng, cắm điện cho tỏa hơi nóng mỗi ngày 50 phút là thon thả như không. Ngoài bụng, có thể đeo quanh đùi, bắp tay. Cứ mập đâu đeo đấy. Chị Vinh năm nay 35 tuổi, cư ngụ tại Cầu Giấy, Hà Nội. Chị hí hửng đeo đai, khi vừa cắm điện thì chị bị giật. May lúc đó chị cũng nhanh trí, giật ngay giây ra khỏi ổ điện. Nếu không chẳng biết sẽ ra sao. Điện "ăn" bụng chị tím ngắt làm chị đau hết vùng bắp thịt bụng. Cũng cái tội ham mua đồ rẻ làm hại chị. Đai quấn bụng có nhiều loại, mỗi loại một giá. Thứ dỏm là thứ sử dụng trực tiếp nguồn điện xoay chiều 220 volts. Điện nó … xoay chị là phải. Thường thì những thiết bị điện như vậy, người ta phải dùng điện đã đi qua cục giảm áp điện. Ngay những thứ không áp sát vào cơ thể như điện thoại không dây, cục xạc pin điện thoại di động, máy hát hay ngay cả điện dùng cho *laptop,* người ta cũng dùng cục giảm áp.

Ông Trần văn Thảo thì cần chi cục giảm áp. Ông dùng điện để giết vợ! Người đàn ông 40 tuổi, ngụ tại xã Thạnh Phước, tỉnh Long An này đang sống ly thân với vợ. Vợ ông làm đơn xin ly dị luôn. Ông tức, tối ngày 23 tháng 5 năm 2006, ông mò về nhà dí điện vào người vợ. Không ngờ vợ ông lại đang ngủ với bạn gái. Ông dí nhầm vào người bạn của vợ. Bà này bị điện giật la làng lên. Ông bị bắt chờ ngày ra tòa.

Không bị ai dí điện nhưng bà Folole Muliaga ở Tân Tây Lan cũng chết vì điện. Nói như vậy không chính xác. Bà Muliaga chết vì không có điện. Bà bị bệnh phải thở bằng máy cung cấp dưỡng khí. Máy thì dĩ nhiên phải chạy bằng điện rồi. Ngặt cái là bà không có tiền trả tiền điện nên nhà đèn *Mercury Energy* cho người tới cắt điện nhà bà. Bà và con trai trình bày sự thể với nhân viên nhà đèn này. Anh nhân viên chắc là con cháu trung thành của Thiên Lôi nên nhà đèn chỉ đâu anh đánh đấy. Bảo cúp là cúp. Anh cúp cái rụp. Hai tiếng sau, bà Muliaga chết. Dư luận kết án nhà đèn. Họ chạy tội bằng cách bảo nhân viên của họ không biết gì về tình trạng bà Muliaga. Nhưng để làm giảm áp lực của dư luận, họ cho biết là sẽ mở cuộc điều tra.

Dân trên "ốc đảo" Trường Định thuộc xã Hòa Liên, huyện Hòa Vang, Đà Nẵng lại sợ chết vì nhiều điện quá. Họ đang sống dưới hai đường dây điện cao thế 500KV! Nhìn lên trời dây điện chằng chịt, trong nhà bóng đèn điện chẳng cần cắm điện cũng vẫn đỏ như thường. Ti vi, máy hát, *radio* chỉ vài tháng là hư. Ông Trương Quang Dưỡng, nhà nằm ngay giữa hai đường điện, kể: "Điện ở đây mạnh lắm. Có hôm trời mưa, tui vác cuốc ra đồng, vừa qua sân thì bị điện giật té ngửa. May mà không phải lúc nào trời cũng mưa to, nếu không thì làm sao mà sống nổi". Chẳng mưa mà ông và gia đình gồm 10 người thuộc 3 thế hệ sống nổi kể cũng là…anh hùng lắm rồi. Người trong gia đình ông bị điện cho nằm đo ván lia chia. Chơi với điện một cách thân mật đến như thế không khá. Ông cũng biết vậy nên đã làm đơn xin di dời nhà mà chẳng thấy ai giải quyết. Hỏi ông Chủ Tịch Ủy Ban Nhân Dân xã Hòa Liên Nguyễn Hữu Long thì ông này cho biết: " Dân Trường Định đang phải sống dưới hai đường dây điện cao thế là có thật. Tôi cũng đã được báo cáo về chuyện này. Riêng với hai hộ ông Trương Quang Dưỡng và Nguyễn Hưng đã được thành phố xem xét di dời ra khỏi vùng nguy hiểm nhưng vẫn chưa thực hiện được. Tôi cũng đã gửi công văn đi một số nơi nhưng chưa thấy hồi âm". Nghe thấy… vô tội. Điện ở đây thừa thãi nhưng công văn chắc không chạy bằng điện. Chắc nó chạy bằng…dầu nhớt bôi trơn!

Điện chạy bằng dây. Muốn điện tới đâu thì kéo dây tới đó. Chỗ nào có cột điện giăng mắc dây điện, chỗ đó có nguồn điện. Người dân quê nhìn những sợi dây điện kéo về làng bằng con mắt mừng rỡ. Có điện là có cuộc sống văn minh. Nhưng những cột điện và dây điện cũng đem lại phiền toái, nhất là những cột điện cao thế đang làm phiền người dân của vùng Trường Định. Ngay tại thành phố Sài-gòn, những nùi dây điện rối mù xuyên qua những ban công, những ngõ hẻm cũng là mối đe dọa tiềm tàng cho sinh mạng người dân. Mưa gió, bão tố đã nhiều phen làm đứt dây điện gây ra nhiều tai nạn. Rồi những nùi dây điện chạy lung tung beng trong nhà nối phòng nọ với phòng kia, đèn này tới đèn khác, máy này tới máy nọ. Phiền phức quá đi chứ! Có cách nào khỏi nhốt điện vào dây mà điện vẫn chạy được không? Khoa học đã làm được điều này. Nguyên tắc là dùng sóng *radio* để chuyển điện. Một bộ phát được gắn vào tường, một bộ nhận chỉ lớn bằng đồng 10 xu được đặt vào tất cả những dụng cụ xài điện thế thấp. Bộ nhận này sẽ chuyển sóng *radio* thành dòng điện một chiều (DC) và có thể nạp điện cho dụng cụ trong khoảng một thước. Công ty Powercast đã ra đời và trong năm tới họ sẽ bán ra được khoảng 1 triệu bộ phận nạp điện không dây này. Chúng ta sẽ có ánh sáng và các loại đồ điện cầm tay như điện thoại di động, máy nghe nhạc MP3, các bộ phận trong xe hơi, bộ cảm nhận nhiệt độ, bộ trợ thính giác dùng thứ điện… ma mãnh này. Nhưng quan trọng nhất là các bộ phận y khoa được cấy vào trong người. Những bộ phận này ngày nay vẫn phải dùng pin có thời hạn sử dụng. Hết pin thì lại mổ ra thay pin khác. Với loại điện không dây này, việc mổ xẻ để thay pin sẽ đi vào dĩ vãng. Phúc đức biết bao!

Tôi đã từng sống 10 năm ở Sài-gòn sau ngày đổi chủ. Đó là thời kỳ của cúp điện. Cúp ban ngày, cúp ban đêm, cúp có lịch trình đàng hoàng. Đang sống với ánh sáng mà bị bỏ vào vùng tăm tối, mất vui đi. Ngày nay vẫn còn mất vui như hai chục năm trước. Đọc báo chí trong nước trên mạng vẫn thấy có mục "lịch trình" cúp điện. Nay quận này, mai quận khác. Nhà thơ Luân Hoán qua Canada cùng thời gian với tôi nên cũng đã từng nếm mùi cúp điện, nhưng nhà thơ có vẻ thanh thản với tình trạng thiếu ánh sáng lắm.

sánh vai cùng đạp xe đi
phố đêm mất điện, nghĩ gì đó em
mặt mày nhau, đã từng xem
trái tim thì thật lem nhem chưa rành
gặp nhau muộn, thôi cũng đành
nụ hôn trừ bị hiền lành để đâu
hôn nhau vội, nhớ nhau lâu
lòng theo hoa nở đêm màu nhiệm đêm
ta vờ ngủ gật bên em
em vờ cạo gió để quên , tuyệt vời
nụ hôn chừng chửa chạm môi
mà nghe nhau nóng thấu đời thanh xuân

Dân thủ đô Baghdad của Iraq cũng đang bị cúp điện liên miên. Họ không có được cái thơ mộng của cúp điện như trong thơ Luân Hoán. Đối với họ, cúp điện có nghĩa là hết mộng mơ. Bởi vì không có điện là vợ chồng bị bế quan tỏa cảng. Sao lạ vậy? Họ là đệ tử của Hồi giáo. Dân Hồi giáo muốn đánh cờ người thì không phải chỉ có ngọn lửa trong hai đấu thủ là được. Họ còn cần… nước nóng! Bởi vì sau khi hành sự, các cặp vợ chồng phải tức khắc tắm rửa sạch sẽ đàng hoàng. Để còn cầu kinh. Mỗi ngày họ phải cầu nguyện 5 lần. Bận rộn cầu nguyện như vậy mà không có nước tắm rửa. Đành nhịn! Anh Hadi thở than: "Tôi ít tù ti với vợ bởi vì không có nước nóng để tắm sau đó. Có nhiều khi chúng tôi đang ân ái thì cúp điện. Thế là phải dừng lại nửa chừng!". Hadi mới cưới vợ được hai tuần. Dừng lại là một tổn thất khó quên. Khó quên nhất là trong đêm hợp cẩn. Vậy mà số Hadi xui. Đúng trong đêm của đời người, "thật không may, mất điện từ 5 giờ chiều tới 11 giờ đêm, chúng tôi chẳng có việc gì làm ngoài việc ngồi nhìn nhau. Tôi đâu có lấy vợ chỉ để nói chuyện!" Anh Safar cũng không thích nói chuyện. Anh lấy vợ vào mùa hè năm 2004. Anh đã hối lộ cho nhân viên trạm điện để bảo đảm sẽ có điện đầy đủ vào đêm đó cho anh. Anh được toại nguyện nhưng sau đó anh tiếc. Anh đã vụng tính. Hối lộ để có điện đắt hơn là thuê phòng khách sạn. Các khách sạn lớn có máy phát điện riêng nên lúc nào cũng sáng choang. Vừa có điện, có nước nóng, lại còn có cả máy điều hòa không khí. Cứ thoải mái mà…tân hôn!

Trong những trại gọi là học tập cải tạo tại miền Nam sau ngày bị cưỡng chiếm, điện là một thứ xa xỉ. Nhưng đâu có ai cần nước nóng! Cái cần là làm sao…mưu sinh thoát hiểm để mang được cái thân tàn về với vợ con. Không có điện, không *care*. Nhưng không có thuốc trong khi bệnh tật rề rề thì chắc chết. Bệnh xá thì chỉ có xuyên tâm liên, thứ thuốc trị bá bệnh nhưng chắc chắn không khỏi được bệnh gì. Ai có thuốc thì cố dấu diếm như ốc giữ hồn. Lỡ khi bệnh tật. Khi nhà nước nuôi ăn không nổi, thuốc men cũng không có, họ mới cho dân tù được nhận quà thăm nuôi của gia đình. Trong các thư gửi về, xin ăn không quan trọng bằng xin thuốc. Nhận được quà của gia đình phải qua một cuộc khám xét. Nhân vật Nhân trong trường thiên tiểu thuyết *"Bể Dâu"* của Nam Dao là một bác sĩ, anh xin nhà gửi cho cái ống nghe để chữa bệnh cho anh em. *"Ngoài đường, sữa, nước mắm, ruốc, thịt rang, Nhân xin thuốc và y cụ như ống tiêm, kim tiêm và một cái* tetho. *Quản giáo hỏi "Cái này là cái gì?". Nhân đáp "Thưa cán bộ, ống nghe". Không nói không rằng, quản giáo báo cấp trên. Lát sau, vị này ra, giọng nghiêm khắc:*

- Ống nghe thì tịch thu. Không cho phép nghe đài địch!

Nhân vội vã ngắt:

- Thưa cán bộ, ống nghe này là nghe tim, nghe phổi. Có cắm điện cắm pin đâu mà nghe được đài?

- A...Anh định bảo chúng tôi dốt phải không? Không điện, không pin thì có điện tử vô hình, mắt không thấy nhưng vẫn bắt được điện đài!

Nhân cuống lên, chỉ sợ cán bộ quyết định tháo tung ra, rạch xem ống nghe giấu điện tử vô hình ở chỗ nào thì hỏng hết. Cắn răng, Nhân xuống nước năn nỉ:

- Báo cáo cán bộ. Xin cán bộ cho hỏi y sĩ bệnh xá để xác minh cái ống nghe này không bắt được đài!

Đợi cả giờ đồng hồ, cán bộ y sĩ lên. Sờ cái ống nghe, lắc lắc, ông ta không nói một lời, sà vào ngắm đống thuốc tây, tay lôi lên, mắt nhìn. Cầm một lọ át-pi-rin, thứ thuốc rất thông dụng, ông y sĩ đến gần Nhân, nói nhỏ "Ủng hộ nhé". Khi Nhân gật, ông y sĩ ra rỉ tai cán bộ quản giáo. Nhưng Nhân không tiếc rẻ gì. Một lọ át-pi-rin đổi lấy cái ống nghe, hẳn là lời, thậm chí lời lớn".

Từ điện siêu hình của vị linh mục giáo sư triết tại trường Chu Văn An Sài-gòn đến điện vô hình của anh cán bộ quản giáo dốt nát tại một trại giam trên đất Bắc, điện là chứng nhân của Thượng Đế hay của ma quỷ? Đã biết điện là chúa rắc rối nhưng tôi không ngờ rằng nó lại rắc rối đến như vậy!

09/2007

GẢ

Tôi không phải là một đệ tử của phim bộ. Đó là một cách giết thời gian hữu hiệu và say mê nhất. Tôi không có máu giết chóc dù chỉ giết cái thứ không biết cãi là thời gian. Vậy mà tôi cũng không thoát ra khỏi được ngôn ngữ của phim bộ. Những giọng chuyển âm của phim bộ hầu như phim nào cũng na ná như nhau. Nó ngang ngang ngòng ngọng. Mới nghe thì thấy rất khó chịu nhưng nghe riết rồi cũng phải quen đi. Không quen thì tìm phim chánh bản tiếng Tàu hay tiếng Hàn mà nghe xem có chơi với không! Ngôn ngữ của phim bộ lại là một khó chịu khác. Nó không phải là thứ tiếng Việt chúng ta nói với nhau hàng ngày mà là một thứ tiếng Việt ngây ngô trúc trắc. Chết một nỗi là phim bộ phổ biến quá nên cái thứ tiếng Việt không phải là tiếng Việt lại trở nên phổ thông. Nghe riết rồi nhập tâm. Rồi thấy nó không chướng tai nữa. Tôi chỉ xẹt qua xẹt lại, nghe một cách lơ đãng mà cũng biết là những "mình ơi", "em ơi" không có chỗ đứng, thay vào đó là "bà xã ơi". Rồi "gả cho anh đi!" thì vô tình từ "gả" đã lên hương. Từ thụ động lên chủ động. Chủ động là từ "cưới" bỗng mất chỗ đứng.

Gả vợ gả chồng là công việc của những ông bà via nhưng lấy vợ lấy chồng hay cưới vợ cưới chồng là công việc của các đương sự. Cha mẹ ngày nay bỗng thấy nhàn nhã. Chuyện gả vợ gả chồng như không còn đất đứng. Lấy vợ lấy chồng là chuyện của con trẻ. Chúng bảo sao nghe vậy. Cãi cọ chỉ thêm lôi thôi.

con đi vui nhé, ngoan đừng khóc
ai bảo hai mươi thích lấy chồng
lên xe đừng để cho ai thấy
lòng má ba chừng cũng sang sông

(Luân Hoán)

Cưới xin ngày nay chớp nhoáng như hút một điếu thuốc, uống một ly cà phê. Anh Carl Dockings ở bên Anh bay qua Chicago bên Mỹ để gặp mặt cô Danielle. Ngay tại phi trường O'Hare, mới gặp nhau được đúng 4 phút, ông bố độc thân 2 con đã quỳ xuống cầu hôn cô nàng 27 tuổi cái một. Cô nàng có ngỡ ngàng rối trí không? Làm gì có chuyện đó! *"Tôi đã biết trước việc này sẽ xảy ra. Nhưng không ngờ là lại nhanh như vậy!"*. Thế là...cưới.

Cưới nhanh nên không chắc bền. Bởi vậy nên mới có vụ kêu là "hợp đồng hôn nhân". Chưa vui xum họp đã rình chia ly! Thường thì các bản hợp đồng này giống như một khế ước buôn bán, đề cập rất chi ly đến chuyện tiền bạc. Chỗ nào là tiền tao, chỗ nào là tiền mày. Khi chia tay thì chia chác ra sao. Nếu vi phạm thì sẽ xử như thế nào. Nghĩa là thân xác thì chung nhưng tiền bạc thì hồn ai nấy giữ. Hợp đồng hôn nhân thông thường thì như vậy nhưng với các tài tử Hồ Ly Vọng thì khác. Chắc quen đóng phim nên đời sống vợ chồng cũng giống như phim. Phải...phân cảnh rõ ràng. Cặp vợ chồng Jane Fonda và tỷ phú truyền thông Ted Tunner đã…hợp đồng như sau: " Mỗi tuần vợ phải nấu món thịt rán và sa-lát khoai tây hai lần để phục vụ chồng". Cũng thuộc loại ăn uống là cặp vợ chồng Bradd Pitt và Jennifer Aniston, trong hợp đồng của họ có khoản: " Trong thời gian chung sống, vào lúc sáng sớm, vợ phải pha cho chồng một cốc sữa tươi đặt lên bàn. Nếu chia tay, Aniston sẽ nhận một tòa biệt thự trị giá 20 triệu Mỹ kim". Còn nếu gì nữa. Họ đã chia tay. Có lẽ vì Aniston chán pha sữa tươi mỗi sáng! Hay là sữa của cô vợ tiếp theo của chàng Bratt là Angelina Jolie tươi hơn? Tôi đoán như vậy vì thấy cô đào này đã nuôi tới ba đứa con nuôi ngoài đứa con đẻ Shiloh. Trong đám con nuôi một da đen, một da ngăm ngăm và một da vàng này có chú bé Pax Thiên của Việt Nam.

Đã từng đầu gối tay ấp với nhiều người, giả trên màn ảnh hay thật ngoài đời, các ngôi sao màn bạc sợ nhất là chuyện ngoại tình. Đã đành là chuyện ông ăn chả bà ăn nem là chuyện chẳng có gì mà ầm ĩ đối với những…thợ yêu này nhưng vợ chồng mà cứ ăn mảnh thì tội cho tờ hôn ước quá . Vậy là hợp đồng có những điều khoản để giữ lòng chung thủy. Cô ca sĩ Nam Mỹ rất *hot* Jennifer Lopez hợp đồng với anh chồng thứ ba Marc Anthony như sau: " Ai ngoại tình sẽ bị phạt 5 triệu Mỹ kim. Mỗi tuần tối thiểu phải 4 lần chăn gối. Nói dối vô hại bị phạt 10 ngàn Mỹ kim. Nói dối gây ra hậu quả nghiêm trọng bị phạt 1 triệu Mỹ kim. Vợ là người quyết định sẽ sanh bao nhiêu đứa con". Còn chàng tài tử nổi tiếng đào hoa Michael Douglas, khi cưới cô vợ trẻ đẹp Catherine Zeta Jones đã phải…tự kiểm duyệt thói trăng hoa khi ký hợp đồng có điều khoản sau: " Nếu bị phát giác là thiếu chung thủy sẽ phải nộp khoản tiền tối thiểu là 4,5 triệu Mỹ kim tùy vào đức vị tha của vợ. Nếu vì một lý do nào đó mà chia tay nhau thì Michael Douglas phải trả cho vợ 3 triệu Mỹ kim cho mỗi năm chung sống". Khiếp! Ăn chả gì mà đắt dữ dằn vậy. Có họa là chả dát vàng!

Ngoại tình ở Iran là chuyện…động trời nhưng cưới xin không cần hợp đồng gì cả. Đã có các giáo sĩ Hồi Giáo lo. Nhưng cưới là phải tốn cả núi bạc, nhiều chàng trai không kham nổi. Vậy thì làm sao? Chẳng lẽ các thanh niên khỏe mạnh sung sức này cứ nằm co? Kiếm gái điếm cũng không ra vì trong cái xứ sở coi Hồi giáo là quốc giáo này không có điếm điếc gì cả. Súng ống thất nghiệp hết chăng? Vậy là chính phủ phải lo. Cách lo của họ là khuyến khích hình thức "hôn nhân tạm". Đàn ông và đàn bà có thể ký hợp đồng làm vợ chồng của nhau trong một thời gian nhất định. Thậm chí vài giờ cũng được. Kèm theo hợp đồng là sự trao đổi tiền bạc. Vậy thì là mãi dâm đứt đuôi con nòng nọc rồi chứ chi nữa! Hóa ra nhà cầm quyền đã lách luật để…chơi chữ. Vợ chồng tạm trong vài giờ có trao đổi tiền bạc không mãi dâm thì là cái quái gì?

Theo như nghĩa tiếng Việt, vợ là vơ vào, chồng là chồng lên. Bên vơ bên chồng mới ra chồng vợ. Đó là duyên nợ. Duyên nợ thì phải dính vào nhau là cái chắc. Mà ước vọng của mọi người là dính dài lâu. Muốn chắc ăn, khi cưới, cô dâu chú rể, người này lồng vào ngón tay người kia một chiếc nhẫn. Đó là biểu tượng của sự ràng buộc giữa hai người, vững bền, lâu dài và vĩnh viễn. Biểu tượng là ý nghĩa của một sự việc được hầu hết mọi người đồng ý. Vậy thì ai đã bày ra cái biểu tượng duyên nợ trong chiếc nhẫn cưới. Truy tầm một người sống cách đây 4800 năm là một việc mà *Interpol* cũng chẳng làm được. Vậy thì cứ biết đại khái chiếc nhẫn cưới đã được dùng từ thời mịt mù tăm tít đó và người Ai Cập đã…bịa ra cái ý nghĩa *crazy glue* của nhẫn. Đúng là thứ keo dán đụng đâu dính đấy vì có thần linh nhúng tay vào. Vòng tròn chiếc nhẫn là một vòng tròn siêu nhiên không có điểm chấm dứt. Cứ tít mù khơi. Đeo vào là không có lối ra. Người Hy Lạp sau đó gán cho chiếc nhẫn ý nghĩa là người con gái khi đã chấp nhận đeo chiếc nhẫn hôn nhân là đã bị trói buộc cả về mặt tinh thần lẫn luật pháp. Cũng phải nói thêm là thời đó chỉ có cô dâu phải đeo nhẫn thôi, còn chú rể không đeo điếc chi cả! Mãi tới sau này, nhiều giả thuyết cho rằng tới tận Thế Chiến thứ hai, khi những chàng trai trẻ phải ra chiến trường đối mặt với thần chết, bỏ lại người vợ trẻ nơi hậu phương, họ mới bắt đầu đeo những chiếc nhẫn cưới như biểu tượng của hôn nhân và lòng nhớ nhung tới người vợ ở nhà. Hành động đầy lãng mạn này đã trở thành một phong tục mới và chú rể mới giơ tay ra để cô dâu xỏ chiếc vòng ràng buộc vào ngón tay. Lãng mạn đôi khi là một trò chơi nguy hiểm!

Chiếc vòng ràng buộc xinh xinh nhưng chặt chẽ này ngày nay được đeo vào ngón tay áp út của bàn tay trái. Tại sao vậy? Có giả thuyết cho là người Ai Cập và người Hy Lạp đều tin rằng có một huyết quản chạy trực tiếp từ ngón tay này tới trái tim. Nhưng không phải ai cũng đồng ý như vậy. Tại một số quốc gia ở Âu Châu người ta đeo bên tay phải. Phụ nữ vùng *Scandinavia* lại đeo tới 3 chiếc nhẫn lận: nhẫn đính hôn, nhẫn cưới và nhẫn khi làm mẹ. Các cô dâu Do Thái lại đeo nhẫn ở ngón tay trỏ bởi vì đó là ngón tay chỉ vào sách thánh *Torah* khi họ đọc kinh cầu nguyện. Trong hôn lễ tại nước Anh thời cổ đại, chú rể trượt chiếc nhẫn từ ngón tay cái của cô dâu tới ngón trỏ và ngón giữa rồi mới đeo vào ngón áp út. Thật chắc ăn! Ngón nào cũng là ngón ràng buộc! Thói quen này sau đó được quy định thành nghi lễ vào năm 1950 khi con trai của vua Henry VIII viết cuốn *"The Book of Common Prayer"* được dùng trong nghi lễ của Anh Giáo.

Nhẫn cưới thường làm bằng bạc hay vàng. Thời chúng tôi

thì vàng càng nhiều *carat* càng giá trị. Vàng ròng là nhất tuy có hơi…vàng! Vàng ròng biểu tượng cho tình yêu trăm phần trăm tinh khiết, không pha trộn gì cả. Khi cần bán ra cũng có giá hơn! Ngày nay các bạn trẻ quan niệm khác. Không ai dùng cái thứ nhẫn vàng chóe nhà quê như vậy. Thường là vàng 18 *carats*, màu vàng hay trắng. Nhưng chỉ vàng không nghe ra rất…cô đơn. Mà cưới xin cần hai người, cô đơn là hỏng, nên có gắn thêm ít hạt lóng lánh vẫn…có ý nghĩa hơn. Hạt càng lớn càng có ý nghĩa, có che hết ngón tay cũng không sao.

Nhưng vàng ròng, vàng pha hay hạt lóng lánh đều là thứ vô tri, không có tình cảm gì. Dùng vào một dịp đầy tình cảm như hôn lễ e rằng bất xứng. Bởi vậy ở bên Anh mới đây người ta đã làm ra những chiếc nhẫn cưới bằng xương của chính đương sự. Thế mới tình. Chàng trao cho nàng xương của chàng. Nàng trao cho chàng xương của nàng. Nghe đã thấy thiết thân. Nhưng xẻ xương xẻ thịt thì hơi ngại. Chẳng nên chứng tỏ tình yêu một cách đau đớn như thế. Bạn đừng lo. Không ai bắt bạn chứng tỏ tình yêu theo lối…anh dũng như vậy. Các nhà khoa học sẽ chiết tách từ răng khôn của bạn để lấy một mảnh xương nhỏ. Sau đó, họ phân giải và lấy tế bào xương để trồng cấy trong phòng thí nghiệm. Chúng được nuôi bằng các chất dinh dưỡng và phát triển trong một chiếc khung thành chiếc nhẫn xương. Bệnh viện *Guy's and St Thomas* ở Luân Đôn, nơi chế tạo nhẫn bằng xương sẽ có một cuộc triển lãm những chiếc nhẫn này. Năm cặp nam nữ đã tham gia vào dự án và đang chờ để được đeo xương của người phối ngẫu. Một trong năm chuẩn…cô dâu này, cô Harriet Harris, đã cho biết: " Thật kỳ lạ khi có xương của chính mình, vật chất của mình đã được biến hóa thành một thứ quý giá có ý nghĩa biểu trưng!" Chú rể tương lai của Harriet, cậu Matt Harrison, đã nhìn bằng một ánh mắt khác: " Khi bạn nghĩ về nó, nó cũng giống như ngà voi, nhưng mang tính đạo đức hơn, bởi chất liệu chưa từng là một phần của Harriet mà chỉ được trồng từ chất liệu lấy từ cơ thể cô ấy. Đó là lý do vì sao có người hứng thú mà cũng có người thấy ghê ghê, nhưng khi bạn nhìn lại và suy nghĩ về nó, bạn sẽ không hề thấy nó đáng sợ mà thực ra rất sạch sẽ và thuần khiết." Không biết anh chàng Matt này có... mát không. Tôi nghĩ chẳng có ai lại sợ đeo...ngà voi. Nếu sợ thì chỉ có một nỗi sợ duy nhất: giá chiếc nhẫn là bao nhiêu? Vì chuyện...hồi hộp này chưa được tiết lộ!

Đeo xương của người phối ngẫu trên tay đã chắc bền vững chưa? Chưa đâu! Bởi vì nếu chắc ăn người ta đã không chọn ngày lành tháng tốt cho cưới xin. Việc chọn ngày lành tháng tốt là cốt để mang lại may mắn và bền vững cho cuộc hôn nhân. Ở xứ sở chúng ta đang ngụ cư, muốn lành tốt gì thì cũng phải cưới vào ngày thứ bảy. Kẹt lắm thì Chủ Nhật. Kẹt nữa thì thứ sáu. Bạn đã thấy ai tổ chức lễ cưới vào ngày thứ hai chưa mặc dù cũng có ngày thứ hai tốt chứ. Ngày thứ bảy mùng bảy tháng bảy năm lẻ bảy vừa qua là một ngày tốt. Có tới bốn con số bảy lận. Bạn vào *casino* quay máy đánh bạc, nếu thấy một dọc 3 con số bảy xếp hàng ngang, xem chuông trống có khua rộn ràng trong tiếng lẻng kẻng của bạc cắc đang ào ào đổ xuống cho giải *jackpot* không? Tối hôm đó, tôi đang ở Mississsauga, đi tìm nhà hàng cùng vài người bạn ăn cơm tối. Chẳng còn một chỗ đặt bàn tọa trong nhà hàng nào cả. Chỗ nào cũng cưới. Có nhà hàng chứa một lúc hai ba đám thi nhau hát hò tra tấn lỗ tai nhau. Nguyên tại thành phố Montreal của tôi bữa đó đã có hơn 300 đám. Trên trang *web* chuyên tổ chức đám cưới *The Knot* đã có 8 ngàn cặp ghi tên chọn ngày 7 tháng 7. Tổng Biên Tập Carley Roney của *The Knot* công nhận đây là ngày diễn ra nhiều đám cưới nhất trong hơn một thế kỷ qua. Công ty chuyên tổ chức đám cưới có trụ sở tại Las Vegas *Chapel of the Flowers* đã không nhận đặt hàng từ tháng 3 cho ngày 7 tháng 7 này, vậy mà từ 6 giờ sáng tới 11 giờ 59 phút của ngày thứ bảy này, họ đã phải tổ chức tới 113 đám cưới! Bình thường họ chỉ có từ 30 đến 50 hôn lễ vào ngày thứ bảy. Cũng tại Las Vegas, khách sạn Flamingo đã tổ chức 77 đám cưới nội trong ngày may mắn này. Đây là một con số tượng trưng cho hợp với cơn sốt số 7. Cơn sốt này có nhiều biến tấu rất lạ. Có đám cưới đã tặng cho khách mời 7 tấm vé số, bữa tiệc cưới gồm 7 món, phòng ăn trang hoàng bằng 7 loại hoa. Cô dâu chú rể sẽ động phòng hoa chúc trong căn phòng có 7 cửa và di chuyển bằng xe mang bảng số 777. Lại còn có đám có 7 phụ dâu và 7 phụ rể được tổ chức vào lúc 7 giờ tối.

Tôi phải vội rời con số 7 vì nếu không dứt khoát thì con số này sẽ níu kéo tới…vô tận. Hôn lễ là thứ mà ai cũng mong muốn chỉ có một lần trong đời. Trừ cụ ông 75 tuổi N. Llincic ở Milosevac thuộc Bosnia-Herzegovina. Ông này đã chơi luôn một lèo 162 lần và còn đe dọa sẽ cưới thêm khoảng một trăm lần nữa! Ông cụ này là thứ dữ, không giống ai, bỏ qua không nói làm chi. Vì chỉ một lần trong đời nên người ta thi nhau tổ chức cho thật sang trọng. Khi chúng ta mới dắt nhau đi tỵ nạn thì đám cưới thường được tổ chức trong những nhà hàng Tàu. Thế là sang lắm rồi. Dần dà, chúng ta ăn nên làm ra, chúng ta trở thành nhiêu khê hơn. Đám cưới được tổ chức trong các *salle de reception* của người Ý nhưng thức ăn lại được các tiệm ăn Tàu mang tới. Bây giờ, tiền rủng rỉnh hơn nữa, chúng ta vác nhau lái xe về những lâu đài xa lắc xa lơ để tổ chức cưới. Hoặc thuê tàu ra ngoài khơi ăn cưới cho nó mát. Phải đi ăn cưới trên tàu là một sự vất vả cho thực khách bởi vì chúng ta phải vứt bỏ thứ quốc hồn quốc túy là đi trễ. Ăn trên đất liền, tiệc cưới lúc nào cũng nằm đó chờ, đi đâu mà vội, cứ tà tà một hai tiếng đồng hồ sau tới cũng được. Ăn trên tàu, đúng giờ là nhổ neo, đi trễ thì cứ việc đứng trên bờ làm thơ…tiếng Đan Mạch!

Chúng ta trốn thoát khỏi một cuộc chiến, còn người dân Iraq đang nằm giữa cuộc chiến, một cuộc chiến không có chiến trường vì bất cứ chỗ nào cũng là chiến trường. Cứ chỗ nào có đám đông là có một chiếc xe chở đầy bom do một tài xế tự sát nhào tới. Cưới xin sẽ tạo thành một đám đông dễ làm cho cả cô dâu chú rể lẫn thực khách có thể bỗng nhiên trở thành xác chết. Vậy nên chính phủ đã phải tổ chức những đám cưới tập thể hàng trăm cặp trong những khách sạn được phòng thủ kỹ càng ngay tại thủ đô Bagdad. Tại khách sạn Babylon, một chú rể, anh Sami Waleed, đã thành thật nói: "Ít nhất vợ sắp cưới của tôi và tôi cũng được hưởng những giây phút an toàn trong khách sạn này". Cưới kiểu…hồi hộp như vậy mất vui đi. Cưới kiểu cô đơn có vui không? Anh Mitch Walling dự tính sẽ làm đám cưới với nàng Cindy Cashman trên không gian! Họ sẽ leo lên phi thuyền tư nhân đầu tiên của công ty lữ hành *Rocketplane Inc.* để trở thành cặp tình nhân đầu tiên tổ chức hôn lễ trên không gian. Chú rể…chờ Mitch đã vẽ ra cảnh đám cưới đầu tiên trên vũ trụ của mình như sau: " Phi thuyền *Rocketplane XP* sẽ cất cánh từ một phi cảng không gian như bất cứ một chiếc máy bay thông thường nào khác. Mười lăm phút sau, khi đã đạt tới độ cao 12 ngàn thước, phi công mới bắt đầu châm mồi động cơ hỏa tiễn kéo phi thuyền bay theo chiều dốc ngược, thẳng đứng trong khoảng một phút và tăng vận tốc lên tới 10,6 km/giây bay vào không gian quỹ đạo trái đất. Khi phi thuyền đạt độ cao 90 ngàn thước so với bề mặt trái đất, chúng tôi sẽ rơi vào trạng thái không trọng lượng. Chúng tôi thực sự sống với cảm giác lơ lửng trên mây mà bất cứ cặp hôn phối nào cũng cảm thấy khi trao nhau nhẫn cưới. Chúng tôi sẽ có 4 phút lơ lửng ngoài không gian, nhìn ngắm thế giới không trọng lượng qua khung cửa lãng mạn và nâng ly rượu chúc mừng nhau hạnh phúc". Hạnh phúc như thế có lẽ vừa rồi. Nếu đôi tân hôn này chọn cách động phòng trên không gian tôi e rằng họ không thể có hạnh phúc cùng tột với nhau. Cứ nhìn các phi hành gia làm… cá trên phi thuyền khắc biết!

Chuyện cưới xin lên cao đến như vậy thì đâu có thể với tới được nữa. Tôi đành chịu chấm dứt ở đây. Biết…gả bài này cho ai bây giờ?

08/2007

GẦY

Gầy rất dễ đi vào thơ. Chẳng thế mà cô nàngThúy Kiều "mai cốt cách" chiếm nhiều chỗ, rất nhiều chỗ, trong Đoạn Trường Tân Thanh hơn cô em Thúy Vân có da có thịt. Những người làm thơ sau Nguyễn Du cũng chẳng bớt kỳ thị hơn vị tiền bối này. Lộ liễu hơn cả là nhà thơ Nguyên Sa. Ông chẳng dấu diếm gì việc để cho cô bé gầy như liễu ngang nhiên lẻn vào thơ ông. Nhà thơ nói huỵch toẹt ngay trong cái tựa bài thơ: "Em Gầy Như Liễu Trong Thơ Cổ".

Em ốm nghe trời lượng đã hao
Em ngồi trong nắng mắt xanh xao
Anh đi giữa một ngàn thu cũ
Nhớ mãi mùa thu bẽn lẽn theo

Anh nhớ em ngồi áo trắng thon
Ngàn năm còn mãi lúc gần quen
Em gầy như liễu trong thơ cổ

Anh bỏ trường thi lúc thịnh Đường.

Gầy là tiếng Bắc, tiếng Nam gọi là ốm. Ốm trong tiếng Bắc lại chỉ cái việc bệnh tật nằm đo giường đo chiếu, thứ mà đồng bào trong Nam kêu bằng bệnh! Nhưng dù gọi là gầy hay là ốm, đó cũng chỉ cái việc có một thân thể ít trọng lượng, rất vừa mắt các nhà thơ. Nếu thân thể lỡ dềnh dàng, muốn tìm một chỗ đứng trong thơ, thì phải tốp bớt cái miệng ăn lại. Lòng mong mỏi được vào trong thơ lên cao quá thì cần cho cái miệng nghỉ nhai nhiều nhiều một chút, thế là sinh bệnh, tiếng Bắc gọi là ốm! Gầy ốm nó loanh quanh như vậy, theo nó bắt...gầy người đi!

Trong đời tôi có hai bóng hình quanh quẩn từ hồi...trẻ người non dạ tới bây giờ. Người thứ nhất là cô đào Audrey Hepburn gầy như...liễu. Đi coi phim *Vacance Romaine* về lòng cứ...gầy đi vì mê. Mê từ hồi đó tới lúc qua bên đây thấy bà già sáu mươi niên Audrey Hepburn xuất hiện lại trên ti vi vào một dịp lễ lạc nào đó. Xem lại được hình bóng người xưa mới thấy bóng hình quả đã xưa quá. Ngẩn ngơ vì tiếc. Giá bữa đó đôi mắt chẳng tình cờ bắt gặp hình ảnh...một buổi chiều! Rời màn hình ti vi vô duyên, gài cuộn video *Vacance Romaine* lại để...đi tìm thời gian đã mất. Không hiểu có phải vì sự ngưỡng mộ dài lâu cô đào không chiếm quá nhiều chỗ trên màn ảnh này hay không mà các nữ tài tử xi nê ngày nay cố nhịn ăn cho vừa lòng khán giả. Nhịn ăn đến gần chết là cô đào trẻ Lindsay Lohan. Nhịn đến mang bệnh chán ăn, cơ thể dần dần xuống dốc không phanh. *"Tôi nằm trên giường, gào thét, quăng đi mọi thứ vớ được vì nhức đầu và đau gan. Tôi mệt đến mức không lết đi tắm được nữa. Tôi sợ kinh khủng vì nghĩ mình sắp chết!"* Đó là lời thú nhận của cô tài tử nhịn ăn với tờ báo *News of The World* ở bên Anh. Cô ra vào bệnh viện như đi chợ trong lúc danh tiếng nổi như cồn ở Hollywood. *"Tôi ốm đau là do tôi tự gây ra. Tôi gầy gò quá, trông chẳng mạnh mẽ chút nào. Nhưng có lúc tôi không nhận ra điều này. Khi có người hỏi có khỏe không, tôi mạnh miệng tuyên bố là tôi đang sống sờ sờ ra đây. Tôi thừa biết mình có vấn đề nhưng không dám thừa nhận. Tôi không biết tự bảo vệ mình mà phải có người khuyên nhủ tôi"*. Bệnh suýt chết của cô tài tử này là bệnh chán ăn *anorexia.* Bệnh này là hậu quả của việc ăn kiêng một cách quá đáng để có được một cơ thể mảnh mai. Nhịn một thời gian, bộ máy tiêu hóa dần dần sẽ bị rối loạn, bao tử hoạt động lung tung xòe chẳng hoàn thành được chức năng của nó. Bệnh này phổ biến nhất nơi các thiếu nữ. Theo thống kê thì trên thế giới có khoảng 1% cô gái thuộc độ tuổi từ 10 đến 20 mắc chứng bệnh này. Ba phần tư bệnh nhân là những người trước đây đã bị béo phì nên kiêng ăn để giảm cân.

Con gái thì ai cũng muốn xinh xắn thon gọn. Chuyện đương nhiên! Để được be bé xinh xinh, các cô nàng đã hy sinh bóp miệng. Thường thì mức nhắm của họ muốn đạt tới là các thân hình …mai cốt cách của các diễn viên hay người mẫu. Họ nhắm mắt nhắm mũi sao cho chóng đạt được mục tiêu. Thế là nhịn ăn bằng mọi cách chẳng màng tới sức khỏe của mình. Khổ nỗi là độ tuổi bắt đầu từ *teen* đến mười tám đôi mươi là độ tuổi cơ thể đang phát triển. Chiều cao, trọng lượng và các bộ phận trong cơ thể đang biến đổi để hoàn thiện dần. Sự biến đổi này cần đến các chất dinh dưỡng trong người. Vậy mà đúng lúc cơ thể cần nhiều chất dinh dưỡng, các nàng bèn nghỉ ăn. Lấy đâu ra…xăng nhớt để cho bộ máy hoàn chỉnh? Vậy là thân thể đang tơ biến thành một thứ cá mắm dẹp lép! Theo một tổng kết của Viện Sức Khỏe Hoa Kỳ thì chỉ nguyên tại Mỹ đã có khoảng 15% các nàng tự biến mình thành…liễu trong thơ cổ!

Các cô nàng người mẫu là những người phải ráng giữ mình nhất. Đi điệu đàng trên sàn diễn mà thân hình có thể làm sập sàn lúc nào không biết là điều tối kỵ. Phải gầy ốm mới được mắt. Được mắt mọi người. Và được mắt tôi. Người đẹp thứ hai mà tôi vương vấn chính là cô người mẫu Twiggy. Cô bé lênh khênh này đã tạo ra được cả một trường phái liễu yếu ẻo lả làm say mê cả thế hệ tôi ngày đó. Mà chả cứ thế hệ tôi, cứ tơ liễu buông mành là bắt mắt hớp hồn những người trai mộng mơ.

Chiều em đi trong nắng trời tây
Bóng đổ lênh đênh – bóng đổ gầy
Bóng đổ gầy như ta ốm yếu
Đeo đẳng hoài theo tình không may

Chiều em đi bước ngại bước ngùng
Như sợ làm đau ngọn cỏ nhung
Như sợ bay lên từng đóa bụi
Sao khách tài hoa nát cả lòng?

Tôi chẳng tài hoa như nhà thơ Nguyễn Tất Nhiên mà lòng cũng bươm ra. Chỉ vì tương tư một bóng hình liễu yếu mà trở thành...sát nhân! Chuyện có chết chóc thật chứ không phải đùa. Cô người mẫu Carolina Reston, 21 tuổi, người Ba Tây, vừa vĩnh viễn nhắm mắt vào ngày 14 tháng 11 năm 2006 vừa qua vì nhịn ăn để giữ thân liễu cho vừa lòng người ngưỡng mộ. Cô bị suy nhược thận và được đưa vào chữa trị tại bệnh viện ở Sao Paulo nhưng sau ba tuần lễ điều trị không kết quả vì cơ thể cô quá yếu không đủ sức chống chọi nổi với bệnh tật, cô đã mang cái thân hình nhẹ nhõm quá mức qua bên kia thế giới. Cô ra đi mà còn để lại một hợp đồng trình diễn tại Paris! Làm người mẫu từ năm 13 tuổi, cô Carolina đã cố nhịn ăn mặc dầu bà mẹ đã nhiều lần khuyên con ăn nhiều hơn và gặp bác sĩ để được chỉ dẫn việc ăn uống cho điều hòa. Say sưa với danh vọng, cô nhất quyết không nghe lời mẹ. Có lần cô đã van xin mẹ đừng làm cô lung lay tinh thần...nhịn! Cô người mẫu này đang ở trên chót vót đài danh vọng khi là gương mặt đại diện cho hãng thời trang loại xịn Giorgio Armani. Cái chết của cô người mẫu Carolina Reston là cái chết thứ hai của giới chân dài biếng ăn trong năm. Trước đó, vào tháng 8/2006, cô người mẫu Luisel Ramos, 22 tuổi, cũng đã chết ngay trên sàn diễn tại Uruguay chỉ vì ăn kiêng với rau trộn làm chuẩn.

Hai cái chết lảng xẹt của hai nàng chân dài đã thức tỉnh mọi người. Có cần phải hy sinh vì...thẩm mỹ đến mức như vậy không? Câu trả lời là không. Các nhà tổ chức trình diễn thời trang không chơi với những kiều nữ mình hạc xương mai quá đáng nữa. Dẫn đầu là những nhà tổ chức trình diễn ở thủ đô Madrid của Tây Ban Nha. Thành phố này đã tham khảo ý kiến giới y tế và quyết định là chỉ số trọng lượng cơ thể của các người mẫu phải trên 18. Con số 18 này làm nhiều vị chắc...lơ mơ. Xin nhắc lại chút xíu là theo Tổ Chức Y Tế Thế Giới, thì chỉ số của người bình thường là từ 18,5 tới 24,9. Từ 25 đến 29,9 là mập. Từ 30 đến 39,9 là phì. Từ 40 trở lên là...đại phì! Kết quả của quyết định này là có tới một phần ba người mẫu trình diễn năm ngoái năm nay đã rớt đài. Các người đẹp hạng...lông này phản ứng ngay. Họ cho là nếu họ nặng hơn thì sự nghiệp của họ sẽ chìm lỉm! Nhưng Madrid chỉ là một trung tâm thuộc hạng B nên thông điệp của họ nhẹ hều. Bốn trung tâm thuộc hạng A là Ba Lê, Luân Đôn, Nữu Ước và Milan vẫn chưa nhúc nhích. Nhất là trung tâm Milan của Ý là nơi...trụ trì của các nhà thời trang trứ danh như Prada, Versace, Gucci và Giorgio Armani. Riêng nhà vẽ kiểu thời trang Giorgio Armani đã lên tiếng. Ông cho biết là kể từ buổi trình diễn thời trang vào mùa xuân năm 2007 sắp tới, ông vẫn dùng những người mẫu thon thả nhưng nếu các nàng nhẹ quá khiến mọi người xì xầm chú ý thì ông cho ngồi chơi sơi nước. Người ta cần phải chú ý đến y phục trình diễn hơn là chú ý đến những nàng chân dài mặc những bộ y phục đó. Chính các cô bày đặt nhịn ăn cho đến chết chứ ngành trình diễn đâu có đòi hỏi như vậy. Đó là…triết lý của ông vẽ kiểu thời trang hàng đầu này.

Bệnh biếng ăn đâu chỉ có ở những kiều nữ chân dài. Chân không dài cũng bày đặt như thường. Sao tôi vẫn cứ muốn trách cứ mấy ông thi sĩ. Xin các ông làm ơn mở rộng cửa để cho các kiều nữ có da có thịt vào trong thơ cho chúng tôi nhờ với! Câu thơ có nặng một chút thì cũng đâu có rớt ra khỏi trang sách được! Trong khi chờ các nhà thơ (thường cũng rất nhẹ ký!) nghĩ lại thì giới người đẹp phải thay đổi cách nghĩ trước. Nên bỏ ngay thói quen so sánh mình với người khác, nhất là các người mẫu hay các ngôi sao. Ta là ta. Ta chẳng cần giống ai cả. Bước đi của ta có lún đất thì cũng vẫn có người chiêm ngưỡng. Không tin cứ nhìn vào mắt anh chồng thì biết ngay! Vòng eo của ta không được thon thả thì bù lại, ta đã có được một bờ vai tròn trịa làm chỗ dựa vững chắc cho người ta thương! Mỗi người nữ là một niềm bí mật riêng, có những điểm hấp dẫn riêng, tội chi mà bỏ phứa lòng tự hào về bản thân mình!

Nhưng nếu đã lỡ…tuyệt thực mang đến chứng bệnh *anorexia* thì mau mau tới bệnh viện ngay. Đừng chần chờ. Và cũng đừng dấu bác sĩ về tình trạng ăn uống của mình. Cần luôn luôn nghĩ rằng bệnh này có thể chữa được một cách không khó khăn nếu đừng để bệnh nặng quá khiến cơ thể suy nhược quá giới hạn làm tim không hoạt động được nữa.

Muốn xuống cân, đó là một ước vọng chính đáng. Ai chẳng muốn có eo có iếc cho bằng chị bằng em. Không ai chê trách chuyện đó. Nhưng ăn kiêng làm sao cho đúng…chỉ số mới là chuyện cần nghĩ tới.

Trước khi bàn đến ăn kiêng chắc cũng phải nói qua với nhau về một vài chuyện nho nhỏ trước đã. Chất béo? Nghe đã thấy ớn! Nhưng có những chất béo có hại đồng thời có những chất béo cần thiết cho cơ thể như chất béo trong cá chẳng hạn. Nhịn đói? Nghĩ rằng nhịn để giảm đi một vài kí là lầm. Bởi vì nhịn không làm tiêu mỡ mà làm tiêu thịt nạc. Không ăn vào lúc tối? Điều quan trọng là ăn cái gì chứ không phải là ăn lúc mấy giờ. Không thèm nhìn tới bàn cân? Phải đối đầu với sự thực. Cứ nhắm mắt không chơi với cái anh chẳng biết ga lăng nói dối cho vừa lòng nhau thì biết đâu là cái sức nặng của cơ thể nó lăng ba vi bộ ra sao.

Giờ thì nói chuyện nhịn ăn. Theo các nhà nghiên cứu thì muốn giảm cân tốt nhất là ăn sáng và ăn trưa đầy đủ, còn bữa tối chỉ ăn nhẹ. Bởi vì với một số *calorie* hấp thụ như nhau thì một bữa ăn sáng giúp giảm ký hơn là bữa tối. Tại sao vậy? Vì sau bữa ăn tối, chất *glucagon,* chất đối thủ của *insulin,* đạt được mức tối đa chậm hơn *insulin.*

Ông giáo sư người Mỹ Steven Hawks mới tung ra một chiêu nhịn ăn giảm ký khá hấp dẫn mang tên "ăn kiêng mà không ăn kiêng". Nghe đã thấy vừa cái bụng! Ông giáo sư 50 tuổi này đưa ngay trường hợp ông ra làm điển hình. Ông đã giảm được 22 ký dù cứ thảnh thơi sực đủ các món *chocolat,* bánh ngọt, kem…Phương pháp này chỉ có duy nhất một châm ngôn: Chỉ ăn khi đói và ngưng ngay khi đã no. Không ăn kiểu "tiếp khách" để chiều lòng người khác cho họ vui. Giáo sư Hawks hiện đang điều hành một cơ sở để hỗ trợ những người ăn kiêng kiểu "dinh dưỡng theo trực giác" này. Trong một nghiên cứu được phổ biến trên tạp chí Giáo Dục Sức Khỏe, Hawks và các đồng sự đã khảo sát một số sinh viên nhịn ăn theo phương cách của ông. Kết quả rất khả quan. Không những họ đều giảm cân mà còn giảm được cả nguy cơ mắc bệnh tim mạch. Một đồng nghiệp của ông thuộc loại phì cũng đã giảm được 16 ký sau 11 tháng…tu luyện theo phương pháp này.

Chuyên gia dinh dưỡng James d'Adamo thì lại chơi đòn khác. Đòn…chia rẽ! Nhân loại này không giống nhau, nói rõ hơn là máu lưu thông trong cơ thể con người không xêm xêm như nhau. Đã từ lâu, người ta chia máu ra làm nhiều nhóm máu. Nhưng sự phân chia này cốt yếu là để dùng cho việc tiếp máu. Trên phương diện dinh dưỡng, sự phân biệt loại máu cũng có ảnh hưởng đến việc tiêu thụ thực phẩm nên việc mỗi nhóm nên ăn thứ thực phẩm nào, kiêng thứ thực phẩm nào sẽ làm cho việc ăn uống đi vào trật tự và giúp bảo vệ sức khỏe cũng như cơ thể của từng người. Vậy thì trước hết chúng ta cần phải biết mình thuộc nhóm máu nào đã. Phải nhìn nhận ngay là nhiều người trong chúng ta không để ý tới chất đỏ trong cơ thể mình thuộc loại máu nào. Trong số nhiều người đó có tôi! Vậy thì muốn dinh dưỡng theo kiểu này thì phải tới bệnh viện hỏi thăm xem mình được…mang chữ gì đã: O, A, B hay AB?

Nhóm máu O là nhóm máu phổ thông nhất, chiếm gần một nửa nhân loại, khoảng 43%. Nhóm máu này rất…khôn. Trong dạ dày có lượng *acide* tiêu hóa cao hơn các nhóm máu khác nên thả cửa ăn các thực phẩm giàu chất đạm. Bò, gà, chim, cá… nhậu được tuốt. Rau trái như đậu, hành tây, bắp cải, ớt , cà rốt, chuối, chanh, nho, bưởi, táo cứ thoải mái. Riêng có thịt heo thì nên tà tà thôi. Khoai tây, bắp, sữa, bánh ngọt nên tránh.

Nhóm máu A chiếm khoảng 30% con người trên trái đất này. Đặc điểm của nhóm này là nồng độ *acide* tiêu hóa trong dạ dày khá loãng nên khó hấp thụ thịt. Nhưng các thực phẩm giàu chất bột và rau quả thì rất tốt. Không nên giao du với các thức ăn giàu chất béo.

Nhóm máu B chiếm khoảng 18%, có khả năng đề kháng thật cao, kể cả với các bệnh đường tiêu hóa. Thịt, sữa bò và các sản phẩm từ sữa, sản phẩm có chất bột đều tiêu thụ được dễ dàng.

Nhóm máu AB là nhóm máu có ít...thân chủ nhất, chỉ chiếm khoảng 5%. Dạ dày thuộc nhóm này không sản xuất đủ lượng *acide* tiêu hóa nên việc tiêu hóa khó khăn hơn. Vì vậy nên nếu bạn chẳng may thuộc nhóm máu này thì nên ăn thành nhiều bữa cho dạ dày dễ làm việc. Nên hạn chế ăn các thực phẩm khó tiêu hóa, giàu chất đạm nhưng cần ăn nhiều các chất có khả năng hỗ trợ tiêu hóa như sữa chua chẳng hạn.

Dù thuộc nhóm máu nào, việc tập thể dục cũng là cần thiết cho việc vứt bớt đi sức nặng của cơ thể.

Gầy ốm, nên lắm. Nhưng đừng kiêng ăn đến gầy gò. Thân thể cò ma thì đẹp làm sao được! Xương là thứ lẩn vào trong thịt chứ không phải là thứ giơ ra ngoài, trừ khi là thứ xương...xí quách! Em tơ liễu mới là thứ em đi vào thơ. Không phải chỉ đi vào không mà còn ngồi lì trong thơ nữa.

Một thời em mặc quần jean
áo sơ mi mỏng.
Tôi rình theo sau
Nắng xuân em đội che đầu
Ngực em cài đóa nắng màu vàng ươm
Gió lùa nụ nắng tẩm hương
ùa vào khứu giác
Giữa đường tôi say
Treo hồn lên đỉnh chân mây
Chân còn bước mãi tháng ngày đong đưa

Khi không bất chợt đổ mưa
Áo em ướt nhẹp giống chưa mặc gì
Cuộc cờ dày xéo nhau đi
Núm cau một thuở ở lì trong tim

Bao năm xuống biển lên bưng
Dáng tiên em mãi đọng từng sớ da.
(Quan Dương)

02/2007

GIỮA

Bạn là nam nhi? Xin mời bạn đứng sang phía bên phải. Bạn là nữ nhi? Xin mời bạn đứng sang phía bên trái. Phải trái là hai phía đối lập nhau nhưng đồng thời cũng bổ túc cho nhau. Cứ lửng lơ như vậy mà nên cuộc sống. Tạo hóa đã tính trước nên tỷ lệ xếp hàng bên phải và bên trái là *fifty fifty*.

Nhưng tại sao có những người chẳng vào hàng ngũ nào cả? Họ đứng giữa! Cũng tại vì cái tính đành hanh của con Tạo. Thông thường thì khi "thuở giường chiếu nổi cơn gió bụi" là một cuộc thi chạy nước rút của những chú lăng quăng. Chú nào tới đích trước được trứng ôm ấp phát triển thành bào thai. Tùy theo nhiễm sắc thể của tinh trùng mà bào thai mang giới tính nam XY hoặc giới tính nữ XX. Trường hợp bất thường như có hai anh tinh trùng về đích cùng một lúc chẳng hạn, cả hai anh đều lãnh giải, khốn nỗi một anh mang nhiễm sắc thể Y (nam), một anh mang nhiễm sắc thể X (nữ). Vậy là có chuyện. Khi bào thai phân bào thì mang hai nhiễm sắc thể giới tính XY và XX cùng một lúc, cơ thể sẽ mang hai bộ phận sinh dục giới tính khác nhau, mô tuyến sinh dục là sự trộn lẫn giữa mô buồng trứng và mô tinh hoàn. Vậy là không ra ngô mà cũng chẳng ra khoai! Thứ mà nhà văn Đinh Linh trong bài tạp văn *"La Đi Man O Li Din"* đã mô tả:

" Năm 1998, tôi mò xuống Cần Thơ. Ngồi tại một quán café, dưới bóng tượng lãnh tụ sừng sững, thô tạc, tôi thấy một nhóm thanh niên ỡng ẹo, thả bước trên phố. Họ đỏng đảnh chẳng thua Little Richard (ông tổ của Tuấn Anh). "La đi man" gã sồn sồn tại bàn bên cạnh thốt. Tôi chưa từng nghe từ đó. "La đi man là cái gì?". "Đồng tính. Tụi nó đồng tính. Tụi nó là la đi man!". Người Việt thường gọi người đực đồng tính là bê đê, từ chữ Pháp pédé, hay bóng, vừa có nghĩa đen tối, vừa láng mướt. Còn có từ hi-fi, tình dục hai đầu, nhại chữ hai phái, âm dương luân chuyển, hai thành một. Phân vân nửa phút tôi mới suy "la đi man" đã bị chuyển lệch từ "ladies' man". Đầu thai thành từ lóng Việt Nam, nghĩa của nó đã bị lộn ngược, từ một tên đực cồ, thu hút nhiều phụ nữ, một "man" của nhiều "ladies" thành một nửa phụ nữ "lady", nửa đàn ông "man".

Đọc bài tạp văn của Đinh Linh, kiến thức của tôi mở rộng ra tới chữ "La đi man", chứ trước đó, ngoài chữ "pê đê", tôi chỉ biết tới chữ "xăng pha nhớt". Mấy chữ lai Tây này có lẽ chỉ mới được dùng gần đây nhưng hiện tượng những người đứng giữa, nửa vời, đã có từ lâu lắm rồi. Theo thần thoại Hy Lạp, loài người gồm ba giới: đực, cái và vừa đực vừa cái. Vì làm cho thần Zéus nổi giận nên nhân loại bị trừng phạt bằng cách tách từng người ra làm hai nửa: chỉ là nam hoặc là nữ. Sự chia cắt đó khiến loài người luôn tìm kiếm nửa kia của mình, tạo nên hiện tượng mà ta gọi là tình yêu nam nữ. Thế còn cái "vừa đực vừa cái"? Thời cổ đại, hai vị thần Hermes và Aphrodite sanh được một con trai và lấy tên hai người ghép lại để thành tên con: Hermaphrodite. Một nữ thần khác yêu Hermaphrodite nhưng bị khước từ nên đã có lời nguyền là cơ thể của hai người được nhập làm một. Lời nguyền đó đã thành sự thực làm xuất hiện giống người vừa nam vừa nữ. Hình tượng được thể hiện như một người vừa có vú vừa có dương vật. Thần thoại Hy Lạp cũng có nói đến Tiresias là người mà theo huyền thoại lúc là đàn ông, lúc là phụ nữ.

Những người đứng giữa này có một số phận khi trồi khi sụt. Thời cổ đại họ bị coi là những người có dấu ấn của sự nổi giận của thần linh nên bị mang ra giết ngay. Nhưng trong một số trường hợp họ lại được coi như đã được kết tụ của những yếu tố đối lập nhau nên quy tụ được sức mạnh thần bí và họ được giao phó những trọng trách trong những nghi thức tế lễ.

Những đối xử ấm ớ đó ngày nay chắc chắn không còn tồn tại nữa. Khoa học đã giải thích rõ ràng tại sao anh là đàn ông, chị là đàn bà. Theo quy luật tự nhiên, mỗi người sinh ra đều mang 22 cặp nhiễm sắc thể thường và một cặp nhiễm sắc thể giới tính. Trai hay gái là ở cặp nhiễm sắc thể giới tính này. Nếu XY thì là trai, XX thì đích thị là thị mẹt. Vào tuần thứ 6 của bào thai, bộ phận sinh dục của cả hai phái đều giống nhau. Sau đó mới có sự phát triển và biệt hóa khác nhau. Vào tuần thứ 8, tế bào *Leydig* của tinh hoàn mới bắt đầu hoạt động và tiết ra *testosterone*, *hormone* chính của tinh hoàn và gây nam hóa bào thai XY để tạo ống dẫn tinh, mào tinh, túi chứa tinh, phát triển dương vật đồng thời làm tinh hoàn di chuyển từ ổ bụng xuống vùng bìu. Trong khi đó, ở bào thai nữ, do không có *gene* xác định giới tính trên nhiễm sắc thể Y, tuyến sinh dục phát triển thành buồng trứng vào tuần lễ thứ 10 của thai kỳ. Các tế bào trứng, còn gọi là noãn bào, có mặt vào tháng thứ 4 của thai kỳ và đạt 7 triệu tế bào trứng vào tháng thứ 5. Khi sanh ra, buồng trứng có khoảng 1 triệu nang hoạt động và giảm xuống còn nửa triệu nang khi có kinh. *Hormone* chủ yếu của buồng trứng là *estrogen.* Những người không xác định được giới tính là do sự đãng trí của con Tạo! Lầm lỗi không phải chỉ là đặc tính của con người! Có những trẻ ngoại hình nam nhưng cơ quan sinh dục bên trong là nữ. Có những trẻ gái, do nam hóa bộ phận sinh dục từ trong bào thai nên khi sinh ra bị nhầm là trai. Có những trẻ ngoại hình nữ nhưng cơ quan sinh dục bên trong là nam. Có những trẻ bộ phận sinh dục ngoài bất thường trông như nam nhưng khi đi tiểu lại…ngồi. Có những trẻ có cả buồng trứng và tinh hoàn và bộ phận bên ngoài bất thường. Sự đãng trí của Hóa Công thật đáng trách. Nạn nhân mang nỗi khổ cả một đời.

Tháng 3 năm 2007, nhật báo Người Việt ở California đã làm một phóng sự về những người đồng tính Việt Nam tại Hoa Kỳ nhân cuộc diễn hành Tết tại San Jose. Trong cuộc diễn hành này có gần 100 hội đoàn tham dự. Đi cuối cùng là tổ chức những người đồng tính luyến ái Việt Nam. Họ là những người nữ yêu nữ, nam yêu nam, những người yêu cả hai giới tính và những người đã giải phẫu cơ thể để chuyển đổi giới tính. Tất cả gồm khoảng 20 thanh niên nam nữ đại diện cho bốn nhóm độc lập nhưng kết hợp chặt chẽ dưới "bảng hiệu" LGBT. LGBT là chữ viết tắt của *Straight, Lesbian, Gay Bisexual and Transgender.* Bốn nhóm đó bao gồm: Đài Phát Thanh Sống Thật, Ô Môi, GVA (*Gay Vietnamese Alliance*) và Bạn Gái Việt Nam. Chỉ có 20 người nhưng ngổn ngang cả trăm mối tâm sự. Ký giả Thiện Giao đã nhìn vào những tâm sự trái mùa này. Cô Justine Vi Anh Ngô, 24 tuổi, sinh tại Sài Gòn, sang Hoa Kỳ từ nhỏ, định cư tại San Francisco, bày tỏ: " Tôi chính thức biết mình là một *lesbian* vào năm học lớp sáu". Cô nhớ lại hồi còn nhỏ, rất nhỏ, cô chỉ thích chơi với con gái. Cho đến năm lớp sáu, cô biết chắc chắn mình là ai và muốn điều gì. Cô nói với mẹ. "Lúc đầu, mẹ phản ứng rất dữ nhưng em kiên trì thuyết phục. Dần dần mẹ bắt đầu hiểu ra và chấp nhận chuyện của em". Đối với cha cô, chuyện không phải là dễ. Tới bây giờ cha cô cũng chưa biết tình trạng của cô để cô "có thể mang bạn gái về nhà giới thiệu".

Chuyện của chị Huỳnh Thị Nga, 51 tuổi, sanh ra và trưởng thành tại Việt Nam, rắc rối hơn nhiều. Chị thắc mắc về giới tính của mình từ những ngày nhỏ nhưng đồng tính luyến ái ở Việt Nam lúc đó là một cái gì ghê gớm lắm. Năm 19 tuổi chị yêu một người con gái trong lo sợ. Chị tìm đọc sách báo và chị cố tin là *lesbian* chỉ là vấn đề hoàn cảnh. Chị bỏ ra 20 năm để nhắc đi nhắc lại với chính mình: "Tôi không phải là người đồng tính". Dầu vậy mỗi khi được nhắc chuyện chồng con, chị luôn có " cảm giác dửng dưng". Để ra khỏi tình trạng khó chịu này, chị quyết định lấy chồng vào năm chị 24 tuổi. Cuộc sống chồng vợ bình thường và chị sanh được hai con trai. "Tôi mến chồng tôi, anh là người đàn ông tốt. Nhưng tôi không yêu chồng bằng tình yêu nam nữ. Rồi chồng tôi qua đời. Tôi sang Hoa Kỳ cùng các con. Năm 42 tuổi, tôi quyết định công khai giới tính của mình". Bây giờ chị Nga có một tình yêu tuyệt diệu với một phụ nữ gốc Trung Hoa, tình yêu "cho tôi cảm giác 'phụ nữ' mà ngày xưa tôi không có được".

" Cho tới năm 16 tuổi, em vẫn cho rằng em là một người *straight,* tức dị tính luyến ái", cô M.C. Nguyễn, 32 tuổi, đã nói như vậy. Chuyện của cô phức tạp hơn những người khác. Cô là người lưỡng tính luyến ái! Cô có thể yêu cả trai lẫn gái. " Mỗi giới có một khía cạnh riêng. Riêng, nhưng không khác nhau. Rồi đây, khi chọn bạn đời, em sẽ chọn hoặc là đàn ông hoặc là đàn bà". Cô có người yêu cả phía…bên trái lẫn bên phải. "Em nói với cả hai về sự lưỡng tính của mình!". Cô đang theo học năm cuối cùng, ngành luật tại Đại Học U.C. Berkeley.

Bác sĩ Đỗ Đăng Trị, 33 tuổi, Giáo sư Y Khoa tại Đại Học U.C. San Francisco, biết mình đồng tính từ lúc 5 tuổi nhưng tới năm 19 tuổi mới dám công khai. Cao lớn, đẹp trai, thỉnh thoảng anh vẫn về Việt nam chơi. Anh Việt kiều này có bị con gái Việt Nam bao vây không? Anh gật đầu. Mẹ của Trị, một người theo đạo Phật, chỉ thích có con dâu Việt Nam cũng theo Phật Giáo, đã phải công nhận tình trạng của con. Khi về Việt Nam, bà vẫn phải nói dối là anh con trai đã có vợ ở bên Mỹ! Anh đã có gia đình thật. Người yêu của anh là một thanh niên Puerto Rico. Anh còn có con nữa. " Con nuôi?". " Không, con ruột!". Đau cái đầu chưa? Thì ra chị của Trị cũng là một đồng tính luyến ái nữ. Chị có…vợ. Anh Trị đã cho tinh trùng của mình cho vợ của chị. Bằng phương pháp thụ thai nhân tạo, một đứa trẻ đã ra đời. " Đó là con tôi, con ruột. Bây giờ chị tôi đang nuôi cháu!"

Bốn mảnh đời của bốn người Việt có mặt trong buổi diễn hành tết tại San Jose. Họ cho biết "đây không phải là vấn đề dục tính, không phải chuyện sex". Đó là sự nhầm lẫn của xã hội khi nghĩ tới những người…đứng giữa. Trong thế giới của họ thì trước hết và hơn bao giờ hết, đây là chuyện tình yêu, là cảm giác yêu thương giữa một cá nhân với một cá nhân khác, chính xác hơn là cảm giác yêu thương của một cá nhân với người đồng giới tính của mình. Tôn giáo nhìn vào hiện tượng đồng tính ra sao? Vẫn theo bài báo của ký giả Thiện Giao thì linh mục Đàm Xuân Lộ thuộc hội Thừa Sai Hoa Kỳ đã phát biểu: "Quan điểm chính thức của Giáo Hội Công Giáo là, về bản chất, đồng tính luyến ái không có lỗi. Nhưng hành động gần gũi là có tội". Bởi vì con người cần sống trong luật tự nhiên; luật tự nhiên là khác giới tính. Sự gần gũi có mục đích được quy định bởi Thượng

Đế là duy trì nòi giống. Linh mục Lộ kêu gọi tình thương đối với những anh em này: " Mặc dầu có người cho rằng đồng tính luyến ái là chuyện tâm lý, khuynh hướng hiện nay đa số thừa nhận đó là vấn đề sinh học. Họ sinh ra đã là như vậy!". Anh Thành Nguyễn, một cư dân ở Westminster, theo đạo Tin Lành cũng có quan niệm tương tự: " Tôi chấp nhận, bởi không thể không chấp nhận một sự thật, về giới đồng tính luyến ái. Nhưng tôi không chấp nhận hành động gần gũi hoặc hôn nhân giữa họ. Vì Kinh Thánh không cho phép điều ấy." Đại Đức Thích Đăng Pháp, trụ trì Thiền Viện Chân Nguyên, nhận định: "Đây có vẻ là sự bất ổn về mặt tâm lý, và cả thể xác. Xã hội cũng chịu trách nhiệm một phần về những bất ổn này. Điều chính yếu là sự hướng dẫn, đối xử với nhau bằng tình thương hơn là chặt cụt lối thoát của họ".

Trẻ tạo hóa đành hanh quá ngán / Chết đuối người trên cạn mà chơi! Cô cung nữ trong Cung Oán Ngâm Khúc, đầy đủ lệ bộ, chỉ chưa được vua ngó ngàng tới mà đã trách cao xanh thậm tệ như vậy. Vậy thì những người không có hàng lối, cứ làng chàng ở giữa, con tạo ăn nói làm sao cho cái thói đành hanh đây? Còn bạn, bạn có hàng có lối khi ra đời, đã chắc an toàn trên xa lộ chưa? Chưa! Trẻ tạo hóa vẫn còn trò tinh nghịch chết người dấu trong tay để một ngày nào đó chơi trò…xét lại!

Năm 306 trước Công Nguyên, thời Chiến Quốc, năm thứ 13 đời Ngụy Nhượng Vương của nước Ngụy, có một cô gái khi không biến thành con trai. Ông vua Nã Phá Luân của nước Pháp, ai cũng biết là cái chắc, đánh đông dẹp bắc, anh hùng ra gì, chẳng lẽ không phải là đàn ông? Đúng, ông là đàn ông, nhưng lúc cuối đời ông lại chuyển sang đàn bà. Sao vậy? Bởi vì vào những ngày tháng chót của cuộc sống, sự tiết dịch của tinh hoàn, nơi sản sinh kích thích tố nam, bị suy tổn nghiêm trọng. Trên mặt ông đã không còn râu nữa, giọng nói the thé, lớp mỡ dưới da dầy lên làm cho thân hình ông béo mập , tuyến vú phát triển, tóc dài ra. Ông đã là nạn nhân của biến dị giới tính! Đó là kết luận của nhà khoa học Mỹ Robert và một số các học giả khác sau khi đã dựa vào hồi ức của viên sĩ quan hầu cận để phân tích những đặc điểm sinh lý lúc Nã Phá Luân lâm chung. Biến dị giới tính? Phiền nhỉ! Khi không đang đứng bên trái bỗng chạy qua bên phải, bên phải bỗng chạy qua bên trái. Cứ như trò chơi thời con nít! Mới đây, một cặp vợ chồng bên Anh lấy nhau đã 5 năm, đã có một con trai, không biết vì sao mà tự nhiên đổi chỗ. Chồng biến thành vợ, vợ biến thành chồng. Cũng mới đây, tại Triết Giang bên Tàu, một bé trai hai tuổi rưỡi, ăn nhầm 18 viên thuốc ngừa thai của mẹ đã dần dần biến thành bé gái. Lại nữa. Tại làng Las Salinas hẻo lánh của nước Cộng Hòa Dominique, bỗng có 38 cư dân lúc mới sanh ra là gái, đến tuổi dậy thì bỗng rủ nhau biến thành nam ráo trọi. Các bác sĩ chuyên môn thấy lạ kéo tới tìm hiểu. Sau nhiều năm nghiên cứu, họ kết luận rằng 38 người kể trên đã ra đời trong tình trạng nhiễm sắc thể khiếm khuyết gây thiếu hụt *hormone* nam. Do đó cơ thể những bé này lúc đầu phát triển thành gái nhưng kỳ thực chúng vốn là trai. Cho đến tuổi dậy thì, *hormone* giới tính nam mới phát triển mạnh mẽ làm cho chúng đổi giống "trở lại thành chính mình"! Có 36 người đã làm chồng. Tuy nhiên cơ thể của họ chỉ sản sinh ra được 40 triệu tinh trùng trong khi ở một người đàn ông bình thường là 500 triệu. Vậy thì cái trò toát mồ hôi biến dị giới tính do đâu mà ra? Các nhà khoa học đã nghiên cứu, phân tích và suy đoán để chỉ dè dặt cho biết đây là một chiêu đột phá không những do rối loạn nhiễm sắc thể giới tính mà còn do nhiều nguyên nhân khác. Đây vẫn là một bí ẩn chưa được khám phá hoàn toàn.

Liệu bạn và tôi, chúng ta đã…yên phận chưa? Không chắc à! Cứ nhìn vào em bé hai tuổi rưỡi ăn 18 viên…kẹo ngừa thai thì biết. Lỡ chúng ta cũng ăn nhầm vào thứ kẹo…biến dị như vậy thì sao? Lo như vậy không phải là lo xa. Mà là lo…gần. Bởi vì thực phẩm chúng ta ăn hàng ngày ngày nay, nhất là các loại thịt gà, thịt heo, thịt bò, thường được nuôi bằng các loại thức ăn chứa *hormone* tăng trưởng. Những chất đó khi đi vào cơ thể con người có thể gây đột biến nguy hiểm trong hệ thống nội tiết tố khiến cho chúng ta…đổi lập trường lúc nào không biết. Giỡn hoài cha nội! Không, đó không phải sự hù dọa của tôi mà là một giả thuyết rất có thể xảy ra của các nhà khoa học. Cứ nghĩ tới lúc đó mà đổ mồ hôi hột. Tự nhiên một ngày nào đó, vợ chồng nhìn nhau ngỡ ngàng, len lén đổi chỗ cho nhau. Chúng ta không còn nhỏ, chẳng nên ham chơi trò u mọi của cuộc đời, phiền phức lắm!

Vậy mà bà Joyce Lustbader đã chơi trò này rồi! Bà lấy chồng đã 29 năm, hiện là một nghiên cứu viên của Đại Học Columbia, Mỹ. Mới đây bà khơi khơi tuyên bố: "Điều tôi ao ước nhất trong đời là có vợ. Tôi không nói giỡn đâu!". Như mọi người phụ nữ có gia đình khác, bà làm việc suốt ngày, chiều về bà lại phải nấu ăn cho cả nhà và làm đủ mọi việc không tên khác. Trong khi đó, các đức anh chồng cũng đi làm việc, nhưng chiều về vắt vẻo ngồi uống bia đọc báo chờ cơm. Thế là thế nào? Các bà điên tiết lên. Theo thống kê của bộ Lao Động Mỹ thì hơn nửa số phụ nữ đi làm về vẫn phải lo cơm nước trong khi 80% các ông không hề chia sẻ công việc gia đình với vợ. Chuyên gia trị liệu tâm lý Robin Stern cho biết: "Tôi thường xuyên nghe bệnh nhân của mình nói như thế. Đấy là mong ước thực sự của họ." Ước mơ có vợ của phụ nữ đi làm không là điều mới mẻ. Ngay từ năm 1972, trong một bài viết trên tạp chí

Ms Magazine, phát súng đầu tiên đã nổ rồi. Càng ngày càng có nhiều bà muốn lấy vợ như bà Lustbader.

Hú vía! Tưởng trục trặc chi hóa ra chỉ là việc thường ngày trong nhà. Các bà không mặn mà cái thiên chức của người đàn bà nên làm cách mạng chút đỉnh. Ai bảo ông đó là thiên chức? Ừ nhỉ! Con tạo chỉ chia làm hai phe, có nói năng gì về chuyện làm việc trong nhà đâu mà kêu là thiên chức. Các ông muốn an nhàn cái thân nên bày đặt ra rồi đổ vấy cho trời! Có lẽ bọn mày râu đã chơi gác giới quần hồng thật!

Bạn tôi, đọc xong bài này bạn nhớ xé đi, đừng để cho các bà đọc ké kẻo nguy hiểm đến…tính mạng!

08/2007

HẮT

Nói tới chuyện hắt hơi, tôi nghĩ là tôi có thẩm quyền. Bởi vì tôi là…thợ hắt hơi! Nơi tôi ở, bốn mùa rõ rệt, đủ món ăn chơi, chẳng thiếu thứ gì. Giông gió bão bùng có, nắng mưa ào ào có, băng giá tuyết rơi cũng có. Mùa nào đối với tôi cũng là mùa hắt hơi. Hắt lia chia vượt thời gian và không gian! Bất cứ ở đâu, bất cứ nơi nào tôi cũng có thể đỏ mặt gây ồn ào. Từ chỗ lạnh qua chỗ nóng, từ phòng này qua phòng kia, không khí cứ chênh vênh một chút là mũi miệng tôi báo động. Cũng may là trời sinh ra cái mũi gắn chặt vào khuôn mặt chứ không thì nó dám bay đi lắm. Người ta hắt hơi có nguyên do, tôi chẳng cần nguyên do! Đó là chuyện của thần linh!

Năm 400 trước công nguyên, nước Hy Lạp có chiến tranh với người Ba Tư. Một ông tướng tên Xenophon đang cổ động viên binh sĩ dưới quyền hăng hái ra mặt trận. Ông tướng này chắc không theo học ngành tâm lý chiến nên nói cả giờ đồng hồ mà chẳng ai buồn nghe. Bỗng trong hàng quân một anh lính hắt xì mấy tiếng. Mọi người đều tin đó là lời thần linh nên sợ hãi quỳ xuống nhất loạt xin tuân lệnh ông tướng!

Theo thời gian, thần linh cứ dần dần mất…linh. Thần xuống cấp thành ra những thứ tầm thường như bụi bậm, hạt tiêu, gió, phấn hoa, mùi hóa chất, lông chó mèo… Những thứ vớ vẩn này chui vào mũi, kích thích những thụ quan trên màng nhầy, quấy rối chúng ta. Cơ thể…chiến tranh liền! *Toàn dân nghe chăng? Sơn hà nguy biến!* Lính truyền tin vội báo tới trung tâm hành quân nằm ở cuống não theo các dây thần kinh số 5 và số 7. Trung tâm liền báo lệnh tổng động viên: toàn dân sẵn sàng chiến đấu đánh bật quân ngoại xâm ra khỏi giang sơn bờ cõi. Tất cả các cánh quân sẵn sàng ứng chiến. Các cơ lính gồm cơ bụng, cơ ngực, cơ hoành cách, cơ chỉ huy dây thanh đới, cơ họng, cơ mặt, cơ mi mắt…đều nhanh chóng phối hợp với nhau một cách nhuần nhuyễn để đánh đuổi quân ngoại nhập. Mũi và họng ngưa ngứa, tưng tức. Cả cơ thể chúng ta như một lò thuốc súng sẵn sàng nổ. A lê hấp! Một tiếng nổ lớn bắn ra: hắt xì hơi!

Hắt xì hơi là tiếng diễn tả cái âm thanh hùng hồn của giờ phút chiến thắng của cơ thể con người. Mỗi dân tộc nghe cái âm quốc tế này một cách khác nhau. Và họ ghi lại theo cái tai của họ. Tiếng Anh là *atchoo*, tiếng Pháp là *atchoum.* Người Ả Rập gọi là *atsaa,* người Tây Ban Nha *atchis,* dân Đan Mạch *atjuu,* dân Thổ Nhĩ Kỳ *hupshuu,* dân Na Uy *atsjo.*

Dù được mỗi dân tộc ghi âm ra sao, tiếng hắt xì bắn ra như một cơn bão. Không! Còn hơn cả bão nữa. Gió cấp 12 là gió mạnh nhất gây ra những cơn bão đổ cửa đổ nhà có tốc độ 117 cây số/giờ. Ăn thua chi với tốc độ của cơn bão từ miệng chúng ta…xì ra: 165 cây số/giờ! Cùng với tiếng nổ lớn là một loạt đạn bắn ra gồm từ 2 ngàn đến 5 ngàn giọt nước nhỏ li ti. Mỗi giọt nước chứa trung bình 100 ngàn vi khuẩn và vi trùng. Vùng thao tác từ 1 thước rưỡi đến 2 thước.

Cơ thể làm bão của chúng ta hắt xì sơ sơ khoảng chục lần mỗi ngày. Nếu chúng ta ể mình thì…liên miên, tính không nổi. Mỗi lần hắt xì thường chúng ta làm một hơi năm bảy cái. Ít khi nó phát ra cô đơn chỉ một hai cái. Cộng lại mỗi năm chúng ta cũng bắn ít ra là một ngàn rưởi cái. Đó là không trái gió trở trời đau ốm gì. Nếu kèm theo chuyện nhác chơi thì con số này phải tăng thêm nhiều. Thật là một con số mệt nhọc! Sách kỷ lục Guinness cái gì cũng ghi. Hắt xì cũng không qua khỏi. Kỷ lục hiện nay thuộc về cô bé Donna Griffiths ở Pershore, Anh. Cô bé 2 tuổi này bắt đầu hắt hơi vào ngày 13/1/1981 và chỉ trong năm đầu tiên người ta ghi nhận được trên một triệu cái! Riết rồi chán, người ta chẳng buồn đếm nữa. Vậy mà cô bé cứ tiếp tục *atchoo* cho đến ngày 16/9/1983, nghĩa là chơi liền tù tì trong 978 ngày. Trừ khi ngủ, cô bé cứ sản xuất tiếng động liên tục suốt ngày kể cả trong lúc ăn. Kỷ lục này chắc còn lâu lắm mới bị phá!

Hắt xì là một hành động phổ quát và thường xuyên. Không ai tránh được động tác cong người, tác xạ về phía trước. Ai cũng có kinh nghiệm. Tôi thì kinh nghiệm đầy mình. Theo những gì tôi nhớ được thì có lẽ không có ngày nào tôi không làm bão. Đó không hẳn là cái thú nhưng giải tỏa được một cái nút chặn trong họng trong mũi cũng là việc khá sung sướng. Có thể coi đó như một sự…bài tiết. Bài tiết bao giờ chẳng là một sự giải tỏa dễ chịu dù giải tỏa bằng lối nào!

Tiếng Việt miền Nam kêu hắt xì là… nhảy mũi. Không biết nhảy điệu gì mà ác liệt! Dù hắt xì hay nhảy mũi thì đây cũng chỉ là một phản ứng sinh lý của cơ thể. Như ho như ói. Vậy mà ho hay ói không được coi là dính líu đến tâm linh, nhưng hắt xì thì tâm linh quá độ.

đi chơi sợ chết dọc đường
viết đôi chữ để đầu giường dặn em:
trước khi ngủ nhớ gọi tên
hắt hơi ta sẽ không quên trở về

(Luân Hoán)

Hắt hơi là do có người nhắc tới ta. Đó là một hiện tượng tâm linh đáp ứng lại nỗi nhớ nhung hay ý nghĩ của người khác đối với mình. Tôi hắt hơi lia chia như vậy phải chăng được nhiều người nhắc tới? Nhắc vì thương vì nhớ hay nhắc vì ghét? Thường thì người ta luôn nghĩ hay nghĩ tốt về mình nên câu trả lời đã nằm sẵn đó, nhất là khi đang yêu. Nếu ông Chúa Chổm hắt hơi thì còn ai nhắc tới ngoài các chủ nợ! Niềm tin này các dân tộc châu Á như Trung Hoa, Ấn Độ, Nhật Bản, Triều Tiên, Thái Lan cũng chia sẻ với dân nước ta.

Một lần tôi đang ngồi hóng mát trên ghế đá công viên tại Stanley Park ở Vancouver thì một cơn gió lạ đã làm tôi hắt hơi. Một ông da trắng chạy bộ ngang qua vội quay lại cười nói: "*God bless you!*" Ông không nán lại để nghe tiếng hắt hơi kế tiếp của tôi. Nếu nghe chắc ông sẽ theo phong tục của Âu Mỹ mà chúc: *"Keep you!"* Và nếu có tiếng hắt hơi thứ ba thì câu chúc sẽ là: *"Give you peace!"* Một tài liệu ghi lại là Việt Nam ta cũng có lối chúc tương tự như vậy nhưng tôi không gặp bao giờ. Theo tài liệu này thì dân ta chúc: "Sức khỏe!" cho cái hắt hơi thứ nhất, "Sống lâu!" cho cái thứ hai, "Trăm tuổi!" cho cái thứ ba. Nếu chuỗi hắt hơi còn kéo dài thì các câu chúc kế tiếp sẽ là: "Bạc đầu!", "Bình Yên!", "Vô sự!"...Hồi nhỏ mỗi lần tôi hắt hơi thì người lớn vỗ về bằng câu: "Đức Bà chữa!" Câu này chắc chỉ có người theo Thiên Chúa Giáo dùng. Các dân tộc khác cũng chúc hắt hơi bằng câu: "Chúc sức khỏe" theo tiếng địa phương. Người Tây Ban Nha và các sắc dân Nam Mỹ nói tiếng Tây Ban Nha thì *Salud!*, Dân Bồ Đào Nha và Ba Tây thì *Saude!*, dân Đức thì *Gesunheit!*, người Do Thái thì *Labriyut!*, dân Nga, Tiệp thì *Nazdrovie!*, dân Ba Lan thì *Stalet!*.

Tại sao hắt hơi lại…tâm linh như vậy? Tôi lại vào *internet*. *Internet* bây giờ như một cái chợ, cãi nhau ỏm tỏi! Về sự tâm linh của hắt hơi, mấy thày cãi trên mạng đã…hắt ra như thế này. Một ông luận: thói quen chúc *God Bless You* của chúng ta ngày nay bắt nguồn từ một niềm tin từ thời xa xưa là một con quỷ đã núp trong cơ thể làm chúng ta bị cảm cúm và hắt hơi. Con quỷ này đã bắt linh hồn của người bệnh và cần phải trục xuất nó ra ngoài. Hắt hơi chính là…hắt con quỷ ra khỏi thân xác. Nhưng khi hắt con quỷ ra, chúng ta đang lâm nguy vì đồng thời chúng ta hắt cả linh hồn ra. Khi linh hồn lìa khỏi thân xác thì thân xác coi như chết. Vậy nên cần phải nhắc nhở tới Thiên Chúa như một lời cầu nguyện và chúc phúc để chỉ con quỷ bị bắn ra còn linh hồn vẫn ở lại! Một ông khác cho biết: theo tín ngưỡng thời Trung Cổ thì khi hắt hơi là coi như chết, chúc *God Bless You* là cách để "trao phó linh hồn cho Chúa quan phòng". Trong khi chúc cho người hắt hơi thì người chúc cũng mang Chúa ra để Chúa phù hộ cho mình khỏi lây bệnh! Một công đôi việc! Tiện lợi vô cùng! Một ông khác giải thích: khi ta hắt hơi thì ta ngừng thở, dù chỉ trong vài giây đồng hồ. Mà ngừng thở thì chết đứt đuôi rồi còn gì nữa! Ít nhất cũng là chết…kỹ thuật. Gọi Chúa về vào lúc nguy nan này là đúng lúc vì *God Bless You* thì *you* mới tiếp tục sống lại được, nếu không thì cứ tiếp tục chết kỹ thuật cho tới khi chết thực!

Tôi vốn là người dễ tính nên nghe sao tin vậy. Cứ ba phải cho cả ba ông đều là thầy dạy mình thêm được đôi điều. Vị nào không dễ tính như tôi có thể vào *internet* mà đôi co với thiên hạ!

Cũng trong *internet* có một ông...vô thần! Ông bảo là người xưa tin như vậy thì giải thích như thế chứ thật ra khi gặp một người hắt xì ta chúc *"God bless you"* chỉ là một cách lịch sự thôi. Đó là một cử chỉ xã giao chứ ai lại lôi kéo Chúa vào cái vụ ồn ào xảy ra hàng ngày như vậy! Tôi lại đồng ý với ông này (như vậy là tới...bốn phải rồi!) vì Chúa đâu có nhàn nhã mà trông nom từng cái hắt hơi của hàng chục tỷ dân trên trái đất. Đó là không kể những cái hắt hơi của chó mèo ngựa heo nữa! Còn những thú vật trong rừng trên núi có hắt hơi hay không thì tôi quả không biết!

Lịch sự khi hắt hơi là lấy tay che miệng để đừng phát tán mưa móc cho những người xung quanh. Ngay chính mình cũng không ưa những chất lỏng tiết ra từ trong người mình huống chi là người khác. Nước miếng, mũi giãi, máu me khi chúng ở trong người mình thì là bạn, khi chúng đã thoát ra ngoài cơ thể thì chúng trở thành kẻ lạ mặt mà chính mình cũng nhờm gớm. Vậy thì nên che chắn. Nhất là trong thứ...mưa vừa xì ra có vi trùng, vi khuẩn mang những mầm mống bệnh tật cho người quanh ta. Che miệng khi hắt xì là thứ phải học. Thường thì chúng ta dạy con trẻ ngay từ khi chúng có trí khôn. Khi chúng đi học, nhà trường cũng thường nhắc nhở trong các bài công dân giáo dục hay vệ sinh thường thức.

Hắt xì là chuyện lung tung không ai biết trước được. Con mèo sà vào lòng, bạn vuốt ve vài cái. Bỗng ngứa mũi. Hắt xì! Bạn phủi bụi trên bàn ghế. Bỗng hắt xì! Bạn rắc tiêu trên tô phở. Thấy cay cay mũi. Hắt xì! Đang đi ngoài đường bỗng lấy tay bịt mũi. Hắt xì! Nhìn trên thảm cỏ xanh biếc thấy la liệt những bông hoa vàng. Chính hắn đấy! Thời tiết giao mùa con người rất dễ bị dị ứng. Mùa xuân, vạn vật bừng dậy, hoa cỏ tốt tươi, đất trời phơi phới, cớ chi bạn lại hắt...linh hồn ra khỏi xác! Chúng ta đang ở thời kỳ trái đất nóng dần lên, chúng ta cũng hắt xì nhiều hơn lên. Ơ hay! Trái đất nóng thì can cớ gì đến cái mũi của tôi? Có chứ! Ai bảo bạn cứ hếch mũi lên trời! Không, tôi nói giỡn. Bạn cứ hếch mũi lên, không sao nếu dưới đất không có bãi mìn thành quả của các chàng các nàng cẩu được bà hàng xóm của bạn dắt đi hái hoa! Cái mũi của bạn liên quan đến chứng nóng sốt của trái đất ở chỗ lượng *carbon dioxide* tăng thêm khi trái đất bị ô nhiễm vì hiệu ứng nhà kiếng. Sức nóng thêm của trái đất làm cây cỏ nở hoa sớm và nhiều hơn tạo ra nhiều phấn hoa hơn, gây nên dị ứng cho cái mũi khốn khổ của bạn. Vậy là bạn bắt buộc phải hắt xì nhiều hơn!

Càng hắt xì nhiều bạn càng lộ diện tính cách con người bạn nhiều hơn. Bởi vì chỉ nghe tiếng hắt xì người ta có thể liệt bạn vào loại người nào. Nếu bạn có cái hắt xì bùng phát như một tiếng nổ, nhanh, dứt điểm, dõng dạc, ba làng nghe thấy: bạn là người nhanh nhẹn và quyết đoán, không muốn dựa vào người khác. Típ người bạn là típ lãnh đạo chứ không phải thừa hành. Bạn ưa cách làm việc dứt khoát, hiệu quả, không rườm rà. Bạn muốn đồng sự cộng tác với bạn phải giải quyết công việc nhanh chóng, gọn gàng. Tính cách của bạn là mạnh dạn, nhìn xa trông rộng, có chí tiến thủ.

Nếu khi hắt xì bạn hạn chế tiếng...nổ đến mức tối thiểu: bạn là người thanh nhã, tế nhị và chuẩn mực. Bạn cố hạn chế sự ồn ào của tiếng hắt xì để không ảnh hưởng tới người xung quanh chứng tỏ bạn là người dễ thân thiện, nhiệt thành, hòa nhã, thích sống hòa thuận với người khác, không ưa gây gổ, đôi co.

Đó là lời giải...ba phải của các thầy rùa. Họ chẳng muốn làm mất lòng ai. Vì theo như lời tán trên thì hắt xì lớn hay nhỏ, văng nhà văng cửa hay nhẹ nhàng e ấp đều tốt hết. Không tốt mặt này thì tốt mặt khác, không bổ ngang cũng bổ dọc!

Hắt xì là một...thú vui. Nghe ra đã mất vui. Đỏ mặt tía tai, cong người đổ ra nước mắt nước mũi trong ồn ào khó chịu thì có gì vui? Vậy mà vui! Không vui sao người ta lại đặt ra được trò chơi "Hắt Xì"? Đây là một trò chơi rất phổ biến cho trẻ em trên 6 tuổi có bán đầy rẫy tại các cửa tiệm. Bạn ra ngoài tiệm, hỏi trò chơi *Sneeze* người bán hàng sẽ biết ngay. Đại khái trò chơi gồm những quân bài bằng giấy như bài tây. Có quân bài "hắt xì", có quân bài "dị ứng". Có vùng gió xuôi và vùng gió ngược. Người chơi bài phải đi làm sao cho những con bài "dị ứng" vào vùng gió xuôi để làm cho đối phương hắt xì. Ai hắt xì tới bốn lần thì bị loại. Thú thực là tôi chỉ biết được tới loại bài hắt xì này qua những bài viết. Nếu bạn thực sự tham dự trò chơi này sẽ có những mánh khóe, tráo trở để tạo hấp dẫn. Bạn muốn chơi thì rủ người khác, đừng rủ tôi. Tôi chỉ biết nói chứ đâu có biết chơi!

Hắt xì có nhịn được không? Nếu bạn là một diễn giả đang thao thao bất tuyệt bỗng dưng muốn hắt xì. Nếu thả lỏng ra thì mất mặt bầu cua. Muốn nhịn thì làm sao mà nhịn? Nếu bạn là một linh mục hay đại đức đang hành lễ bỗng thấy nhột nhột mũi muốn...xì một cái cho nhẹ nhàng, nhưng xì vào lúc này thật không đúng lúc thì mần răng chừ? Kinh nghiệm dân gian cho biết là bạn có thể hoãn hắt xì bằng cách vuốt mũi nhiều lần. Tôi đã thử. Đôi khi có hiệu quả nhưng đôi khi không kiềm chế được.

Ngược lại, có những lúc tưởng cái hắt xì nó sắp chui ra khỏi mũi. Vậy mà đợi mãi vẫn không thấy nó ra được. Khó chịu chứ! Làm sao cho nó xì ra cho nhẹ người? Thử ngoáy mũi coi. Đó là một giải pháp khá hữu hiệu cho cái hắt xì bật ra.

Đôi khi nhổ lông mũi cũng…xì ra được! Một nhân vật khá nổi danh của nhà văn Võ Phiến là anh Bốn Thôi. Chắc bạn biết anh chàng này dù không đọc truyện của Võ Phiến. Anh rất được lòng các nhà phê bình, điểm sách nên tên tuổi anh đã thoát ra quá những trang truyện để trở thành một người thân quen với độc giả. Anh Bốn Thôi có chi đặc biệt? Chẳng có chi cả. Anh rất nhà quê, hơi cù lần, rất cô đơn nên chẳng biết trò chuyện với ai ngoài cái mũi của mình. Cách anh trò chuyện khá độc đáo. *"Bốn Thôi tìm được cách tiêu khiển và mơ mộng trong việc vặt lông mũi. Đó là một cử chỉ nhỏ nhặt không ai để ý đến, nhưng rất quan hệ trong cuộc sống riêng của anh...Hễ cứ rảnh việc là anh đưa tay lên mũi, rờ rẫm, thăm dò, rình rập từng sợi lông mọc thò ra ngoài; vẻ mặt anh chăm chỉ, đăm chiêu. Sự vặt nhổ như thế không phải là không có lúc đau đớn, vì vậy có những khi anh nhăn nhíu mặt mày; và ngay mỗi khi các ngón tay bắt đầu tìm kiếm, vẻ mặt anh đã khổ sở khó nhọc. Đối với người ngoài thì cử chỉ đó có vẻ kỳ cục, tục tằn, khó coi, càng tăng thêm vẻ dớ dẩn của anh"*(Lại Thư Nhà). Anh Bốn Thôi nhổ lông mũi lia chia như vậy mà không hề hắt xì thì quả là lạ. Tôi không nghĩ rằng nhà văn Võ Phiến thiếu quan sát sau khi cho anh Bốn Thôi rờ mó vặt đi khá nhiều lông trong cái rừng lông mũi của anh. Nhưng có lẽ ông thương hại nhân vật Bốn Thôi nên không muốn cho anh "kỳ cục, tục tằn, khó coi" thêm nữa. Vặt lông mũi như vậy thì…Một Thôi cũng đã hắt xì lia lịa nói chi tới Bốn Thôi!

Nếu hành hạ cái mũi mà vẫn không hắt ra được thì…phơi nắng! Bởi vì ánh sáng cũng làm cho người ta hắt lia lịa. Không phải ai cũng xì khi mang mũi ra phơi nắng. Chỉ có khoảng từ 20% đến 30% người khi nhìn lên trời nắng, nhất là khi nhìn thẳng vào mặt trời, hoặc chỉ nhìn ánh đèn quá sáng cũng nhột mũi và hắt hơi. Những người này bị mắc hội chứng hắt hơi. Phiền một nỗi là hội chứng này có di truyền từ bố mẹ sang con cái.

Cái hắt hơi của các bậc trưởng thượng hình như là một sự bày tỏ quá náo nhiệt làm cho con cháu có món giải trí thích thú. Thế hệ tôi còn roi vọt răn đe nên không được hồn nhiên bày tỏ sự thích thú này. Mỗi lần thấy người lớn hắt hơi chỉ lấm lét nháy mắt cười thầm với nhau. Nhưng tới thế hệ con cháu tôi thì khác. Roi vọt không còn là cái uy của cha mẹ trên con cái nên chúng hồn nhiên hơn. Mỗi cái hắt hơi, mỗi tiếng ngáy của ông bà cha mẹ đều được chúng đón nhận một cách thích thú. Như một trò chơi vừa ý. Chúng lại còn quá quắt bắt chước những thứ tiếng động không mời mà tới để cười cợt thú vị với nhau.

Như đã tự thú ở trên, tôi rất có khiếu hắt hơi. Hắt nhiều đến nỗi chẳng biết tại sao mình hắt hơi. Di truyền chăng? Có thể lắm. Vì cụ thân sinh của tôi cũng rất chăm chỉ hắt hơi. Cái hắt hơi nào của cụ cũng rất đáng đồng tiền bát gạo. Cái hắt hơi của tôi cũng hùng dũng không kém. Đó là nhận xét khá mỉa mai của bà…hàng xóm chung giường với tôi.

Cụ tôi bây giờ không còn nữa nhưng cái hắt hơi của cụ vẫn văng vẳng trong tôi. Mỗi lần ồn ào hắt xì hơi, cụ vội rút chiếc khăn mùi-soa lau miệng lau mũi. Ngày nay mỗi lần hắt hơi, tôi vội tìm tờ giấy *kleenex* chặn mũi. Chiếc mùi-soa xưa giờ đã đi vào quá khứ. Thế hệ con cháu tôi không có ý niệm gì về chiếc khăn đã mai một này. Khăn mùi-soa của cụ thân sinh của tôi đã mất dấu nhưng cái hắt xì vẫn còn ở lại. Chắc còn ở lại rất lâu. Trong tôi!

06/2007

HÔN

Nếu bạn không nhớ được nụ hôn đầu của đời mình thì bạn quá tệ. Và bạn chẳng bao giờ có hy vọng trở thành một nhà thơ được. Bởi vì các thi sĩ, họ nhớ hết, cả nụ hôn đầu đến các nụ hôn…*recycle.* Như ông Du Tử Lê ông ấy nhớ đến cả những nụ hôn hàng tuần, bởi vậy ông ấy mới trở thành nhà thơ lớn.

vâng, chúng tôi thường gặp nhau vào những chiều thứ sáu
ở một góc đường
dưới những tàn cây gỗ dầu xác xơ lá nám
với nhiều sợi dây leo
xiết quanh thân cổ thụ
những buổi chiều hết tiền
chúng tôi rủ nhau lang thang dưới phố
và hôn nhau
ở mỗi đầu đường
ở giữa cua vắng
ở bên ngoài những cửa hàng trưng bày bán tạp phẩm

Nụ hôn chúng có một số phận. Hình như chúng chỉ tới một cách vật vờ dưới những gốc cây. Thời chúng tôi, ở Việt Nam, chúng phải trốn chui trốn nhủi, trong những góc khuất nẻo, dưới bóng tối của công viên hay trên những chiếc ghế mập mờ trong rạp chiếu bóng. Chúng không được hồng hào mạnh khỏe trước mắt mọi người, dưới ánh sáng chói chang, ban ngày ban mặt, như ở bên đây. Ở xứ tự do, nụ hôn cũng có phần tự do của nó. Nó cũng được tự do tạo kỷ lục. Kỷ lục hôn lâu nhất là bao nhiêu giờ? Thưa: 31 giờ 18 phút. Hôn đứng đàng hoàng. Hai "hôn nhân" *super* này là cậu Adrea Sarti và cô Anna Chen. Kỷ lục thế giới này được lập tại Ý mang lại cho họ 10 ngàn đô Mỹ tiền thưởng để làm đám cưới. Hôn xong, chàng Adrea xỉu ngay tại chỗ vì mệt. Không biết khi đã tiêu hết chục ngàn vào đám cưới họ có can đảm hôn nhau trong suốt cuộc sống chồng vợ không? Kỷ lục hôn tập thể là tại lễ hội *Lovapalooza* diễn ra ngày 10 tháng 2 vừa qua tại khu đậu xe bên ngoài một siêu thị ở bờ vịnh Manila, Phi Luật Tân, để đánh dấu lễ *Valentine.* Có tất cả 6124 đôi...hít nhau cùng một lúc. Không có tôi trong đó. Vì tôi đã tới sớm hơn ba chục năm. Những tháng ngày trong năm 1973, tôi đã lê mòn gót nơi bờ vịnh này mà chẳng thấy ai ôm hôn nhau cả. Nụ hôn chúng biết cách tập trung dữ!

Hôn kiểu...đại trà như vậy vui biết mấy. Nó đã trở thành tập tục ở nhiều nơi. Như trong những *party* mùa Giáng Sinh tại Mỹ. Giáng Sinh năm 1967, nhân một chuyến đi dự hội thảo, tôi đã được mời tham dự một *party* tại một gia đình Mỹ ở Hoa Thịnh Đốn. Họ mời khá đông. Tôi tới dự với một cô bạn Việt Nam. Đang khi ăn bỗng thấy có một người la lên: "*Mistletoe*". Tôi thấy nhốn nháo, nhìn quanh. Bỗng cô bạn tôi bị một anh chàng Mỹ nắm vai. Vị chủ nhà vội chạy tới. Không biết bà ta nói gì mà anh chàng Mỹ hôn phớt lên đôi má cô bạn. Họ chỉ lên trần. Nhìn theo tôi thấy một nhánh *mistletoe.* Sau đó tôi mới được nghe giải thích là trong trò chơi, ai đứng ngay dưới một trong nhiều nhánh *mistletoe* treo rải rác trên trần thì người nhanh chân lẹ mắt nhất có quyền hôn. Bà chủ nhà vốn tế nhị, đã bảo anh chàng nhanh chân kia cắt bớt một phần...quyền lợi của mình bằng cách chỉ hôn lên má thay vì lên môi, bởi vì phong tục Á Đông không chấp nhận chuyện hôn...cướp giật như vậy!

Như trên Đại lộ Champs Élysées của Paris vào đêm giao thừa mỗi năm. Đúng thời khắc giao mùa, tất cả mọi người ôm hôn nhau mừng năm mới. Mừng là một biểu lộ chung nên cứ vơ đại người bên cạnh mà hôn, bất kể có quen biết hay không, mà người này không có quyền cự tuyệt. Dĩ nhiên, theo chỗ tôi biết thì muốn hôn thì phải có cái miệng thuộc phe đối lập với nhau. Ngày nay, với trào lưu mới trên thế giới, chắc là ý nghĩ cũ xì của tôi đã trở thành lạc hậu. Hôn nhau hà chi phải là người khác phái? Trong một dịp tới Paris hơn chục năm trước đây tôi đã được nghe một cô bạn tiết lộ về tập tục gắn môi phút giao thừa này. Tính tôi vốn cổ hủ, cứ nghĩ tới sự vùi dập của đôi môi bằng một cặp môi lạ hoắc, tôi bỗng thương hoa tiếc bướm! Tôi bê cái tình thương cổ lỗ sĩ này vào truyện *"Gang Tấc Còn Xa"*.

"Anh chăm chăm nhìn Vân mà lòng chĩu nặng ê chề tiếc nuối. Giọng anh run run:

- Có bao giờ Vân ra đây vào đêm giao thừa không?

Vân cúi mặt bối rối. Trọng căng người lên chờ đợi. Vân mỉm cười quét mắt nhanh qua khuôn mặt đờ đẫn của Trọng. Anh chàng làm như cháy nhà không bằng. Lửa bùng lên trong bụng Trọng. Người anh nóng ran. Nụ cười của Vân như khơi ngọn lửa lên cao. Hai tay Trọng thừa thãi di chuyển trên bàn. Ngực anh tì vào mép bàn cứng ngắc. Người anh ngả về phía

Vân. Câu trả lời chờ đợi không tới làm Trọng càng thêm nôn nóng. Anh nhìn như muốn nuốt chửng Vân. Tay Vân xoay xoay chiếc muỗng trong tô kem. Mặt Vân cúi xuống ơ thờ. Trọng bàng hoàng trước vẻ bối rối của Vân. Anh không kềm được câu hỏi buột ra khỏi miệng:

- Đã có ai hôn em chưa?

Vân ngẩng mặt quắc mắt nhìn Trọng. Mắt Vân như cục than hồng gặp gió. Bùng lên mãnh liệt rồi dịu xuống. Nàng ngoắc anh bồi. Trọng như thoát ra khỏi cơn mê. Tay anh lúng túng lật tờ giấy tính tiền trên đĩa, vứt vội tiền lại trả. Vân đeo bóp lên vai đứng dậy đi ra cửa. Trọng riu ríu bước theo. Đầu óc anh ngây ngật ngượng nghịu."

Hôn hít là chuyện riêng tư chỉ có chúng mình với nhau. Anh chàng Trọng vô duyên hỏi câu lảng xẹc. Bởi vì là chuyện riêng tư nên cái lối hôn tập thể, hôn tạo kỷ lục là những thứ nhảm nhí. Hôn nó có tình hơn nhiều. Ít nhất nó cũng là bước đánh dấu một mối quan hệ từ sơ thành thân. Nó là cái chìa khóa mở được cửa trước thì cũng mở được cửa sau. Nó rung động khắp thân mình từ trên xuống dưới. Đó là một tiếng sét dịu dàng! Để tạo ra sét không phải dễ. Các chuyên gia đã phân tích và đi đến những điều khuyên thực tiễn khi hôn. Điều kiện ắt có và đầy đủ cho một nụ hôn là miệng phải thơm. Không thơm thì hôn chi cũng phiền. Muốn miệng thơm phải giữ vệ sinh miệng. Đây là chuyện…y tế công cộng! Nhưng trước khi hôn cũng cần biết làm thơm…dụng cụ. Nhai kẹo cao su hoặc ngậm kẹo có những mùi thơm dịu dàng. Mùi chanh, mùi cà phê, mùi gừng, mùi táo, mùi lê, tùy theo sở thích của…đối phương. Khi vào cuộc cần nhẹ nhàng dùng tay kéo hai bầu má hoặc phần hàm nằm dưới tai của người yêu về phía môi của mình. Cử chỉ này bày tỏ sự mong muốn gần gũi và gắn bó trong nụ hôn. Thân hình chẳng nên cứng như bức tượng mà phải mềm dẻo, tay đặt lên gáy, lưng và eo người thương để có sự gắn kết hai thân thể. Không nên ham hố hôn lâu quá, ôm sát quá làm bạn tình nghẹt thở gây nên sự khó chịu trong lúc cần sự thoải mái. Hôn kiểu… lực sĩ nhiều khi mang họa. Như một bà tên Galati, 38 tuổi, ở Romania, bỗng thấy đau bụng dữ dội. Được mang tới bệnh viện, chụp hình, mới thấy trong bụng bà có mấy chiếc răng giả. Hóa ra bà mới quen một người bạn trai, tối hôm trước hai người có…hít nhau. Không biết công lực của chàng hay của nàng đã khiến răng đi xuống dạ dày! Giữa hai hiệp hôn nên nói những lời tình tứ tạo thêm hứng khởi. Mỗi lần hôn nên tránh sự nhàm chán bằng cách thay đổi tiết tấu, tần số, cường độ trong khi linh hoạt dùng môi, răng, lưỡi để gợi cảm xúc. Còn mắt thì sao?

Một nam độc giả viết thư về tòa báo hỏi: “ Tôi có một thắc mắc không biết hỏi ai. Xin nhờ các chuyên gia trong tòa soạn giải đáp dùm: tại sao các cô gái luôn nhắm mắt mỗi khi hôn?”

Tòa soạn trả lời: “ Xin bạn hãy gửi cho chúng tôi một tấm hình của bạn. Chỉ có như vậy chúng tôi mới có thể đưa ra câu trả lời chính xác được!”

Ông nhà báo làm rành này chắc chưa hôn bao giờ! Khi hôn, nhắm mắt là phản xạ tự nhiên. Mắt cứ thao láo trong khi mồm miệng làm việc là một điều phản cảm. Đê mê thì mắt cũng phải đi ngủ cho tròn một cảm xúc chứ! Cảm xúc đê mê đó con người biết được từ khi mô?

Phải hỏi mấy bức tượng! Người ta đã tìm thấy các nụ hôn gợi tình trên các tượng cổ Ai Cập từ 1500 năm trước công nguyên. Cần hỏi thêm các bộ xương. Trong mùa Tình Yêu *Valentine* năm nay người ta đã khai quật được tại thành phố Mantova, Ý, hai bộ xương có niên đại từ 5 ngàn đến 6 ngàn năm trước, nằm ôm hôn nhau, hai tay níu nhau, xương đùi và xương chân gác lên nhau. Thay vì gỡ xương ra rồi ráp lại, các nhà khảo cổ đã cho xúc cả khối đất để giữ nguyên thế hôn của hai người đã nhiều ngàn năm khắng khít. Nhà khảo cổ Elena Menotti nói với hãng thông tấn Reuters: "Chúng tôi muốn lưu giữ họ lại như lúc đầu họ đã là như thế, đó là mãi mãi bên nhau". Các nhà khảo cổ đang bóp đầu bóp trán cố giải đáp câu hỏi tại sao một người đàn ông và một người đàn bà lại được chôn chung trong tư thế hôn nhau như vậy?

Nụ hôn dài 6 ngàn năm mà vẫn chưa dứt làm các kỷ lục gia về hôn lúng túng. Nhưng hôn chẳng vụ vào cái sự dài mà vụ vào cái sự...phê. Phẩm bao giờ cũng quan trọng hơn lượng, chân lý này không bao giờ sai. Bàn đến phẩm của một cái mi thì phải nghía vào những chuyên viên hôn. Đó là những tài tử màn bạc. Học hôn nơi...trường ốc này là nhất. Nhưng không ai có thể tự mình đi tìm được những kiểu hôn gay cấn đáng học hỏi nhất vì phim ảnh thì hằng hà sa số, mỗi năm gần cả ngàn phim, tìm kiếm cho ra những chiêu đáng học như mò kim đáy biển, quả là vô phương. Không ai bắt bạn mất công như vậy. Cũng giống như trong các ngôi trường khác, việc học hỏi bộ môn thích thú này cũng có cua cáy đàng hoàng. Đó là cuốn cẩm nang "Hôn Như Một Ngôi Sao" của tác giả Wiliam Cane. Ông "thầy" này tên thật là Michael Christian, đã bỏ nhiều công để chỉ nghiên cứu về hôn. Cuốn sách đầu tiên của ông được xuất bản vào năm 1991 là cuốn "Nghệ Thuật Hôn", sau đó là cuốn "Nghệ Thuật Ôm". Trong cuốn sách mới, ông dùng hình những cận cảnh quay những nụ hôn trên màn bạc để cho độc giả của ông bắt chước. Nụ hôn đã thành...lịch sử của Clark Gable khi dằn ngửa Vivien Leigh ra mà mi trong phim "Cuốn Theo Chiều Gió" là một trong những hình ảnh dùng để tham khảo đó. Anh chàng Clark Gable với bộ ria mép đẹp nhất thế kỷ chưa hôn đã thấy phê rồi. Nhưng nụ hôn đó ngày nay đã hết đát. Các anh chị tài tử trong các phim *Casablanca, Top Gun* hoặc *Dirty Dancing* ngày nay *cool* hơn nhiều! Trong phim *Cry-Baby* trình chiếu năm 1990, chàng diễn viên Johnny Depp biểu diễn nụ hôn kiểu Pháp. Hoặc trong phim *The Notebook*, nữ tài tử người Canada Rachel McAdams để một chiếc kem hình trôn ốc vào sát mặt nam tài tử Ryan Gosling và cứ vừa cắn kem vừa tiến sát vào môi anh chàng diễm phúc này để tạo thành một nụ hôn đẹp. Nụ hôn này đã chiếm giải nụ hôn đẹp nhất của MTV trong năm 2005. Chiếc kem giữa hai môi hôn thì được vì nó sẽ tan dần đi. Những thứ không tan đi được thì khác.

Nàng dằn dỗi:

" Anh yêu, em chấp nhận mọi thói xấu của anh như tật gác chân lên bàn, đạp giầy lên thảm, vứt tàn thuốc tung tóe khắp nơi, nhưng em không thể không đề nghị với anh một điều."

" Điều gì vậy, em yêu?"

" Khi hôn em, ít nhất anh cũng phải bỏ cái tẩu ra khỏi miệng chứ!"

Sáu chục kiểu hôn độc đáo trên màn ảnh đã được William Cane phân tích để độc giả của ông có thể thực tập được chắc không có kiểu hôn của anh chàng hút *pipe* kể trên. Kiểu hôn... rách mặt của nhà thơ tài hoa Nguyễn Tất Nhiên chắc cũng vắng mặt như rứa.

hôn rách mặt mà sao còn nghi ngại?
nhớ điên đầu sao cứ sợ chia tan?
mỗi lòng người, một lý lẽ bất an
mỗi cuộc chết, có một hình thức, khác
mỗi đắm đuối, có một mầm, gian ác
mỗi đời tình, có một thú, chia ly!

Hôn là đóng dấu ấn vào cuộc tình. Cuộc tình có lỡ, có chết,

người tình có chia ly nhưng nụ hôn vẫn luôn luôn có ích cho người trong cuộc. Phải xin lỗi ngay những kẻ đang đê mê trong nụ hôn khi phải viết ra cái khía cạnh…sinh lý của nụ hôn. Khi hôn nước miếng ứa ra nhiều hơn. Mà nước miếng có nhiệm vụ giữ vệ sinh răng miệng, diệt trùng, tránh sâu răng, làm sạch thức ăn vụn còn dắt lại trong miệng. Ông bác sĩ người Anh Peter Gordon thực tiễn hơn nữa khi cho rằng đánh răng bằng nụ hôn tốt hơn đánh răng bằng bàn chải! Tôi quả không dám có ý kiến về công dụng…kinh tế của nụ hôn này.

Giới y tế chuyên về *stress* còn cho rằng hôn rất có ích vì nó làm giảm căng thẳng. Khi hôn hơi thở sâu hơn và toàn thân sảng khoái, não tiết ra chất *oxytocin* làm con người có cảm giác thoải mái. Mấy nhà nghiên cứu ở Đức đã cho biết là vợ chồng ôm hôn tạm biệt trước khi đi làm thì sẽ ít bị tai nạn xe cộ hơn, lương bổng cao hơn, sống lâu hơn và công việc làm có chất lượng hơn. Khi tôi còn đi làm thì chưa biết tới nghiên cứu này, nay biết ra thì lỡ làng hết cả. Chẳng lẽ không đi làm cũng sáng sáng cứ làm một màn…tạm biệt!

Hôn là một môn…thể dục tốt và dễ tập. Mỗi phút hôn tốn khoảng 26 *calories.* Điều này rất có lợi trong việc làm giảm mập! Ngoài ra, khi hôn là chúng ta đã vận động toàn thân giúp tim đập nhanh, máu lưu thông dễ dàng, bắp thịt má và miệng mạnh hơn, da mặt ít nhăn và sệ khiến con người trẻ ra.

Hôn gồm toàn những món thú vị như vậy sao? Không, đồng tiền còn có hai mặt huống gì nụ hôn. Mặt trái của nụ hôn chẳng ai muốn nghe nhưng người nói vẫn cứ phải nói. Trong nước miếng có triệu triệu vi sinh vật. Có thứ tốt, có thứ xấu. Nếu miệng có bệnh răng hay bệnh nướu răng thì nước miếng có nhiều vi khuẩn bệnh. Hôn là trao đổi nước miếng. Vi khuẩn cũng theo đó mà…giao lưu. Bệnh anh thành bệnh em và bệnh em cũng tá túc qua anh. Nhất là khi miệng có vết thương hay mang niềng răng thì sự qua lại còn bạo hơn nữa. Muốn tránh thì…nghỉ hôn! Giỡn hoài! Bệnh thì bệnh hôn thì cứ hôn. Nhưng nếu biết là có một bệnh do hôn mà ra, người Mỹ gọi đích danh là *kissing desease,* thì những…hôn nhân có nghĩ lại trước khi đưa môi miệng ra không? Đây là bệnh do vi khuẩn *Epstein-Bar* gây ra. Vi khuẩn này núp trong nước miếng. Các thanh thiếu niên nam nữ rất dễ bị lây bệnh này. Triệu chứng của bệnh là nóng sốt, đau cuống họng, sưng hạch nước miếng ở cổ, mệt mỏi, buồn nôn. Bệnh có thể kéo dài từ vài ngày cho tới vài tuần lễ. Hiện chưa có thuốc chữa được bệnh này. Chưa có thuốc chữa thì có ngừng hôn không? Ngừng sao được môn thể dục êm dịu này! *Ta còn hôn, ta cứ hôn...* Không hôn thì khi không còn hôn được nữa lấy gì mà gậm nhấm dư vị của nụ hôn?

Hạt mưa từ chóp môi anh
Nhễu xuống môi nhỏ đọng thành nụ hôn
Trải qua bao cuộc vuông tròn
Mùi môi thuở ấy vẫn còn đâu đây?
Xứ người gió chuyển heo may
Sợi tóc bạc rụng vào tay bồi hồi!

(Quan Dương)

02/2007

LÁI

Trên một chiếc xe đang chạy đố mọi người biết có bao nhiêu người lái xe? Thường thì là hai người. *Giỡn hoài cha nội!* Một ông chỉ tin vào mắt mình cãi lại. Vô lăng rõ ràng chỉ có một cái nhưng miệng thì người nào cũng có riêng một cái. *Sao anh lại đi đường này? Đi đường mọi khi có phải nhanh hơn không?/ Anh làm ơn đi vào lane giữa đi. / Quẹo! Sao anh không quẹo?/ Sao tự nhiên anh lái chậm rì vậy? Mải nhìn con nhỏ bên chiếc xe đỏ kia phải không? Đàn ông trăm ông như một, thấy gái thì mắt cứ tít lại!/ Sao anh nhường cho xe đó vậy? À, thì ra một người đẹp lái!/ Sao anh phóng nhanh quá vậy? Đuổi theo con nhỏ tóc vàng trước mặt phải không?/ Anh làm ơn đi chậm lại dùm một chút được không? Nhà ở đường này đẹp quá! / Chạy nhanh dùm một chút, cứ ạch đụi như vậy thì đến nơi để dọn bàn cho người ta à?*

Trên xe có hai người lái. Một người lái xe và một người lái tài xế! Đó là chuyện bình thường. Ta cũng vậy mà Mỹ cũng vậy. Nếu không tại sao Mỹ nó cũng có chữ *backseat driver!* Tài xế ghế sau! Trên máy bay thì lại khác, tùy theo kích cỡ lớn nhỏ mà có ít hay nhiều…tài xế. Tài xế máy bay là cách gọi lục tục của mấy ông bạn Không Quân của tôi. Chính thức thì phải gọi là phi công. Nghe…câng câng hơn. Chuyện! Một đằng phải cần có đường mới lái được, một đằng thì cứ phom phom đằng vân giá vũ, đằng nào hơn?

Phụ là để giúp chính, con nít cũng biết như vậy. Nhưng khi phụ đòi lấn lướt chính thì cái gì cũng có thể xảy ra. Ô tô cũng vậy mà máy bay cũng vậy. Một ông vốn là tài xế máy bay nhà binh hồi còn ở bên nhà, nay không còn máy bay, chỉ có mỗi cái xe hơi cà tàng để lái ở bên Cali, đã thổ lộ tấm lòng. *Lái máy bay dễ hơn lái xe hơi toa ạ! Bây giờ moa lái cái xe…khốn lịn này cũng không yên. Bả ngồi bên cạnh cứ phán hết lệnh này đến lệnh khác. Một bữa moa bực mình, giữa xa lộ, moa ngừng lại, kèn xe tụi nó la inh ỏi, moa mời bả qua ngồi trước vô lăng, muốn làm vương làm tướng gì thì làm. Từ đó, moa giao quách cái vòng tròn tròn này cho bả là xong. Moa ngủ!*

Chuyện trên máy bay thì lại khác. Không có cái vụ một người lái bằng tay, một người lái bằng miệng. Cả hai phải lái bằng cái đầu. Không vậy thì máu đổ thịt rơi. Như chuyến bay của một chiếc Boeing 737-400 của hãng Hàng Không Garuda Airline của Indonesia ngày 7 tháng ba vừa qua. Anh phi công chính có kinh nghiệm với 15 ngàn giờ bay trong khi anh phi công phụ mới chỉ có 2 ngàn giờ bay. Hai anh cãi nhau cật lực khi cho phi cơ đáp xuống tại phi trường Yogyakarta. Họ cãi nhau về góc độ của bộ phận cánh lái, về tốc độ của máy bay. Anh phụ bảo anh chính phải ngưng hạ cánh để điều chỉnh lại độ xuống của máy bay với đường phi đạo. Anh chính thì cho là mình tính đúng nên cứ hạ cánh. Anh phụ dùng dằng chưa mở kịp một số phần cánh để hạ tốc độ máy bay trên đường băng nên phi cơ lao tuốt qua ruộng lúa bên cạnh phi đạo và bốc cháy dữ dội. Kết quả có 21 hành khách tử nạn.

Chiếc máy bay Cessna do anh chàng Eric Johnson, 47 tuổi, lái không có phi công phụ, chỉ có cô con gái 8 tuổi của anh tên Emily ngồi chơi. Thế mà cũng tai nạn. Vì anh Eric lái với cái đầu sân si! Phi cơ vừa cất cánh là có vẻ như muốn hạ cánh liền. Đột nhiên, thân máy bay quay một góc 90 độ và nhào xuống ngôi nhà một tầng của bà Vivian Pace. Bà này là mẹ vợ cũ của anh phi công Eric. Vậy là anh Eric lái rất giỏi: phi cơ đã nhào xuống đúng mục tiêu là bà mẹ vợ cũ! Giới chức điều tra sơ khởi tai nạn đã kết luận anh Eric "hành động có chủ đích". Không biết anh có lấy hứng từ vụ 911 không?

Phi công có nhiều cấp bậc. Mỗi lần đi máy bay, tôi thường nhìn phi hành đoàn. Thấy phi công mang nhiều vạch vàng trên tay áo là yên tâm. Càng nhiều vạch chứng tỏ càng nhiều kinh nghiệm. Không Quân Việt Nam chúng ta ngày trước thì cứ lon lá làm chuẩn. Mũ mãng thì trong khi các binh chủng khác chỉ có sĩ quan mới đội mũ cát két, binh chủng Không Quân thì cát két tuốt, dù chỉ là hạ sĩ quan. Dĩ nhiên mũ của các sĩ quan (tài xế máy bay bắt buộc phải là sĩ quan) có khác một điểm: vành dây phía trước mũ màu kim nhũ trong khi hạ sĩ quan là dây da đen. Trong một quán cà phê, một anh hạ sĩ Không Quân bốc phét với cô bồ về tài lái máy bay tưởng tượng của mình. Anh để chiếc mũ trên bàn. Cô bồ ngây thơ hỏi: "Sao em thấy mũ của các anh bàn bên kia có dây màu vàng, còn mũ của anh dây màu đen vậy?" Anh chàng nói phét nhanh trí chống chế ngay: "Tại vì các anh ấy bay ban ngày, còn anh bay ban đêm!"

Bay là bay, ngày hay đêm cũng rứa. Có lẽ các vị đội mũ cát két lái máy bay hào hoa phong nhã được các em mê như điếu đổ là những phi công đầu tiên người Việt. Ngành bay dân sự lúc đó người Việt chắc chưa được sờ tới tay lái. Phi công đầu tiên người Việt là ai, tôi cũng không biết chắc. Chỉ nhớ hình như là ông Đỗ Hữu Vị, một Đại Úy trong quân đội Pháp thì phải. Trong các ông phi công hào hoa sau này, có lẽ Đại Tá Toàn Phong Nguyễn Xuân Vinh là nổi nhất. Không phải nổi vì... nhan sắc và vóc dáng. Về điểm này tôi đã có dịp chứng nghiệm khi ông tới dậy học tại trường Chu Văn An, Sài Gòn. Ngày ông tới dậy, chúng tôi đã cố nghía cho được dung nhan của người hùng. Nhưng một ngày đẹp trời khá lâu sau đó, trên xe hơi của ông có...Phượng thì chúng tôi mới thật sự tụm năm tụm bẩy nhìn cho được một nhân vật tiểu thuyết bỗng bước ra ngoài đời đứng sát ngay bên cạnh mình. Chúng tôi cứ mặc nhiên cho cái cô Phượng, người em bé nhỏ của anh chàng phi công trong "Đời Phi Công", chính là người thiếu phụ đi bên cạnh Toàn Phong. Người con gái mang tên Cung Thị Toan, ái nữ của nhà ái quốc Cung Đình Vận, người bị Việt Minh sát hại vào tháng 9 năm 1946, mới là...nhan sắc! Ông Toàn Phong Nguyễn Xuân Vinh, vai mang ba bông mai bạc, nổi danh vì môn toán, chỉ thực sự làm chúng tôi mến mộ với cuốn "Đời Phi Công" đã gây nên trong mỗi chúng tôi giấc mộng bay trong không gian để gửi những tình thư về cho người em hậu phương hiền thục, trong trắng và xinh như mộng. Về sau, thiếu chi những bạn tôi đã gia nhập Không quân chỉ vì hình ảnh diễm mộng này. Con người không phải chim để muốn bay là cất cánh. Muốn bay phải học. Thời đó, khoảng năm 1952, những phi công đầu tiên người Việt trong quân lực Pháp đã học bay ở Marrakech, Ma Rốc. *"Sang tới trường phi hành (école de pilotage) ở Marrakech chúng tôi được nhập chung với một nhóm khóa sinh, vừa sĩ quan, vừa dân chính được tuyển sang để theo học những lớp trở thành phi công sau này lái những phi cơ vận tải và khu trục quân đội Pháp sẽ chuyển giao lại. Trong số những sĩ quan chúng tôi gặp ở đây có những Thiếu Úy Nguyễn Cao Kỳ, Đinh Văn Chung và Phan Phụng Tiên ở khóa I Nam Định và những Thiếu Úy Huỳnh Hữu Hiền, Phạm Ngọc Sang, Trịnh Hảo Tâm, Huỳnh Minh Bôn, Võ Công Thống và Huỳnh Bá Tính ở Khóa I Thủ Đức. Sau chín tháng được huấn luyện bay trên cùng một loại phi cơ T6, hai nhóm chúng tôi lại chia tay. Nhóm của anh Nguyễn Cao Kỳ được chuyển đến căn cứ Avord, cách Paris về phía Nam chừng hai giờ đi xe lửa để học bay trời mù trên phi cơ hai động cơ Marcel Dassault 315 và sau đó còn đi Blida ở Algérie để được huấn luyện tác xạ. Còn chúng tôi nhận được giấy tới Salon de Provence để nhập học Khóa Sĩ Quan Không Quân 1953... Trước ngày khai trường tôi còn được nghỉ hai tháng hè nên lợi dụng thời gian này tôi tới Nice để học thi chứng chỉ Toán Vi Phân và Tích Phân mà tôi đã ghi tên học từ đầu năm ở Đại Học Marseille".* (Mộng Viễn Phương, Toàn Phong Nguyễn Xuân Vinh). Sau này, nhờ năng khiếu về toán, ông...bay tới địa vị một khoa học gia nổi tiếng về không gian.

Đó là khung cảnh học lái của những người lái máy bay được coi như đầu tiên của Việt Nam chúng ta, sau đó chúng ta đã có biết bao nhiêu người nối gót. Người trong hàng ngũ gần đây nhất tại Canada là một cô gái Việt rất trẻ, sanh năm 1983 tại Canada, tên Marie Hiền Nguyễn. Ngay từ hồi còn bé tí xíu, Hiền đã thích lái phi cơ. Không phải thứ cắc ké nhỏ xíu như Cessna đâu mà là thứ Boeing, Airbus to như những tòa nhà biết bay. Là con gái duy nhất trong một gia đình mà các anh trai chẳng có anh nào thích lái máy bay, Hiền đã không được mẹ chuẩn y cho đi học lái. Sau nhiều năm năn nỉ, tới năm 2003 cô mới có giấy phép của...mẹ! Cô gia nhập một trung tâm đào tạo phi hành gia của Québec ở Chicoutimi, một thành phố nhỏ nằm về phía đông bắc của thủ đô Québec. Trong kỳ thi tuyển nhập học, cô đã cùng 400 thí sinh dự thi viết, toán, kiến thức về hàng không. Chỉ có 100 người qua được cửa ải đầu tiên này. Sau kỳ khám sức khỏe, thử mắt, thi trong phòng máy, chỉ có 40 người được chấp thuận theo học. Cô là phụ nữ duy nhất được nhập khóa học này! Họ nhìn cô như một phụ nữ Việt Nam yếu đuối chọn nhầm nghề. Nhưng riêng cô, cô biết mình muốn gì, nên cô đã kiên nhẫn vượt qua ba năm học đầy gian lao và thử thách. Năm thứ nhất học lý thuyết và chịu sự huấn luyện gian khổ như trong quân đội: học giải quyết các tình huống rủi ro, bất ngờ trong khi bay. Năm thứ hai, Hiền được lái máy bay cỡ nhỏ, chỉ có 4 chỗ ngồi, bay trên bầu trời Montreal và Toronto. Mỗi sinh viên phải bay ít nhất 200 giờ. *Lần đầu tiên được ngồi vào tay lái, tôi có cảm giác lâng lâng, thật kỳ lạ, như đại bàng một mình được xoải cánh trên bầu trời rộng mở*, Hiền đã nói như vậy sau những giờ…trên mây. Năm thứ ba Hiền được lái máy bay lớn và học đối phó với những tình huống khẩn cấp, giông bão, sấm sét… Ngày Hiền tốt nghiệp là ngày cha mẹ cô được ngồi trên chiếc máy bay do chính cô lái. Và cô đã trở thành người nữ phi công gốc Việt đầu tiên tại tỉnh bang Québec chúng tôi! Bay trên trời nhưng Hiền vẫn giữ nguyên mình là một cô gái gốc Việt dưới đất. Cô biết nấu các món ăn thuần túy Việt như phở, bánh xèo, bánh cuốn, đàn dương cầm rất hay, đánh quần vợt và *badminton* rất giỏi!

Nói chuyện trên trời rồi cũng tới lúc phải xuống đất. Như bà Đại Tá phi hành gia Hoa Kỳ Lisa Nowak, 43 tuổi, người đã từng bay lên không gian trên phi thuyền con thoi Discovery hồi tháng 7 năm 2006. Chỉ ít tháng sau khi đã ở trên…trời, bà đã gây dư luận dưới đất. Bà lập thành tích…lái bằng cách lái xe trên ngàn cây số từ Houston, Texas tới Orlando, Florida, không ngừng nghỉ. Làm chi mà bà Đại Tá này lái xe liền tù tì đến như vậy? Bà ghen cho một mối tình tay ba của các phi hành gia mà bà ở vào vị trí người thứ ba! Chuyện ghen tuông thì phải vội nhưng bà Đại Tá này vội quá đáng. Bà đã mang tã để khỏi phải tốp xe dọc đường làm màn giải thủy mất thời giờ.

Phi hành gia có khác, thận tốt thật! Tôi lái xe chẳng được như vậy. Vài tiếng là phải tắp vào trạm xăng. Xe thì đổ xăng, tài xế thì tháo xăng. Lại còn cái vụ làm ít phút la xiết cho tỉnh táo. Buồn ngủ trong khi lái xe không khá được. Cách đây 7 năm, vào tháng tư năm 2000, ông Tom Callaghy, 55 tuổi, lái xe từ Virginia về Pennsylvania. Bà vợ tên Jane ngồi ngủ bên cạnh. Trời mùa đông, lạnh và buồn. Ông Tom thấy buồn ngủ. Ông mở lớn *radio,* quay cửa kính xuống với hy vọng hết buồn ngủ. Vậy mà không hết. Ông định kêu vợ dậy để đổi người lái nhưng chưa kịp kêu thì ông ngủ lúc nào chẳng biết. Chiếc xe húc vào một gốc cây lớn. Bà vợ ngồi bên chết ngay. Ông chỉ bị thương nhẹ. Nhưng vết thương lòng của ông chẳng bao giờ hết. Ông ân hận suốt đời vì đã gây nên cái chết của vợ!

Tổ chức *The National Sleep Foundation* của Hoa Kỳ, năm 2005, đã làm một cuộc điều tra về ngủ trong lúc lái xe. Kết quả: 60% tài xế thú nhận hay lim dim trước tay lái, 37% cho biết đã ngủ gục trên xe! Theo Bác Sĩ Mark Mahowald, Giám Đốc Cơ Quan *Minnesota Regional Sleep Disorders Center* đồng thời là Giáo sư môn thần kinh học của trường Đại Học Minnesota, thì con người có hai giai đoạn buồn ngủ: giai đoạn chính từ 12 giờ đêm tới 6 giờ sáng và giai đoạn thứ hai từ trưa đến giữa chiều. Thường thì khi cảm thấy buồn ngủ, tài xế tin rằng mình có thể thoát ra khỏi cơn mê này bằng cách nghe nhạc, lau mặt, ăn kẹo chẳng hạn. Nhưng họ đã lầm. Khi thiếp vào cơn mê thì chỉ một phần trí não còn tỉnh táo, các phần khác đã...phẹc mê bu tích! Anh Nate Pickett, 23 tuổi, cầy hai *job*. Vào lúc 2 giờ trưa, anh lái xe từ thành phố Tooele ở Utah để đi cầy *job* thứ hai. Anh cảm thấy buồn ngủ, định ghé lại bên đường nằm nhắm mắt một chút. Nhưng anh nấn ná cho tới khi nghe thấy tiếng bánh xe chạm vào hàng đinh trên xa lộ. Anh chợt tỉnh, đạp thắng, ghì tay lái nhưng tất cả đã quá muộn. Chiếc xe văng ra khỏi xa lộ, lộn 5 vòng trước khi...hạ cánh xuống bên lề đường! May mà anh chỉ bị thương nặng chứ chưa toi mạng.

Ngủ trong khi lái xe là chuyện xảy ra lia chia. Có 24% tai nạn xe cộ là do buồn ngủ mà xảy ra. Ngày nay, các hãng chế tạo xe hơi đã cho gắn vào các loại xe lớn như xe SUV một bộ phận báo động buồn ngủ tên *Auto Value Lane Departure Warning*, viết tắt là LDW. Hệ thống báo động này gồm một máy thu hình và một *computer* phát ra tiếng kêu khi bánh xe cán đinh ngăn giữa các *lane* xe chạy.

Bạn có cần chiếc máy này không? Tôi nghĩ là tôi rất cần. Cứ trưa trưa lái xe là đôi mắt hết muốn mở. Nhiều người vừa lái xe vừa làm nhiều trò cho tỉnh ngủ. Tôi thì rống lên hát mặc dù biết giọng mình chẳng nên hát hò gì cả!

Nhưng không buồn ngủ mà làm nhiều trò trong lúc lái xe lại là chuyện khác. Chính những trò này cũng gây nên tai nạn xe hơi. Phổ thông nhất là trò vừa nói điện thoại cầm tay vừa lái. Đây là mối nguy thời đại vì các tài xế, nhất là những tay lái trẻ, coi đây như một cái mốt để chứng tỏ mình là người bận rộn, quan trọng hoặc chỉ để lấy le với đào. Say mê nghe nhạc, uốn éo thân mình, quên hết xe cộ chung quanh cũng là một bệnh thời đại. Trên xa lộ, tôi đã nhiều lần thấy những ông lái xe đi làm buổi sáng, mắt nhắm mắt mở để cuốn sổ tay trên tay lái vừa lái vừa đọc như trong thư viện! Cũng sáng sáng đi làm, nhiều nữ nhân vừa lái vừa tô son đánh phấn hoặc ăn sáng trên xe đầy đủ cà phê cà pháo, bánh mì bánh ngọt ngon lành! Hai tay thanh tra tán gẫu với nhau:

"Mấy bà lái xe thiệt ẩu, chẳng bao giờ chú ý vào tay lái cả!"

"Đúng vậy! Hôm qua tớ vượt một cô nàng chạy nhanh tới 80 cây số/giờ, thấy cô ta đang tô son môi qua gương chiếu hậu. Cảnh đó làm tớ giật mình đến nỗi suýt đánh rơi chiếc máy cạo râu vào tách cà phê!"

Tiến thêm một bước, lái xe mà bù khú với nhau thì hết thuốc chữa. Vậy mà tại Nga, rất nhiều người vừa lái xe vừa *sex!* Nhưng ngang nhiên ngừng xe giữa xa lộ đông đúc xe chạy tại Do Thái để tù ti với nhau như một cặp tình nhân đã làm vào ngày 18 tháng 2 vừa qua thì hết thuốc chữa. Hai người dừng xe, hành sự, khiến các xe chạy sau phải đổi *lane* để chạy tiếp. Dĩ nhiên là các xe khác chạy qua rất chậm vì các tài xế còn mải xem…xi nê làm rối loạn lưu thông. Cảnh sát tới mà cặp tình nhân vẫn cứ nhắm mắt du dương tự nhiên. Họ nhận giấy phạt. Bản tin không ghi giá tiền phạt nhưng tội này thì phạt bao nhiêu mới xứng?

Làm tình trên xe? Không sao, nếu xe không chạy. Như trên những bãi chiếu bóng chẳng hạn. Nơi đây, khán giả cứ yên vị trong xe, cũng có màn hình lớn, chiếu phim đàng hoàng, nhưng chỉ có chiếc xe coi phim, người trong xe thì…đóng phim! Tất nhiên không có tai nạn hoặc nếu có thì là thứ tai nạn…ăn theo chỉ thực sự xảy ra 9 tháng 10 ngày sau. Lái liếc gì đâu mà tai nạn! Nói chuyện lái mà lang bang sang tới chuyện không lái. Lạc đề đứt đuôi con nòng nọc là cái chắc! Viết chi nữa!

04/2007

LÃO

Lão nghe ra có vẻ...già hơn già. Ngày nay hình như ít có người lão vì cỡ trăm tuổi cũng vẫn chưa là già. Ít nhất những công dân của vương quốc lụ khụ đều nghĩ vậy. Vương quốc này ngày nay đã tràn lan ra khắp thế giới. Chuyện thất thập nay đã xưa như trái đất! Dân Nhật Bản đã đạt tới tuổi thọ trung bình là 81,9 tuổi. Bám sát theo sau là dân Monaco 81,2 tuổi, dân San Marino 80,6 tuổi, dân Úc 80,4 tuổi, Pháp 79,8 tuổi và dân Mỹ là 77,3 tuổi. Đó là bản xếp hạng *top six* của Tổ Chức Y Tế Thế Giới (WHO) năm 2004.

Nhưng sống lâu mà bệnh tật rề rề thì chán chết. Sống phải là sống hùng sống mạnh mới đáng kể. Vì vậy trong bản thống kê này mới có thêm tiết mục "tuổi thọ mạnh khỏe". Làm thế nào để xác nhận tuổi thọ mạnh khỏe. Tổ Chức Y Tế Thế Giới đã dùng một chỉ số để đo số năm mà người ta có khả năng đáp ứng những nhu cầu hàng ngày như ăn, mặc và tự lo toan vệ sinh hàng ngày được. Nếu xét theo chỉ số này thì dân Nhật Bản vẫn *number one* với số tuổi 75. Thứ tự bám theo sau thì thay đổi. Dân San Marino vượt lên hạng nhì với 73,4 năm, Monaco xuống hạng ba với 72,9 năm. Tiếp theo đó là Úc với 72,6 năm, Pháp với 70,6 năm và Mỹ với 69,3 năm.

Thống kê của Liên Hiệp Quốc thì chắc phải đúng. Nhưng sự đời nhiều khi cống hiến cho chúng ta những bất ngờ. Có khi nói vậy mà không phải vậy. Ba ông lão ngồi nói chuyện với nhau về "tuổi thọ mạnh khỏe" của mình. Một ông nói:

" Hàng ngày tôi sống rất điều độ nên chưa ốm đau đến một ngày!"

Ông thứ hai tiếp:

" Còn tôi, từ khi 20 đến 40 tuổi, tôi theo một thời khóa biểu rất chính xác. Sáng nào cũng dậy từ 5 giờ, tập thể dục đến 6 giờ, ăn sáng rồi làm việc một mạch tới 5 giờ chiều, lại tập thể dục và luôn luôn đi ngủ vào đúng 9 giờ tối. Bởi vậy nên bây giờ sức khỏe tôi toàn hảo!"

Ông thứ ba run rẩy nói:

" Tôi xin lỗi hai ông, nhưng tôi không hiểu tới tuổi này rồi mà các ông còn nói dối để làm gì vậy?"

Tuổi thọ mạnh khỏe không phải là tuổi thanh niên. Chấp nhận hay không, lão cũng có những hạn chế của lão. Làm sao mà đã hưởng được bao nhiêu năm sống nhiều hơn người khác mà vẫn cứ phom phom được. Nếu tiếc của trời thì…chép miệng. Biết làm sao hơn! Cũng ba ông lão trên ngồi chơi trong một công viên. Một cô gái xinh đẹp có thân hình bốc lửa đi ngang qua. Ông thứ nhất thở dài đến xoạch một tiếng không nói năng gì nhưng nét mặt ra chiều đăm chiêu. Ông thứ hai không kìm lòng được thốt lên bằng giọng bi ai:

" Giá mà chúng mình bây giờ mới 20 tuổi nhỉ!"

Ông thứ ba, vẫn với cái giọng run rẩy, xua xua tay:

" Thôi, thôi. Tôi xin hai ông! Chỉ vì một bóng hồng mà phải quần quật đi cầy thêm 40 năm nữa mới được lãnh lương hưu ấy à? Xin lỗi! Không có tôi!"

Cụ thứ ba thực tế nhưng xưa rồi. Thế giới của lão bây giờ khác xa. Họ không yên phận như vậy nữa. Vui thú điền viên, vui chơi với con cháu, những hoạt động đại loại như vậy không còn là những hoạt động của xã hội lão ngày nay. Họ đông đảo nên họ còn chiếm nhiều chỗ trong cuộc sống này. Nhiều đến nỗi một nhà thơ chưa lão đã cự nự.

Không có một chỗ trú cho chúng ta
Đây là thời đại của những người già cả
Anh muốn đi chơi buổi chiều với em quá xá
Tìm sao không thấy một chỗ ngồi
Anh đã thử ra công viên lựa một chỗ khá tồi
Nhưng vừa đứng dậy lại bị người chiếm mất
Anh đã hung hăng đi lùng trong rạp hát
Chỉ thấy toàn những bộ phim câm
Cuối cùng chúng ta đành âm thầm
Yêu nhau bằng cách khoanh tay bó gối.

(Bùi Chí Vinh)

Có một dân số đông đảo, có được tuổi thọ khỏe mạnh, họ không còn là những chiếc bóng quanh quẩn bên lũ hậu duệ của họ nữa. Họ cũng quậy như ai. Cụ ông Gong Duruo, năm nay đã 105 tuổi, có hai bằng Tiến sĩ, đã rao tìm kiếm người yêu trên *blog*. Khiếp thật! Tôi chưa lão, cũng chơi với anh *computer* hàng ngày, vậy mà còn chẳng biết *blog* nó ra làm sao. Vậy mà vị tiền bối Gong này đã thông thạo *blog* lại còn rao riếc đàng hoàng. Cụ lão này rao như sau: " Tôi không thể chịu cảnh sống mà không có tình yêu thêm một phút nào nữa, và tôi muốn tìm một người để chia sẻ nốt quãng đời còn lại". Quãng đời dài dằng dặc của cụ, cụ đã từng chia sẻ với ba người vợ nhưng nay cụ đã ly dị tuốt! Không phải chỉ rao khơi khơi mà cụ cũng kèm theo điều kiện hẳn hoi. Người cụ tìm phải có hiểu biết chút ít về y tế (chắc là để săn sóc thuốc men cho cụ!), và khoảng 50 tuổi (ý cụ muốn có chút con mọn để nối dõi chăng?). Tưởng là rao chơi như vậy thế mà chỉ trong vòng hai ngày cụ đã nhận được cả chục phúc đáp xin nâng khăn sửa…râu (hình cụ kèm theo cho thấy cụ có chùm râu bạc như cước giống như râu của… Khổng Tử!). Vậy là có màn tuyển thê. Cuối cùng cụ chọn được bà Zhang, 52 tuổi. Bà này cũng phải vất vả lắm mới…trúng tuyển. Bà cho biết đã đi chụp ảnh nghệ thuật để gửi kèm theo… đơn và ghi rõ bà là chủ một thẩm mỹ viện ở Thẩm Dương. Hơn nửa thế kỷ cách biệt tuổi tác đối với bà là chuyện nhỏ: " Bố tôi hơn mẹ tôi 20 tuổi, có sao đâu! Khi nhìn thấy những bức ảnh của chàng trên mạng, tôi thấy một cảm giác ấm áp chạy qua người tôi!"

Cụ bà Lorys Crisafulli, 80 tuổi, lại thấy cảm hứng khi nhìn thấy các cô gái khoe thân hình trên màn ảnh. Số là một ngày nọ, lão bà này đi xem xi nê, phim *Calender Girls* do cô đào đoạt giải Oscar Helen Mirren đóng vai chính. Không hiểu cụ nghĩ sao mà bỗng nổi máu bắt chước. Sự gì người ta làm được thì mình cũng làm được. Tuổi tác mà ăn thua chi! Người ta khoe thân hình để làm lịch bán lấy tiền giúp cho việc nghiên cứu bệnh ung thư thì mình cũng có tấm lòng nhân hậu chứ. Bộ lão rồi không có tấm lòng sao? Cụ không những phô ra tấm lòng mà còn muốn phô ra thân hình của mình. Vậy là cụ cũng làm lịch khỏa thân. Một năm có 12 tháng thì phải tìm được 12 cụ cùng chí hướng chứ chẳng lẽ tháng nào cũng là tháng Lorys Crisafulli không áo quần cả sao? Nhàm chết! Vậy là cụ đi tìm thêm 11 lão bà can đảm dám phô trương đường nét gợi cảm của mình ra trước bàn dân thiên hạ. Chuyện không khó. Cụ có đủ số 12 lão bà, toàn đúng tiêu chuẩn từ 70 tuổi trở lên cả, tất cả đều cư ngụ trong tiểu bang Pennsylvania. Có "tài tử" rồi, cụ mới đi tìm nhà tài trợ, kiếm nhiếp ảnh gia chịu khó chụp những người mẫu nhăn nheo mà không lấy tiền công. Vậy mà cụ cũng tìm được. Buổi chụp hình diễn ra tại những di tích lịch sử của thị trấn nơi họ cư trú.Các cụ cũng xí xọn trang điểm, tạo dáng gợi cảm và nở những nụ cười quyến rũ trước ống kính. Lịch sẽ được phát hành vào tháng tới. Bạn nào thích chiêm ngưỡng những hình ảnh…lạ nhớ đón mua.

Nhớ chỉ chiêm ngưỡng thôi. Anh chàng Carlos Barahoma thì đã đi quá đà. Anh không ngừng lại mà đi sâu vào…đường hầm. Đường hầm của cuộc đời anh. Anh chàng này mới 33 cái xuân xanh, làm việc tại một nhà dưỡng lão ở bên Úc. Anh có vợ và một con gái. Nghĩa là một người bình thường. Vậy mà anh đã tự sa vào một tình trạng bất thường. Ngày 5 tháng 12 năm 2005, anh Carlos không cưỡng lại được sức hấp dẫn của thân hình một lão bà 83 tuổi, bệnh nhân của anh ta, anh đã làm hỗn. Một bạn đồng sự của anh Carlos đã khai trước tòa: " Bà ấy chắc rằng vợ của nạn nhân sẽ vô cùng đau khổ nếu biết chuyện vì bà đã 83 tuổi rồi. Nhưng hắn nói hắn không thể kìm hãm được vì trông bà rất hấp dẫn và sạch sẽ". Anh chàng mê đồ cổ này đã hãm hiếp cụ bà ngay trên giường của cụ. Sau đó, anh đã đe dọa sẽ "xử" bà nếu tiết lộ với người khác. Bà cụ vốn đã bị suy nhược tâm thần nay lại bị chấn động tâm lý mạnh nên sức khỏe sa sút trông thấy. Chín ngày sau bà mới báo cáo sự việc với giới chức tại nhà dưỡng lão. Lập tức anh chàng Carlos bị bắt và mang ra xử tại tòa án Melbourne. Không hiểu tòa đã cho anh ta xé bao nhiêu cuốn lịch. Chắc không phải thứ lịch của cụ bà Loris Crisafulli!

Thế giới của…lão không chỉ lỉnh kỉnh với tình mà còn lấn cấn với tiền nữa. Dùng chữ "lấn cấn" cho nó nhẹ chứ sự việc đã có cái búa chen chân vào. Lão ông Richard Edison Johnson Man, 76 tuổi, nằm dưỡng già tại nhà dưỡng lão Lend-a-Hand ở thành phố Davenport thuộc tiểu bang Iowa. Cụ Johnson là một người ham mê bài bạc tuy cụ đánh bài không giỏi. Đó là tôi nghĩ như vậy vì nếu giỏi thì cụ đã không phải vay tiền nhiều lần. Chủ nợ của cụ là lão bà Alwine, 81 tuổi, cũng ngụ tại nhà dưỡng lão này. Ngày 5 tháng 3 vừa qua, cụ lại tới phòng bà Alwine để vay tiền nữa. Bà này không cho vay. Cụ Johnson tức giận, vác ngay một cái búa vào búa loạn xạ. Khi nhân viên nhà dưỡng lão nghe tiếng kêu cứu, chạy vào coi sự tình thì cụ bà Alwine đã bê bết máu, và hai người đang dành nhau chiếc búa. Trong lúc chờ cấp cứu, cụ Johnson đã nhận là mình tấn công cụ bà và thách thức: " Tôi già rồi. Họ sẽ làm gì được tôi? Giam tôi vào tù à?" Chắc chắn cụ Johnson này cũng được tòa án cho ngồi bóc lịch. Chắc cũng không phải thứ lịch của 12 cụ bà có lòng từ thiện, hy sinh tới…sắc đẹp cuối cùng của mình!

Cũng ở tù. Bóc tới 18 cuốn lịch lận nhưng đó là chuyện xưa của cụ ông José Temprana, người Cuba, năm nay đã 105 tuổi. Cụ sinh ngày 26 tháng 9 năm 1901 và là một dân chài lưới. Năm 1959, Fidel Castro làm cách mạng đặt đất nước Cuba dưới chế độ Cộng sản. Ông José, lúc đó mới 58 cái xuân xanh, đã chống đối bằng cách tham gia vào một lực lượng nhằm lật đổ Castro. Họ được tiếp tế súng ống đạn dược để chiến đấu. Năm năm sau, tổ chức của họ bị bể vì bị chính quyền gài người vào phá vỡ. Cụ José đi tù 18 năm và sau đó bị quản chế thêm 12 năm nữa. Mãn hạn, cụ sang Mỹ và cư ngụ tại Miami thuộc tiểu bang Florida. Cuối tháng 6 vừa qua, ở tuổi 105, cụ đã được nhập quốc tịch Hoa Kỳ. Cụ ngồi xe lăn, mặc áo *guayabera* trắng có thêu một lá cờ Mỹ bên ngực trái, tới tuyên thệ. Cụ rất hãnh diện được trở thành một công dân Mỹ. Trong niềm vui lớn lao, cụ tuyên bố ngay là mục tiêu kế tiếp của cụ là...lấy vợ! Ai mà ngờ được cái tình già vẫn có thể bùng lên một cách mãnh liệt như vậy. Tôi nghĩ cụ này hứng chí tuyên bố vung vít cho vui vậy thôi chứ cái máu...Mỹ vừa được bơm vào chẳng lẽ lại hùng mạnh đến vậy sao? Tôi không tin như vậy. Vì bạn tôi, cũng được bơm máu Mỹ vào cái tuổi trẻ hơn cụ José rất nhiều mà biết thân biết phận hơn. Bạn tôi là một nhà thơ nên đã thơ rằng:

nghĩ không còn sức trẻ
quấy phá cõi buồn em
người tình già lên núi
thương em, ngồi tham thiền

mây qua đầu mỏi bạc
dưới chân, ngày thu phai
tình yêu dường lãng nhách:
một mình ông yêu thôi

biết đời kia gió cát
hay chi những dãi dầu
người tình già phải chết
một ngày, trên núi cao

(Hoàng Lộc)

Tình và tiền là hai...lẽ sống trên đời. Trẻ đã vậy mà lão cũng vậy. Cụ ông Johnson đã thèm tiền, dùng búa để búa tiền của cụ bà Alwine thì chắc nhiều cụ khác cũng thèm tiền chẳng kém. Vì vậy mới bị lừa. Dân đi lừa thường nghĩ là các cụ già lẩm cẩm nên dễ lừa hơn người trẻ. Nghĩ như vậy cũng không sai. Già mà tham thì mắc lỡm của dân bợm mấy hồi. Chỉ nội trong ngày hôm nay, trong hộp thư điện tử của tôi đã nhận được hai thư của người lạ. Một của ông Musa Mohammed, chức vụ kê ra nguyên con như thế này: *"Chief Auditor, African Development Bank Burkina Faso West African"*. Ông ta lại còn kỹ lưỡng cho số phôn: 002226 78043538. Lại cả địa chỉ e-mail riêng:musa_moha1958@yahoo.fr. Ông cho biết là một khách hàng của ông tên Ron Morris đã bị tai nạn máy bay chết cùng cả gia đình vào ngày 25 tháng 12 năm 2003 để lại một gia tài là 10 triệu 183 ngàn đô Mỹ. Chi tiết về tai nạn này đã được để trong *website* của CNN *http://www.cnn.com/2003/WOR LD/africa/12/26/benin.* Tôi tò mò vào thử địa chỉ này thì quả thật có tin chiếc máy bay Boeing 727 xuất phát từ phi trường Cotono, thủ đô thương mại của nước Benin, đã bị rớt làm thiệt mạng 111 hành khách. Danh sách các nạn nhân chưa được tiết lộ. Như vậy thì vụ rớt máy bay là có thật. Cũng theo bức thư điện tử gửi cho tôi thì, theo luật của nước Burkina Faso (tôi chưa hề nghe tới cái tên này!) thì sau thời gian ba năm, nếu không có ai đứng ra nhận lãnh thì số tiền này sẽ được xung vào tài sản của quốc gia. Ông ta đề nghị tôi đứng ra nhận là bà con xa với ông Ron để lãnh số tiền khổng lồ trên. Như vậy "thành quả lao động của ông Ron sẽ không lọt vào tay những viên chức chính quyền tham nhũng để sau đó sẽ được dùng để đỡ đầu cuộc chiến tranh ở Phi Châu và giết người dân lành để tìm kiếm sức mạnh chính trị"! Nghe ra rất dễ xuôi tai. Vừa có tiền lại vừa làm việc nghĩa. Họ đề nghị tôi tiếp xúc với họ và số tiền lãnh được sẽ được chia theo phần trăm.

Bức e-mail thứ hai tôi nhận được trong ngày thuộc một... trường phái khác. Đó là thư báo cho tôi biết là địa chỉ e- mail của tôi đã "dính" vào vé số 123-765-90 thuộc *serie* 42243-98-01 mang số trúng 06-14-17-28-30-41. Vì vậy, nhân danh cơ quan British Charities Lottery Promotions, United Kingdom, họ báo cho tôi biết để lãnh số tiền trúng là 680 ngàn bảng Anh. Họ cho địa chỉ liên lạc với ông Frank Lampard, e-mail là franklampard12@yahoo.co.uk, số phôn: 44 70457 25293 và 44 70111 37131.

Nếu tôi để lòng tham làm mờ lý trí thì tôi sẽ liên lạc với các địa chỉ trên để chộp được những số tiền ngon lành. Tiền từ trên trời rớt xuống ngon ơ! Mình có mất mát gì đâu. Nếu được tiền thật thì cuộc đời lên hương. Nếu không thì cũng đã có được một thời gian nằm trong ảo tưởng …triệu phú! Nhưng nếu tôi thực tế hơn thì tôi phải biết rằng tiền thường được chủ nhân của chúng cột chặt, dễ gì mà rơi, mà lại rơi trúng đầu mình như vậy. Có bạn sẽ thắc mắc nghĩ là mất chi mà không thử. Nhưng nếu thử thì sẽ có nhiều phần mất. Những cáo già trong nghệ thuật lừa đảo sẽ vần tôi đến chỗ tiết lộ số trương mục và ngân hàng của mình. Lúc đó tiền sẽ không đi vào trương mục của mình mà đi ngược lại, tiền từ trương mục của mình sẽ bước ra thoải mái.

Viết đến đây, tôi phải thú nhận là mình khéo lo xa. Trương mục của tôi như cái tủ rỗng, tiền đâu mà đi ra? Tôi không lo chuyện mất tiền nhưng tôi buồn chuyện khác. Khi họ gửi e-mail cho tôi như vậy, chắc là họ nghĩ tôi…lão rồi nên dễ mắc lừa chăng? Nếu quả thật họ nghĩ như vậy thì buồn hết sức. Tôi nhất định chưa lão! Lão thế quái nào được! *Lão thì lão tóc lão râu / Lão đâu đến cái …cần câu mà buồn!*

07/2007

MŨI

Mũi chiếm vị trí trung tâm của khuôn mặt. Đó là cái mặt tiền ai nhìn vào cũng thấy trừ chính chủ nhân của chiếc mũi! Muốn nhìn được mũi mình thì phải nhờ tới cái gương soi. Vì là mặt tiền nên ai cũng muốn mũi bắt mắt người đối diện. Khổ nỗi là hóa công không đồng đều khi cho con người cái mũi. Có cái trông bắt mắt, có cái trông…rớt mắt! Mũi lõ, mũi hếch, mũi sư tử, mũi cà chua, mũi khoặm, mũi nhòm mồm, mũi ống khói, mũi ếch, mũi gỗ…Mỗi mũi phá khuôn mặt một vẻ. Duy có mũi dọc dừa là thuộc vào loại mũi ngon lành. Nó làm chết mê chết mệt đôi mắt.

Sắm chi sóng mũi dọc dừa
Để tôi chợt té trên bờ môi em
Đọng nơi tiềm ức trăm năm
Màu môi em tím dấu buồn tịch liêu

(Quan Dương)

Như vậy phải chăng mũi dùng để ngắm? Không phải, mũi

dùng để đeo kính! Không có mũi thì mắt chịu mù. Chỗ đâu mà gác gọng kính! Sóng mũi, thứ mà ông Quan Dương vô ý trợt té, thì đúng là dùng để đeo kính, còn lỗ mũi thì dùng để ngửi. Lỗ mũi không có nắp đậy nên mùi vị ra vào thong thả, muốn ngăn cũng chẳng được. Bởi vậy nên có hai cái lỗ mũi nhiều khi cũng là cái tội. Tội cho thân mà cũng tội cho...lính cứu hỏa. Đầu đuôi câu chuyện nó như thế này. Bà Nancy Nguyễn có một ngôi trường thẩm mỹ mang tên Redondo Beach Beauty College tọa lạc tại Redondo Beach ở Cali. Chiều ngày 17 tháng 11 năm 2006 bà thấy cảnh sát và lính cứu hỏa ò e mang tới 2 xe cảnh sát và một xe chữa lửa trong tình trạng khẩn cấp, đỗ xịch trước trường. Họ nhào xuống làm việc. Trông họ rất hoảng hốt. Họ đi dò tìm mùi ga bị xì . Mùi ga rất nặng nên họ ước đoán là xì nặng như vậy bình ga sẽ phải nổ. Họ di tản tất cả mọi người ra khỏi trường. Họ dò theo các đường dẫn ga để tìm chỗ xì. Không thấy cái chỗ hở quái ác ấy đâu cả. Cuối cùng, một lính cứu hỏa mới tìm ra được chỗ phát ra cái mùi nguy hiểm này. Đó là trong thùng rác! Mở thùng rác ra họ thấy một đống...vỏ sầu riêng! Hóa ra cái mùi quốc hồn quốc túy mà dân Việt chúng ta ngửi thấy là hớn hở chạy tới. Nếu sắc mùi vui như vậy thì ai lại đi a lô 911? Đó là cô gái quê mùa không biết giá trị của cái mùi thơm tho đó: cô gái người Mexico tên Carmen Garcia. Cảnh sát bèn điều tra hỏi xem cái thứ sần sùi gai góc này là trái chi chi. Một cô Mít quýnh quáng diễn nghĩa đó là trái...*Sad Alone!*

Một thứ có cái mùi đôi khi tương tự như mùi...*Sad Alone* này được cũng được sản xuất lia chia. Vậy nên thông thường tác giả của mùi vị thường đi ra xa để...*set alone*. Nhưng nếu lỡ không giữ được tác phẩm một cách riêng tư thì gây ra rất nhiều chuyện dở khóc dở cười, nhiều khi mất bồ mất bịch, mất chị mất em, tạo ra một tình trạng ngờ vực lẫn nhau rất khó giải tỏa.

Tình trạng này là một tình trạng đã được toàn cầu hóa. Nghĩa là con dân nước nào, màu sắc ra sao, bất kể giàu nghèo, không phân biệt nam nữ, già trẻ lớn bé đều có thể là tác giả của những tác phẩm không hình dáng, không sắc màu mà chỉ có mùi vị này. Nó phát xuất từ một địa điểm rất xa lỗ mũi nhưng đường xa hóa thành gần, nó vụt nhanh bằng tốc độ của ánh sáng để xâm nhập một cách sỗ sàng vào chỗ dùng để ngửi của chúng ta. Cái thứ chuyên đánh du kích này là thứ gì vậy?. Đó là cái thứ làm một người lỡ bụng đỏ mặt và quần chúng chung quanh bịt mũi này từ nay sẽ không tự tung tự tác được nữa. Hãng Mỹ *Under-Tec* (Kỹ Thuật Vùng Dưới?) vừa tung ra sản phẩm quần lót *Under-Ease* (Dễ Chịu Vùng Dưới?) để chống lại thứ hương gây ngạt mũi này không cho lan tỏa ra cho quần chúng thưởng thức được. Loại quần lót này được gắn một bộ phận lọc có than chì và dùng loại vải kín có thể co giãn xung quanh cạp quần và bắp đùi để…nhốt gió một cách toàn hảo. Tuy có bộ lọc nhưng loại quần này mặc rất thoải mái, dùng được khi di chuyển, lúc ngồi làm, đi du lịch và ngay cả khi ngủ trên giường. Nghĩa là trong bất cứ hoàn cảnh nào, chúng ta cứ tự do tác xạ một cách âm thầm bằng súng hãm thanh mà không bị phát giác bởi hàng xóm. Ông chủ hãng kiêm tác giả của chiếc quần lót… lịch sự này, Buck Weimer, đã hãnh diện quảng cáo: "*Under Ease* là loại quần lót bảo vệ chống lại những mùi khó chịu của con người. Chúng tôi thường có những câu chuyện đùa thú vị nhưng trong trường hợp này chúng tôi không hề nghi ngờ về sự nghiêm túc của sản phẩm này. Chúng sẽ được sử dụng đúng mục đích!" Bạn nào thuộc loại hay tác xạ không…mục đích muốn an toàn trên xa lộ có thể vào *website www.under-tec.com* để tậu vật phòng thân. Giá từ 24 đến 30 đô một chiếc.

Cơ thể chúng ta là một nhà máy sản xuất ra mùi. Ngoài cái

thứ đi từ trong ra ngoài như cái thứ phải cần tới loại quần lót *Under-Ease,* cơ thể còn tự phát ra các thứ khó ngửi từ các vùng khuất lấp mà nách là quán quân sản xuất ra cái mùi đặc trưng này. Nói là đặc trưng bởi vì cái mùi này nó biến hóa lạ lùng. Cùng chính là nó mà có người thấy không chịu được, nhưng cũng có người nghiện hít thở. Tại sao lại yêu ghét bất phân minh như vậy? Đó là vì chúng ta đã đặt tình cảm vào lỗ mũi. Nếu nó phát ra từ người ta thương ta quý thì rất chi là mê ly. Như vợ nặng mùi mà chồng nhớ khi đi xa, như chồng nặng mùi mà vợ giữ chiếc áo không giặt để…ngửi dần. Như người ông yêu cháu nên mỗi khi đi xa lại thủ theo cái quần đái dầm hôi khai của cháu để trên đầu giường mới yên giấc được. Cái loại mũi thiên vị này các cụ xưa đã đưa ra định luật chính xác như một định luật toán học: " C… ai vừa mũi người đó!"

Nhân vật Philippe trong tiểu thuyết *"Mẫu Thượng Ngàn"* của Nguyễn Xuân Khánh đã bắt được cái mùi yêu dấu nơi Mùi, người vợ Việt Nam vừa mới cưới. *"Trên giường ngủ, Philippe rất hãnh diện khoe rằng hắn đã học tập được nhiều cung cách Á Đông. Nhất là sử dụng khứu giác...Thứ giác quan nguyên thủy ấy đã từng bị những thứ như nước hoa, dầu xức của văn minh làm thui chột, cùn nhụt đi, nay bỗng được hương vị tự nhiên trên da thịt Mùi làm cho sống lại. Qua đi lại với Mùi, dần dần hắn phân biệt được nhiều điều rất tinh vi. Philippe đầu tiên nhắm mắt lại để khoan khoái hít hà tiếp nhận cái mùi hăng hắc ngầy ngậy từ trên người Mùi tỏa ra. Da thịt Mùi thì thơm. Mớ tóc dài thì ngan ngát hắc. Hố nách Mùi thì ngầy ngậy. Vú của Mùi lại thơm và ngọt. Bụng của Mùi là tổng hợp những mùi vị đó, thêm vào cái ngái ngái nồng nàn, mời gọi âu yếm. Hắn lim dim mắt để cái ngai ngái ấy bò dần trong mũi, kích thích những vùng não bộ tối mò nhất trong hắn, gọi chúng thức dậy."*

Mùi vấn vương trong vật dụng còn phải nói tới cái thứ mùi…chuột chết phát ra từ những chiếc tất dùng lâu ngày không giặt. Công dụng của những chiếc tất mùi vị này là dùng để đánh thức kẻ ngủ mê. Giấc điệp có sâu nồng tới đâu, cứ phe phẩy tất trước mũi thì cam đoan nạn nhân sẽ chồm dậy tức thời. Nghe đâu các nhà khoa học đang tính tới việc dùng tất để đánh thức những người bị hôn mê trong phòng hồi sinh! Một số nhà khoa học khác thuộc lãnh vực vải vóc lại hại các nhà khoa học thuộc lãnh vực y tế này bằng cách triệt tiêu những mùi vị trong vải vóc, nhất là sợi vải may tất. Đó là nhà khoa học John Pierce, thuộc Đại Học Philadelphia, Hoa Kỳ. Thường thì vải trong thị trường hiện nay được ướp thơm trong lúc sản xuất bằng cách gài những viên nhộng chứa hương thơm trên những sợi chỉ sau khi đã được dệt thành vải. Điều bất tiện của phương cách này là những viên nhộng thường bị bể trước khi sản phẩm được đưa lên giá bày hàng và bể thêm nữa khi chúng ta mang quần áo, khăn tất về nhà. Kết quả là mùi thơm không giữ được lâu dài khi chúng ta sử dụng trang phục. Nỗ lực của giáo sư John Pierce và các cộng sự viên là tạo ra được thứ sợi dệt giữ được hương thơm vĩnh viễn để không bao giờ có những tấm áo manh quần hay những chiếc khăn, đôi tất bốc mùi. Họ nghĩ tới giải pháp ướp hương thơm vào sợi vải ngay khi được sản xuất. Sợi chỉ vải sẽ là lõi chứa các tuyến mùi. Như vậy dù có giặt sợi chỉ vẫn giữ được mùi thơm, đánh bạt các thứ hôi hám đi. Theo kỹ sư Cheryl Gomes của công ty kỹ thuật và công nghệ Foster Miller ở Mỹ thì họ đã tạo ra được một trăm chiếc khăn có mùi cam và oải hương lâu bền.

Mùi trong mỗi chúng ta là một thứ… hương gây mùi nhớ rất đặc trưng. Nó là một thứ *body-made* riêng biệt ít lẫn lộn được với mùi của người khác. Không tin cứ hỏi những chú thính mũi như loài chó chẳng hạn là biết liền. Cho những chú khuyển mà chúng ta nuôi trong nhà hay những chú loại chuyên nghiệp như chó cảnh sát chẳng hạn ngửi một vật dụng chúng ta đã dùng trên người rồi sai đi tìm chủ nhân của thứ mùi đó, chúng tìm ra ngay một cách dễ dàng. Hoặc là hỏi những bé sơ sinh đã bén mùi mẹ xem chúng có nhầm được hơi mẹ với hơi bà hàng xóm không. Không bao giờ có sự nhầm lẫn.

Bằng vào những nhận xét trên, các nhà khoa học tìm hiểu mùi của cơ thể của chúng ta riêng tư như thế nào. Nhà nghiên cứu Dustin Penn ở thủ đô Vienna của Áo đã tìm hiểu các mẫu mùi hôi ở nách, nước tiểu và nước miếng của 197 người trưởng thành. Mỗi người được lấy mẫu 5 lần trong vòng 10 tuần lễ. Sau đó họ chiết tách ra hàng ngàn hóa chất dễ bay hơi từ các mẫu này và nhận diện chúng bằng phương pháp ghi sắc và phép đo phổ. Hỗn hợp mùi cơ thể của mỗi người thay đổi theo thời gian nhưng các nhà nghiên cứu tìm thấy gần 400 hợp chất thường có trong mồ hôi trong các thời điểm khác nhau. So sánh sự có mặt hay không có mặt của 400 hợp chất này giữa bất cứ hai người khác nhau nào, nghiên cứu cho thấy có thể phân biệt được rất rõ người này với người kia dù rằng trong trường hợp cả hai người có họ hàng với nhau hoặc sống chung trong một mái nhà. Cái thứ nghiên cứu lẩm cẩm này có đẻ ra được những kết luận ích lợi nào không? Có chứ! Nếu tất cả con người trên hành tinh này đều có một thứ…hương vị riêng thì chúng ta có thể nhận diện được từng người giống như hiện nay người ta nhận diện được mỗi người bằng dấu vân tay. Tới lúc đó anh chàng mũi lên…mặt phải biết!

Mồ hôi là thứ…hôi hám, báu chi! Mồ hôi có nhiều…giai cấp. *Ăn no vác nặng, mồ hôi dầu!* Đó là thứ mồ hôi lao động cật lực. Ngửi chỉ thấy toàn mùi…*cholesterol!* Giai cấp quí tộc thì không có mồ hôi. Làm chi đâu mà có cái thứ biểu tượng của sức lực này! Nhưng cũng có lúc phải có chứ. Không có mồ hôi đâu phải là người! Giường chiếu có chăn êm nệm ấm thì mồ hôi vẫn cứ vã ra như thường. Thứ mồ hôi này, các nhà khoa học bảo là thứ đồng dạng với mùi tiết ra của chuột và một số loài côn trùng! Chúng có đặc tính là gây ảnh hưởng tới tâm sinh lý của phe khác giới. Đó là kết luận một nghiên cứu của Giáo sư Claire Wyart thuộc Đại Học Berkeley, California. Ông lưu ý tới chất *androstadienone* trong mồ hôi đàn ông, chất có thể gây ra việc thay đổi tâm trạng, kích thích hưng phấn tình dục, đẩy mạnh chức năng sinh lý và kích hoạt não của phụ nữ. Thí nghiệm với 21 người, ông cho họ lần lượt ngửi *androstadienone* và một thứ men có mùi tương tự, mỗi thứ 20 lần. Trong khi đó, các nhà nghiên cứu đo các tín hiệu sinh lý như thân nhiệt, độ dẫn của da, nhịp đập ở tai, huyết áp, nhịp tim và nhịp hô hấp. Đồng thời họ cũng kiểm nghiệm sự kích thích tình dục và tâm trạng bằng cách đo hàm lượng *hormone cortisol* liên quan đến tâm trạng và sự hưng phấn trong mẫu nước miếng. Kết quả là khi ngửi mùi…đàn ông, các bà có sự kích thích tâm trạng và hưng phấn tình dục cao hơn, huyết áp, nhịp tim và hơi thở cũng tăng nhiều hơn hẳn khi được ngửi mùi men. *Tạo hóa gây chi cuộc… hý trường.* Dĩ nhiên là phải như vậy rồi. Cần chi phải nghiên với cứu. Hỏi con chuột nó cũng biết!

Con chuột nó biết thì đúng là cái chắc. Bởi vì tài ngửi của con người đứng hạng bét trong các loài động vật, dù là loài động vật cấp thấp. Đó là bản năng kiếm ăn, phát giác nguy hiểm, định vị được địch thủ của chúng. Nơi con người, vùng ngửi rất nhỏ, chỉ bằng kích thước một con tem, màu vàng, rất ẩm ướt và có nhiều chất nhờn béo. Vùng này nằm ở nóc của mỗi ổ mũi, ngay sau khoảng cách giữa hai mắt và có chừng 100 triệu tế bào thần kinh để ngửi. Trên đầu tế bào ngửi có nhiều sợi lông nhô ra khỏi lớp nhờn, tiếp xúc với không khí ra vào mũi và tiếp nhận mùi của sự vật. Lỗ mũi chỉ có thể tiếp nhận một lượng nhỏ không khí nên khi muốn ngửi cho kỹ một vật thể, người ta thường khịt khịt lỗ mũi để tiếp nạp thêm không khí. Như khi chúng ta…đánh hơi để ngửi cho kỹ một mùi rượu chẳng hạn. Nhà thơ thì hay tinh nghịch. Như ông Quan Dương chẳng hạn. Muốn ngửi hương người yêu, ông…leo trèo.

Trèo vô hốc mũi tôi tìm
hương xưa còn đọng u niềm trong em?
Thế gian đầy bụi hồng trần
né sao tránh khỏi hít vương ít nhiều

Cái ông hiếu động này trèo vào hốc mũi nào? Phải hay trái? Thì cũng rứa! Rứa sao được! Nếu giống nhau thì việc chi phải tạo ra hai lỗ mũi làm chi cho phí…thịt? Hai cái lỗ này trông thì không có gì khác biệt nhưng thực ra chúng rất khác biệt nhau. Lỗ mũi phải ngửi thiếu chính xác hơn lỗ mũi trái. Khi ngửi rượu, nhất là những…hít nhân nhà nghề chuyên môn nếm rượu, thì thẩm định bằng lỗ mũi trái ngửi được mùi đúng với thực tế hơn khi ngửi bằng lỗ mũi phải. Bởi vì lỗ mũi phải bị chi phối bằng đại não phải và ngược lại. Mà bán cầu não phải điều khiển cảm tính nên lỗ mũi chịu sự pha trộn sắc thái cảm tính trong khi lỗ mũi bên trái bị chi phối bởi bán cầu não trái sẽ nghiêng theo lý tính và thực tế.

Sự hít thở của hai lỗ mũi cũng có ảnh hưởng khác nhau đến trạng thái của con người. Khi hít thở bằng lỗ mũi phải, đại não dễ hưng phấn và thần kinh ở vào trạng thái hồi hộp hơn. Còn hít thở bằng lỗ mũi trái khi con người ở trong trạng thái nhẹ nhàng và bình tĩnh.

Hai lỗ mũi luân lưu giúp đỡ cho nhau trong hít thở, cái mà

y học gọi là tuần hoàn mũi. Chúng cứ luân phiên làm việc giúp cho con người cảm thấy quân bình cho sức khỏe. Chẳng hạn như khi cơ thể cảm thấy hồi hộp, hụt hẫng, lập tức lỗ mũi trái sẽ ra quân để giúp cho cơ thể trở lại trạng thái nhẹ nhàng, thanh thản.

Hai lỗ mũi hóa ra không phải chỉ tạo sự cân cái cho khuôn mặt mà chúng thực sự cần thiết cho cơ thể. Họa sĩ Thái Tuấn hình như không cần biết điều này. Khuôn mặt thì cần gì mũi! Hầu hết các thiếu nữ trong tranh Thái Tuấn đều không có mũi. Cái tài tình trong nét vẽ của ông là không vẽ mũi nhưng người xem không cảm thấy khuôn mặt người đẹp trong tranh thiếu mũi. Người đẹp không mũi vẫn cứ đẹp như thường! Mấy ngày nay tôi ngồi giở tập tranh anh Thái Tuấn đã gửi tặng từ những ngày anh còn ngụ cư ở Orleans, gần thủ đô Paris của Pháp, để chọn một bức làm bìa cho cuốn Phiếm 4 sắp sửa đưa đi in, tôi đã tìm ra được một bức rất…phiếm! Đó là bức mà anh đặt tên là "Hóa Thân" vẽ một người cầm một đóa hoa đưa lên ngửi. Vậy mà người này cũng không có mũi. Cuộc đời nó hề như vậy sao anh Thái Tuấn? Năm nay anh đã cửu tuần mà tâm hồn anh còn…phiếm như vậy sao? Hay đó là cảm nhận đích thực của anh sau từng ấy năm nhọc nhằn với cuộc sống?

Cuộc sống vốn là một trò hề. Ít nhất tôi đã một lần thấy như vậy trong cuộc biến động miền Trung năm 1966. Mới đây, đọc hồi ký của ông Võ Long Triều trên Người Việt Online, tôi đã ghi được đoạn nói về cuộc biến động này. Nó có liên quan tới cái mũi!

"Tình thế mỗi ngày một xấu đi, tín đồ Phật Giáo biểu tình liên tục. Từ Saigon lan ra Đà Nẵng, Huế. Cường độ chống chính phủ ngày càng tăng. Tình hình chính trị ở miền Trung trở nên nguy hiểm. Tướng Nguyễn Chánh Thi, tư Lệnh Vùng I

Chiến Thuật hình như làm ngơ, không bày tỏ một thái độ nào để giải quyết tình hình. Thái độ và hành động của Tướng Thi, Tư Lệnh Quân Đoàn I buộc chính phủ phải thay thế ông, nhưng nếu bứt sợi dây Nguyễn Chánh Thi sợ động khu rừng miền Trung đang cháy lớn. Vì vậy, Chủ Tịch Ủy ban Hành Pháp Trung Ương phải đánh lừa Tướng Thi bằng cách mời ông về Saigon họp Ủy ban Lãnh Đạo Quốc Gia. Khi về tới sân bay Tân Sơn Nhất, Đại Tá Loan chờ sẵn và thông báo quyết định của chính phủ đưa ông đi Mỹ tị nạn với lý do là để chữa bệnh. Giấy thông hành và chiếu khán nhập cảnh có sẵn. Ông phải lựa chọn hoặc đi Mỹ hoặc vào quân lao. Dĩ nhiên ông chọn biệt xứ còn hơn đi tù. Trong khi chờ đợi và thương lượng tại phòng khách danh dự, báo chí hỏi ông đi Mỹ chữa căn bệnh gì? Ông trả lời một cách mỉa mai là "bệnh thúi mũi"!"

02/2007

NEM

Ông bạn Nam kỳ của tôi gân cổ lên cãi: "Bộ cha nội bảo tôi không biết nem là gì à? Thủ Đức thiếu cha gì nem!" Đợi cho cái mặt cãi cọ bớt đỏ, tôi mới nói lại: "Ai bảo cha nội là tôi nói tới cái thứ nem Thủ Đức của cha nội? Thứ nem tôi nói là thứ nem Bắc kỳ cơ!" Mặt vẫn vác lên, làm như có cái cần cổ ngon lắm, anh bạn thường ngày vốn rất hiền lành của tôi vẫn còn... sủi bọt: "Bộ cha nội không là người Việt hay sao? Nem là nem chứ bày đặt nem Bắc kỳ với nem Nam kỳ!"

Nam kỳ cũng có nem nhưng kêu là chả giò. Ngoài Bắc cũng có chả và giò nhưng là hai thứ khác biệt nhau, khác hẳn với chả giò trong Nam. Vậy cái thứ kêu là nem ngoài Bắc đích thị là chả giò trong Nam, cái bánh hình trụ, chiên lên vàng rụm, trông rất ngon lành. Phải ngon nên mới được liệt vào hàng đặc sản mà các bà thèm muốn.

"Ông ăn chả, bà ăn nem". Tiền nhân của chúng ta phải sành ăn lắm nên mới ví von được như vậy. Nếu là "nem công

chả phượng" thì hết xảy. Công là một loại chim quý phái, lông lá rực rỡ, lúc múa thì lông đuôi dựng lên, xòe ra trông rất ngoạn mục. Thịt công ngon đến thế nào thì tôi quả thực chưa được nếm. Chắc phải hỏi các bà các cô. Như Tuyết Trinh chẳng hạn!

Ở Việt Nam ngày nay có câu…cách ngôn: "Con thày, vợ bạn, gái cơ quan". Đó là ba thứ mà con người dễ láng cháng nhất. Tuyết Trinh vừa tròn 31 tuổi và là một nhân viên của một cơ quan liên doanh với số lương rất hậu hĩnh. Cô làm việc rất bận rộn, mỗi ngày ít ra là 12 tiếng tùy theo tiến độ của dự án được phân công. Cô vừa được giao một dự án mới. Cùng làm với cô là một nam trợ lý. " Chúng tôi đã có cảm tình ngay lần đầu gặp mặt, mặc dù vậy công việc vẫn phải đặt lên hàng đầu. Chúng tôi thường vùi đầu tại văn phòng đến tận 10 giờ, 11 giờ đêm. Dự án thực hiện được gần một nửa, tôi cảm thấy hưng phấn hơn bao giờ hết. Hôm đó còn sớm nên Tuấn rủ tôi lên một quán *bar* để thư giãn tí chút. Chúng tôi đã có nhiều thời gian hơn để tìm hiểu nhau. Bản thân tôi cảm thấy Tuấn là một người đàn ông dễ gần, dịu dàng và không thể không nói là không hấp dẫn. Một giây phút nào đó, tôi đã nghĩ…. Nhưng cảm giác tội lỗi đã níu tôi lại vì chúng tôi đều có mái ấm của riêng mình". Chuyện bắt đầu bằng một ý nghĩ cố gạt đi như vậy. Nhưng muốn không phải là được. Hoàn cảnh làm việc kè kè bên nhau đã kéo câu chuyện đi xa hơn. "Tôi sợ hãi cuống cuồng ngay sau khi Tuấn đặt nụ hôn ngọt ngào lên môi tôi. Tim tôi đập mạnh, đầu óc xoay như chong chóng. Chuyện gì đang xảy ra đây?". Còn chuyện gì nữa. Chuyện chả và nem.

Vẫn chuyện "gái cơ quan". Chuyện của Hoàng Anh. "Tôi và Minh là típ người trẻ trung, hiện đại và hay đùa tếu. Mặc dù tôi đã có gia đình, còn Minh đang chuẩn bị cưới, thỉnh thoảng chúng tôi vẫn cứ trêu nhau như người yêu. Đơn giản bởi vì cả hai đều hiểu nhau và coi nhau như bạn bè". Lửa đã được thắp lên. Chỉ chờ cơ hội là táp vào mặt. Cơ hội đến khi Hoàng Anh và Minh được công ty thưởng cho một chuyến du lịch kết hợp với công tác trong một tháng tại Thượng Hải. "Minh thường hay sang phòng tôi để bàn luận công việc và có một lần anh ấy hỏi tôi có thích anh ấy không? Vẫn nghĩ đùa như mọi khi tôi nói là có, thích lắm, thích mê mệt. Thế nhưng Minh lại bảo tôi là anh ấy đang nghiêm túc. Tôi đỏ mặt và gật đầu thú nhận là mình cũng có cảm tình với anh ấy. Có thể nói rằng Minh là người đàn ông giúp tôi nhận được giá trị của mình. Nhờ có anh mà tôi biết được mình vẫn còn xinh đẹp và hấp dẫn ở độ tuổi 35. Tất nhiên, nụ hôn đầu đã khiến tôi không khỏi ăn năn hối lỗi khi hình ảnh người chồng vụt qua. Tôi đủ thông minh để hiểu kể từ sau nụ hôn đó chuyện gì sẽ xảy ra". Chúng ta cũng đủ thông minh để biết rằng lửa đã chứng tỏ sức mạnh của nó. Câu chuyện tình ngoài lề hôn nhân đã lớn nhanh như thổi. Tới một ngày, cả cơ quan đều biết. "Tôi hiểu Minh vẫn chưa thể chiếm trọn trái tim mình, thế nhưng anh ấy mang tới cho tôi niềm vui, anh ấy hiểu niềm khát khao của tôi và chính công việc căng thẳng đã đưa chúng tôi đến bên nhau. Tôi không hiểu rồi tương lai sẽ đi đến đâu."

Tương lai sẽ gặp…thánh Phêrô! Ông thánh "Bộ Trưởng Bộ Tư Pháp" này xét công tội rất phân minh và làm việc rất mẫn cán. Lúc nào ông cũng đứng ngay ở cửa Thiên Đàng để đón các linh hồn di tản từ trần thế lên. Bữa đó, có 3 linh hồn tới. Ông chặn linh hồn thứ nhất lại hỏi liền: "Khi ở dưới trần thế, con có chung thủy với vợ không?". Anh này thú nhận là có hơi lem nhem, thỉnh thoảng cũng có ăn chả. Thánh quan tòa này định công luận tội liền. Anh chỉ được cấp một chiếc xe hơi nhỏ để dùng trên Thiên đàng. Bà thứ hai thú nhận là thỉnh thoảng có chén chút nem. Cũng vậy, chỉ đáng được chiếc *Echo*! Ông thứ ba cam đoan là trong suốt cuộc đời chồng vợ, ông chưa từng bao giờ tơ tưởng tới chả cá. Thánh Phêrô cười tươi, gật gù với vẻ rất bằng lòng. "Vậy thì ta ban cho con chiếc *Lexus*!". Một tuần sau, ba người gặp lại nhau, thấy ông đi xe *Lexus* có vẻ không vui, bà đi *Echo* hỏi: "Sao ông không được vui vậy? Xăng mắc quá hay sao?" Ông chồng nghiêm túc này vội nói: "Chuyện xăng nhớt là chuyện nhỏ. Bữa hôm qua, lái xe đi chơi dưới *downtown,* tôi thấy vợ tôi. Bà ấy đi...*patin!* Thế có tức không chứ!"

Thần linh biết hết mọi chuyện dù chuyện con người vẫn còn dấu trong đầu. Bởi vậy nên trong các đạo giáo hay trong lương tâm con người, chỉ tư tưởng không đã là tội lỗi rồi. Chưa thật sự cắn vào nem nhưng đầu óc đã nhắm vào một chiếc nem nào đó rồi tơ lơ mơ tưởng tượng. Vậy là đã nhúng chàm. Nhân vật nữ trong truyện *"Đêm Trăng"* của nhà văn Hoàng Du Thụy đã tội lỗi chưa khi ngồi tơ tưởng: *"Chúng tôi có nhau như một ân sủng của Thượng Đế. Cuộc tình thơ mộng quá cũng chỉ vì anh ấy chưa hề nói yêu tôi. Chúng tôi chỉ cảm nhận tấm lòng của nhau mà không thể dùng ngôn ngữ để diễn đạt tình yêu đó. Chúng tôi yêu nhau giữa muôn ngàn bất trắc mà không hề cảm thấy cuộc đời là tù ngục vây quanh. Anh ấy có vợ và tôi có chồng... Nhưng mà chúng tôi yêu nhau đâu phải để nên vợ thành chồng. Chúng tôi yêu nhau chỉ vì cái hồn của người này ở trong mắt của người kia"*.

Tội lỗi gì không khi hai tâm hồn đồng điệu tìm đến nhau? Cũng chính nhà văn trả lời: "*Rồi đây nơi xứ người tôi có quên được anh ấy không hay anh ấy mãi mãi vẫn là chất mật ngọt ngào nằm sâu trong cánh hoa sầu héo? Phải, anh ấy vẫn mãi*

mãi là mật trong hoa trong khi những người đàn ông khác chỉ là bướm ong bay dập dìu. Có tội gì không khi một đóa hoa tàn vẫn muốn giữ cho mình một chút mật ngày sau?".

Tội hay không, tôi chẳng muốn dính vào, nên đành phớt lờ câu hỏi nhức nhối của bà nhà văn nhiều tâm sự. Nhưng tơ tưởng tới nem trong văn thơ quả có mang nét lãng mạn làm vừa lòng người đọc thì phải, nhất là người đọc nữ. Chẳng thế mà thơ "hàng hai" của T. T. Kh. vẫn sống mãi trong lòng mọi người.

Từ đấy thu rồi thu lại thu,
Lòng tôi còn giá đến bao giờ.
Chồng tôi vẫn biết tôi thương nhớ
"Người ấy" cho nên vẫn hững hờ

Tôi vẫn đi bên cạnh cuộc đời,
Ái ân lạt lẽo của chồng tôi,
Mà từng thu chết, từng thu chết,
Vẫn giấu trong tâm một bóng người.

Vì chả nguội ngắt nên nem mới lạnh lùng hay vì nem hiển hiện nên chả mới hờ hững? Tôi lại chả dại gì để ném mình vào cái mối bòng bong này. Trường hợp chị Lê Thanh Huyền thì rõ ràng tại chả. Chị vốn là một người đoan trang, tự trọng, luôn luôn giữ thể diện trước đám đông. Nhưng từ khi chồng đổ đốn cứ chả mà ăn thì chị điên tiết trả thù. Chị cũng cứ nem mà chén! Chị cặp với một thanh niên trẻ, đẹp, ga lăng mà chị làm quen được trên sàn nhảy, nơi chị tới giải sầu khi bị chồng bỏ bê. Chị mang tiền ra cung phụng anh bồ trẻ, công khai ăn chơi trác táng bất chấp mọi lời đàm tiếu của người chung quanh. Chị bỏ việc để có thêm thời giờ vui vầy với nem. Khi chồng con chị biết và tỏ vẻ khinh miệt thì chị càng bất cần hơn. Khi gã trai bao này chán chê bỏ đi với người đàn bà khác thì chị lại kiếm một gã khác. Hết tiền, chị lao vào những vụ buôn hàng lậu ở biên giới để có tiền nuôi người tình hòng thỏa mãn mục đích trả thù đời! Khi tiền hết thì tình cũng hết. Chị bỗng thấy mình bị mắc kẹt trong con đường cụt.

Tình chi mấy chàng trai bao. Họ như cái gậy của thằng ăn mày, chỗ nào chọc vào được là cứ chọc tưới sượi. Thả vài câu cợt nhả, mất mát chi. Như thả một mồi câu, phúc ra thì vớ được cá lớn. Một anh chuyên làm cục kê cho các bà…trả thù chồng đã khơi khơi kể lại một trường hợp anh mới gặp. Người đàn bà tên Thu, thấy anh bắt mắt, gạ gẫm: "Hôm nào mình đi Tam Đảo chơi đi!". Anh thanh niên ỡm ờ: "Em thì chẳng sao. Chỉ ngại cho chị.". Một thoáng buồn qua nét mặt, bà Thu bỗ bã: "Lão ấy nhà chị suốt ngày la cà quán nhậu với mấy con ranh. Chị sống chết ra sao, quan hệ với ai lão cũng chẳng quan tâm. Tiền thì ai cũng cần, nhưng khi đầy đủ rồi người ta chỉ cần tình. Chị bây giờ chỉ thiếu tình thôi!"

Chuyện chả chuyện nem càng ngày càng gay cấn trong một xã hội mở. Thời thế đảo điên làm tâm hồn con người điên đảo. Họ thành một đám đông. Họ tìm tới nhau, chơi thành nhóm, lập hội đàng hoàng! Họ ăn nem cho vui vậy thôi! Tên cái hội không có môn bài này là "Hội Những Bà Vợ Vui Vẻ Thế Kỷ 21". Hai bà hội viên đang làm đầu trong một tiệm uốn tóc thuộc hạng sang trên đường Nguyễn Trãi, Quận 1, Sài gòn, đấu hót với nhau. Trông chỉ trạc chừng 30 tuổi, bà A dục cô gái đang làm móng tay:

"Nhanh lên em! Nửa tiếng nữa "lão già" tới đón chị đó".

Bà B đang làm tóc, quay sang hỏi:

"Bữa nay hẹn sớm vậy?"

" Ừ, tối nay ông xã tôi về".

Toét miệng ra cười, bà B hỏi tiếp:

"Lão già ấy biết không?"

Tiếng bà A cười khúc khích:

"Biết nên mới làm mình làm mẩy, đòi…đền bù đây nè!"

Hai người cười khoái chí. Bà A hỏi lại:

"Còn kép của bà sao rồi? Sao hai tuần nay không thấy bà nhắc đến vậy?"

"Thì cũng đang giận lẫy đó! Ông xã tui hồi này ít đi công tác, làm sao gặp "cha kia" thoải mái được! Kệ! Mỗi ngày gọi điện an ủi chả, vài bữa lên gặp một hai tiếng để chả đỡ eo sèo. Chừng nào ông xã tôi đi thì đâu lại vào đó, lo gì!"

Đoạn đối thoại trên không phải do tôi hư cấu mà là những gì phóng viên của báo Thanh Niên nghe được viết lại trên báo. "Triết lý" của những hội viên…vui vẻ này được ghi nhận như ri: Niềm vui giúp tuổi trẻ kéo dài, trò ăn vụng khiến cuộc sống hôn nhân không nhàm chán, bởi sau khi vui chơi với kép, mình sẽ thương yêu, chiều chuộng chồng hơn. Phải khẳng định chồng con là nền tảng, kép chỉ là hoa lá cành, không được mê mệt kép mà quên bổn phận với chồng. Cũng giống mấy ông đi tìm của lạ thôi, điều gì đàn ông làm được, đàn bà cũng làm được!

"Triết lý' nem này có thuận nhĩ không, tôi muốn mang ra hỏi ông thánh Phêrô. Nhưng vì chưa có dịp tiếp cận vị thánh tay cầm chìa khóa cửa Thiên đàng này nên tôi chỉ đoán mò. Không hiểu các bà hội viên của hội "Những bà vợ vui vẻ thế kỷ 21" này có được đôi *patin* không, hay đành phải cuốc bộ!

Vui vẻ hay không vui vẻ, thấy nem vẫn cứ thích nếm. Trong cuốn trường thiên tiểu thuyết *"Bể Dâu"* vừa trình làng của nhà văn Nam Dao, cô công an tên Mai, đang công tác gác bệnh xá tại một trại cải tạo, có chồng cũng là một Trung úy Công An, khoái giọng ca của một tù nhân tên Dũng. Cô biết đàn và thích hát, nhất là hát nhạc Trịnh Công Sơn. "*Nghe Dũng hát, Mai bỗng có cái ý ngồ ngộ, là nếu Dũng mà hát nhạc Trịnh Công Sơn thì chắc...cực kỳ. Ông Trời khéo chiều Mai. Dũng bị đau ruột thừa phải vào nằm bệnh xá. "Ông thầy" nói không cần mổ, chỉ tiêm trụ sinh, sau cần mới chuyển Dũng đi bệnh viện Vĩnh Yên. Quả thế, chỉ ba ngày sau thì Dũng đi lại được, và Mai đã học xong ba, bốn bản nhạc vàng, nay thôi "như cánh vạc về chốn xa xăm" mà bắt đầu 'ta xô biển lại sóng về đâu?" Câu hỏi không dễ trả lời, nhưng Mai bị sóng đẩy, chui tọt vào lòng Dũng, ngay tại bệnh xá, đêm trước hôm Dũng phải quay về láng tù....Nếu chỉ là chuyện qua đường, chắc không còn gì đáng để kể. Nhưng lại ông Trời, lần này ông trớ trêu, khiến Mai như bị Dũng hớp hồn, ngày này qua tháng kia chỉ chờ cho Dũng bệnh lại. Nhưng Trời lần này không chiều lòng. Mai tự nhủ, xưa nay "nhân định thắng thiên" không phải là ít. Khều được Dũng, hai người đến cạnh con suối ngập đầu gối phía dưới trại, cứ năm bảy bữa có dịp là lén lút ân ái một lần*".

Nem chẳng thèm phân biệt ranh giới ta và địch. Cứ có dịp là...chén! Khi Dũng được thả về , Mai đã cất công đi tìm Dũng, vào tới vùng kinh tế mới ở tận Trảng Bom, Tây Ninh để tiếp tục giở nem ra chén tiếp. Cô công an Mai say sưa với nem "ngụy", còn cô giáo Hạnh của miền Nam đã bất đắc dĩ phải ăn nem miền Bắc. Đang từ truyện của ông Nam Dao, tôi nhảy qua truyện của ông Trần Doãn Nho lúc nào chẳng biết. Cô giáo Hạnh là nhân vật chính trong cuốn *"Dặm Trường"*. Là một nhà giáo hiền lành, yêu chồng con, Hạnh phải lao vào cuộc sống sau biến động 1975. Cô đi buôn đường dài. Thân gái dặm trường, cô đã trượt dài, bất đắc dĩ phải đem thân xác ra đổi lấy những dễ dãi trên đường chuyển hàng. Qua tay hết anh công an này tới anh cán bộ khác, cô phản bội chồng bằng thân xác, và chỉ bằng thân xác. Hoàn cảnh đẩy đưa biến cô giáo thành một người đàn bà dạn dầy trơ trẽn.

"Hạnh nhìn ông ta van vỉ:

- Anh hứa với em một lời đi. Rồi cái gì...cái gì...em cũng chịu hết.

Người đàn ông cười, nụ cười thoải mái nhất mà nàng nhìn thấy từ khi bước vào đây.

- Cái gì là... cái gì?

- Dạ, bất cứ cái gì anh thích. Em nói thiệt.

Nàng lại cười duyên, mắt nhìn càng tính tứ hơn:

- Anh hứa với em đi anh.

- Chị cứ về đi, mai hãy tính.

- Hay là anh cho em địa chỉ đi, em ghé nhà anh.

Người đàn ông xua tay:

- Đâu có được. Gay lắm.

- Hay là mình...mình hẹn một chỗ nào khác đi. Bất cứ chỗ... chỗ nào...em cũng đến được.

Người đàn ông im lặng,vẻ suy tính. Hạnh nhìn chăm ông ta và bắt gặp trong đôi mắt đục một tia sáng bất chợt lóe lên. Một sự kích động? Một niềm vui? Một ao ước? Đôi mắt chuyển động qua lại, chợt nhìn nàng rồi chợt quay đi.

- Hay là...hay là... như thế này. Nhưng không, không được đâu.

Hạnh chồm người lên bàn. Thấy bàn tay người đàn ông đang úp giữa bàn, kế bao thuốc, ngón tay trỏ gõ gõ trên mặt kính, nàng đặt nhẹ bàn tay mình lên. Thật dịu dàng. Nàng chạm phải một cái gì thô nhám. Dường như ông ta giật mình. Nàng nghĩ ông ta sẽ rút bàn tay lại. Không, ông ta vẫn để yên. Hạnh tiếp:

- Anh, anh giúp em. Em biết anh giúp là được mà.

- Gay lắm, chị. Đang mùa chiến... à không đang lúc có khó khăn.

Hạnh vuốt ve bàn tay người đàn ông:

- Anh. Hứa với em đi. Em biết anh làm được mà.

Người đàn ông rút nhẹ bàn tay, cố tránh nhìn Hạnh:

- Thôi được, chị à... cô... em cứ về đi, để anh... anh... anh... tính. Ở đây lâu không hay. Ngày mai, để xem, ngày mai, anh có họp buổi sáng. Có gì, chiều mai... Mà em ở đâu?

Hạnh khổ sở:

- Em cũng chẳng biết em phải ở đâu nữa. Em hiện giờ tứ cố vô thân. Khổ thật! Hay anh giúp em luôn đi. Anh ở mô... em... ở nấy, có được không anh?"

Có phải là nem không? Nem chi mà đẫm nước mắt! Không, đó chỉ là thân phận người đàn bà quay cuồng trong thuở trời đất nổi cơn gió bụi!

09/2007

NGẪU

Anh bạn tôi sống ở vùng Little Saigon bị tai nạn xe hơi. Không có gì nặng lắm. Nhưng anh vẫn được đưa đi nhà thương rà lại khắp người. Lỡ có gì còn dễ cãi cọ. Vậy mà có gì thật. Người ta *scan* và tìm ra anh đang bị ung thư tụy tạng mà không biết. Họ đè anh ra mổ. May mà ung thư chưa lan ra các bộ phận khác trong bụng. Nếu để lâu nữa, tính mạng anh sẽ lâm nguy. Cho tới bây giờ, anh vẫn ăn no ngủ kỹ tuy không có tụy tạng. Điện thoại cho tôi, anh xuýt xoa: " Nếu không có cái tai nạn xe hơi thì giờ này chắc *moi* tiêu rồi!" Đó là một sự trùng hợp thuộc loại...hoan hỉ! Đại khái như chuyện "Tái Ông Thất Mã" ngày xưa. Trong cái rủi có cái may, trong cái may có cái rủi. Những chuyện ngẫu nhiên như vậy không hiếm trong cuộc sống của chúng ta.

Ông David Durant là ai bạn có biết không? Làm sao bạn biết được. Tôi cũng như bạn, chỉ biết ông qua một câu chuyện thuộc loại tái ông thất mã như anh bạn tôi. Ông là cư dân thành phố Kent ở bên Anh, năm nay 48 tuổi. Ông đang ngồi sửa xe hơi trên một bãi đất bên ngoài căn nhà ông ở thì bị một chú nhện độc chích vào vai trái phía trước ngực. Ông được đưa vào bệnh viện cấp cứu. Bác sĩ cho thuốc chữa nhưng hai tuần sau vết nhện cắn vẫn sưng lớn bằng trái banh quần vợt. Bác sĩ tức tối. Sao vậy cà? Họ dùng máy siêu âm dò tìm và khám phá ra ông Durant bị mắc một căn bệnh ung thư hiếm có. Do nọc độc của nhện nên khối ung ác tính này bị sưng lên nhanh và lộ ra ngoài. Ông được điều trị bằng hóa chất và xạ trị trong 3 tháng. Khối u hoàn toàn biến mất và ông trở lại làm việc bình thường. Ở bên Anh bị nhện độc chích đã hiếm mà lại chích để làm cho khối ung thư tiềm ẩn trong người lộ ra để chữa lại càng hiếm hơn. Cũng…hoan hỉ!

Sự đời có những chuyện ngẫu nhiên kỳ lạ đại khái như hai trường hợp trên. Tôi nghĩ là trong cuộc sống của mỗi người chúng ta, hầu như ai cũng có những trường hợp ngẫu nhiên như vậy. Có điều chúng ta không để ý đến hoặc biết nhưng thấy chẳng có gì đáng nói ra. Nhưng sách vở ghi lại những chuyện ngẫu nhiên khá phổ thông thì nhiều, những ngẫu nhiên liên quan đến người hay việc mà ai cũng biết. Như chuyện chiếc tàu Titanic chẳng hạn.

Mười bốn năm trước khi chiếc tàu nổi tiếng này bị chìm sâu vào lòng biển, vào năm 1898, đã có một nhà văn chuyên viết truyện viễn tưởng là Morgan Robertson cho xuất bản tại Luân Đôn cuốn tiểu thuyết giả tưởng mang tên "*Futility*". Đây là câu chuyện về một chiếc tàu chở khách lớn nhất thế giới tên Titan đã lâm nạn vì đụng vào tảng băng trôi ngay trong lần viễn du đầu tiên mang theo hàng ngàn hành khách chìm sâu xuống biển cả. Điều kỳ lạ là chiếc tàu hư cấu Titan và chiếc tàu có thật Titanic bị chìm vào năm 1912 có những nét trùng hợp nhau. Cả hai con tàu đều bị nạn vào tháng 4! Chiếc tàu hư cấu Titan chở 3000 hành khách thì chiếc tàu chìm thật ngoài đời Titanic chở 2207 hành khách. Có 24 tàu tới tiếp cứu trong truyện thì ngoài đời thật có 20 tàu. Vài tháng sau tai nạn của Titanic, một chiếc tàu khác chạy bằng hơi nước cũng đi qua vùng biển Đại tây Dương đầy sương mù. Anh thủy thủ trực tàu đêm đó là một anh thanh niên còn trẻ nên hơi nhát. Khi tàu đang chạy qua vùng biển này, anh sực nhớ ra là chiếc tàu của anh đang đi cũng có tên tương tự như tàu Titanic: tàu Titanian. Anh giật mình, thần hồn nát thần tính, vội giật chuông báo động liên hồi. Tàu Titanian dừng lại đúng lúc sắp sửa va vào một tảng băng khổng lồ ở phía trước! Giải thích làm sao đây? Chịu!

Cũng chuyện chìm tàu. Gần bờ biển xứ Wales thuộc Anh, một chiếc tàu bị chìm vào ngày 5 tháng 12 năm 1664. 121 năm sau, đúng ngày 5 tháng 12 năm 1785, một chiếc tàu khác cũng bị chìm vào đúng chỗ đó. 101 năm sau đó, vào ngày 5 tháng 12 năm 1886, lại một chiếc tàu khác bị đắm cũng vào đúng vị trí đó. Cứ theo cách giải thích dân gian của chúng ta thì người ta tin rằng chỗ đó có huông. Cứ cỡ trên trăm năm thì thủy thần đòi một con tàu xuống chơi âm phủ. Để làm gì? Lại chịu!

Mặc những con tàu chìm, chúng ta nói chuyện về sự ngẫu nhiên của những tai to mặt lớn. Chắc vui hơn. Hai vị Tổng Thống Hoa Kỳ sống cách nhau khá xa là Abraham Lincoln và John Kennedy có nhiều điểm trùng hợp với nhau thật kỳ lạ. Cả hai đều bị ám sát. Abraham Lincoln bị ám sát trong một rạp hát và kẻ ám sát ông sau đó chạy trốn vào một nhà kho. John Kennedy bị một kẻ nấp trong một nhà kho bắn chết và sau đó thủ phạm chạy trốn vào một rạp hát! Cũng trùng hợp đấy nhưng trùng hợp ngược ngạo! Cũng theo trường phái trùng hợp ngược ngạo, Tổng Thống Lincoln có một người thư ký tên Kennedy và Tổng Thống Kennedy có một thư ký tên Lincoln!

Ngày 28 tháng 7 năm 1900, vua nước Ý Umberto I tới ăn tối tại một nhà hàng ở thành phố Monza. Người chủ nhà hàng cũng có tên là Umberto, sinh ra cùng ngày với nhà vua, trong cùng một thành phố, vợ của họ có cùng một tên, đám cưới diễn ra trong cùng một ngày. Lạ chưa? Còn điều lạ nữa là nhà hàng này khai trương vào đúng ngày nhà vua lên ngai vàng. Chưa hết. Một nhà vua và một thường dân có nhiều điểm trùng hợp ngẫu nhiên như vậy lại rất tương đắc với nhau. Họ nói chuyện với nhau rất vui vẻ, lại còn hẹn ngày hôm sau gặp nhau tại sân vận động. Vào buổi sáng ngày hẹn, chủ nhà hàng bỗng lăn đùng ra chết. Nhà vua nghe tin, rất buồn rầu và gửi lời chia buồn tới tang gia. Chỉ vài giờ sau, chính nhà vua bị ám sát chết!

Đức Giáo Hoàng Paulo VI có một chiếc đồng hồ báo thức rất tốt. Trong suốt 55 năm, cứ 6 giờ sáng, chuông đồng hồ reng lên báo hiệu cho chủ nhân dạy. Ngày nào như ngày nấy. Nhưng ngày 6 tháng 8 năm 1978, vào lúc 9 giờ 40 phút tối, chiếc đồng hồ bỗng dở chứng rung chuông um sùm. Đó chính là giờ vị Giáo Hoàng được cả thế giới kính trọng nhắm mắt về với Chúa!

Tài tử điện ảnh James Dean, ai chẳng biết. Chàng trai trẻ có nụ cười vừa quyến rũ vừa bí mật này đã làm đắm lòng biết bao thiếu nữ trên thế giới. Đó là thần tượng của thế hệ chúng tôi với dáng vẻ bất cần đời và với những màn lái xe ngoạn mục trên màn ảnh. Chàng chết vì lái xe. Chiếc Porsche 550 Spyder của James Dean đã bị tai nạn vào tháng 9 năm 1955. Chết rồi mà James Dean như vẫn còn quý chiếc xe. Ai đụng tới chiếc xe Porsche yêu quý của James đều bị tai họa. Khi người ta rời chiếc xe ra khỏi hiện trường để đưa về nơi cất giữ thì động cơ xe bất thần rớt ra ngoài, rơi trúng chân một anh thợ máy làm cho chàng ta bị tàn phế suốt đời. Ông bác sĩ Troy McHenry mê xe hơn mê kim chích mua lại chiếc động cơ này về lắp vào xe đua của ông, cũng đã bỏ mạng trên đường đua khi đang lái chiếc xe định mệnh này. Chưa hết! Một tay đua xe khác mua lại chiếc trục chuyển động của xe với giá rẻ mạt để lắp vào xe của anh ta, cũng chết thảm vì tai nạn trong cuộc đua cùng với ông bác sĩ. Sau đó người ta mang chiếc xe ra sửa lần thứ hai. Đang sửa thì chẳng biết vì sao ga ra bỗng phát hỏa cháy rụi hoàn toàn. Khi chiếc xe được mang ra trưng bày cho công chúng coi tại một trường trung học ở Sacramento thì nó trượt ra khỏi bục trưng bày làm một chú nhỏ học trò bị gãy xương hông. Người ta mang xe đi tiểu bang Oregon thì chiếc xe bị tuột móc đâm sầm vào một cửa tiệm vỡ tan tành. Cuối cùng, vào năm 1959, chiếc xe bỗng bể ra thành 11 mảnh trong khi vẫn nằm trên giá đỡ bằng thép.

Bạn có muốn ứng cử làm Tổng Thống Mỹ không? Hỏi chơi như vậy thôi, chứ chắc cũng còn phải cả chục thế hệ nữa may ra con cháu chúng ta mới bon chen được vào chiếc ghế số một đó. Nhưng tôi cứ hỏi trỏng như vậy vì biết đâu con cháu bạn lại chẳng có ngày mom men ứng cử. Nếu vậy, bạn nhớ dặn chúng chớ có ứng cử vào những năm kết thúc bằng số 0. Te tua lắm! Các Tổng Thống Lincoln (1860), Garfield (1880), McKinley (1900), Kennedy (1960) đều bị ám sát chết bất đắc kỳ tử. Tổng Thống Harrison (1840) chết vì viêm phổi. Tổng Thống Roosevelt (1940) chết vì viêm tủy. Tổng Thống Harding (1920) bị nhồi máu nặng. Tổng Thống Reagan bị mưu sát vào năm 1980. Năm 2000, ông Bush bước vào Tòa Bạch Ốc, tới nay chưa thấy có dấu hiệu gì xấu cho tính mạng của ông nhưng trong thời gian ông cầm quyền đã xảy ra vụ 11/9 khủng khiếp nhất trong lịch sử khủng bố tại Hoa Kỳ.

Harry Potter, cái tên khuấy động kỹ nghệ xuất bản tiểu

thuyết tại Hoa Kỳ và toàn thế giới, chắc ai trong chúng ta cũng đã từng nghe qua. Nếu bạn không biết gì về bộ truyện Harry Potter thì dân Việt trong nước cười cho thối mũi. Trong dịp phát hành cuốn cuối cùng của bộ tiểu thuyết làm say mê cả người lớn lẫn trẻ con này, tại Sài gòn, các cô cậu cũng đã xếp hàng từ sáng tinh mơ để được là một trong những người đầu tiên mua được bản tiếng Anh cuốn tiểu thuyết lừng danh này. Bản tiếng Việt được bán ra không lâu sau đó nhưng đây là bản dịch lậu không xin phép tác giả. Bộ truyện này đã được đưa lên màn bạc và cũng làm say mê khán giả. Người thủ vai Draco Malfoy, kẻ thù không đội trời chung với nhân vật chính Harry Potter tại trường học phù thủy Hogwarts, lại đúng là một hậu duệ của… phù thủy. Nhà sử học David Nelson chuyên nghiên cứu về lịch sử phù thủy tại Anh đã khẳng định: " Tôi có đủ bằng chứng thuyết phục để chứng minh tổ tiên của diễn viên Tom Felton, người thủ vai phù thủy hắc ám Draco Malfoy, là phù thủy. Họ nằm trong số những người đã bị treo cổ trong vụ hành quyết Salem đẫm máu nổi tiếng trong lịch sử". Cậu diễn viên Felton có họ hàng xa với John Proctor, một phù thủy bị treo cổ vào ngày 19 tháng 8 năm 1692. Ngoài ra cậu còn có liên hệ thân tộc với 7 người nữa cũng bị hành quyết tại Salem. Giòng giống phù thủy có khác, cậu đóng rất xuất sắc trong vai trò phù thủy này!

Nhà tâm lý học Thụy Sĩ nổi tiếng Carl Gustav Jung cho rằng những sự trùng hợp ngẫu nhiên là hiện tượng đồng thời: sự xảy ra đồng thời của các sự kiện không liên quan với nhau có ý nghĩa vượt ra khỏi sự trùng hợp ngẫu nhiên đơn thuần. Chúng có thể xảy ra mà chẳng theo định luật nào của tự nhiên cả. Trái đất chúng ta đang sống có phải do ngẫu nhiên mà có sinh vật sống không? Nhiều lý thuyết gia nghĩ như vậy. Nhưng có nhiều nhà khoa học phản bác lại lý thuyết ngẫu nhiên này. Trong cuốn

"*Hành Trình Về Phương Đông*", giáo sư Baird T. Spalding đã biện luận: " *Chúng ta chỉ mới ở vào buổi bình minh của khoa học, nhưng mỗi khám phá mới, mỗi kiến thức mới, đều đem lại cho chúng ta một bằng chứng rằng, vũ trụ này là công trình của một Đấng Hóa Công. Hãy lấy một thí dụ toán học cho dễ hiểu. Nếu ta bỏ vào túi 10 thẻ nhỏ, mỗi thẻ có ghi từ số 1 đến số 10, và tuần tự rút ra từng cái một. Sau khi rút xong ta lại bỏ thẻ vào túi, trộn đều và rút ra lần nữa. Làm sao ta có thể rút tuần tự từ số 1 đến số 10?Theo toán học, ta phải rút mười lần mới có một lần rút được thẻ mang số 1. Phải rút 100 lần mới có một lần rút được số 1 và số 2. Phải rút 1000 lần mới được số 1, 2, 3 liên tiếp. Nếu muốn rút ra thứ tự từ 1 đến 10 thì trường hợp đặc biệt này chỉ có thể xảy ra một lần trong 10 tỷ lần, có đúng vậy không? Nếu áp dụng toán học vào các điều kiện tạo đời sống ở quả đất này thì ta thấy nguyên lý ngẫu nhiên không sao hội đủ các điều kiện cần thiết. Vậy thì ai đã tạo ra nó? Trái đất quay quanh trục của nó với vận tốc 1600 cây số một giờ ở giữa đường xích đạo. Nếu nó quay chậm 10 lần thì ngày sẽ dài gấp 10 và dĩ nhiên sức nóng của mặt trời cũng gia tăng gấp 10 lần. Thế thì cây cối, sinh vật đều bị thiêu sống hết còn gì. Nếu cái gì chống được sức nóng cũng chết lạnh vì đêm cũng dài ra gấp 10 và sức lạnh cũng tăng lên gấp 10 lần kia mà. Ai đã làm trái đất quay trong một điều kiện tốt đẹp như thế? Mặt trời là nguồn sống của trái đất phải không? Mặt trời nóng khoảng 5500 độ bách phân. Quả địa cầu ở đúng vào một vị trí tốt đẹp không xa quá mà cũng không gần quá. Vừa vặn đủ để đón nhận sức nóng của mặt trời. Nếu sức nóng mặt trời gia tăng một chút, ta sẽ chết thiêu, và ngược lại nếu sức nóng mặt trời giảm đi một chút, ta sẽ chết rét. Tại sao trái đất nằm ở điều kiện thuận lợi như vậy? Trục trái đất nghiêng theo một tọa độ là 23 độ. Nếu trái đất đứng thẳng, không nghiêng theo bên nào thì sẽ không có thời tiết bốn mùa. Nước sẽ bốc hơi hết về hai cực và đóng thành băng giá cả. Mặt trăng là một vệ tinh của trái đất, điều khiển thủy triều biển cả. Nếu nó không cách xa trái đất 380 ngàn cây số mà xích lại gần hơn 80 ngàn cây số thì một cuộc hồng thủy sẽ xảy ra. Nước sẽ bị sức hút dâng lên ngập tất cả các lục địa mỗi ngày hai lần. Tóm lại tất cả mọi đời sống trên mặt địa cầu sẽ biến mất, nếu các điều kiện sai lệch đi một ly. Nếu nói rằng đời sống chỉ là một sự ngẫu nhiên thì trong tỷ tỷ lần may ra mới có một điều kiện tốt đẹp hoàn toàn để có được sự sống như thế."* (Bản dịch của Nguyên Phong).

Nếu đặt câu hỏi siêu hình một chút thì mỗi người chúng ta sẽ tự hỏi: tại sao có tôi trên cõi nhân thế này? Phải chăng đó là sự ngẫu nhiên? Trịnh Công Sơn, trong bài Ngẫu Nhiên, đã tự hỏi như vậy.

không có đâu em này
không có cái chết đầu tiên
và có đâu bao giờ?
đâu có cái chết sau cùng?

tự mình biết riêng mình
và ta biết riêng ta

Nhà thơ Trần Mộng Tú cũng thắc mắc.

Tôi ở đâu mà tôi tới đây
Ngày xưa ai đứng ở nơi này
Giọt mưa trời khóc ngàn năm trước
Sao còn ướt trên lưng bàn tay

Tôi ra đời đã được bao lâu
Sao trái tim tôi nếp gấp nhầu

Mặt đất tôi đi bao ngàn dặm
Sao vẫn chông chênh những bước đầu

Mấy ông làm nhạc, mấy bà làm thơ vẽ chuyện! Tôi có mặt trên cõi đời này là vì nó phải như vậy, théc méc làm chi! Nhiều người sẽ gạt đi như vậy. Nhưng bất chợt một giây phút nào đó, lòng chùng xuống trước biển rộng bao la, hay bâng khuâng nhìn lên trời cao vào một đêm có trăng, hoặc trầm tư trước những hạt cát xôn xao trên bàn tay, chúng ta nghĩ tới những điều thăm thẳm xa vời, cảm thấy lạ lùng về sự có mặt của chúng ta. Có một mầu nhiệm nào không hay chỉ là một ngẫu nhiên?

Tôi lò mò vào trong *blog* thử coi có ai…suy tư đến những chuyện nhiều người cho là tầm phào đó không? Bất ngờ tôi đọc được tâm sự của một cô bé. Chắc là cô bé vì cô ký tên là Bé Crys. Tôi sững sờ trước những dòng ghi của một người trẻ. *"Nghĩ tới nghĩ lui, nghĩ ra, không tồn tại việc ngẫu nhiên. Giống như tự nhiên, tự dưng, bỗng dưng, bỗng nhiên, ngẫu nhiên là không tồn tại. Vậy mà hôm nay ngẫu nhiên, ừ ngẫu nhiên, nghe được một bài hát, cảm giác như bài hát nói lên được tâm trạng của mình...Ngẫu nhiên đi về trễ, đóng cửa thấy hoa nguyệt quế rụng lả tả ngoài sân. Ngẫu nhiên tối nay trời không mưa. Ngẫu nhiên tối nay mèo kêu quá trời trên mái nhà. Ngẫu nhiên nghe nhạc, ngẫu nhiên viết blog. Suy cho cùng cuộc sống là chuỗi dài của ngẫu nhiên. Có thể ngẫu nhiên không thật sự tồn tại, nhưng cũng có thể ngẫu nhiên chi phối mọi hành động của loài người. Cũng như tối nay mình ngẫu nhiên, à lúc này lại phải dùng là ngẫu hứng, viết blog. Không ai, cũng hy vọng là có ai đó, hiểu được mình đang nghĩ gì. Hôm nay, ngày mai, ngày kia, mai sau. Chẳng hiểu là mình đang sống hay đang tồn tại nữa"*.

Cô bé tự hỏi: có phải ngẫu nhiên chi phối mọi hành động

của loài người? Tôi mới đọc trên báo một hành động rõ ràng bị chi phối bởi ngẫu nhiên. Một người Bồ Đào Nha tên Luis Carlos de Noronha Cabral da Camara, độc thân và không có con cái chi, đã cùng hai nhân chứng ra phòng Công Chứng để ký giấy để lại tài sản cho 70 người mà ông chọn ngẫu nhiên trong danh bạ điện thoại. Một nữ nhân viên Công Chứng đã thử hỏi vài câu để kiểm tra sự minh mẫn của ông và, sau khi xác định ông rất minh mẫn, đã đưa ra một cuốn niên giám điện thoại để ông chọn 70 tên một cách ngẫu nhiên. Gia tài của ông gồm một tòa nhà 12 phòng ở trung tâm thủ đô Lisbon, một tòa nhà gần thành phố lịch sử Guimaraes ở miền bắc, một chiếc xe hơi và 32 ngàn đô Mỹ gửi trong ngân hàng. Ông chết sau đó vào tuổi 42! Một người trúng số thừa kế, bà Helena, 72 tuổi, cho biết thoạt đầu bà hoảng sợ khi được báo tin vì nghĩ đây là một trò đùa như thường xảy ra. Nhưng khi được sở Công Chứng xác nhận, bà đã rất an tâm và vui mừng.

Ông Luis Carlos này chắc chắn là đệ tử của trường phái ngẫu nhiên. Tôi không có được lòng tin mạnh mẽ như ông, nhưng nếu tên tôi rơi vào số 70 người thừa kế ngẫu nhiên thì biết đâu tôi lại không tin vào…ngẫu nhiên. Này bạn, có phải ngẫu nhiên mà tôi viết bài này không nhỉ?

08/2007

NGÁY

Ngáy là một tiết mục rộn ràng của ngủ. Ngủ mà không ngáy thì làm gì cho hết một đêm dài? Bởi vậy dân chúng ngáy búa xua. Trong câu chuyện ở bàn ăn giữa chừng chục người, chuyện ngáy đã thành chuyện thường ngày ở huyện! Một bà chưa tới sáu chục niên kỷ đã tâm sự là ngồi máy bay về Việt Nam lâu và mệt quá, buồn ngủ muốn chết. Sao không ngả ghế xuống làm một giấc? Nhưng khổ nỗi cứ thiu thiu là ngáy rồi, dị chết! Một bà phổ biến kỹ thuật chống ngáy khi ông chồng kéo đàn trong đêm khuya: cứ thẳng tay bóp chặt cặp…môi anh chàng là hết đường cò cưa! Bà khác…tự thú trước hoàng hôn: mình ngủ mê quá đến nỗi tự mình nghe thấy tiếng ngáy của mình mới chết chứ!

Ngáy như vậy là thượng thừa, ít người đạt được tầm mức này. Nó cũng nghiêng ngả với những kỹ thuật khó dàn trời cỡ vừa đánh răng vừa huýt sáo (nhưng đối với những vị mang hai hàm răng giả thì dễ ợt!) hoặc vừa phùng miệng vừa há miệng (chuyện này chỉ có cô đào cải lương Phùng Há làm được!).

Ngáy không phải chuyện giỡn chơi khơi khơi như vậy. Nó nguy hiểm lắm! Ở Canada chúng tôi ngáy to làm người phối ngẫu mất ngủ là một trong những lý do có thể đưa ra tòa xin ly dị như không! Trung Quốc vừa đưa ra một quy định mới là không tuyển những người nằm ngủ mà ngáy lớn vào quân đội. Cứ tưởng tượng một tập thể đông tới trên hai triệu người mà không có người ngáy, nghe ra một sự im lặng rợn tóc gáy đến thế nào!

Tôi không tin có chuyện đó! Kinh nghiệm cá nhân trong quân trường và trong các trại gọi là học tập cải tạo không cho phép tôi nhẹ dạ đến thế. Vả lại, cũng theo kinh nghiệm, đêm đêm trong cải tạo mà không có tiếng ngáy thì…chết đi được! Sự im lặng là đồng minh của nỗi buồn. Mà chúng tôi lúc đó có quá nhiều chuyện buồn. Buồn vì xa nhà, buồn vì không biết vợ con sống ra sao, buồn vì cuộc sống đầy bất trắc và tủi nhục trong lao lý, buồn vì bóng tối đậm đặc của tương lai… Vạn nỗi buồn đó trong cái im lặng nghẹt thở thì sống thế nào được! May mà có những tiếng ngáy của những đồng…cảnh xung quanh!

Một hãng bảo hiểm sức khỏe của Đức, hãng TKK, đã làm một cuộc điều tra đưa tới kết luận là 30% các ông và 20% các bà Đức đã…hát hò trong khi ngủ! Dân Đức cũng là người như chúng ta nên chắc chúng ta cũng…kèn trống cỡ đó! Một cuộc khảo sát khác, lần này của Anh, cho thấy là nếu chúng ta có người bạn đời ngáy thì tiêu hai năm ngủ trong cuộc đời. Họ tính như thế này: mỗi đêm chúng ta mất trung bình 2 tiếng đồng hồ vì tiếng ngáy của anh hay chị hàng xóm chung giường. Tính trung bình 24 năm cho mỗi cuộc hôn nhân thì tổng cộng sẽ mất tiêu hai năm ngủ! Có khoảng hai phần ba dân chúng Anh, tính ra số là 15 triệu người, bị chồng hay vợ oanh tạc giấc ngủ, mỗi người mất hai năm ngủ trong cuộc đời, thì tổng số giờ ngủ bị mất là 30 triệu năm!

Nghe tới số triệu là thấy rợn người. Trò chơi này không khá được! Nhà thơ Trần Mộng Tú, trong cuốn tạp văn *"Mưa Sài Gòn Mưa Seattle"*, cũng than phiền về tiếng ngáy của ông chồng. Ngộ một cái là ông người Mỹ nhưng ngáy theo kiểu... thơ Quang Dũng! *"Bây giờ lòng cứ đầy ăm ắp về cuốn sách định viết làm tôi hay tỉnh dậy vào hai, ba giờ sáng, cố dỗ lại giấc ngủ mà không được vì ông chồng nằm bên cạnh đang đọc thơ Quang Dũng ' Sông Mã gầm lên khúc độc hành', nên có nhét bông gòn vào tai cũng không có hiệu quả"*.

Nhét bông gòn vào tai là kiểu phòng vệ, dập tắt tiếng... Sông Mã ngay từ nguồn sông mới là kiểu tấn công. Biết địch biết mình thì trăm trận cứ dòn dã thắng cả trăm. Đó là binh pháp Tôn Tử! Vậy thì tại sao đang đêm trường, trời quang mây tạnh mà Sông Mã cứ gầm lên từng đợt như vậy? Đó là vì hơi thở bị ngăn sông cách chợ. Khi chúng ta ngủ, phần mềm của hàm ếch và lưỡi nhỏ sẽ chùng xuống và rung lên mỗi lần không khí chạy qua, gây nên tiếng ngáy. Nguyên nhân của tiếng cưa gỗ này nhiều lắm. Có thể vì hút thuốc lá làm cho niêm mạc ở cuống họng sưng lên, gây nghẹt và làm hẹp đường thông khí. Có thể vì mũi bị nghẹt hay xoang bị viêm khiến bạn phải thở bằng miệng. Cũng có thể bạn uống rượu nhiều hoặc dùng nhiều thuốc ngủ. Còn có thể bạn có thân hình béo mập khiến các lớp mỡ nở nang hơn làm cuống họng cộm lên, thay đổi cấu trúc nguyên thủy của chúng, thu hẹp lại làm cản trở không khí ra vào! Hoặc cũng có thể vì di truyền, cả nhà cùng ngáy cho dễ thành lập ban đồng ca!

Ngáy cũng có cấp bậc. Ông bác sĩ người Mỹ Epworth đã lập bảng phân loại Epworth gồm 5 cấp để chỉ...trình độ ngáy.

Ngáy ở cấp độ 1 thì gần giống như người bình thường, người bệnh cũng không biết là mình đang...hành hiệp. Ở cấp độ 2, âm thanh ngáy nhỏ không làm ảnh hưởng tới người chung giường chiếu. Cấp 3 thì ngáy vừa, người nằm cạnh có quyền khó chịu. Cấp 4 thì hơi quá quắt, cả phòng đều được thưởng thức. Cuối cùng là...tiếng gầm sông Mã! Mọi người đều phải thức dậy mà nghe!

Ngáy thì vui thôi. Nhưng ngáy mà kèm thêm chứng ngưng thở thì hết vui! Người bị chứng này thường ngưng thở một thời gian khá lâu vì các phần mềm và niêm mạc của cuống họng làm nghẹt khí quản, phổi và não bị thiếu dưỡng khí. Khi đó, não sẽ phát ra tín hiệu làm giãn nở cuống họng và khí quản để sự hô hấp trở lại bình thường. Nhưng thỉnh thoảng mới sinh ra cớ sự này thì được, làm hoài hoài thì giấc ngủ không ngon và thời kỳ ngủ say bị ngắt quãng. Hậu quả là bộ não không được nghỉ ngơi hoàn toàn sau một ngày hoạt động khiến người bệnh trở nên bần thần, mệt mỏi. Nghiêm trọng hơn là sóng điện não bị xáo trộn làm người bệnh giảm trí nhớ, năng suất làm việc kém, mệt mỏi, khó tập trung và ngủ gật ban ngày.

Ông ký giả hồi hưu Hoàng Thoại Châu của báo Tuổi Trẻ ở trong nước là chứng nhân trò ngưng thở cùng với tiếng ngáy. Trong bài viết *"Gió qua cửa hẹp"*, ông...đấm ngực: *"Đã mười mấy, hai chục năm rồi chỉ nghĩ mình có tật xấu hễ ngủ là ngáy. Thế nhưng chừng vài ba năm trở lại đây tình hình đã trở nên nghiêm trọng. Nhiều lần vợ tôi đã giật mình khi vừa nghe ngáy ngon lành bỗng im re. Và đã có lần cô ấy ngồi bật dậy, ôm chầm lấy tôi gọi...anh ơi!"*. Thấy chuyện chết người như chơi, mà chết bất đắc kỳ tử trong tay vợ lúc tối trời thì kỳ quá, bạn bè thối mồm có thể nghĩ tới chuyện ngã ngựa thì mất mặt anh hùng, ông Châu đành phải đi khám. Chỉ cần nhẹ đặt cây đè lưỡi để nhìn vào họng, bác sĩ đã thấy ngay tổ con chuồn chuồn. Đó là tình trạng "gió lùa qua cánh cửa hẹp". Cổ họng của ông Châu quá hẹp nên đêm đêm ông mới chơi trò đang ngáy rồi ngưng. Bác sĩ phán: "Với eo họng quá hẹp của anh, tiếng ngáy lớn là tất nhiên và còn ngáy là may mắn!" Ông quyết định phải mổ. Ca mổ được thực hiện trong 4 tiếng đồng hồ. Mổ xong, bác sĩ đã khuyên anh: giải phẫu đã làm công việc mở rộng…cánh cửa tới tối đa mà phương pháp này có thể làm được. Phần còn lại là anh phải cố tự làm giảm cân của mình. Bệnh của anh là bệnh nhiều ký quá khiến gió phải luồn lọt qua đường hẻm!

Ông Askew, 64 tuổi, ngụ tại Toronto, có tiếng ngáy to kỷ lục. Nếu tường nhà không nặng thì chắc chúng cũng đã bay rồi! Bà vợ nằm bên cạnh thì hai mắt thao láo suốt đêm là cái chắc. Để cho yên cửa yên nhà, ông đành phải đi khám bác sĩ. Thử nghiệm cho thấy mỗi đêm ông ngủ khoảng 6 tiếng rưỡi mà đã ngưng thở cả thảy 200 lần! Không ra đi là may! Để chữa ngáy và ngưng thở, mỗi khi đi ngủ ông phải…đóng hàm bằng một thiết bị đặc biệt có tác dụng dùng áp lực để hơi thở không bị gián đoạn do thiếu *oxygen* đưa vào khí quản.

Thiết bị dùng cho ông Askew ra sao, bản tin không thấy mô tả. Nhưng Đại Học Y Khoa Loyola tại Hoa Kỳ, vào cuối năm 2005, đã sáng chế ra một thiết bị rất hiệu quả. Thiết bị này đã được Cơ Quan Dược Phẩm và Thực Phẩm Hoa Kỳ (FDA) phê chuẩn. Đó là bộ phận *Pillar Palatal Implant* , thiết bị chống vòm miệng! Bằng cách dùng một cái kim đặc biệt, 3 đoạn dây bằng *polyester* , mỗi đoạn dài cỡ 2 phân, chèn vào vòm miệng mềm, chỗ giáp ranh với vòm miệng cứng để chèn cứng vòm miệng…mềm!

Bác sĩ Peter Cistulli của Đại Học New South Wales, Úc Châu, lại trình làng một bộ phận chống ngáy và ngưng thở khác.

Đó là một nẹp xương hàm gồm hai hàm giả khớp với nhau có thể giữ cho hàm dưới của người bệnh khỏi bị tuột xuống trong khi ngủ và giúp cho lưỡi không gây tắc đường thở. Dụng cụ này làm giảm khoảng 65% hiện tượng ngáy và làm giảm hẳn độ ồn tiếng ngáy và tần số xuất hiện các cơn ngừng thở khi ngủ.

Anh chàng ồn ào ban đêm thường trú đóng trong các ông các bà trên 50 tuổi. Các ông "thích" ngáy nhiều hơn các bà. Người thịt da phong phú ngáy nhiều hơn người chỉ có xương! Nhiều ông chơi thứ ngáy loại xịn rung cửa rung nhà như không! Cường độ của tiếng ngáy có thể lên tới 80 decibels. Tám chục... *ben* thì ồn tới mức nào? Đó là độ ồn ngang ngửa với độ ồn của một máy hút bụi! Ban đêm mà có tiếng máy hút bụi bên tai, bụi mù...tai là cái chắc!

Ngáy bất tiện như vậy nhưng ngáy ngoài trận tiền thì không những bất tiện mà còn nguy hiểm là khác. Đó là một hoạt động có lợi cho...Việt Cộng! Anh chàng lính tên Việt của một đơn vị nhảy dù là một thí dụ. Đây là chuyện kể của tác giả Vũ Đình Hải trong truyện ngắn "Việt Ngủ Ngáy" đăng trên một đặc san của Gia Đình Mũ Đỏ Việt Nam. *"Một hôm ngay vào lúc giữa trưa, địch bất ngờ bắn súng cối vào một loạt các vị trí của đại đội, quân ta cũng đem súng ra cối lại. Đứng trên mỏm núi cao, nhìn từ chốt trung đội xuống thấy đạn cối của địch nổ sát vào Bộ Chỉ Huy đại đội, và con gà tre của đại đội cũng đang gân cổ nhảy dựng lên. Cuộc đấu súng kéo dài khoảng chừng 20 phút thì ngừng hẳn, chưa có đổ máu, mới chỉ là một đòn nắn gân nhau mà thôi. Toàn bộ đơn vị được lệnh sửa sang hầm hố, giao thông hào, canh gác nghiêm ngặt hơn. Việt nhìn viên Trung sĩ càu nhàu:*

- Sao Trung sĩ đì tôi dữ vậy? Anh em gác 3 chỉ, có mình tôi kéo tới 5 chỉ!

Trung sĩ Chi, tiểu đội trưởng gườm gườm:

- Đây là nhà binh chứ hổng phải là nhà bếp nghe mày, không được cãi lệnh.

- Nhà binh cũng phải công bằng như nhà bếp chứ bộ. Sao bắt tui gác ca giữa không hà, mà gác tới 5 tiếng đồng hồ lận!

Trung sĩ Chi bắt đầu nổi nóng:

- Đ.m. Vậy chứ tên mày là gì mày có biết không?

- Thì tên tui là Việt chớ gì nữa, Trung sĩ.

- Hổng phải.

- ???

- Tên mày là Việt ngủ ngáy. Đêm ngủ mày ngáy còn hơn bò rống!

- Sao tui hổng nghe gì hết trơn?

- Mày mà nghe được tiếng mày ngáy thì mày đâu phải là người phàm nữa. Mày mà ngủ thì tụi tao teo, đếch thằng nào dám ngủ!

- !!!

- Việt Cộng nó ở cách xa hàng cây số cũng còn nghe thấy tiếng mày ngáy, tụi nó nhắm mắt cũng mò tới nơi. Mày chán đời thì thây kệ mày! Tụi tao còn yêu đời lắm Việt ơi. Mày gác càng lâu chừng nào tụi tao càng đỡ lo chừng nấy!"

Anh binh sĩ cứ ngủ là chỉ điểm cho Việt Cộng tới này làm sao mà đeo được thiết bị chống ngáy kể trên. Thứ nhất là vì không có tiền. Thứ nữa là ra trận mà gang mồm gang miệng thì không giống ai. Địch tới làm sao mà la? Phúc cho anh chàng Việt nếu nguyên nhân tiếng ngáy của anh là vì ngăn mũi bị lệch hay xương mũi dày. Trường hợp này thì anh chỉ cần mua ở hiệu thuốc băng dán hay dụng cụ nong hốc mũi là xong. Hoặc là anh mua thứ ống xịt *"Douce Nuit"*, bơm sâu vào miệng trước khi đi ngủ là có một…đêm an lành! Công ty dược phẩm Persee

Medica của Pháp cũng mới cho ra mắt loại bình xịt chống ngáy mang tên *Silence*. Chỉ cần xịt vào trong họng 2 lần trước khi đi ngủ là bảo đảm sẽ…*silence* tức thì! Tuy tên là Im Lặng nhưng thứ thuốc xịt này không làm cho các nhà máy cưa im lặng hoàn toàn mà chỉ làm giảm tối đa cường độ âm thanh và tần suất của tiếng ngáy. Theo những người đã thử sử dụng bình xịt này thì đây là loại hiệu quả nhất trong các loại bình xịt. Tác dụng sẽ kéo dài trong 6 tiếng ngủ. Giá cả: 17,5 *euro*!

Nhưng số người bị nhẹ như vậy chỉ chiếm 20% số…ngáy sĩ. Tám chục phần trăm kia phải chữa rắc rối hơn. Đốt bằng tia *laser* chẳng hạn. Thủ thuật này có thể làm ngay tại phòng mạch, không phải đi bệnh viện lôi thôi. Bác sĩ chỉ cần gây tê là có thể đốt được rồi. Thường thì phải đốt ba bốn lần mới có kết quả, mỗi lần cách nhau vài tuần. Sau khi đốt có thể bị đau vài ngày. Đốt bằng tia *laser* tuy giản dị nhưng không suya là có kết quả. Dùng sóng vi ba thì kết quả tốt hơn, thường là chữa được 85% ca ngáy. Bác sĩ sẽ dùng sóng vi ba nóng không quá 100 độ C đốt màn vòm và lưỡi gà để giảm độ mềm của chúng. Sóng sẽ được dí vào 3 điểm của hai bộ phận nói trên trong vòng 20 giây. Khi thành sẹo, những vùng này sẽ teo đi, làm chúng co ngắn và rắn lại, giảm dao động khi hít thở. Cách chữa này cũng không cần gây mê và phải làm hai lần, mỗi lần cách nhau 8 tuần lễ. Bệnh nhân có thể ăn uống và làm việc liền sau khi đốt, nhưng cần tránh ăn nóng trong vài bữa. Trong một vài trường hợp lẻ tẻ, sau khi điều trị, bệnh nhân lại ngáy nhiều hơn và có cảm giác khó chịu trong vài tuần vì các mô còn bị sưng. Nhưng đừng có lo lắng! Chỉ sau một thời gian, các triệu chứng này sẽ giảm và tiếng ngáy cũng đi chỗ khác chơi!

Đêm nằm thì ngáy o o / Chồng thương chồng bảo ngáy cho vui nhà! Câu ca dao này đặt ra một vấn đề rất phiền phức: có nên lấy vợ ngáy cho…vui cửa vui nhà không? Có người không ham vui nhưng cũng có người thích vui. Nếu là bạn thì sao? Tôi có theo dõi một cuộc tranh luận trên *internet* về cái vụ… vui này. Một bên bảo nên, một bên bảo không nên. Họ viện dẫn lý do đàng hoàng. Vui một cái là họ đối đáp với nhau toàn bằng thơ. Thế mới văn nghệ!

Nếu bạn đứng về phía…đối lập thì mời bạn ngâm nga bốn câu thơ sau:

Lấy vợ nên kiêng vợ ngáy to
Đêm nào đi ngủ cũng khò khò
Tội đức lang quân nằm kế cạnh
Mất ngủ lâu ngày chắc phát ho!

Nếu bạn thuộc trường phái…OK thì nỉ non:

Lấy vợ xin lấy vợ ngáy to
Lỡ bề ăn trộm nó hăm ho
Đêm khuya thanh tịnh em ngay ngáy
Trộm tưởng thiên lôi chạy cao giò!

Bạn hỏi tôi thuộc phe nào hả? Đừng làm rộn nhau chứ! Tôi đang bận ngáy!

04/2007

NGHỀ

Nói tới nghề chúng ta thường nghĩ tới chuyện làm ăn đứng đắn, bền vững. Nghề gì ổn định, chắc chắn là nhào vô. Nghề gì lang bang nay có mai không thì chê. Theo lối nói đúng sách vở thì chúng ta thường trơn miệng cho rằng nghề nào cũng tốt miễn là chính đáng. Nhất nghệ tinh nhất thân vinh. Cứ thành thạo một nghề là OK, cuộc đời đỡ vất vả. Không có nghề nào xấu, chỉ có người xấu. Đó là câu tung hô sự bình đẳng của nghề nghiệp. Dĩ nhiên nghề nào phải khổ công học, mất nhiều thời gian huấn luyện hơn thì sẽ được hưởng nhiều quyền lợi vật chất hơn. Điều đó là đương nhiên. Chi ra nhiều thì phải thu về nhiều chứ!

Nghề có thứ chính thống, có thứ không chính thống. Chính thống là những nghề thông thường, có nhiều người làm, nói lên cái tên là ai cũng biết liền nó là cái chi chi. Nghề không chính thống thì...lang bang hơn. Đó là những thứ nghề lạ. Chẳng ra cái nghề ngỗng chi! Như nghề của bà Svetlana Pavlovna Nhikiforova.

Bà Svetlana năm nay đã 67 tuổi nhưng vẫn còn ăn diện lắm. Móng tay cắt tỉa bôi xanh bôi đỏ rất cẩn thận, tóc giả rất mốt, mặt mũi son phấn rực rỡ. Bà làm việc tại trạm dịch tễ Kharcov ở Ukraina. Trông thấy bà mặc áo choàng trắng ngồi nơi bàn làm việc, ai cũng tưởng bà là một nhà nghiên cứu. Thực ra bà làm nghề…thực phẩm cho côn trùng. Phòng thí nghiệm của trạm dịch tễ Kharcov chuyên nghiên cứu về khả năng truyền bệnh và sức chịu đựng của các côn trùng đối với các loại thuốc. "Thân chủ" của bà Svetlana là các chú ve. Không biết ve loại gì. Có giống như loại ve chó chúng ta thường thấy không? Loại ve này có liên hệ đến căn bệnh lao đang phát triển tại địa phương. Sức đề kháng của chúng rất cao, dễ dàng tiêu hóa các loại thuốc. Công việc của bà Svetlana là ngửa tay ra cho những chú ve này hút máu hàng ngày để nuôi chúng sống! Chúng được đặt vào một vòng kim loại có thành cao, gắn trên da tay bà Svetlana để cho chúng hút máu. Ngày nào như ngày nấy, không một ngày nghỉ , kể cả các ngày lễ tết. Bà đã nuôi đám "con mọn" này được 13 năm rồi. Người "tiền nhiệm" của bà thì đã làm công việc lạ lùng này được tới 20 năm. Các chú ve thí nghiệm này chỉ hút máu của người khỏe mạnh. Người nào có uống hoặc chích thuốc là bị ve chê! Có một lần, bà Svetlana bị đau và nhờ người hàng xóm thế. Thuyết phục mãi người này mới nhận. Bà này trước đó có dùng thuốc mà không ai biết. Khi cho ký sinh trùng hút máu, người bà ta phồng rộp lên phải đi cấp cứu trong khi đám ký sinh trùng nằm ngửa bụng ra hết. Các chuyên viên phải tìm đủ cách mới hồi sinh được!

Trước khi nghỉ hưu, bà Svetlana là một công nhân trong một nhà máy. Về hưu có nghĩa là thu nhập kém đi, bà đã tới trạm dịch tễ xin làm thêm để kiếm thêm chút đỉnh. Trạm dịch tễ mướn được bà như bắt được vàng. Bà có đủ các "đức tính" cần thiết cho công việc: có bằng sơ cấp y khoa, tận tâm, không ghê sợ ký sinh trùng. Cỡ tôi thì xin kiếu! Chắc bạn cũng vậy. Chỉ giơ tay cho y tá chích cũng đã khổ sở rồi, lấy đâu…can đảm để cho lũ ngọ nguậy chúng sục sạo vào da thịt ngày này qua ngày khác! Có những ngày mùa đông, trạm xá bị cúp điện, bà phải mang lũ ve về nhà cho ấm. Chúng phải sống trong những chiếc hộp đặc biệt được giữ ở nhiệt độ cơ thể con người, có độ ẩm cao. Có lòng với…con cái như vậy nên trạm xá rất cần bà Svetlana. Bà vừa ngỏ ý muốn nghỉ việc vì tuổi già sức yếu thì trạm xá đã tìm đủ cách để thuyết phục bà ở lại. Dễ chi tìm được người làm công việc dựng tóc gáy này!

Vậy mà không khó! Tại Sài gòn có đội săn bắt muỗi thí nghiệm gồm nhiều người tham gia. Nghề của họ còn vất vả hơn nghề của bà Svetlana. Họ làm việc cho Khoa Côn Trùng thuộc Viện Sốt Rét, Ký Sinh Trùng và Côn Trùng. Công việc của họ là ngồi phơi chân dụ cho muỗi cắn! Họ phải di chuyển đi khắp các vùng muỗi mằng từ Lâm Đồng đến Cà Mau để săn muỗi. Trung bình một chuyến đi săn kéo dài từ vài tuần đến vài tháng với một ê-kíp gồm khoảng 5 hoặc 6 người. Đêm đêm, từ 6 giờ chiều tới 6 giờ sáng hôm sau, họ thay phiên nhau ngồi giơ chân ra cho muỗi đốt. Thường thì là muỗi độc. Khi chúng đốt phải ngồi yên chịu trận chờ đến lúc chúng say máu mới dùng ống nghiệm bắt lấy từng con. Cứ mỗi giờ làm việc, họ ngồi 45 phút, sau đó nghỉ 15 phút để…gãi! Đủ thứ ngứa. Một tay…hiến máu kỳ cựu đã thổ lộ: " Cực nhất là ca từ 12 giờ khuya tới 3 giờ sáng vì đó là thời điểm cơ thể đã mỏi mệt mà vẫn phải canh me bắt muỗi. Chưa kể còn bị côn trùng khác chui vào tóc, tai, cổ cắn tới tấp, rất khó chịu. Khi nào bị kiến, bọ nhọt hay bù mắt cắn mới sợ, xót và nhức lắm!". Bù mắt là nỗi…đau thương nhất của những tay săn muỗi. Càng gãi càng nổi mẩn, rửa thì chỉ có nước phèn nên chân sưng đỏ lên rất thê thảm.

Đưa chân ra câu muỗi sốt rét như vậy họ có bị sốt rét không? Có là cái chắc! Có người bị đi bị lại tới mấy lần. Nhất là đi vùng Đồng Xoài, tỉnh Bình Phước. Có lần cả nhóm dính sốt rét, phải uống thuốc như điên, có người suýt chuyển sang sốt rét ác tính. Nguy hiểm như vậy tại sao không kiếm ra phương cách khác để bắt muỗi thí nghiệm? Không được! Mồi người là cách chính xác nhất để đánh giá mật độ và tính thích đốt người (ái tính) của muỗi. Một số phương pháp khác như dùng mùng hai lớp (người nằm trong lớp trong), bẫy bằng đèn chẳng hạn nhưng hiệu quả không cao bằng. Cứ giơ chân ra là tốt nhất! Các tay săn bắt muỗi này, người nào cũng thuộc nằm lòng tên các loại muỗi hơn tên tình nhân! Họ có thể chỉ liếc mắt sơ qua là biết được muỗi đực hay muỗi cái!

Có ai muốn làm nghề dụ muỗi này không? Chắc các bạn cũng như tôi, lắc đầu là cái cẳng! Cực gì mà cực ác. Vậy mà những người đã quen nghề cũng tìm thấy cái thú vị của nghề. Như cô Thảo Hiền, có bằng Cử Nhân, đã có những nhận xét khá bất ngờ: “Đôi lúc cực thật đấy, nhưng bù lại có cơ hội đi đến nhiều vùng đất khác nhau, xem như một hình thức đi du lịch không tốn tiền, lại vừa có cơ hội tích lũy thêm nhiều kiến thức.” Du lịch với…muỗi như vậy, không khá!

Với chuột thì có khá hơn không? Tiền thì có khá. Thỉnh thoảng người ta bắt gặp trên *internet* những mẩu quảng cáo rất hấp dẫn nhắm tới sinh viên, các cái bang nghiện ngập hay các người mới nhập cư. Mới đây, hãng Parexel rao qua hệ thống SMS cho biết họ cần người làm…chuột bạch trong ba ngày hoặc một tuần. Tiền thưởng là 1300 đô Mỹ cho 3 ngày hoặc 2000 đô cho một tuần. Dĩ nhiên họ tuyển được ngay đủ số “chuột bạch”. Theo nhà báo Tom de Castella mô tả trên tờ The

Guardian thì: " Họ rất thích thú khi được nằm trong bệnh viện một tuần làm vật thí nghiệm. Xong việc, họ có được một số tiền lớn để đóng tiền học Đại Học, mua máy vi tính hay chi trả cho một chuyến nghỉ trượt tuyết vào mùa đông". Ngon ăn quá cỡ thợ mộc! Tất cả người ghi danh trong cuộc thí nghiệm của Parexel đều là sinh viên. Họ cần tiền ăn học. Anh sinh viên Raste Khan nói ngay: "Tôi muốn dành hết thời gian trong năm học chỉ để tới lớp chứ không phải đi làm bán thời gian". Tháng 3 năm 2006, họ được tập trung tại Bệnh viện Northwick Park ở thủ đô Luân Đôn. Tám người tất cả. Sáu người được tiêm thuốc thật, hai người thuốc giả. Họ là những người đầu tiên nhận vào cơ thể thuốc TGN 1412 có công dụng chống lại bệnh bạch cầu và xơ cứng mô. Thường thì những cuộc thí nghiệm này có một mức an toàn cao vì trước đó họ đã dùng cho các thú vật thí nghiệm rồi. Nhưng đã là thí nghiệm thì hẳn phải có phần rủi ro. Mang thân ra làm vật thí nghiệm là tám, chín phần ăn nhưng cũng có một hai phần bù trất!

Sáu người được chích thuốc TGN 1412...bù trất! Trong khi đó hai người được tiêm liều thuốc giả phải một phen đứng tim. Mũi chích vừa hoàn tất cho 6 người thì tai nạn xảy ra. Anh Raste Khan may mắn trúng vào liều thuốc giả kể lại bằng cái giọng run rảy: "Người ngồi gần tôi nôn thốc nôn tháo. Anh ấy té nhào. Trông anh có vẻ đau đớn ghê lắm. Theo sau anh, 5 người kia cũng lần lượt té xuống như những quân cờ *domino*. Tất cả cùng nôn. Một người hét rú lên là rất nhức đầu và không thở được!" Cô Myfanwy Marshall, người cũng may mắn được chích liều thuốc giả kể tiếp: "Tôi đã muốn xỉu khi nhìn người ngồi cạnh. Trông anh ấy như một người voi, đầu phồng to gấp ba bình thường, chân cũng to lên. Gương mặt chuyển liên tục giữa màu hoa cà và màu vàng".

Trên thế gian này có nghề nào…ngu như nghề chọc cho chó cắn không? Vậy mà có thứ nghề này thật! Anh Xuân Toàn giơ ra hai cánh tay chằng chịt vết răng chó, có vết còn rướm máu cho mọi người coi. Anh là huấn luyện viên tại Trung Tâm Huấn Luyện Chó Nghiệp Vụ 119 tại Bình Dương. Anh chuyên huấn luyện chó…câm! Có những con chó sinh ra không biết sủa và cắn. Muốn chúng thành…chó thì phải huấn luyện. Nhiệm vụ của anh Xuân Toàn là chọc cho chúng cắn. Trước hết, những chú chó im lặng này được cho ở chung với những chú chó "lắm lời". Sau một thời gian được quan sát và bắt chước đồng bọn, những huấn luyện viên như anh Xuân Toàn mới vào cuộc. Họ đứng từ xa, tay cầm gậy gộc xua lên loạn xạ cốt để khơi dậy bản năng thú tính tiềm ẩn trong loài chó. Bị chọc giận nhiều lần thì hiền lành đến đâu cũng tức tối. Thế là chó ta xông vào mấy thằng…du côn cắn xé cho hả giận! Mấy tên chọc phá này giẫy giụa, giằng giựt, chọc cho chó thêm hung hãn. Họ lãnh thẹo là cái chắc. Có đau, có máu chảy thịt rơi chứ, nhưng lấy tiền rịt vào là hết!

Lên cấp cao hơn, chó được huấn luyện để bảo vệ tài sản cho chủ. Một chiếc xe đắt tiền được dựng hờ hững cạnh bụi cây. Một tên trộm tay cầm rựa lầm lũi bước tới gần rồi dắt xe đi. Chú chó bẹc giê bất ngờ lao vào. Cú vồ từ trên xuống của khối thịt nặng 45 kí khiến tên trộm ngã chúi nhào xuống. Không để cho quân gian kịp phản ứng, chó lăn xả cắn vào tay tên trộm, giật qua giật lại cho tới khi hắn nằm bất động, im re. Người đóng vai tên trộm là anh Mạnh Hải, giơ bàn tay bám đầy đất quệt lên khuôn mặt nhễ nhại mồ hôi khi bài tập vừa kết thúc. Anh tâm sự: "Nghề nào cũng có cái cực riêng. Đối với nghề huấn luyện chó phải yêu nghề và yêu những con vật khôn ngoan và có nghĩa này mới có thể bám trụ lâu dài mặc dầu biết hiểm nguy luôn luôn chực chờ!" Giơ thân xác cho chó cắn chơi mỗi ngày, anh Xuân Toàn gọi nghề của anh là nghề "làm thân cho chó nó cắn!" Cái nghề không khá được này không phải là ai cũng làm được. Phải là những người có "thần kinh thép" vượt qua được nỗi sợ hãi, nếu không chỉ một chút sơ sẩy là mất mạng như chơi! Khi đã có nhiều năm thâm niên…cẩu vụ, họ đã có một số kinh nghiệm xương máu: biết chó hay nhắm chỗ nào trên người mà cắn. Kinh nghiệm cũng dậy không bao giờ đụng vào hạ bộ của chó đực nhất là trước mặt các nàng chó cái. Thế ra vật cũng như người nhỉ! Anh Nguyễn Văn Khôi, một huấn luyện viên đã giải nghệ sau khi bị một chú bẹc-giê tấn công xơi tái hai lóng tay của ngón tay út, đã ngậm ngùi: "Làm nghề này là chấp nhận 'đóng dấu răng'!"

Nghề nuôi rắn cũng…dấu răng vậy! Phủ kín chân tay bằng những vết sẹo do rắn cắn là nhà nuôi rắn Lê Hùng Minh của xã Thạnh Phú, Mỹ Xuyên, Sóc Trăng. Năm 1992, sức khỏe yếu, anh Minh trở về quê làm lại cuộc đời. Anh đã thử nuôi cá, nuôi tôm rồi nuôi cua, nhưng nuôi thứ nào cũng lỗ. Anh xoay qua nuôi trăn với 72 con trăn giống mua hết 150 triệu đồng. Đùng một cái, giá trăn giống giảm xuống còn một phần tư, anh chạy đôn chạy đáo bán trăn con nhưng không ai thèm mua. Thất bại lớn. Anh xoay qua nuôi rắn ri voi. Chính những con rắn này đã…vẽ bông hoa trên tay chân anh bằng những vết cắn tóe máu. Anh tâm sự: "Ai cũng bảo tôi khùng!" Anh lại một lần nữa lãnh thẹo. Rắn ngả ra chết. Một tấn rắn tiêu tùng hết. Anh trở thành chúa chổm. Chỉ nguyên tiền vay đóng lãi mỗi ngày cũng hết 200 ngàn rồi. Anh như cái mền rách! Bạn bè, người thân xa lánh anh như lánh hủi. Thậm chí một ly nước uống cũng không ai mời anh. Vốn là một y sĩ quân y, anh tìm hiểu nguyên do tại sao rắn lăn ra chết…tập thể như vậy. Anh mổ xác rắn và tìm ra nguyên nhân: vì rắn là loài hung dữ nên khi bắt rắn người thợ bắt thường đập hay dí điện vào rắn. Khi bán họ lại chích nước vào thân rắn cho nặng kí. Biết để mà biết chứ tiền đâu mà…làm lại cuộc đời được nữa. Anh buồn bã đi quanh ao nuôi rắn và bỗng phát hiện ra rắn ri voi con bò ngổn ngang nơi mép ao! Đúng là trời giúp. Anh thu rắn con lại được 350 kí và quyết giữ để nuôi chứ không bán. Rắn thế hệ thứ hai này không bị đập, dí điện hay bơm nước nên sống hùng sống mạnh. Tết năm 1988, anh bán được 80 triệu đồng rắn thịt và còn giữ lại được 450 kí rắn giống. Thế là anh bén duyên với rắn. Giang sơn của anh là cái ao rộng 1800 thước vuông um tùm rau muống và cỏ dại nằm khiêm tốn ở phía sau nhà. Gia tài của anh nằm cả ở đó. Anh bán rắn giống và rắn thịt. Rắn của anh bò sang cả tới bên Trung Quốc mang về cho anh nửa tỷ đồng mỗi năm. Cho rắn cắn tay như vậy kể ra cũng đáng đồng tiền bát gạo!

Nhưng hỏi bạn có muốn làm những cái nghề…đổ máu này không, chắc bạn sẽ ngần ngại. Thứ nhát máu, nhát rắn rết, chó, chuột như tôi thì lắc là cái chắc. Chẳng dại mà dính vào những thứ rùng mình như vậy. Vậy thì ai làm những nghề…mạt hạng này? Vẫn có người phải làm. Vì lý do này hay lý do khác.

Ngày xưa làm gì có những thứ nghề…tân tiến như thế này. Những nghề bị coi là mạt hạng có thể kể nghề đổ thùng chuyên thu dọn những thứ chất thải ra của thiên hạ. Những ngày ở Hà Nội, học sinh chúng tôi vẫn bịt mũi tránh xa những người đàn bà khăn quấn tùm hụp, che mặt che mày, bịt mũi bằng những tấm giẻ bẩn thỉu, kĩu kịt gánh những gánh chất thải bay mùi xú uế, vào những buổi sáng tinh mơ. Đó là những tấm gương sống để các bậc cha mẹ, các cô các thầy răn đe học sinh học hành chăm chỉ. Nếu không thì tương lai sẽ…kĩu kịt như vậy. Họ là những tấm gương mờ tịt, gớm ghiếc. Ai mà muốn như vậy!

Nhưng những ngày tù cải tạo, chúng tôi ai chẳng có lúc đã phải khiêng những thùng phân người đi bón lúa, bón rau. Rồi cũng phải làm, cũng phải quen đi.

Trong làng trong xóm ngày xưa, nghề nào mạt bằng nghề làm mõ. Thằng mõ là người hèn hạ nhất làng xóm. Mạt hạng mới làm mõ. Vậy mà nghề này cũng…quyền thế!

Mõ này cả tiếng lại dài hơi ,
Mẫn cán ra tay chẳng phải chơi.
Mộc đạc vang lừng trong mấy cõi,
Kim thanh chuyển động khắp đôi nơi.
Trẻ già chốn chốn đều nghe hiệu,
Làng nước ai ai cũng cứ lời.
Thứ bậc dưới, trên quyền cất đặt,
Một mình một chiếu thảnh thơi ngồi.

Mạt hạng như mõ cũng oai ra gì! Dưới chế độ phong kiến tưởng ngôi thứ phân minh, trên dưới đâu ra đó, nhưng trong làng trong xã vẫn có cái chất dân chủ đượm trong tình người. Làm gì có nghề xấu! Thời chúng tôi, nhà trường đã dậy dỗ như vậy ngay từ những lúc vừa chập chững trong những năm đầu tiểu học. Chúng ta có cần ôn lại với nhau bài "Người ta cần phải làm việc" trong Quốc Văn Giáo Khoa Thư lớp Dự Bị chăng? *"Người làm ruộng có trồng trọt cầy cấy, thì ta mới có thóc gạo mà ăn. Thợ nề, thợ mộc có làm nhà, thì ta mới có nhà mà ở. Thợ dệt có dệt vải, thợ may có may quần áo, thì ta mới có đồ mặc vào mình. Quyển sách ta học cũng phải có người làm, người in. Cái đường ta đi cũng phải có người sửa, người quét. Nói tóm lại, nhất thiết một chút gì ta cần dùng đến, cũng là có người chịu khó làm việc mới nên".*

Có một thời chúng ta đã được giáo dục như vậy!

10/2007

NGỨA

Ai cũng đã có lúc bị ngứa. Tôi cứ nói khơi khơi như vậy nhưng biết chắc đúng trăm phần trăm. Cứ lấy tôi ra làm ví dụ. Hồi nhỏ chơi quanh quẩn trong vườn nhà, hoa quả đã nhiều, sâu bọ còn nhiều hơn, lũ anh chị em bạn bè toàn thứ tinh quái. Thứ sâu có màu khi đen tuyền, khi lộng lẫy xanh đỏ, có lông tua tua mọc khắp mình mẩy là sâu róm. Đó là tổ sư ngứa. Mấy tên lớn đầu là thứ ác ôn. Thấy tôi nhỏ bé dại dột đã bảo tôi bắt con sâu này chơi. Ngu chi mà bắt, nhưng lúc đó tôi ngu thật nên nhón chú sâu liền. Ngứa ơi là ngứa. Khóc hết nước mũi nước giãi chạy về mách người lớn mà tay vẫn cứ xoa vào nhau. Hội đồng phán quan họp liền. Thủ phạm xúi dại bị tụt quần ăn roi quấn đít. Vậy là bên nguyên bên bị đều...gãi. Bên gãi vì sâu, bên gãi vì những lằn roi hằn trên mông như những con lươn đỏ.

Khi tản cư về vùng quê, lúc Hà Nội đỏ mầu khói lửa, nhằm đúng lúc mùa đông, nằm ngủ trên những ổ rơm. Ngứa! Gãi sần da cũng không hết ngứa.

Lúc mất nước, bị lùa vào trong những trại gọi là “cải tạo” bị muỗi và rệp...cải tạo cho nẫu người. Gãi lia lịa như kéo đàn chẳng ngủ nghê chi được. Ngứa tàn canh vô nhân đạo. Lên lớp học nghe cán bộ giảng giải để trở thành con người mới mà tay cứ mò mẫm khắp người. Một tên bạn thân ghé tai hỏi nhỏ: “Sao ngứa tai mà lại gãi ở...bẹn?”

Tôi ngứa cả cuộc đời vậy mà mãi tới khi tôi đã mon men về hưu khoa học mới tìm ra cơ chế của ngứa! Đúng ra là vào năm đầu của thế kỷ mới, năm 2001. Hoá ra khoa học nhiều khi cũng có họ với loài rùa. Theo phát hiện của khoa học mới đây thì thủ phạm của ngứa là một hóa chất có tên là *histamin.* Chất này phục kích sẵn trong dưỡng bào dưới da. Nó liên kết với những đầu mút của dây thần kinh. Khi bị viêm hay dị ứng, dưỡng bào lập tức tiết ra *histamin* tạo ra cảm giác ngứa ngáy và làm vùng da quanh đó bị đỏ lên. Cảm giác này truyền lên não và não lập tức ứng phó bằng cách ra lệnh cho tay gãi hoặc cọ sát vào chỗ ngứa. Gãi mang lại cảm giác rất đã điếu. *Gãi đúng chỗ ngứa* là một thành ngữ chỉ sự thống khoái vô lường. Câu thành ngữ này các bợm rượu thường không thuộc!

Ba anh bợm ngồi nhậu với nhau. Cả ba anh đều xỉn và lăn quay ra nền đất ngủ. Nửa đêm một anh mắc tiểu, lê ra ngoài hè xả xú bắp. Trời mưa rả rích. Anh bợm xỉn nghe giọt mưa tí tách nhỏ từ mái nhà xuống tưởng mình chưa dứt tiểu nên cứ ngồi hoài. Anh bợm thứ hai bị kiến cắn gãi lia gãi lịa mà không hết ngứa cũng tỉnh ngủ luôn. Hai anh nói chuyện với nhau. Anh thứ nhất phàn nàn:

“ Không biết thằng cha chủ nhà chết tiệt đang ngáy phò phò kia cho tụi mình uống thứ rượu quỉ gì mà tao tiểu hoài không dứt!”

Anh thứ hai đồng tình:

" Ừa! Tao cũng vậy. Hổng biết chả cho uống rượu chi mà tao ngứa thấy mụ nội gãi hoài không hết ngứa!"

Anh chủ nhà nghe tiếng nói chuyện, thức giấc, góp tiếng:

" Hai anh như vậy còn đỡ! Không biết con vợ tôi nó mua thứ rượu độc hại chi mà uống vào chân cẳng của tôi rướm máu hết trơn thế này!"

Gãi không đúng chỗ ngứa làm tươm chân anh hàng xóm ngủ cạnh là chuyện nhỏ. Ngứa nó ma mãnh hơn nhiều. Trong số các bệnh nhân tới xin chữa trị tại các bệnh viện, ngứa đứng hàng thứ hai về số lượng. Thuật ngữ khoa học gọi ngứa là *pruritus* và *prurigo. Pruritus* (ngứa) gây ra do kích thích cục bộ, đôi khi do rối loạn thần kinh. *Prurigo* (ngứa sần) là bệnh ngoài da mãn tính không rõ nguyên nhân, chữa trị không có kết quả tốt và thường tái phát.

Ngứa như vậy có nguyên nhân cả ở ngoài da lẫn trong nội tạng. Tức là có giặc ngoại xâm và quân nằm vùng.

Giặc ngoại xâm tấn công vào 2 thước vuông da trên khắp cơ thể chúng ta và gây ra nhiều loại bệnh. Trước hết là bệnh viêm da dị ứng. Có thứ da không chơi với giây thung hoặc cao su. Nếu da của bạn thuộc loại này mà bạn đi giầy cao su là chân bạn ngứa liền. Hoặc giây thung quần làm loét da bụng. Cứ thế mà gãi. Thuở nhỏ tôi đeo giây đồng hồ bằng nhựa hay da là mẩn đỏ hết cổ tay. Nhiều bà ăn diện khổ vì ngứa một cách khác. Có bà dị ứng với một loại vải quần áo mới nào đó. Muốn diện mà ngứa nó không cho diện. Có bà đeo nữ trang bằng vàng là ngứa. Bởi vì dị ứng với chất kền thường có trong vàng từ 18K xuống đến 10K chế tạo tại Mỹ. Nếu chơi sang đeo toàn vàng nguyên chất chính cống 24K thì không sao cả. Chỉ tội cổ và tay hơi vàng chóe rất là một sự nhà mùa! Nhưng nếu dùng vàng dưới 24K làm tại Việt Nam thì không ngứa ngáy chi cả vì vàng

Việt Nam không dùng kền mà dùng bạc hay đồng khiến có màu đỏ hơn. Ngứa vì vàng là thứ ngứa ác ôn. Nó không ngứa ngay chỗ đeo vàng mà chui lủi đánh phá nhiều chỗ khác trong người khiến đốc tờ cũng khó tìm ra nguyên nhân! Chính nữ trang bằng vàng đã làm các bà bị bệnh viêm da nhiều hơn các ông tới 10 lần. Đó là cái giá phải trả cho sự xí xọn!

Da chúng ta là thứ tội nghiệp vô cùng. Nó là…ngoại thành của cơ thể chúng ta nên lãnh đủ giông bão của cuộc đời. Chung quanh chúng ta có thiếu gì thứ làm chúng ta thành nhạc công gảy đàn lung tung khắp thân thể. Mấy thứ nhỏ nhít li ti như sâu, kiến, muỗi cũng gây thành ngứa. Những thứ chẳng ra gì như hóa chất tẩy rửa, nhựa khoai, những thứ lá có lông hoặc ngay cả những loại mỹ phẩm thơm nức mũi các bà dùng hàng ngày cũng bắt nạt làn da của chúng ta.

Bệnh mề đay là một chiêu khác của quân ngoại xâm. Nó đột kích lung tung khắp cơ thể như cánh tay, bụng đùi, chân. Rồi sưng mắt, sưng môi. Tấn công vào bên trong nó làm viêm niêm mạc ruột gây đau bụng, tiêu chảy, phù thanh quản. Gọi là mề đay vì da nổi lên các nốt sần ngứa. Gãi bằng thích. Càng gãi càng ngứa. Vùng sần ngứa to nhỏ khác nhau, đôi khi tạo thành từng mảng ngoài bìa màu hồng, trung tâm thì màu hồng nhạt hơn.

Bệnh nấm da cũng do nguyên nhân ngoại nhập. Có nhiều loại nấm như nấm than, nấm kẽ, nấm móng, nấm tóc…Điển hình của loại nấm này là bệnh hắc lào do nấm than gây nên. Đầu tiên là ngứa ở một vùng da, sau đó nổi lên một vệt màu hơi đỏ, có viền hoặc bờ rõ rệt, trên viền có các mụn nước lấm tấm. Viền này càng ngày càng lan rộng tạo thành nhiều hình vòng cung. Người bệnh sẽ cảm thấy ngứa và gãi. Càng gãi thì bệnh càng lây lan rộng thêm ra. Không những lây cho mình mà còn lây ra nơi những người dùng chung quần áo, khăn tắm, giường chiếu.

Lang ben là một sản phẩm khác của nấm. Bệnh này làm ngứa khủng khiếp. Càng ra nhiều mồ hôi càng ngứa dữ. Bệnh nằm vùng nơi cổ, vai, ngực, bụng hay cánh tay. Nếu dùng chung khăn tắm, quần áo hay giường chiếu với các đấng lang ben thì cũng sẽ có nguy cơ lang ben!

Gầu trên đầu cũng là một chứng ngứa. Khi gãi lớp da trên đầu bị bong ra. Bệnh này thuộc…thẩm mỹ nên có rất nhiều thứ thuốc gội đầu được quảng cáo là trị hết gầu.

Chúng ta ở xứ lạnh, da cũng khổ thêm vì phải ứng phó với thời tiết. Khí lạnh làm da mốc meo, lớp biểu bì ở ngoài cùng của da ngày càng mỏng, mất đàn hồi, nứt nẻ và bong ra, bụi da trắng xóa bám vào mền, vào quần áo. Trong nhà có sưởi nóng làm da bốc hơi và mau khô. Khi da còn tiết ra được các chất *acid* hữu cơ đủ để giữ cho da trơn, mềm, nhờn và toàn vẹn thì chúng ta còn ăn ngon, ngủ yên. Khi tới một mức độ lạnh và khô nào đó, da sẽ ngứa. Thế là gãi tới bong da luôn!

Ngoài quân ngoại xâm, loại quân nội tuyến khiến da ngứa ngáy gồm nhiều thành phần khác nhau. Có thể do dị ứng thuốc, giun sán hay các bệnh tiểu đường, gan mật làm tay chúng ta luôn phải…gẩy đàn cho bớt ngứa.

Ngứa là một hình phạt không rời. Nó ngày đêm hành hạ. Nhất là đối với con nít. Nhà văn nữ Nguyễn Xuân Tường Vi đã dùng tới mười trang sách để cực tả một thảm trạng của cặp vợ chồng trẻ có đứa con đầu lòng bị bệnh ngứa *eczema. « Sang đến tháng thứ bảy con gái cô bắt đầu một chứng bệnh kỳ lạ. Cả người nó nổi lên những mụn nhỏ li ti, đỏ lừ lự, ngứa ngáy. Con bé khó chịu, cào cấu làn da non đến khi chảy máu mới thôi. Khuôn mặt xinh xắn bụ bẫm của con bé bỗng biến dạng, từng bệt vẩy da đỏ nứt rạn, rướm máu ri rỉ. Tay chân cũng đầy những mảng da lở ngứa. Chữa cách gì cũng không hết. Dòng đời như ngừng trôi. Cô thôi không đưa con ra ngoài, hạn chế những lần gặp gỡ bạn bè, cô sợ những câu hỏi, cô sợ những cái nhìn chằm chặp thương hại của mọi người, cô sợ phải giải thích đi giải thích lại là tại sao, tại sao, tại sao".* Căn bệnh quái ác không rời đứa bé cho tới khi nó đi học. Nó thèm được ôm hôn mẹ, thèm được mẹ ve vuốt, nựng nịu như mẹ vẫn thường vuốt ve nựng nịu đứa em có làn da trơn tru mềm mại của nó. Căn bệnh đã làm nó có cảm tưởng nó là đứa con thừa thãi, không mong muốn của cha mẹ nó. Ngay mẹ nó cũng mất kiên nhẫn với làn da bệnh hoạn của con. Có lúc bà đã nghĩ nó là thứ trời trao cho bà để hành hạ bà, lấy đi mất của bà sự an bình thoải mái trong cuộc sống. Có nhiều lúc bà đã muốn bỏ rơi đứa con như dứt bỏ một cục nợ bám dính vào đời bà. Cuộc sống của đứa trẻ lại dính liền với những cơn ngứa. Nó gãi như một phản xạ tự nhiên. Mẹ nó cấm gãi vì càng gãi bệnh càng lây lan. Hành động tự nhiên của nó đã như một cơn địa chấn trong gia đình. *"Mỗi khi nó lên cơn ngứa cào cấu tơi bời làn da, bất kể những vệt máu tươi rói ướt rịn, mẹ thường gạt tay nó ra, xoa xoa chỗ máu chảy, gãi cho nó bằng những ngón tay cắt trụi hết móng, lẩm bẩm. Sao trời hành tui dữ vậy hông biết. Nó giương đôi mắt đờ đẫn nhìn mẹ. Cánh cửa tai của nó đóng xập lại. Hai tay nó cào cho đã cơn ngứa. Ngứa trên mặt, ngứa sau gáy, ngứa trước bụng, ngứa dưới chân. Hai tay nó đưa lên đưa xuống sồn sột. Phải cấu rách da xé thịt như vậy mới đã ngứa. Nó giật mình khi mẹ to giọng gắt. Đừng gãi nữa, con có nghe mẹ nói gì không, con phải control, con phải ignore cơn ngứa, con càng gãi thì càng ngứa, you have to break the vicious cycle! Đúng lúc, ba bước vô phòng nạt:*

"Con nít làm sao biết control, ngứa thì phải gãi chớ."

"Đó, anh muốn gãi thì gãi. Em muốn điên lên rồi..."

Tới đó, tự dưng cánh cửa tai của nó mở ra, dỏng lên, nghe đầy đủ hết từng lời của ba mẹ nó. Cơn ngứa biến mất, nó run run lo lắng, lầm rầm cầu nguyện. Xin ba mẹ đừng cãi nhau nữa, lỗi tại con. Tại nó ngứa tới mấy năm rồi chưa hết nên mẹ không thương nó. Mẹ hay quạu không những với nó mà với luôn cả ba...Mẹ có bị ngứa đâu mà mẹ biết. Không biết mẹ có bao giờ cảm thấy có hàng ngàn, hàng vạn con kiến cắn xé rần rần khắp người chưa?"(Đêm Rồi Cũng Qua, Hợp Lưu số 93, tháng 2 & 3/2007).

Khổ vì ngứa cũng gian nan chẳng kém khổ vì đau. Thường thì muốn hết ngứa chúng ta vẫn chơi bài gãi. Gãi vung tàn tán đến trầy da tróc vẩy. Cứ nhắm mắt mà gãi như vậy chỉ tổ khổ da. Đã không hết ngứa lại thêm những vết máu tươm trên da. Chẳng cái dại nào bằng! Biết vậy nhưng phản ứng tự nhiên vẫn bắt chúng ta gãi một cách…thiếu hiểu biết như rứa. OK! Cứ gãi nhưng nhẹ tay dùm một chút. Đôi khi chỉ cần nhè nhẹ xoa vào chỗ ngứa cũng đủ tạm thời giải tỏa cơn ngứa. Muốn hết ngứa phải phòng bệnh và chữa bệnh. Phòng bệnh là loại trừ trước những nguyên nhân làm ta ngứa. Diệt côn trùng; ăn ở sạch sẽ; tránh dùng quần áo, nhất là quần áo lót, bằng sợi tổng hợp; dùng thuốc diệt côn trùng khi cần; không ăn những thứ hay bị dị ứng; tránh các đồ uống làm giãn mạch như cà phê, rượu, nước nóng…

Khi đã bị ngứa thì tùy theo nguyên nhân ngứa mà chữa trị. Nếu là bệnh ngoài da thì dùng các loại thuốc xức thông thường như thuốc có chứa *corticosteroid,* thuốc chống *histamin* chẳng hạn như *Benadryl* hoặc uống các loại thông thường giúp làm dịu cơn ngứa như *Tylenol* hay *Aspirin.*

Bà ngoại tôi, lúc tuổi già, cũng bị ngứa khủng khiếp. Trên bụng bà, những lằn đỏ xếp nếp cùng khắp như những sợi dây đánh đai chiếc bụng nhão. Bà bôi đủ thứ thuốc, chữa đủ cách, hết thuốc tây qua thuốc nam mà ngứa vẫn hoàn ngứa. Có những lúc tôi thấy bà dùng sợi dây gai vân vê trên bụng, trên lưng đỏ ửng. Có những khi bà dùng cánh tay giả bằng gỗ có cán dài mạnh bạo thọc lên thọc xuống cho đã ngứa. Nhưng càng gãi mạnh thì càng ngứa hung. Cũng may là ngứa có cơn. Nếu lúc nào cũng đàn địch thì còn ra gì cuộc sống! Những khi đó ngứa đúng là cái tội. Bà cố tôi thì tin chắc ngứa là tội. Bà đã tới nhà thờ, vào tòa giải tội, xưng tội ngứa. Khi bà kể lại…thành tích của bà, chúng tôi đã ôm bụng cười. Bà lườm nguýt. Thế mà tao khỏi ngứa đó, chúng mày thiếu đức tin!

Có thực bà cố tôi hết ngứa chỉ vì đã xưng tội không? Cũng có thể. Bởi vì ngứa cũng nể vì tinh thần của người bệnh. Nếu khi ngứa, chúng ta bình tĩnh, coi nó như nơ-pa, tập trung toàn bộ tinh thần vào một điều suy nghĩ nào đó, cơn ngứa sẽ tiêu tan. Có mấy người có thể dẹp cơn ngứa một cách…trí thức như vậy? Tôi e rằng không nhiều. Trong trường hợp bà cố tôi có lẽ bà đã "dâng" cái ngứa cho Thượng Đế nên bà hết ngứa!

Có thật ngứa đã đi vào lãnh vực của tâm linh không? Tôi chịu chẳng trả lời được câu hỏi thuộc loại…siêu hình này. Bèn dựa vào Thượng Tọa Thích Thông Phương, Viện Chủ Thiền Viện Trúc Lâm Yên Tử ở Quảng Ninh. Ngài mang ngứa vào việc giải thích Thiền. Theo Ngài, Thiền dịch ra tiếng Hán là "tĩnh lự", nghĩa là lặng lẽ những lo nghĩ lăng xăng, hay cũng dịch là "định tuệ đẳng trì", nghĩa là tâm lặng và sáng đầy đủ. Tuy nhiên định nghĩa Thiền theo chữ nghĩa vô tri như vậy chưa nói lên được bản thân của Thiền. Thiền nằm ngay trong tâm của con người. *"Chân lý sống là cái hiện thực ngay nơi mỗi người, trong mỗi người, người đang sống trong đó chứ không ở đâu khác. Như nói thiền là tĩnh lự, là tâm lặng lẽ trong sáng, song đặt câu hỏi lại: Thế nào là tâm lặng lẽ trong sáng? Đây không còn là chuyện giải thích danh từ nữa, mà phải tự cảm nhận nơi mình mới thấu rõ thôi. Vì vậy muốn cảm nhận chân lý Thiền là phải thể nghiệm trực tiếp, phải thẳng vào chớ không đứng bên ngoài bàn bạc, lý luận suông".*

Tới đây anh ngứa mới…vào thiền!

" *Có vị tăng hỏi Thượng sĩ Tuệ Trung:*

" *Bạch Thượng sĩ, thế nào là đại ý Phật pháp?"*

Thượng sĩ đáp:

" *Đầu trạnh vỗ sóng mắt sâu sâu bọ,*
Cánh bằng lướt gió ruột kiến kiến trùng".

Hỏi:

" *Như vậy học nhân làm sao được lối vào?"*

Đáp:

" *Gãi ngứa đâu phải người khác ngứa,*
Đói ăn chính thật nhà ngươi ăn.

Ông hỏi đại ý Phật pháp, ông muốn hiểu được lẽ thật đó thì ông phải quên niệm phân biệt theo thói quen suy nghĩ lâu nay đi, ông phải đích thân cảm nhận nơi mình chớ không thể đứng bên ngoài mà hỏi, mà muốn tìm hiểu biết. Gãi ngứa là tự ông ngứa, đâu phải người khác ngứa thay cho ông; cũng vậy, đói là tự ông ăn thì mới hết đói, ai ăn thay cho ông được? Cho nên trong nhà Thiền, nhất là Thiền tông, luôn nhấn mạnh đến chỗ trực nhận không qua ý niệm". (Thiền, Con Đường Thể Nghiệm Chân Lý).

Đọc tới đây, bạn thấy đã ngứa chưa?

06/2007

NGUỘI

Tôi vừa nhận được *e-mail* của một anh bạn. Thư có kèm theo một *video clip*. Mở ra thấy toàn một màu đỏ lúc chói chang, lúc nhàn nhạt, gây cảm tưởng nóng bức khó chịu. *Clip* viết bằng tiếng Pháp, có nhan đề: *"Lettre écrite de l'An 2070"*. Chúng ta đang ở năm 2007, bức thư này được viết 63 năm sau! Người viết có tấm hình đi kèm. Dĩ nhiên là hình chế bằng *computer*! Đó là một người đàn ông có khuôn mặt già cỗi, không có tóc, nhợt nhạt một màu bệnh hoạn. Ông tự giới thiệu là được 50 tuổi nhưng trông già như người 85 tuổi và là một trong những người sống lâu nhất thế giới. Tuổi thọ trung bình lúc đó là 35 tuổi! Tại sao cuộc sống của con người lại bị rút ngắn đi như vậy? Tại vì khung cảnh sống đã đổi khác. Thiếu nước trầm trọng. Khan hiếm nước nên cuộc sống của con người khác hẳn. Ông ta nhớ là khi ông được 5 tuổi, mọi sự đều khác bây giờ. Lúc đó còn có những công viên, trước và sau mỗi căn nhà còn có những vườn hoa, tắm dưới vòi hoa sen cả giờ cũng chả sao, xe hơi cũng được rửa thỏa thích bằng những vòi nước xịt mạnh, những thảm cỏ quanh nhà được tưới phủ phê ngày đêm, ngày nghỉ ra sông hồ câu cá, nước uống đầy rẫy đủ loại chen chúc nhau trong các siêu thị. Những ngày vàng son đó chỉ còn trong ký ức. Ngày nay, năm 2070, người ta mang vàng và hột xoàn ra đổi một can nước mà chẳng ai thèm đổi. Nước là một xa xỉ phẩm chỉ để uống một cách hạn chế. Không có nước tắm, người ta phải chế ra những khăn lau ẩm để "tắm". Đàn bà cũng trọc lốc như đàn ông vì không có nước gội đầu. Thực phẩm hầu như chỉ có những thứ chế biến, không ai có thể làm bếp tại nhà. Quần áo mặc xong là vứt vì không có nước giặt. Cảnh vật khô cằn như một dải sa mạc ngút ngàn vô tận. Thời tiết không còn thay đổi theo mùa vì không còn mùa nữa. Mưa thì toàn là mưa *acid*! Không có cây xanh nên thiếu cả dưỡng khí để thở. Chính quyền bắt buộc phải thu thuế và ấn định số lượng không khí mỗi người được phép thở là 137 thước khối mỗi ngày cho một người lớn. Ai không đủ khả năng đóng "thuế không khí" thì phải tập trung trong những "vùng gió" gồm những lá phổi nhân tạo được thiết lập và vận hành bằng năng lượng mặt trời. Kỹ nghệ tê liệt, nạn thất nghiệp lan tràn. Chỉ có những nhà máy lọc nước biển cần dùng nhiều nhân công. Các công nhân được trả lương bằng nước. Con người thiếu không khí và nước nên mắc đủ thứ bệnh như viêm đường tiêu hóa, bệnh ngoài da, bệnh đường tiểu tiện gây nên tử vong hàng loạt. Cấu tạo tinh trùng bị thay đổi nên trẻ sơ sinh bị suy thoái, dị dạng và khiếm khuyết.

Kết thúc *video clip* là tâm sự dằn vặt của "ông già 50 tuổi": *"Khi con gái tôi hỏi tại sao chúng ta không còn nước nữa, cổ họng tôi se lại. Tôi không thoát ra khỏi được ý nghĩ tôi là kẻ có tội bởi vì tôi thuộc vào một thế hệ đã phá hoại môi trường, làm ngơ trước những cảnh báo để ngày nay con cháu chúng ta phải trả giá!"*.

Chắc nhiều người trong chúng ta bĩu môi chẳng thèm đọc tiếp. Đây là chuyện khoa học giả tưởng, như một thứ chuyện giải trí, nghe qua rồi bỏ...đi tưới vườn cảnh trước nhà bằng những vòi nước phun cao tràn lan ra cả mặt lộ. Hơi đâu mà lo chuyện vớ vẩn. Điên hay sao mà đấm ngực chịu tội! Khéo lo chuyện xa lắc xa lơ. Năm 2070 thì ăn thua gì tới tôi!

Không ăn thua gì tới thế hệ chúng ta. Đúng! Nhưng cỡ tuổi chúng ta bây giờ năm bảy chục chẳng hạn thì 63 năm nữa là tuổi của thế hệ các cháu nội ngoại của chúng ta. Không xa đâu. Nhìn đứa cháu được sanh ra trong năm nay hoặc trong vòng mười năm nữa, chúng ta có đành lòng để chúng lâm vào tình trạng...vượt biển của chúng ta không? Tôi muốn nhắc tới những giọt nước ngọt chúng ta đã từng đạp lên cuộc sống của nhau mà tranh dành trên những con tàu vượt biển. Chỉ tạm thời không có nước ngọt mà con người nhiều lúc đã không còn là người nữa. Nếu cả thế giới lâm vào cảnh thiếu nước ngọt trầm trọng trong một thời gian không có lúc chấm dứt thì con người sẽ điên lên như thế nào? Con người triền miên khát nước đó chúng ta đã thấy mặt mũi. Chúng là những đứa cháu ngây thơ đang nằm trong nôi ngay trong mái ấm gia đình của chúng ta.

Chuyện là chuyện trời đất chung chung, hình như chẳng ai muốn khóc người cha chung cả. Cá nhân mỗi người đều có thể vỗ về anh lương tâm ngủ yên được. Trái đất có ấm đầu sinh chuyện thì cho nó uống thuốc cho nó nguội đi. Dĩ nhiên không phải *aspirine, tylenol* hay *advil.* Thuốc này là thuốc phải bào chế. Cả thế giới xúm nhau lại chữa cơn nhức đầu của hành tinh. Hành tinh nó lớn xác như thế nên cần phải nhiều người cho thuốc. Trong nhiều người đó có chúng ta. Tài hèn sức mọn không kê được toa thuốc thì cũng rót được cho bệnh nhân một ly nước chứ! Này bạn, nếu bây giờ nhờ bạn thay dùm tất cả các bóng đèn trong nhà bằng bóng đèn huỳnh quang mà chúng ta thường gọi là bóng đèn *neon* thì có được không? Để làm chi vậy? Để giảm thiểu khí thải và tiết kiệm năng lượng. Úc đã đi tiên phong. Họ đã ra luật giảm sản xuất bóng đèn tròn từ ngày 20 tháng 2 vừa qua. Với luật này, từ nay đến năm 2012, Úc sẽ giảm được 4 triệu tấn khí thải và tiết kiệm được tới 80% năng lượng. Mỹ cũng đã nhúc nhích khi Bộ Trưởng Môi Sinh Liên Bang Malcolm Turnbull cho biết sẽ đưa ra một kế hoạch thay thế dần dần các bóng đèn tròn. Tiểu bang California…cụ thể hơn. Các nhà lập pháp sắp ra luật thay thế bóng đèn tròn từ nay đến năm 2012. Tại Canada, tỉnh bang Ontario đang đặt bước là tỉnh bang đầu tiên có kế hoạch thay bóng đèn. Theo Thủ Hiến Dalton McGuinty ước tính thì với việc thay thế bóng đèn này, tỉnh bang sẽ có thể đóng cửa một nhà máy sản xuất điện chạy bằng than.

Mới chỉ có mấy cái bóng đèn trong nhà mà đã nên chuyện được rồi. Nếu mạnh tay hơn nữa thì trái đất sẽ nguội bớt là cái chắc. Các dân biểu Canada tại Quốc Hội đã nghía tới khói xe của chính các ông bà đại diện dân. Khi các ông bà đang họp thì ngoài sân đậu xe, hàng trăm chiếc xe của họ đang xì khói liên tục trong suốt cuộc họp thường kéo dài nhiều giờ. Tại sao vậy? Vì các ông tài xế không có chỗ nương thân trong các tòa nhà Quốc hội nên cứ ngồi trong xe cho máy chạy để sưởi ấm. Xe nào cũng to đùng, uống xăng như điên, xả khói thì không ai bằng, khí thải ào ào tuôn ra. Chỉ cần cho họ một căn phòng trú rét là ổn thỏa ngay. Dễ ợt như vậy mà còn phải bàn cãi!

Có bàn cãi chăng là bàn cãi về những chuyện tầy đình hơn. Như một hội nghị về môi trường vừa nhóm họp tại Paris trong đầu tháng 2 vừa qua với 2500 nhà khoa học đến từ 130 quốc gia do Liên Hiệp Quốc tổ chức. Theo các nhà khoa học thì nếu chúng ta không nhúc nhích gì để giúp làm nguội trái đất thì trái đất sẽ sinh chuyện. Không phải đợi lâu mà có chuyện tức thời. Đây là tờ "thực đơn" khó nuốt về nước dùng sinh hoạt: hàng trăm triệu dân chúng châu Phi và hàng chục triệu người tại Châu Mỹ La Tinh sẽ thiếu nước trong vòng 20 năm tới. Tới năm 2050 thì một tỷ dân châu Á sẽ thiếu nước. Tới năm 2080 thì khoảng ba tỷ người sẽ...khát! Hội nghị cũng đã báo động là trong thế kỷ 21 này, nhiệt độ trái đất sẽ tăng thêm từ 1,8 đến 4 độ bách phân và chính con người là thủ phạm việc ấm đầu của trái đất.

Bốn độ trong một thế kỷ thì ăn nhằm gì! Giỡn hoài! Từ thời băng hà đến nay trái đất cũng chỉ nóng hơn có 5 độ thôi! Con số nghe ra rất nhỏ nhưng hậu quả thì rất lớn. Trái đất sẽ thay đổi dung nhan. Nhiệt độ tăng, băng đá sẽ tan chảy, hạn hán thường xuyên, mực nước biển sẽ dâng cao, cuộc bể dâu không biết đâu mà lường. Cuộc bể dâu của ông Tú Vị Xuyên so ra chẳng thấm vào đâu mà cái tiếng gọi đò thiếu vắng đã buồn bã nằm dài trong lòng người cho tới giờ.

Sông kia rày đã nên đồng
Chỗ làm nhà cửa, chỗ trồng ngô khoai
Đêm nghe tiếng ếch bên tai
Giật mình còn tưởng tiếng ai gọi đò.

Chỉ một tiếng gọi đò vấn vương trong lòng nhà thơ mà đã não nuột tâm can, thì sự mất mát cái riêng tư của một thành phố sẽ mang mang tới bao giờ. Đà Lạt là một thành phố cao nguyên có cái lành lạnh dịu dàng chỉ vừa đủ cho những chiếc áo len đủ màu sắc làm mát mắt người phố thị. Vậy mà không chờ không đợi, nhiệt độ thành phố đã làm rơi những chiếc áo len trên thân hình mảnh mai của những thiếu nữ xuân thì. Trong những ngày đầu năm 2007 này, chỉ khoảng 9 giờ sáng, là trời nóng, ra đường chỉ một manh áo mỏng manh. Theo một phóng sự của ký giả báo Tuổi Trẻ Nguyễn Hàng Tình thì một chị bán hàng rong ngoài đường cũng đã thấy là phụ nữ Đà lạt khi ra đường là sợ nắng, sợ nám phải đeo khẩu trang to sù che gần hết khuôn mặt. Chị Mai đã tiếc rẻ: " Hãy nhìn mà coi, đôi má hồng đào của các cô gái Đà Lạt giờ cũng hiếm như châu ngọc vậy!" Những chiếc má rám hồng đặc trưng của các cô gái trong thành phố mộng mơ này ngày xưa đã bao lần làm chết mệt tuổi thanh niên của chúng tôi!

Người Đà Lạt 63 tuổi Phạm Văn Út (phải chăng cũng là một bóng thanh niên lụy má hồng thời đó?), ngụ tại ấp Chi Lăng, cũng ngậm ngùi. Ngày xưa, sáng ra đến 8 giờ, sương mù vẫn còn giăng giăng làm lấp mặt người, chiều về khoảng 2 giờ sương mù lại đã kéo về trên khắp các lũng đồi, vậy mà bây giờ từ sáng đến tối chẳng cần khoác lên người chiếc áo lạnh. "Ngày đó thanh niên trai tráng cũng chả ai dám tắm nước lạnh, nay cứ độ trưa trưa là đã thấy lũ con cháu ung dung xối nước lạnh trên người!" Những người cao niên sinh ra và lớn lên ở Đà Lạt đã cám cảnh sinh tình: " Tôi không còn nhận ra Đà Lạt nữa!" Đà Lạt là đất của hoa trái. Thông Đà Lạt ngày xưa cứ sau lễ Giáng Sinh là ra đọt non mà nay đến cuối tháng 2 đầu tháng 3 mới ra lẻ tẻ, lỏi chỏi không đều. Anh đào, thứ hoa đặc thù của Đà Lạt, ngày trước làm hồng thành phố mỗi dịp xuân về, ngày nay mỗi năm mỗi khác, không ai biết được khi nào hoa nở. Màu hoa càng ngày càng ít thắm hơn, nhạt đi. Đó là nhận xét của chị Nở ở khu Trại Hầm. Các thứ hoa trái nhiệt đới ngày trước không trồng được ở Đà Lạt như đu đủ, mít, mía, phượng hồng… thì ngày nay nhan nhản kết hoa đơm trái xum xuê trong vườn. Ông Hai Phúc cho biết trong vườn của ông trước đây có trồng chơi mấy cây cam cây bưởi, có ra trái thì cũng chua lét không ăn được, nhưng nay cam bưởi bỗng xum xuê và trái thì ngọt lịm!

Bệnh ấm đầu của trái đất chẳng chỉ làm Đà Lạt không còn là Đà Lạt nữa mà còn...ngang tàng hơn nhiều. Tới thời điểm năm 2035, nhiệt độ trung bình toàn cầu sẽ tăng thêm 2 độ, nước biển sẽ dâng cao, Việt Nam với bờ biển dài sẽ mất đi 12,2% diện tích đất đai, ảnh hưởng tới chỗ ở của 17 triệu người. Đó là dự trù nước biển sẽ dâng cao thêm 1 thước. Nhiều nước biển nhưng sẽ ít nước ngọt. Đất nước ta sông ngòi chằng chịt, nước ngọt thiếu chi, khéo lo con bò trắng răng! Nói vậy là chưa thấu hiểu bệnh nóng đầu của trái đất. Bệnh nghe ra tưởng nhẹ nhưng hậu quả khôn lường. Chúng ta sẽ thiếu nước. Bệnh...mất nước sẽ khiến lượng nước ngọt của Việt Nam giảm 4% vào năm 2025, giảm 10% vào năm 2070 và giảm 14% vào đầu thế kỷ tới. Hiện nay tính bình quân thì mỗi người Việt Nam có khoảng 10.240 thước khối nước mỗi năm. Tới năm 2025 thì con số này sẽ xuống còn 7660 thước khối. Rắc rối là lượng nước này là tổng lượng nước có nguồn ngay trong lãnh thổ Việt Nam và nguồn do từ ngoài chảy vào. Nếu chỉ tính nguyên nguồn nước có trong nước thì con số này chỉ còn 2830 thước khối. Theo tiêu chuẩn của Cơ Quan Tài Nguyên Nước Quốc Tế IWRA thì quốc gia nào có lượng nước trung bình dưới 4 ngàn thước khối cho mỗi người trong một năm thì bị liệt vào loại thiếu nước. Như vậy là nước ta thiếu nước đứt đuôi rồi! Đó là chưa kể việc hiện nay, do đà kỹ nghệ hóa, các nguồn nước ngầm của Việt Nam tại các đô thị và các vùng đồng bằng đã có dấu hiệu ô nhiễm do sự khó phân hủy của các chất hữu cơ và hàm lượng vi khuẩn cao!

Trái đất đã bắt đầu trở mình. Đà Lạt của chúng ta đang... vong thân. Mùa đông Tokyo năm nay cũng đã vắng mặt nàng tuyết. Từ năm 1876, ba năm trước khi vua Quang trung đại phá quân Thanh, cả thảy 131 mùa đông, tuyết không bao giờ lỗi hẹn với người dân thủ đô Nhật Bản, vậy mà năm nay nàng tiên áo trắng này không tới. Dân Tokyo có tiếc chiếc áo choàng trắng của thiên nhiên không, tôi không ăn *sushi* nên không rõ.

Nàng tuyết cũng ít chơi với dân Thụy Sĩ trong mùa đông năm nay. Kể từ khi Thụy Sĩ bắt đầu đo nhiệt độ cách nay 140 năm, mùa đông năm nay đã ấm bất thường. Tại các khu vực thấp và ở miền Bắc hoàn toàn không có tuyết. Ở Zurich trung bình mỗi năm nhận được 70 phân tuyết, năm nay chỉ có 12 phân và chỉ rơi có hai ngày!

Dân Montreal chúng tôi thì hớn hở vui mừng vì mùa tuyết năm nay rất nhẹ nhàng. Suốt một mùa đông dài dằng dặc (mùa đông nào mà không dài?), tôi chỉ hai lần mang xẻng ra đào tuyết để lôi ra chiếc xe ngập đầu ngập mặt trong tấm màn trắng dày vài chục phân. Mọi năm thì cứ xẻng cuốc lia chia, lao động cật lực. Tôi thì mừng nhưng mấy anh tây hàng xóm của tôi thì rầu rầu nét mặt. Không có tuyết nhiều có nghĩa là không được trượt tuyết, không được thể thao với tuyết, và nhất là không được sống trong chiếc khăn trắng khổng lồ mỗi năm mỗi có như một thói quen từ những ngày thơ ấu. Buồn chứ! Thế mới biết chiều được lòng người không phải dễ. Nhưng mắc mớ gì thiên nhiên phải chiều những dân ăn đậu ở nhờ như tôi? Vậy mà năm nay bà mẹ thiên nhiên này lại vỗ về tôi, thế mới lạ!

Cũng lạ là năm nay tại Đại Hội phim ảnh trao giải Oscar có ông Al Gore tham dự. Ông Al Gore, chắc mọi người còn nhớ là trong cuộc bầu cử Tổng Thống Hoa Kỳ năm 2000 chính ông này đã đôi co với ông Bush trước kết quả sát nút và đã chịu thua để giữ tình đoàn kết quốc gia. Vậy cái ông Phó Tổng Thống của Bill Clinton này làm chi ở cái chỗ không phải là chính trường này? Ông ấy làm phim và cuốn phim *"An Inconvenient Truth"* của ông đã đoạt giải tượng vàng trong thể loại phim tài liệu. Thú thật với các bạn là ngồi coi trực tiếp truyền hình buổi phát giải, tôi đã ngỡ ngàng trước…người xưa. Khuôn mặt thon ốm của ngài ứng cử viên chức vụ Tổng thống năm 2000 năm nay đã trở nên phì nộn thiếu điều nhận không ra. Mới chỉ có bảy năm trời, con người còn thay đổi rõ ràng như vậy huống chi thiên nhiên đã bao nhiêu tỷ năm tuổi! Không đổi sao được? Cuốn phim tài liệu của Al Gore báo động với nhân loại về sự trở mặt của thiên nhiên. Sự thực bất tiện mà cuốn phim đưa ra là nhân loại đang ngồi trên một trái bom! Trái bom của thời gian. Chúng ta chỉ còn 10 năm nữa để làm sao tránh được một thảm họa của nhân loại. Đó là hệ thống khí hậu toàn cầu sẽ thay đổi mang lại sự thảm khốc cho toàn thể hành tinh chúng ta đang cư ngụ, từ những hậu quả khôn lường của bão lụt, hạn hán, bệnh dịch và cái nóng bất thường. Ai gây nên tội? Chính là chúng ta. Chúng ta đã khơi khơi ngu xuẩn thải rác rưởi vào chính môi trường chúng ta đang sống. Đây không phải là một vấn đề kinh tế, không phải là một vấn đề chính trị mà là cuộc thử thách lớn nhất của lương tâm con người đối với nền văn minh toàn cầu!

Lương tâm của người dân Canada đã thức dậy. Nhà môi trường học nổi tiếng người Canada gốc Nhật David Suzuki vừa đi một vòng Canada để thăm dân cho biết sự tình…làm nguội trái đất. Theo ông thấy thì phần lớn dân chúng Canada sẽ sẵn sàng bỏ thêm tiền ra để tiếp tay làm nguội trái đất nếu các kỹ nghệ gia cũng đồng tình như vậy. Theo một thống kê của nhóm *Environics Research Group* vừa công bố thì 67% dân Canada sẵn sàng chuyển các dịch vụ nhà băng, mua bán sang các cơ sở nào có bỏ tiền ra để giúp cải thiện môi trường. Cứ anh thương gia nào nhào vào việc chặn đứng mối lo môi trường của họ thì họ sẵn sàng cộng tác với những anh đó. Bắt mạch được mối lo của dân chúng, các đảng phái tranh cử trong cuộc bầu cử tỉnh bang Quebec được tổ chức vào ngày 26 tháng 3 tới đây đã mang vấn đề môi trường ra để đấu đá nhau. Đảng nào cũng vỗ ngực nếu bầu cho tôi thì tôi sẽ có những chương trình làm nguội trái đất. Đảng Quebecois từ trước tới giờ chỉ dùng màu xanh da trời làm màu của đảng, kỳ bầu cử này đã cho thêm màu xanh lá cây vào đuôi chữ Q trên *logo* của đảng. Báo hại anh đảng Xanh chính cống *Green Party* chuyên về môi trường la làng như bọng vì màu cờ sắc áo bị chôm!

Tôi chẳng phải là người vô tâm. Ta đã làm chi hại tới không gian ta đang sống? Và tôi không cưỡng lại được ý muốn mở lại cái *video clip* mà anh bạn đã gửi cho tôi. Nhìn màu đỏ chói chang nóng bức làm nền cho suốt cuốn *video* tôi như mê đi. *"Khi con gái tôi hỏi tại sao chúng ta không còn nước nữa, cổ họng tôi se lại. Tôi không thoát ra khỏi được ý nghĩ tôi là kẻ có tội bởi vì tôi thuộc vào một thế hệ đã phá hoại môi trường, làm ngơ trước những cảnh báo để ngày nay con cháu chúng ta phải trả giá!"*.

Còn bạn, bạn thấy sao?

03/2007

NGUY

Chắc chắn phải có báo động đỏ. Chuyện đã tới nước này mà không tri hô lên sao được. Ngót nghét nửa thế kỷ trước, khi cô Quờn ra tay hành động thì mất không biết bao nhiêu giấy báo, tốn không biết bao nhiêu nước miếng và không biết bao nhiêu mồ hôi đã chảy ra. Hồi đó người ta chưa biết tới *stress,* chứ không thì *stress* đã hoành hành ăn mòn ruỗng các ông từ 18 đến…98 tuổi là cái cẳng. Ông Trần Văn Trạch lại đổ thêm dầu vào lửa…khủng hoảng khi ông la khắp từ Bến Hải đến Cà Mau *"đốt hay không đốt"!*

Chuyện hi hữu ngày xưa nay đã là chuyện thường ngày. Ngoài môn phái đốt còn nảy sinh ra môn phái cắt. Mà cắt ngày nay coi bộ rộ lên hơn đốt. Nạn nhân là chú bé con chỉ có mỗi cái tội là hay vâng lời. Anh lớn bảo nằm xuống thì nằm xuống, đứng dậy thì đứng dậy, bò thì bò, chui thì chui, hắt hơi sổ mũi thì hắt hơi sổ mũi. Ngây thơ như vậy mà thành thân tội!

Anh lớn là Bùi Thanh Hải, 44 tuổi, ngụ tại Cà Mau. Lúc

8 giờ tối ngày 29 tháng 7 năm 2007, anh đang nằm ngủ ở nhà thì vợ là Võ Thị Vân dùng dao Thái Lan xén ngay thằng nhỏ, nắm đầu chú bé mang ra mương thoát nước phía sau nhà ném xuống phi tang. Khi người nhà mang tới bệnh viện Đa Khoa Cà Mau thì chú bé đã phiêu du đâu mất, tìm chẳng thấy. Các bác sĩ không làm gì khác hơn được là may lấp vết thương lại. Từ đây anh đi đằng anh, em đằng em. Tội của anh là tội léng phéng bồ bịch. Muốn bồ bịch thì phải có thằng em đi theo, không thì chẳng nên cơm nên cháo gì. *Anh em như thể tay chân*. Chân đâu nữa mà đi!

Chỉ hơn một tháng trước, vào tối ngày 9 tháng 6, tại thành phố Long Xuyên, cũng đã có một vụ chia lìa tức tưởi. Chàng mới 27 tuổi, cũng thuộc loại đào hoa, dắt thằng nhỏ đi chơi đêm hoài. Cô vợ muốn anh chồng ngừng gót phiêu lưu nên đã mượn đỡ thằng em bằng một nhát kéo. Người nhà thuê xe chở tới bệnh viện. May là cô vợ chỉ cốt giữ thằng em nên không vứt bậy vứt bạ ra mương ra cống. Hai anh em cùng lên xe vào phòng giải phẫu. Các bác sĩ đã cho anh em đoàn tụ! Đây là cuộc tái đoàn tụ bởi vì chính anh chàng này, hồi năm 2005, cũng đã bị vợ sớt ngọt mất một nửa thằng em rồi!

Ở quận Tân Biên, tỉnh Tây Ninh, cuộc…hành hình không phải tại nhà, nơi được coi là thuận tiện, mà diễn ra ở nhà hàng xóm. Một ông 50 tuổi đang ngủ nhờ bên hàng xóm thì bị vợ qua xử thằng nhỏ. Hàng xóm vốn có tình nên đã nhanh tay thu hồi tang vật, bỏ vào túi nước đá ngâm đàng hoàng trước khi đưa hai anh em lên bệnh viện Chợ Rẫy để…chim về hiệp phố!

Ác liệt hơn cả là ngón nghề của một bà cán bộ có ông chồng cũng là cán bộ. Hai người đều đã lớn tuổi nhưng ông vẫn…hoạt động và bà vẫn…đấu tranh giai cấp! Sự việc lên đến cực điểm khi bà sớt mất thằng bé của ông. Không phải bà nhắm mắt nhắm mũi làm cho đã tức mà có...phương án đàng hoàng. Bà đun một nồi nước sôi, cắt xong bà liền vứt cái của nợ vào cho tím tái máu ghen. Thằng em lìa đời tức tưởi như vậy thì còn mong gì nối lại tình anh em!

Anh kỹ sư của một cơ quan nhà nước tên Xuân thì oan ức vô cùng. Cả đời anh hiền như cục bột, chưa hề yêu ai cả. Khi yêu thì anh lại yêu ngay vào một cô gái đã có chồng. Cuộc tình trái ngang cũng có ngày...ngang trái. Anh chồng của cô gái biết chuyện. Anh gọi vợ vào nói dứt khoát: "Một là cả hai cùng chết. Hai là cô mang 'cái đó' của thằng ấy về đây!" Cô gái có gan ngoại tình nhưng không có gan chết với tình. Cô trọng mạng sống hơn là cái cục làm cô phản bội chồng. Thế là cô hẹn hò với tình nhân. Đúng lúc anh kỹ sư đang cất cánh lên mây thì nghe đánh xoẹt một tiếng. Thấy cánh chim giang hồ tơi tả trên giường, cô gái cuống lên, chạy mất, không kịp đem chiến lợi phẩm về báo cáo với chồng. Tội cho các bác sĩ phải mất tới ba tiếng đồng hồ mới nối lại được tình xưa!

Không biết quê quán của cô Quờn ở đâu? Hình như cũng thuộc đồng bằng sông Cửu. Sao tôi nghi những sát thủ này là hậu duệ của cô Quờn quá. Chẳng thế mà chỉ trong vòng 5 tháng, từ tháng 8/2005 đến tháng 1/2006, nguyên tại vùng này đã có tới 6 vụ cạn tàu ráo máng dùng dao kéo cho thằng em lìa thằng anh. Riêng tỉnh cà Mau đã có tới 2 vụ! Rồi nhìn qua bên kia biên giới tình hình không có gì sáng sủa hơn. Tại Kampong Cham bên Căm Bốt, anh chàng Khay Kaing, 40 tuổi, về nhà sau một đêm uống rượu và hát *karaoke* với bạn bè. Bị vợ cằn nhằn, anh xáng cho vợ một bạt tai rồi đi ngủ. Chờ cho anh say giấc nồng, cô vợ dùng kéo cắt phăng cục nam nhi. Cho hết hát hò! May cho anh là bàn tay của cô vợ không được mạnh mẽ nên thằng nhỏ em vẫn còn dính toòng teng. Các bác sĩ phải khâu tới

25 mũi chỉ mới…chim liền cánh!

Chuyện tình là chuyện bao giờ cũng rắc rối. Nếu không rắc rối thì không phải là chuyện tình. Giải quyết cái rắc rối là chuyện của…người lớn. Bắt thằng nhỏ chịu là điều vô lý. Vậy mà sự đời thường là chuyện vô lý. Thế mới chết thằng nhỏ!

Hai anh chị bồ bịch với nhau khi cùng học chung Đại Học tại Sài gòn. Học xong, anh về quê làm việc và yêu ngay một cô gái tại địa phương. Họ cưới nhau. Mãi về sau, khi chàng đã làm tới Giám Đốc, nhân một dịp về công tác tại Sài gòn, gặp lại người xưa, nằm ôn lại chuyện cũ. Bồ cũ không rủ cũng tới tưởng là chuyện mặn mà, ai ngờ đúng lúc cuộc cờ đang được nước, nàng bèn phăng ngay thằng nhỏ của chàng. Đó là để trả thù sự phản bội.

Anh chàng Quân là một lực điền trai tráng tại Long An đang sửa soạn cưới vợ. Vợ sắp cưới của anh là một cô gái mặn mà, đã từng có người yêu, từng thề non hẹn biển, nhưng vì gia đình hai bên không đồng ý nên chia tay. Đêm trước ngày cử hành đám cưới, anh người yêu của cô dâu hận đời vì mất cái bao đựng thằng nhỏ nên quyết ra tay. Anh mò tới nhà chú rể Quân, đè anh này ra sơi tái thằng nhỏ. Cho khỏi cưới xin! Đó là trâu buộc ghét trâu ăn.

Còn ông Khoa, một Việt kiều Úc, 45 tuổi, trong dịp về làng quê ở Vĩnh Long đã mê một thôn nữ duyên dáng. Tin dữ bay tới tai bà vợ. Bà liền tức tốc lấy vé máy bay về Việt Nam. Bà xé xác đứa đã cả gan lấy chồng bà chăng? Không! Bà trừng phạt thằng nhỏ của anh chồng xớn xác bằng một nhát dao ngọt sớt. Xong bà lên máy bay dông thẳng về Úc. Muốn tù ti cứ việc ở lại mà tù ti. Đó là võ sư tử Hà Đông. Chẳng còn gì phải lo lắng nữa!

Tất cả những chiêu cắt tôi vừa kể đều là có thật. Cắt như vậy là cắt có…chính nghĩa. Cắt như bà già này là cắt vì lợi nhuận! Cảnh sát thấy bà đi trên đường, hai tay xách hai cái túi to. Một cái túi bị rách làm tiền rơi rải rác trên đường, toàn giấy 20 đô không. Anh cảnh sát thấy vậy, kêu bà cụ và nhặt dùm. "Này bà cụ, tiền của cụ rơi ra đầy đường đây này". Bà cụ lịch sự: "Cám ơn cậu!". Hai người cúi xuống lượm tiếp. Tò mò nghề nghiệp bỗng nổi lên, viên cảnh sát thắc mắc: "Tiền ở đâu ra mà lắm vậy cụ? Mà toàn giấy 20 đô không vậy?". Bà cụ thành thật tâm sự: " Chẳng nói dấu gì cậu. Nhà tôi ở sát sân vận động. Mỗi khi có trận đấu thì khán giả đến coi đông lắm. Họ đua nhau tè bậy trên vườn nhà tôi, bảo thế nào họ cũng không nghe. Tôi nghĩ mãi mới ra cách để ngăn họ. Tôi cầm một cái kéo to, mỗi khi có vị nào vén quần, tôi giơ kéo lên dọa: "Một là nộp 20 đô, hai là ta cắt. Thế là họ răm rắp nộp tiền!". Viên cảnh sát phá ra cười: "Cụ hay thiệt! Tiện thể cụ cho cháu hỏi, thế cụ đựng gì trong cái túi thứ hai kia vậy?". Bà cụ cười lạnh: "Hừm! Không phải ai trong bọn họ cũng đều chịu trả tiền đâu cậu ạ!"

Tiết mục cắt lăng ba vi bộ đủ kiểu như thế là tới tận cùng của sự chia lìa. Không còn một kiểu nào khác nữa chăng? Còn! Kiểu…thanh minh thanh nga! Chuyện xảy ra ở bên Mã Lai. Chung quy chỉ vì cái điện thoại di động. Chị vợ bắt được tin nhắn của một cô gái trên điện thoại của chồng. Chị ghen làm ầm ĩ lên. Một cuộc khẩu chiến nóng hôi hổi làm rung chuyển nhà cửa. Để chứng minh mình không có phở phiếc gì cả, anh chồng 41 tuổi vớ ngay con dao tự xén phăng thằng nhỏ. Hết giây mơ rễ má! Cậu con 14 tuổi ở phòng bên nghe tiếng bố hét như heo bị chọc tiết bèn chạy sang. Hai mẹ con vội kêu xe cứu thương chở…con chim chân chính đi bệnh viện vá víu.

Trường hợp ông tu sĩ ở miền Tây thì bi thương hơn. Ông muốn tu nhưng thân xác ông luôn rình rập phản bội ông. Đã ngoài năm chục tuổi, đường trần ông đã nhất quyết dứt nhưng cái lủng lẳng nó cứ quấy nhiễu ông. Giận thằng nhỏ…mất dạy, ông lấy dao xẻo phắt cho được yên thân tu tập.

Bà Uta Schneider ở Stuttgart, Đức, đã 65 tuổi, cũng cắt. Nhưng bà cắt thằng nhỏ trên cái xác của ông chồng quá cố. Bà ra tay hành động trong nhà xác rồi bọc chú nhỏ đã bạc nhược trong khăn vải, dấu trong giỏ thức ăn để mang về nhà. Chẳng may một cô y tá đã thấy và bắt giữ bà. Khai với cảnh sát, bà thành khẩn: "Nó là tài sản quý giá nhất của chồng tôi và đã mang lại cho tôi niềm vui sướng trong suốt 35 năm chung sống. Vì thế tôi không muốn nó phải theo chân ông ấy xuống mồ. Có lẽ ông nhà tôi cũng muốn vậy!". Tội nghiệp cho một cuộc tình chung!

Dao kéo là thứ không tim không mắt. Chúng có chừa một ai. Bởi vậy tương lai lũ đực rựa chúng ta thật vô vàn bất trắc. Thôi thì cứ học tập kinh nghiệm trước phòng khi hữu sự biết đường mà đi đứng. Nếu thằng nhỏ phải chia lìa với thằng lớn thì phải đi bệnh viện ngay càng sớm càng tốt. Càng để lâu càng… rách việc! Quá 6 tiếng đồng hồ thì ít hy vọng…gương vỡ lại lành! Điều cần thiết là phải kiếm cho ra cục thịt đi lạc, rửa ráy sạch sẽ, ngâm ngay vào đá lạnh, và…dẫn độ hắn cùng tới nhà thương. Nối thế nào là nhờ phúc các bác sĩ. Nếu nối được tất cả các mạch máu thì vẫn có thể dùng lại được trong phòng vệ sinh lẫn phòng ngủ. Nếu không thì cái thứ tái sinh này chỉ có thể làm công việc thông thường và chán ngắt là giải thủy.

Nhưng tình hình vừa được cải thiện! Các bác sĩ tại bệnh viện Quảng Châu, Trung Quốc, vừa phẫu thuật thành công một ca ghép thằng nhỏ. Ghép chứ không phải nối! Nghĩa là thằng nhỏ bị cắt có bị mất hay hết xài lại được đi chăng nữa, thằng lớn vẫn còn có hy vọng nếu có người từ tâm hiến cho thằng nhỏ.

Gan, thận, phổi phiếc còn có nhiều hy vọng có người cho chứ "của quý" dễ gì mà có người dứt ra cho! Trường hợp ở Quảng Châu là hi hữu. Một ông 44 tuổi bị tai nạn đứt của quý. Chỉ còn 1 phân! Chuyện giường chiếu thì…thua, nhưng chuyện tưới nước hàng ngày cũng khó khăn. May mắn thay, một ông có cậu con trai 22 tuổi bị liệt não, bằng lòng cho thằng nhỏ của con. Ca cấy ghép thằng nhỏ dài 10 phân được tiến hành. Đây là một trường hợp cấy ghép rất phức tạp, đòi hỏi những kỹ thuật tinh vi để nối các mạch máu nhỏ và dây thần kinh. Bác sĩ thực hiện là Weilie Hu. Các ông nên nhớ kỹ tên vị…cứu tinh này phòng khi cần đến! Ca cấy ghép thành công. Mười ngày sau bệnh nhân đã có thể tiểu tiện bình thường và không có dấu hiệu cơ thể từ chối cơ phận mới ghép. Đây là ca cấy ghép thằng nhỏ đầu tiên trên thế giới thành công! Ngon rồi! Nhưng, khổ quá, sau đó cả hai vợ chồng bệnh nhân đều có những vấn đề tâm lý nghiêm trọng. Ừ, tự nhiên có cái của quý xa lạ xen vào, khó chịu quá đi chứ! Họ yêu cầu các bác sĩ cắt bỏ đi cái của nợ lạ hoắc. Lại phẫu thuật. Lần này ngược lại lần trước! Uổng!

Trường hợp đối phương không dùng dao kéo mà dùng chiến thuật hỏa công thì chết một cửa tứ. Một chú chim rô-ti hay *barbecue* thì Hoa Đà Biển Thước cũng đành bó tay. Nối niếc chi nữa. Thế mới biết miếng võ nguyên thủy của cô Quờn là miếng võ của…tà phái. Nó chưa hề thất truyền. Một phụ nữ Nga ở thủ đô Moscow vừa thi triển võ công này với ông chồng cũ. Hai vợ chồng Nikolai và Anna đã ly dị vào năm 2003 sau 19 năm chồng vợ bởi vì anh Nikolai mèo chuột lung tung. Ly dị đã được 4 năm nhưng hai người vẫn phải ở chung vì nhà cửa rất khó kiếm. Đây là tình trạng phổ biến ở bên Nga, nơi mà giá nhà cửa cao ngất ngưởng. Một buổi tối, anh Nikolai thoải mái tô hô nằm xem ti vi và uống *vodka*. Rượu ngấm làm anh ngủ quên. Bà vợ cũ trông thấy cái cục phản bội nằm tênh hênh bèn nổi máu thù hận. Bà đổ dầu lên người anh để hỏa thiêu. Nhưng khi bà quẹt diêm thì dầu không bắt lửa. Bà bèn vớ tờ báo gần đó, châm lửa cháy như cây đuốc, dí vào cái của nợ đáng ghét. Chim chóc nào mà chịu nổi!

Có ăn có chịu, chuyện đó đã đi một lẽ. Nhưng mùa chim nạn còn nhiều chuyện khóc cười do…định mệnh. Anh chàng Morio Visnjic, người Croatia, đi bơi tại bãi biển Valalta. Trời đã chuyển mùa, se se lạnh, nhưng anh vẫn cứ xuống nước bơi. Đang ngâm mình dưới nước, người anh bỗng bủn rủn rùng mình. Chú nhỏ của anh thu nhỏ hình hài. Hai hòn ngọc biến đi đâu mất. Anh vội chạy lên bờ, ngồi vào chiếc ghế gỗ để sưởi nắng. Khi anh đứng lên thì kẹt. Ghế được đóng bằng những nan gỗ, người anh ngồi phía trên nhưng hai hòn ngọc lại nằm phơi phới ở bên dưới. Gỡ không ra. Anh chàng này chắc dốt…vật lý. Khí lạnh làm teo lại thì nắng ấm làm nở ra. Phải chi anh là học sinh giỏi khoa học thì đâu có ra nông nỗi. Người ta đã phải phá chiếc ghế mới giải thoát được…lồng ngọc!

Cũng…kẹt! Nhưng lần này là kẹt ống nước. Một cậu bé 9 tuổi đang tắm thì nghe thấy tiếng thằng em trai khóc ré lên ở phòng bên. Cậu leo lên cửa sổ phòng tắm để coi chuyện gì. Khi tụt xuống, hai hòn bi của chú nhỏ của cậu bị kẹt vào trong ống nước. Ống nước này hình chữ L, có một đầu hở và đầu kia dẫn thẳng vào bể nước bằng bê tông. Ông bố vội gọi xe cứu thương nhưng nhân viên y tế không thế nào kéo chú nhỏ ra được. Họ phải gọi lính cứu hỏa tới dùng máy cưa hơi để cưa rời ống nước rồi chở cậu bé tới bệnh viện Seberang Jaya tại thành phố Bukit Mertajam, Mã Lai trong tình trạng hai hòn bi còn dính trong ống. Các bác sĩ đã phải mổ mới giải thoát được.

Anh nghệ sĩ hát xiệc lùn có nghệ danh *Captain Dan* của

Anh cũng kẹt. Màn biểu diễn của anh là nối ống máy hút bụi vào cục nợ đời (cũng...lùn như thân hình anh!), mở máy cho máy hút cục nợ rồi cứ thế mà lôi đi khắp sân khấu trong khi một nữ diễn viên trang phục y tá kéo lại. Anh đã trình diễn nhiều lần xuôi chèo mát mái. Trong một buổi diễn vào tháng 8 vừa qua anh bị tổ trác. Nguyên do là vì trước đó anh đã sửa đầu ống hút bụi bằng một loại keo rất chắc. Người ta đã dặn là phải chờ 20 phút thì keo mới khô và hết dính nhưng anh lại ba chớp ba nhoáng đọc thành 20 giây. Thế là anh ra sân khấu liền tức khắc. Khi anh "lắp' thằng nhỏ vào máy thì không sao, nhưng khi rút ra thì thằng nhỏ và ống cứ quấn quít nhất định không rời nhau. Keo đã dán chú nhỏ vào ống. Xe cứu thương phải chở cả người lẫn máy vào bệnh viện. Các bác sĩ phải mất một tiếng đồng hồ mới giải thoát được cái...của nợ!

Đã hai chục tuổi đầu còn nghịch ngợm với của quý của mình là anh chàng Anderson ở Wisconsin, Mỹ. Thường thì ở tuổi này người ta nghịch ngợm vào chuyện khác thú vị hơn nhiều. Chàng Anderson bắt chước một cảnh trên màn bạc theo đó thì nhân vật trong phim đã tự đốt của quý của mình. Không biết là trong phim ảnh khác mà ngoài đời khác, cậu rủ bạn là anh Randell Peterson, năm nay đã 43 tuổi, diễn lại cảnh trong phim. Peterson xịt chất dễ cháy lên thằng nhỏ của Anderson và nổi lửa đốt. Đốt vậy thì thằng lớn cũng chết nói chi thằng nhỏ. Trước khi chết, Anderson đã nói với cảnh sát đây chỉ là một màn tinh nghịch nên anh ta không muốn anh bạn Peterson lâm cảnh tù đầy!

Kể cho bằng hữu nghe về những tổn thất chim chóc lảng xẹc như vậy, tôi không muốn đánh lạc hướng về nguy cơ cắt đốt đang tràn lan khắp nơi. Chim chóc vẫn lâm nguy! Có những sự kiện cần phải tìm hiểu. Như tại công viên ngoài trời của thư viện công cộng Whangerei ở Tân Tây Lan có trưng bày một bức tượng nam nhi khỏa thân rất nghệ thuật. Bỗng một buổi tối bức tượng bị xẻo mất chú nhỏ. Tượng bằng gỗ. Một chú nhỏ bằng gỗ thì nên cơm cháo chi! Tại sao thủ phạm lại xẻo như vậy? Người ta đua nhau đặt giả thuyết. Tôi cũng thắc mắc. Nghĩ mãi chẳng ra cớ sự. Hỏi anh bạn vốn là người mẫn tiệp và thông thái, anh ghé tai tôi nói nhỏ. Không biết mặt tôi có tái đi không vì quanh tôi không có chiếc gương nào để soi cả. Nhưng lời anh bạn tôi nói chắc không sai. Anh báo động: đây là màn thực tập của một nữ nhân nào đó!

Phát hiện thứ hai là công của tác giả Nguyễn Vĩnh Long Hồ. Ông ghi lại như sau về một buổi "học tập" của phía bên kia. *"Thím Tư sẵn lòng chỉ miễn phí để bảo vệ hạnh phúc gia đình: "Trước hết là mua một sợi dây thừng. Nè, không phải dùng sợi dây nầy thắt cổ chồng đâu nghe mấy má! Tù mọt gông đó! Kế đến là mua một bao bố, bà nào có thằng chồng to con, lớn xác thì phải may hai hoặc ba cái bao bố làm một cho chắc ăn. Dụng cụ thì đơn giản chỉ có vậy thôi, rồi tùy theo đối tượng mà tùy cơ ứng biến, linh hoạt ra chiêu. Kế an toàn nhất là phục rượu ông chồng có máu 35 nhậu cho xỉn, say hết biết trời đất, rồi lật ngửa ổng ra, dùng dây trói tay chân lại. Nhớ đừng có đánh đập gì ráo trọi, mất sức lao động lắm. Cứ nghe lời tui đi! Lấy cái bao bố trùm kín mấy ổng từ chân tới đầu, rồi buộc thắt miệng bao lại. Xong đâu đó, mấy bà lấy một con dao thật bén. Đừng có làm ẩu nghen mấy bà! Dao này không phải dùng để thiến đâu nghen!". Một bà cười nói:*

"Ngu sao mà thiến chớ! Để dành xài chớ bộ! Vậy chớ dùng con dao nầy để mần chi vậy hả chị Tư?".

Thím Tư nói:

"Từ từ thôi mà, đừng có nóng vội! Mấy bà thong thả lấy

con dao đó, khoét một cái lỗ nhỏ trên bao bố, vừa đủ lôi đầu "ông con" ra ngoài."

Một bà khác hỏi:

"Bộ sợ nó ngộp thở hả?"

Thím Tư cười tiếp:

"Đâu phải vậy nà, để hành tội đó chớ! Xong rồi, mấy bà lấy một gáo nước lạnh tạt vào mặt cho mấy ổng tỉnh dậy để nếm cái mùi đau khổ, nhức nhối khi "ông con" bị muỗi bu lại đốt. Mấy bà đừng có thấy mấy ổng quằn quại, rên la rồi động lòng từ bi hỉ xả. Thả mấy ổng ra lúc này là mang họa vào thân. Mấy ổng mà nổi cơn khùng lên, đục cho mấy má phù mỏ thì ráng mà chịu nghe! Tui dám nói với mấy bà một câu: tam độc chiêu của tui là "nhất tiễn hạ song điểu", ông lớn ông nhỏ gì đều phải bị trừng trị hết. Tui chỉ dùng chiêu này một lần mà ông chồng tui cạch tới già. Đố cha ông Tư Cóc dám léng phéng với bà nào nữa. Dầu có chun vô mùng bà nào mà nghe tiếng muỗi kêu vo vo bên tai cũng phải tông mùng chạy riết về nhà...tự động làm bản tự kiểm điểm! Mấy bà không tin hả? Cứ thử một lần đi thì biết chứ gì!" (Bên Dòng Sông Ông Đốc, Tân Văn, số 1, tháng 8/2007).

Kể cho ông bạn tôi nghe về chiêu…hành thằng nhỏ ác ôn này, mặt ông buồn hẳn, ghé tai dặn tôi: "Toa đừng phổ biến nhé! Nguy lắm!"

Tôi ngu gì mà phổ biến!

09/2007

NHÁM

Một phụ nữ Việt Nam còn trẻ can tội ăn cắp trong siêu thị một món đồ trị giá có 15 đô. Ra tòa cô bị phạt vạ và 3 năm tù treo. Bốn năm sau, cô xin vào quốc tịch Mỹ sau khi có thẻ xanh đủ 5 năm. Cô được gọi lên phỏng vấn. Nhân viên Sở Di Trú cho biết cô phải xin hủy án treo ở tòa án để có thể tiếp tục làm thủ tục giấy tờ. Cô làm đúng theo như vậy. Trở lại Sở Di Trú, cô được phỏng vấn và thi đậu. Trong thời gian chờ đợi giấy gọi đi tuyên thệ, ông nhân viên này điện thoại đến gọi cô trở lại để làm thêm một vài thủ tục cần thiết. Nơi hẹn là một chung cư. Thời gian là buổi tối. Ông ta đưa cô lên lầu 4, vào một phòng không có ai, ông đã sờ soạng và xâm phạm tình dục. Cô chạy xuống lầu, điện thoại cho người đã lo thủ tục xin hủy án treo cho cô. Ông này tiếp xúc với một luật gia rồi bảo cô kêu cảnh sát ngay. Cảnh sát tới, lấy dấu tay và mẫu DNA trên vú và trong quần lót của cô. Anh chàng băm lăm bị bắt và ra tòa.

Chỉ cầm nhầm một món đồ trị giá 15 đô mà câu chuyện đi

xa đến như vậy. Các cụ nói cái xảy nảy cái ung là như rứa! Bàn tay năm ngón mà nhám thì hết…kiêu sa. Tội chỉ vì cái siêu thị! Ngày xưa, cửa hàng nhỏ, hàng hóa đều nằm trong mắt chủ nhân nên việc thó đồ coi bộ khó, ít người dám mạo hiểm. Ngày nay, cửa hàng nào cũng to sình, hàng họ tràn lan, trông đã thấy hấp dẫn mà chẳng có cặp mắt nào coi, chớp một cái thì ai biết. Thế là…nhám tay.

Thấy vậy nhưng không phải vậy. Chủ siêu thị chỉ có hai con mắt, đâu thấy hết, nhưng đã có những con mắt khác gắn trên tường, trên trần nhà theo dõi từng cử chỉ của khách hàng. Tất cả hành động của khách hàng tại đủ các góc cạnh, xó xỉnh của cửa hàng được ghi lại trên màn ảnh. Nhân viên an ninh chỉ việc ngồi coi…ti vi trực tiếp truyền hình là những bàn tay nhám chẳng chạy đâu được. Đấy là trên lý thuyết. Các cửa tiệm do người Việt làm chủ thường cũng có *camera* theo dõi nhưng thuê người theo dõi trên màn hình thì tốn, chẳng bõ mất của. Vậy nên họ để màn hình ngay tại quầy tính tiền. Cô thu ngân vừa thu tiền vừa nghía màn hình, khi hay khi chớ, coi như một việc phụ không cần chú ý lắm. Nhiều tiệm gắn *camera* chỉ để dọa, chẳng có màn hình hay có cũng chẳng mở để coi. Dọa khơi khơi vậy nhiều khi cũng được việc, lại đỡ tốn. Có tên nào khôn ranh biết sự tình lấy chút đỉnh cũng xa-va. Họ chấp nhận mất mát.

Một ngày cuối tuần, tôi đi chợ siêu thị. Đang lựa tôm thì có hai anh thanh niên người bản xứ, râu ria dữ dội, mặt mũi trông rất ngầu. Tôi đứng ngay cạnh mà hai chàng coi tôi như nơ-pa, tỉnh bơ đút hai hộp tôm đông lạnh vào trong áo lạnh. Máu nghĩa hiệp nổi lên, tôi thấy bất bình, nhưng cũng chẳng dại mà đối đầu với…tội phạm. Mấy tên nhám tay là cái thớ chi mà tôi phải mang…tính mạng mình ra mà đôi co! Tôi lẳng lặng chuồn ra chỗ khác, báo cho một nhân viên cửa hàng đang xếp dọn hàng hóa. Anh này báo cho bà chủ. Hai anh thanh niên lầm lũi đi ra. Bà chủ quay mặt làm ngơ. Bực mình, tôi hỏi cớ sự, bà chủ cười: "Thí cho chúng nó ông ạ! Bắt chúng rồi sinh chuyện, chúng kéo tới phá thì mệt hơn nữa!". Tôi cũng đành cười trừ, thấy mình không khôn ngoan bằng bà chủ tiệm!

Siêu thị ở Việt Nam thì chẳng máy móc gì. Không phải vì không có những bàn tay nhám. Không *camera* nhưng mỗi dãy tủ hàng có một nhân viên đứng nhìn chằm hăm. Có lần tại một siêu thị ở gần nhà thờ Đức Bà Sài Gòn tôi đã thử đếm. Siêu thị nhỏ nhưng có tới hơn hai chục người, đàn ông có, đàn bà có, chỉ có mỗi một việc là đứng rình. Thấy cái *job* này chắc chán ngắt, nhân lúc lựa đồ gần một anh gác, tôi thử hỏi. Đứng vậy mệt quá anh nhỉ? Trả lời tôi là một khuôn mặt cứng ngắc, lạnh lùng với đôi mắt gườm gườm. Tôi soi mình trong đôi mắt dễ sợ đó, bỗng thấy mình giống như một tên ăn cắp! Về nhà hỏi cô em sao người ta lại có thể phí phạm nhân lực như vậy. Cô em tôi cười cái sự ngốc nghếch của ông anh Việt kiều. Nhân công ở đây rẻ rề, rẻ hơn máy móc nhiều anh ơi!

Ấy, cứ quen với sự soi mói của mắt người, ra tới ngoại quốc, thấy không có người trông, máu chôm nổi dậy, tay bỗng nhám xì. Đó là trường hợp bà Võ Thị Hồng Phiếu. Chuyện xảy ra hồi tháng 3 năm 2005. Bà là Tổng Giám Đốc kiêm Bí Thư Đảng Ủy Công Ty Bia Huế. Thứ dữ! Bà đi công tác Ấn Độ. Trên đường về Việt Nam, máy bay ghé phi trường Don Muang ở Bangkok, Thái Lan. Bà cùng các người trong phái đoàn đi dạo quanh xem hàng trong các cửa hàng ở phi trường. Tại một cửa hàng miễn thuế, thấy không có ai nhòm ngó gì, bà bỏ ngay vào túi xách một cặp kính mát. Khi bà ra khỏi cửa hàng, nhân viên an ninh giữ bà lại, mời bà tới văn phòng. Tại đây, họ yêu cầu được kiểm soát túi xách tay. Trong túi không có cặp mắt kiếng. Nhân viên trong đoàn đi cùng bà Phiếu thấy không có chứng cớ nên đã phản đối hành động bắt giữ của nhân viên phi trường, coi đó như một hành động xúc phạm. Thậm chí một ông hăng tiết vịt còn giơ tay định giật bảng tên của nhân viên an ninh. Không thấy tang vật, họ mới mở cuốn băng ghi hình cho mọi người coi. Trong băng rõ ràng có hình ảnh bà Phiếu, sau khi đảo mắt quan sát chung quanh, liền thò tay chớp cặp mắt kiếng bỏ vào túi xách kẹp ở nách. Sự việc rành rành, mọi người tiu nghỉu. Thôi thì bỏ tiền ra mua cặp mắt kiếng cho rồi. Bà Phiếu cũng đồng ý như vậy. Bà trở lại chỗ bà đã bỏ cặp mắt kiếng lại trước khi bị bắt và ngỏ ý muốn trả tiền. Nhân viên an ninh không chịu. Bà đề nghị trả với cái giá gấp mười lần, họ cũng vẫn lắc. Không biết cuộc "biểu tình" đả đảo nho nhỏ của nhân viên phái đoàn hay hành động dữ dằn định giật bảng tên của nhân viên an ninh trước đó có ảnh hưởng tới quyết định của họ không? Họ giao bà cho cảnh sát tạm giữ và cách ly bà khỏi phái đoàn. Phái đoàn đành lên máy bay không có bà Tổng Giám Đốc kiêm Bí Thư Đảng Ủy! Họ để lại anh thông dịch viên để giúp bà Phiếu. Sau đó, anh thông dịch viên này đã gọi về Việt Nam cho biết là phải nộp 12 ngàn đô Mỹ thì bà Phiếu mới được tại ngoại. Một số thành viên trong đoàn đã gom góp tiền gửi qua. Bà Phiếu phải lưu lại đất Thái để điều tra. Công ty du lịch Vietravel phải cử người qua tham dự cho đến hơn hai tháng sau, ngày 10 tháng 5, bà Phiếu mới về đến Việt Nam. Không hiểu cuối cùng, cặp mắt kiếng đã trị giá tới bao nhiêu tiền. Tiền chẳng nói làm chi nhưng cái mặt mới đáng nói. Mặt của bà Phiếu và mặt của đất nước!

Trong các cửa hàng hay siêu thị, khách hàng luôn luôn được cảnh báo bằng những tấm bảng nhắc nhở treo nhan nhản xung quanh: ăn cắp đồ là tội hình! Cứ nhám tay là...xám mặt. Không cần biết món đồ ăn cắp có trị giá nhiều hay ít. Bởi vậy món đồ 15 đô của bà Việt Nam ở Mỹ, cặp kính mát nhiều lắm là vài chục đô của bà Phiếu đã dẫn hai người đi quá xa như vậy. Nhưng nếu chứng minh được là mình mang căn bệnh thó đồ *kleptomane* thì sẽ được tha tào. Vậy thế nào mới là *klepto-mane?* Những người này không bao giờ nhám tay vì lợi ích cả. Họ thường lấy những món đồ họ không cần dùng tới hoặc không giá trị bao nhiêu. Họ chỉ ăn cắp vặt chứ không nhắm mục đích mang lợi lộc gì về cho mình. Vua nước Pháp Henri IV cũng có tật xoáy những đồ vặt vãnh của thần dân!

Không biết có ai còn nhớ tới một cuốn phim của Đạo diễn Alfred Hitchcock mang tên *Marnie* không? Phim này được quay vào năm 1964. Vai chính Marnie do nữ tài tử Tippi Hedren đóng. Cô này là một *kleptomaniac* thứ thiệt. Cô di chuyển từ tỉnh này tới tỉnh khác để đi làm và ăn cắp vặt. Cho tới khi cô gặp anh chàng Mark Rutland, do Sean Connery đóng. Anh chàng này bám sát cô và ép cô lấy hắn cho bằng được tuy chẳng yêu đương gì. Trong một cảnh phim, cô Marnie đã chỉ mặt anh chàng Mark: "Anh chẳng yêu đương gì tôi. Tôi chỉ là thứ để anh bắt. Anh nghĩ tôi là một con vật mà anh đã săn được thôi." Đúng vậy! Anh chàng Mark này cũng có bệnh: bệnh say mê căn bệnh ăn cắp vặt của Marnie và tham vọng thích thú muốn cải hóa cô nàng. Toàn cuốn phim có nội dung xoay quanh nỗi ám ảnh của anh chàng Mark trong việc lý giải bí mật thầm kín của cô nàng Marnie!

Dân *kleptomane* có nhiều tật khá lạ lùng. Vài năm trước đây, trong một tiệm bán đồ lót sang trọng ở Luân Đôn, nơi lui tới của những siêu sao cỡ Madona hay Nicole Kidman, đã xảy ra một vụ ăn cắp khá lạ lùng. Một người đàn ông khoảng 30 tuổi, ăn mặc rất sang trọng đúng thời trang, nói với cô bán hàng là anh muốn mua một bộ đồ lót cho vợ. Anh nhẩn nha đi lựa hàng. Tới một góc khuất, anh xoáy ngay một áo lót phụ nữ trị giá tới 15 ngàn đô. Điều tra ra thì anh này có tật chuyên đi ăn cắp…nội y của phụ nữ. Chỉ mới đây thôi, cũng có một trường hợp tương tự. Khi Cảnh sát lục soát nhà thì cả nhà đầy nhóc su-chiêng, si-líp và đồ ngủ của các bà.

Một ông ở bên Nga thì…hướng thượng hơn một chút. Ông chuyên ăn cắp mũ lông dành cho các bà. Cứ ôm mũ lông là thích thú! Ông này bị bệnh sùng bái đồ vật (fétichisme). Khám xét nhà ông thấy cả đống mũ trong phòng, cái nào cái nấy mới nguyên, còn nguyên nhãn hiệu và giá tiền treo lủng lẳng. Cảnh sát hỏi bộ muốn bán hay sao mà giữ mới nguyên như vậy. Ông thần này còn tỏ ra bực mình hoạnh họe lại: “Bán để làm gì? Lương của tôi khá lắm chứ bộ!”

Anh Stephane Breitwieser, 31 tuổi, thuộc loại ăn cắp cao hơn một bậc nữa. Anh chỉ toàn chôm các họa phẩm quý, lại còn chỉ thích họa phẩm cổ thuộc thế kỷ 17 và 18 thôi. Anh thuộc loại nhám tay quốc tế. Các bảo tàng viện ở Pháp, Thụy Sĩ, Bỉ, Áo, Hòa Lan và Đức là đất làm ăn của anh. Ăn cắp về, anh không bán cũng không thưởng ngoạn. Anh chất đầy trong nhà bà mẹ. Bà mẹ thấy chật nhà nên mang ra vứt xuống con sông ở gần nhà. Trên 60 họa phẩm và 112 vật mỹ thuật trị giá 1,4 tỷ đô đã bị trôi sông như vậy!

Nhà giáo 32 tuổi ở vùng Strasbourg, Pháp, lại chỉ thích sách cổ. Ông đã đột nhập nhiều lần vào thư viện của dòng tu có từ thế kỷ thứ 8 Mont Sainte Odile trong vùng Alsace để chôm sách. Hơn một ngàn cuốn sách cổ và nhiều bản thảo vô giá, có cuốn nặng tới hơn 4 kí, đã bị ông mang về chất đống tại nhà. Khi bị bắt ông đã khai rất ngây thơ vô tội: “ Tôi cũng nghĩ rằng cái đam mê của tôi đã xóa mờ lương tâm. Có thể tôi ích kỷ nhưng nhìn những cuốn sách quý bị bỏ bê, bụi và phân chim bồ câu dính đầy trên sách, vả lại chẳng có ai sờ đến sách, tôi không đành lòng."

Ăn cắp tài tử như vậy là một bệnh có rất nhiều thân chủ danh giá. Như nhà vô địch thể dục Thế Vận Hội Olga Corbut, hoa hậu Mỹ Bess Maierson, ngôi sao quần vợt Jennifer Capriati! Mới đây, Hầu Tước James Churchill, một hậu duệ của cựu Thủ Tướng tài danh nước Anh Winston Churchill, đã bị bắt quả tang đánh cắp hai cặp kính và một lọ nước hoa đắt tiền trong một cửa hàng sang trọng.

Bê luôn một lúc tới 25 ngàn bộ đồ lót đàn ông trị giá tới 102.220 đô Mỹ thì chắc chẳng bệnh hoạn chi. Có bệnh chăng là bệnh ham tiền! Một anh tài xế xe vận tải người Ba Lan bị xịt một chất lạ vào mặt khiến anh ngủ li bì. Khi tỉnh dậy thì 20 thùng đồ lót đàn ông anh chở trên xe đã biến đi mất. Còn lại họa chăng là bộ anh đang mặc trong người! Cảnh sát đang điều tra bằng cách rình tại những nơi bán đại hạ giá đồ lót xem có đồ mang nhãn hiệu Jules đã bị chôm không. Hay là anh tài xế chơi khổ nhục kế để ăn chia chăng? Không biết được! Dính vào tiền bạc thì biết tin ai? Vì vậy, các cửa hàng thương mại không chỉ lo đối phó với các khách hàng nhám tay mà thôi, họ còn phải để mắt nhìn tới chính những nhân viên của họ. Chỉ nguyên tỉnh bang Quebec, số hàng bị mất cắp mỗi năm vào khoảng 800 triệu đô. Trong số này có 40%, tức 320 triệu, do chính nhân viên làm việc trong cửa hàng tẩu tán. Dân Việt chúng ta chắc có nhiều kinh nghiệm về chuyện này. Hãy thử nhớ lại thời trước 1975, hàng PX của Mỹ tuồn ra ngoài bằng đủ mọi đường, nhất là đường…đổ rác. Thầu rác Mỹ ngày đó là một nghề hái ra tiền. Bởi vì trong rác có chôn dấu đủ các thứ hàng còn nguyên trong hộp do nhà thầu cấu kết với lính Mỹ và nhân viên làm việc trong các PX tuồn ra. Sau 1975, một siêu thị của Pháp ở ngoại vi Sài gòn cũng đã phải phẹc-mê bu-tích vì nạn nhân viên ăn cắp đồ!

Hồi ở trong nước, mua bán xong là xong. Không có đổi hay trả lại gì cả. Nếu chúng ta mang đồ đã mua trở lại cửa hàng để trả hay đổi là chúng ta đã...gây chiến! Nhất định sẽ có màn nhẹ ra là cãi cọ, nặng hơn một chút là chửi bới qua lại, nặng nữa là đập nhau bể đầu sứt trán. Nhưng ở bên đây, chuyện đổi hay trả lại hàng đã mua là chuyện thông thường. Không có chi mà thắc mắc. Chuyện thường ngày này cũng là kẽ hở chỉ lối đưa đường cho những kẻ nhám tay. Có nhiều tiệm chiều khách hàng cho đổi hoặc trả hàng đã mua mà không cần hóa đơn. Vậy là dính. Một bà vào lựa một chiếc áo, bỏ vào bao, đi thẳng tới quầy trả đổi, đòi lại tiền bà chẳng bao giờ bỏ ra. Mánh này chỉ thực hiện được tại những cửa hàng dễ dãi chiều khách hàng.

Lối thông thường hơn là...mượn quần áo của cửa hàng. Bạn được mời đi ăn cưới hay dự một dạ hội chẳng hạn. Bạn lại hay xí xọn, cần một bộ đồ mới để diện cho nổi mà không muốn chi tiền. Trong trường hợp này, bạn sẽ mua một bộ đồ mới, về nhà nhẹ nhàng tháo các mác và bảng giá treo lủng lẳng trên món đồ. Buổi tối, bạn vác mặt lên diện đồ xịn, mác miếc le lói, đi dự dạ hội. Ngày hôm sau, bạn mang ra tiệm giặt ủi làm láng lại, treo mác và giá vào như mới, mang trả lại. Nhà hàng sẽ nhận lại đồ bạn trả, mất tiền tân trang lại, hoặc trả lại nơi sản xuất. Dù sao thì cũng lỗ chổng gọng. Mấy năm trước, cộng đồng Việt Nam cũng đã xôn xao vì chuyện một ca sĩ mua đồ xịn bạc ngàn, mặc ra sân khấu, rồi mang trả lại! Một ông Việt Nam, ăn học đàng hoàng, nghề nghiệp đáng trọng như ai, lại chơi trò khác. Ông mua máy móc, chờ tới hạn chót được đổi trả là mang trả lại nhà hàng. Rồi mua cái khác để cũng trả lại. Vậy là suốt đời được dùng đồ mới và…hiện đại. Máy gì trong nhà ông cũng vậy. Ai cũng khen ông chịu chơi. Cửa hàng ông mua đồ là cửa hàng lớn, bán nhiều, nên ông tưởng việc làm của ông không bị để ý. Nhưng họ có dịch vụ theo dõi khách hàng. Khi thấy hàng ông trả lại lên đến cả vài chục ngàn trong vòng một năm, họ cấm ông không được mua hàng trong các cửa hàng của họ nữa. Cứ tưởng không phải là nhám tay mà tay đã… nhúng chàm!

Cái tưởng của chúng ta nhiều khi vô tội lắm. Giả dụ chúng ta mua một cái gạt nước trên kiếng xe hơi chẳng hạn. Thường thì chúng ta sẽ thay ngay trên bãi đậu xe trước cửa tiệm cho tiện. Thay xong, chúng ta quăng cái bao đựng đồ mới mua trong đó có cái *bill* vào thùng rác. Một công việc hết sức hợp lý, tiện lợi và…vô tội. Nhưng chúng ta không biết là luôn luôn có những kẻ rình rập, chờ chúng ta đi là tới lục ra cái bao và cái *bill.* Họ sẽ lẻn vào cửa hàng, lấy đúng món đồ chúng ta mua, mang ra quầy trả lại, đút tiền vào túi ngon ơ. Chúng ta đã vô tình…nối giáo cho giặc!

Nhám tay không phải là độc quyền của loài người. Loài vật cũng nhám chân như ai! Trong một khách sạn nhỏ ở Anh, khách trọ khiếu nại mất điện thoại di động lia chia. Tiền bạc, nữ trang để ngay bên cạnh không mất, chỉ mất điện thoại. Bà chủ khách sạn để tâm điều tra. Thủ phạm chính là con chồn bà nuôi trong khách sạn. Tìm dưới gầm giường của bà thì điện thoại nằm ngổn ngang. Nó ăn cắp để làm gì? Không ai biết tiếng…chồn nên chịu! Bên Mỹ có những chú chuột cống chuyên chôm hàm răng giả và các đồng xu lẻ. Để làm chi? Cũng chịu. Có điều chú chuột này chôm có…trả tiền đàng hoàng. Tiền của chú là đồ vật đủ thứ chú mang lại điền vào chỗ trống của những thứ chú đã lấy cắp! Đôi khi các chú chuột này trả tiền rất hậu hĩnh. Như một chú chuột chuyên môn lấy cắp hạt dẻ để trong rương của những người thợ khai thác quặng mỏ. Tiền chú trả lại là những cục đá nhỏ nằm kín chỗ của các hạt dẻ mà chuột cầm nhầm. Có một lần, lẫn giữa những cục đá là một cục vàng nhỏ thuộc dạng thô chưa luyện. Anh thợ mỏ tức tốc theo dõi lối đi của chuột. Kết quả anh tìm thấy cả một quặng vàng ngon lành!

Người lấy thì mất, chuột lấy thì còn. Tôi đang nói chuyện về những bàn tay nhám của con người bỗng nhiên quẹo qua những bàn chân nhám của loài vật. Thấy như có vẻ tôi loạng quạng. Nhưng không! Tôi kể chuyện loài vật là có mục đích cả đấy. Để cho con người khỏi mắc cở!

09/2007

NHẤT

Nhất là số dách, ngất ngưởng chẳng ai bằng. Trò đời ai cũng thích nổi trội hơn người. Nhất là trội số một. Muốn trội thì phải có cái gì hơn người khác. Không có gì hơn mà muốn hơn thường phải giở trò dóc. *Ta con ông trạng cháu ông nghè / Nói dóc trên trời dưới đất nghe!* Trình độ dóc đến như thế là... nhất! Nhất là ...nhất nên người ta thi nhau dành cho được cái ngôi vị chót vót này.

Trong các người đẹp, người đẹp nhất là hoa khôi. Á hậu, dù là á hậu một hay á hậu hai đều là những bóng mờ. Bởi vậy nên trong các cuộc thi sắc đẹp thường các thí sinh sẵn sàng chi ra đủ thứ để đoạt được vương miện. Chẳng thi thố gì cả, mỗi nơi mỗi chốn, trong sở làm, trường lớp, đơn vị hay quán hàng, nếu có từ hai bóng hồng trở lên là có...hoa khôi. Mà hoa thì ai cũng thích, cũng muốn cất riêng cho mình. Muốn được hoa thì phải tán tỉnh. Nếu có từ hai anh hùng trở lên cùng ngấp nghé một thuyền quyên thì phải so tài. Cái miệng lúc này mới vào việc. Thanh Tịnh là một nhà văn tiền chiến nổi tiếng với đoạn văn ngày khai trường: *"Buổi sáng mai hôm ấy, một buổi mai đầy sương thu và gió lạnh. Mẹ tôi âu yếm nắm tay tôi dẫn đi trên con đường làng dài và hẹp. Con đường này tôi đã quen đi lại lắm lần, nhưng lần này tự nhiên tôi thấy lạ. Cảnh vật chung quanh tôi đều thay đổi, vì chính lòng tôi đang có sự thay đổi lớn: Hôm nay tôi đi học."* Khi Thanh Tịnh về Hà Nội vào năm 1954, ông không còn đi học nữa. Ông đã hơn bốn chục cái…thu vàng. Rất khỏe mạnh, đẹp trai lại thêm cái tài đánh bóng bàn, ông được nhiều cô gái Hà Thành mê. Ông cũng lạc vào bến mê với những bóng hồng lịch lãm của đất ngàn năm văn vật. Trong số các người đẹp, ông mê nhất cô dọn bàn ở nhà ăn tập thể Lý Nam Đế. Đối với ông, đó là "đệ nhất nữ hoàng". Khốn nỗi, nhà ăn tập thể quân đội là nơi tập trung nhiều sĩ quan, mang lon lá ra đè nhau là chuyện đương nhiên. Một anh Thiếu Tá nổi tiếng là tán giỏi cũng mê "đệ nhất nữ hoàng" nhà ăn này. Thanh Tịnh lúc đó là Đại úy. Lon lá thua trông thấy. Tán tỉnh ngang tài ngang lứa. Muốn chiếm phần thượng thừa chỉ còn cách dùng đòn độc cho đối phương đo ván. Một buổi chiều, sau xuất tập thể dục về muộn, nhà ăn vẫn nhộn nhịp vì đông người vào một lúc. Cả viên Thiếu Tá, cả Thanh Tịnh đều có mặt. "Đệ nhất nữ hoàng" vừa bưng canh bưng cơm, vừa tươi cười mời mọc, vừa cười duyên với nụ cười xiêu đổ lòng người. Đến bàn nào nàng cũng xin lỗi: " Xin các anh thông cảm. Các anh về muộn nên cơm canh không còn được nóng. Có lẽ còn thiếu canh nữa là đằng khác. Thôi, mai em xin đền!". Viên Thiếu Tá chớp luôn cơ hội: " Em ạ, bọn anh chẳng cần canh. Em cứ cho anh một bát cười thế kia là no rồi!". Thanh Tịnh ngồi bên bắt được chữ "bát cười" bèn hạ đũa xuống mâm và dõng dạc lên tiếng: " Thưa Thiếu Tá! Xin Thiếu Tá nói rõ cho, Thiếu Tá cần "bát cười đứng" hay "bát cười ngồi"?. Viên Thiếu Tá bị Thanh Tịnh kê tủ đứng, mặt tái mét, không nói thêm được gì nữa!

Xem ra nhà văn Thanh Tịnh là người dễ tính. Kiếm được ngay người đẹp. Tìm được một người đẹp và hợp với mình nhất không phải là dễ. Anh chàng bác sĩ ở Trùng Khánh khó tính hơn nhiều. Anh đã hò hẹn với 500 người đẹp mà chưa chọn được một người vừa ý để lấy làm vợ. Mà anh có trẻ trung gì cho cam. 35 rồi chứ bộ! Tiêu chuẩn chọn lựa của anh ta: cao, mắt to, lông mày rộng, không sinh vào năm con rắn và con khỉ, nghề nghiệp ổn định, cha mẹ thuộc thành phần trí thức, chưa từng có người yêu và còn trinh! Anh đã được coi là người kén vợ nhất thế giới!

Nhất thế giới? Trên trái đất mênh mông này mắt nào mà nhìn cho hết để xác định cái này hay cái kia là nhất thế giới? Câu hỏi đã được *Sir Hugh Beaver,* Giám Đốc Điều Hành hãng rượu Guinness bên Ái Nhĩ Lan đặt ra vào ngày 10 tháng 11 năm 1951. Bữa đó ông đi săn và tranh luận với bạn bè xem loài chim nào bay nhanh nhất. Cuộc tranh luận đi tới ngõ bí vì chẳng ai chứng minh được gì cho lập luận của mình. Tối hôm đó, tại lâu đài *Castlebridge House,* ông Beaver mới thấy là chẳng có một cuốn sách nào để tham khảo hầu giải quyết cuộc tranh luận này được cả. Ông ngồi suy nghĩ. Đêm đêm, chỉ nguyên tại 81.400 tửu điếm ở Anh và Ái Nhĩ Lan, có biết bao nhiêu cuộc tranh luận đại loại như cuộc tranh luận của ông và các bạn bè mà chẳng có cuốn sách nào để làm trọng tài cho kẻ thắng người thua cả. Vậy một cuốn sách thuộc loại này chắc chắn sẽ ăn khách. Biết bao nhiêu người cần tới nó!

Nghĩ là làm. Một nhân viên của ông tên Christopher Chataway đề nghị giao việc thực hiện cuốn sách cho hai anh em sinh đôi Norris và Ross McWhirter. Hai người này đang điều hành một văn phòng "tìm kiếm chứng cớ" tại Luân Đôn. Họ đã hoàn tất bản thảo đầu tiên của cuốn sách vào tháng 8 năm 1954. Tên sách: *The Guinness Book of Records* (Sách Kỷ Lục Guinness) lấy theo tên hãng rượu của ông Beaver. Ấn bản đầu tiên in một ngàn cuốn bán hết bay. Nương vào thành công bước đầu, họ thuê hẳn một trụ sở riêng cho sách tại số 107 đường Fleet Street, con đường báo chí ở Luân Đôn. Con đường này, kể từ ngày hãng thông tấn Reuter dọn đi vào năm 2005, không còn một cơ quan báo chí hay truyền thông nào tọa lạc nữa. Tuy nhiên nói tới Fleet Street người ta vẫn nghĩ tới báo chí. Cũng như đường Phạm Ngũ Lão, con đường của báo chí Sài Gòn trước năm 1975, bây giờ cũng đã hết...báo chí! Nhưng nói tới báo chí Sài Gòn trước 75 thì phải nhắc ngay tới đường Phạm Ngũ Lão.

Năm sau, 1955, ngày 27 tháng 8, ấn bản sách Guinness trở thành cuốn sách bán chạy nhất *best seller* của Anh. Năm sau nữa, 1956, sách được bán cả qua Mỹ và đã đạt tới số bán kỷ lục 70 ngàn ấn bản. Từ đó, mỗi năm sách được phát hành vào tháng 10 để tung ra thị trường trong dịp dân chúng mừng lễ Giáng Sinh.

Những ấn bản gần đây của sách *The Guinness Book of Records* chú ý ghi những kỷ lục tạo ra trong những cuộc tranh tài của con người trên khắp năm châu. Tuy nhiên những kỷ lục lẩm cẩm đại loại như cục bướu nặng nhất, cây độc nhất, con sông ngắn nhất, người bán hàng thành công nhất, người ít tuổi nhất đã đi du lịch trên khắp các quốc gia trên thế giới... cũng được ghi vào sách. Chính cuốn sách cũng đã tạo ra được kỷ lục là sách có số bán nhiều nhất thế giới! Hơn 100 triệu ấn bản viết bằng 37 ngôn ngữ đã được bán trên hàng trăm quốc gia.

Khi đã có cái uy lực là được sự tin cậy của mọi người trên

khắp trái đất, cuốn sách đã bước chân ra khỏi những trang giấy để khuyến khích mọi người tạo những kỷ lục mới. Năm 2005, Guinness chọn ngày 9 tháng 11 làm Ngày Kỷ Lục Thế Giới Guinness Quốc Tế *(International Guinness World Records Day)* để khuyến khích mọi người phá những kỷ lục cũ. Năm sau, 2006, đã có 100 ngàn người trên 10 nước tham gia. Nhờ vào sự khuyến khích này đã có 2244 kỷ lục bị phá trong vòng 12 tháng. Nhưng không phải kỷ lục nào cũng được khuyến khích. Đã có những kỷ lục được ghi vào sách nhưng về sau bị bãi bỏ vì lý do đạo đức nghề nghiệp. Tỷ như kỷ lục về "mèo nặng nhất thế giới" đã bị cho về vườn. Lý do là vì các chủ nuôi mèo muốn tạo kỷ lục nên cho mèo ăn quá độ khiến nguy hiểm cho sức khỏe của các chú meo. Hoặc các kỷ lục về "ăn và uống" cũng phải ngưng vào năm 1991 vì các tham dự viên muốn tạo kỷ lục đã ăn uống quá lố có hại cho sức khỏe. Tất cả các kỷ lục về uống rượu và bia cũng cho đi chỗ khác chơi. Kỷ lục về ăn các thứ không phải là thực phẩm như xe đạp hay gỗ cây cũng được bãi bỏ. Vậy mà trên *website* của Guinness cũng đã liệt kê được 45 ngàn kỷ lục thế giới. Mỗi kỷ lục đều được kiểm chứng và xác nhận giá trị đàng hoàng.

Bạn và tôi, chúng ta đều là công dân trên thế giới, chúng ta có quyền tạo kỷ lục không? Có là cái chắc! Miễn là bạn có tài. Nhưng làm sao để tạo kỷ lục được ghi vào sách Guinness? Bạn cứ vào *website http://www.guinessworldrecords.com* người ta sẽ hướng dẫn đầy đủ.

Hoặc bạn có thể học kinh nghiệm ở những người cầm quyền tại nhiều địa phương tại Việt Nam. Không hiểu sao mà đất nước ta ngày nay lại hứng thú muốn tạo kỷ lục đến thế không biết! Trong dịp tổ chức hội nghị APEC vào cuối năm 2006, Việt Nam đã may lá cờ nặng gần 1 tấn ghép bằng 13 ngàn thước vuông vải! Lá cờ do Công Ty Chiến Thắng ở Sài Gòn may trên vải ni lông trắng có hình *logo* APEC Việt Nam với hình chiếc nón lá khổng lồ 50m x 55m. Tất cả 50 công nhân của Công ty đã thực hiện liên tục trong 15 ngày việc thiết kế, cắt và may với tổng chi phí lên tới 300 triệu đồng. Theo ông Hoàng Ngọc Nam, Phó Giám Đốc Công Ty Chiến Thắng thì "đây là lá cờ có một không hai trên thế giới"! Lá cờ đang giữ kỷ lục thế giới hiện nay là của Ba Tây, may năm 1998 với kích thước chỉ có 70m x 100m trong khi lá cờ của Việt Nam vươn ra với kích thước 80m x 125m! Vào ngày khai mạc Hội Nghị lá cờ đã được 3 ngàn học sinh và sinh viên căng ra tại sân banh Gia Lâm, Hà Nội và sau khi Hội Nghị bế mạc vào ngày 21/11 lá cờ đã được 5 khinh khí cầu loại lớn nâng lên và tung bay ở độ cao 100 thước tại khu vực cánh đồng ngã ba Mỹ Đình – Làng Hòa để chào mừng Hội Nghị thành công! Vẫn theo lời ông Hoàng Đình Nam thì Công Ty Chiến Thắng đã làm thủ tục để lá cờ khổng lồ này được ghi vào sách kỷ lục thế giới Guinness!

Cũng trong dịp tổ chức Hội Nghị APEC, Công Ty Hoa Anh Đạt cùng các nghệ nhân của làng nghề ở Hà Tây đã chào mừng bằng một đôi guốc thuần mộc dài 2,4m, rộng 0,7m, cao 1,2m, nặng khoảng 300 kí. Các nghệ nhân đã phải dày công lặn lội khắp miền núi phía Bắc ròng rã mấy tháng trời mới tìm được cây gỗ đủ tiêu chuẩn. Phần thân guốc là một kỳ công. Nguyên việc sơn guốc đã tốn hết hơn một tháng trời. Phần quai guốc được các nghệ nhân thực hiện trong vòng 20 ngày với hoa văn trang trí theo văn hóa Đông phương. Quai guốc được đóng vào thân guốc bằng 16 cây đinh làm bằng đồng nguyên chất, mỗi cây nặng tới 1 kí.

Cây nem chua có chiều dài 11m, đường kính 30cm, được làm từ 330 kí thịt, 300 kí lá và 10 kí gia vị đã được thực hiện trong dịp Lễ Hội Biển 2007 vừa được tổ chức tại Nha Trang. Đây là công trình của 20 "chuyên viên" nghề nem tại Ninh Hòa và thày trò trường Du Lịch Nha Trang. Đây là một trong bảy kỷ lục được trình làng trong mùa Hội Biển này. Bảy kỷ lục là: cây nem chua khổng lồ, nối bánh canh Thạch Sanh, đôi cá ngựa và cá mao tiên, chim yến làm bằng vỏ gáo dừa, bàn cờ vua, chong chóng khổng lồ, màn hình lớn nhất Việt Nam từ trước tới nay!

Cũng nhất là chiếc ghế - giường xếp khổng lồ do 12 công nhân làm việc trong 40 ngày, dùng hết 120 kí vải, 3.540 kí khung sắt có thể chứa được 40 người nằm cùng một lúc. Chiếc ghế giường xếp khổng lồ này có kích thước: dài 16m, ngang 6m và cao 5m! Xe cần cẩu đã được dùng để di chuyển và kéo căng ghế. Chiếc ghế đã được giới thiệu trước công chúng tại sân vận động Quận 8, Sài Gòn vào cuối năm 2006 và đã được đăng ký vào sách kỷ lục Guinness! Đây là sản phẩm của doanh nghiệp tư nhân Duy Lợi. Cũng doanh nghiệp này, năm 2005, đã hoàn thành chiếc võng xếp được công nhận là lớn nhất thế giới trong sách Guinness.

Việt Nam ta còn làm tới, tổ chức các cuộc hội ngộ của các kỷ lục gia, đua nhau mang tới các thứ...nhất để mong tên tuổi vào sách Guinness. Trong "Hội Ngộ Kỷ Lục Việt Nam 2006" tại Công Viên Đầm Sen, Sài Gòn, đã có các thứ khổng lồ khác. Như chiếc phin cà phê cao 1m, rộng 1,97m do 10 công nhân công ty Tấn Hưng làm trong 20 ngày. Như hộp trà lớn nhất 6m x 2m được làm bằng sắt bên trong đựng 20 gói trà khổng lồ, mỗi gói nặng 35 kí. Như chiếc áo kiểu *T-shirt* dài 30 m, không nối, có thể chứa được 100 người mặc cùng một lúc.

Thấy Việt Nam ta hội nhập vào thế giới bằng những thứ lỉnh kỉnh và cồng kềnh như vậy, tôi phôn cho ông bạn. Không biết giọng nói của tôi có âm sắc "hồ hởi" không mà bị ông bạn kê cho nguyên một chiếc tủ đứng loại…nhất vào mặt. *Ông có biết là tôi vừa phải gửi tiền nhờ một người về Việt Nam giúp cho các đồng bào nghèo không? Thấy hình ảnh trên báo mà không cầm lòng được!* Tôi bỗng ngưng ngang, cúp phôn. Ừ, một chiếc áo khổng lồ cho 100 người mặc để làm gì nhỉ? Cây nem 330 kí thịt để thờ à? Chiếc giường xếp cho 40 người nằm để làm chi? Hộp trà chứa 700 kí trà để cho ai? Chỉ để có cái tên trong một cuốn sách chứa tới 45 ngàn kỷ lục. Hỏi một ông bạn khác, lại nhận được tiếng chửi thề. *Mẹ kiếp! Ngày xưa mắc bệnh thành tích nặng quá, giờ vẫn chưa hết bệnh. Cứ thấy cái gì nhất là nhào vô, chẳng nghĩ ngợi mẹ gì cả! Bộ dư vải dư thịt dư sắt dư gỗ lắm hay sao mà làm toàn chuyện ruồi bu!* Tôi lại một phen buồn. Rót một chén trà trong một chiếc bình trà bé tí xíu, ngồi ngẫm nghĩ sự đời, tôi bỗng cười khan. Hóa ra chuyện con ếch muốn to bằng con bò chẳng phải là chuyện chỉ có trong sách giáo khoa cho con trẻ!

Buồn tình tôi mở sách Guinness ra coi. Coi cái chi bây giờ? Thôi thì đã chót vương cái nghiệp báo chí vào người thử coi xem ngành báo chí có cái gì nhất không. Ở nước ta viết báo nhiều có nhà văn Bình Nguyên Lộc, có bà Tùng Long. Có thời họ cho đi tới cả chục cái truyện *feuilleton* cùng một lúc. Vậy mà đã ăn thua chi. Bà Ann Landers đã có bài trên 1200 tờ báo trên khắp thế giới với tổng số khoảng 160 triệu độc giả. Có bài cùng một lúc đăng trên một ngàn tờ báo khác nhau! Viết như vậy thì tiền để đâu cho hết. Không hiểu bà tính nhuận bút ra sao chứ bài báo có nhuận bút cao nhất là bài của ông nhà báo Oniter Honiminue, người Mỹ. Một bài viết ngắn khoảng 200 chữ (trung bình một bài Phiếm là 3700 chữ!) nói về một cuộc chọi trâu đăng trên báo hình *Sport* đã được trả nhuận bút là 30 ngàn đô! Tính chi li ra thì mỗi chữ giá tới 15 đô! Nhuận bút là chuyện tiền ra của một tờ báo thì quảng cáo là chuyện tiền vào. Kỷ lục về giá tiền quảng cáo lớn nhất thuộc về tờ báo Nhật Bổn *Yomiuri Shimbun*. Trong tháng 4/1989, giá quảng cáo một trang lên tới 340 ngàn đô Mỹ cho số báo ra buổi sáng và 260 ngàn đô cho số báo ra buổi chiều!

Quảng cáo gì mà trời ơi đất hỡi vậy? Báo này có cái thế của nó. Nó là tờ báo lâu đời, có từ năm 1874, nhiều độc giả, mỗi số báo phát hành ra tới hàng chục triệu ấn bản. Đây là tờ báo có quy mô lớn nhất hiện nay với 468 văn phòng thường trú trên khắp thế giới gồm 3500 nhân viên! Quen thuộc với chúng ta hơn, nguyệt san *Reader's Digest* ra đời tại Mỹ từ năm 1922, có tới 48 loại ấn phẩm bằng 19 thứ tiếng phát hành 29 triệu số mỗi kỳ. Riêng ở Mỹ là 17 triệu.

Mỹ cũng là quốc gia có nhiều báo nhất thế giới với 1800 tờ báo chính thức phát hành 70 triệu ấn bản mỗi ngày. Cao nhất là vào năm 1910, toàn nước Mỹ có 2202 tờ báo! Vậy mà nước trung bình có nhiều người đọc báo nhất không phải là Mỹ mà là Thụy Điển. Trung bình một ngàn dân Thụy Điển mua và đọc 680 tờ báo mỗi năm!

Tờ báo nặng nhất thế giới là số báo phát hành vào tháng 8/1987 của tờ *Sunday New York Times,* nặng tới 6,35 kí. Nhưng tờ báo nhiều trang nhất lại là tạp chí *Hongkong Toys* ấn bản tháng 1/1992 với 1356 trang!

Nói chuyện những cái nhất của báo chí tới đây chắc là đủ tuy rằng chuyện báo chí không phải chỉ là chuyện của người viết báo và làm báo mà là chuyện chung của những người đọc báo nữa. Nếu không đọc báo thì lấy gì mà…phiếm như chuyện bốn bà già hay khoe này. Bốn bà ngồi uống cà phê với nhau, bà nào cũng muốn khoe con mình là nhất. Một bà lên tiếng:

" Con trai tôi là một linh mục, mọi người đều gọi nó là

Cha!".

Bà thứ hai bĩu môi:

" Còn con trai tôi ấy à. Nó là Giám Mục, ai cũng cúi đầu cung kính gọi nó là Đức Cha."

Bà thứ ba, làm như không cần khoe khoang, nhẹ nhàng nói:

" Con tôi, chẳng nói giấu gì các bà, nó làm Hồng Y, đi tới đâu cũng được mọi người quỳ xuống hôn tay và kính cẩn gọi là Đức Ngài."

Bà thứ tư ngồi yên không nói gì. Tuồng như bà không có gì để khoe về con trai mình. Ba bà kia sốt ruột gặng hỏi:

" Còn con trai bà thì sao?"

Bà nói lơ đãng:

" Con trai tôi ấy à? Nó không đi tu làm cha làm cố chi cả. Nó cao một thước chín, thân hình thể thao với những múi thịt cuồn cuộn, đẹp trai, nhiều tiền, ăn mặc bảnh bao. Thấy nó, các bà các cô đều thốt lên: "Ôi! Lạy Chúa tôi!".

11/2007

NUÔI

Vậy là cô tài tử xi nê Angelina Jolie đã ôm chú bé con nuôi Việt Nam về Mỹ. Lúc 10 giờ rưỡi sáng ngày 15 tháng 3 vừa qua, chú bé Phạm Quang Sáng đã lên xe…hoa về với người mẹ nổi tiếng. Nhờ dựa hơi mẹ mà Sáng đã nổi tiếng ngay. Buổi tối ngày hôm đó, tôi đã được coi đầy đủ hình ảnh về nhà…mẹ nuôi của chú bé tốt phúc trên nhiều đài truyền hình Mỹ cũng như Canada. Phải nói ngay chú bé Sáng có khuôn mặt hiền hòa dễ thương mang vẻ tội tội, trông là có cảm tình liền. Khi mới sanh, bé không được như vậy. Theo lời cô Kim Liên, 51 tuổi, tổ trưởng tổ Măng Non, người bảo mẫu trực tiếp nuôi bé Sáng từ nhỏ khi bé mới về Trung Tâm Tam Bình, thì Sáng bị suy dinh dưỡng, cân nặng khoảng 2,1 kí, toàn thân ghẻ chàm trầm trọng, khóc suốt ngày và phải đưa vào phòng chăm sóc đặc biệt. Mỗi ngày các cô đều phải ngâm thuốc tím và nước muối cho bé để tẩy trùng và phải đưa đi bệnh viện da liễu khám định kỳ. Sáng rất khó ăn và cứ ăn vào là ói ra. Khi được 2 tuổi, sức khỏe của bé mới ổn định. Bé Sáng còn ông ngoại và đã 3 lần Trung Tâm liên lạc với ông nhưng ông không thể nuôi thêm cháu được vì gia đình rất nghèo và rất đông con cháu. Chính ông đã đề nghị Trung Tâm kiếm cho bé một gia đình mới. Nhưng bé Sáng bị…ế! Trung Tâm đã nhiều lần giới thiệu nhưng bé Sáng vẫn không được những người xin con nuôi chọn. Trong 32 năm hoạt động, Trung Tâm đã tiễn cả ngàn bé đi làm con nuôi. Nhiều bé đi Mỹ và trở thành những học sinh xuất sắc. Như bé Lê Ngọc Vân, đi Mỹ năm 2003 lúc khoảng 12 tuổi, hè vừa rồi về thăm khoe thành tích đứng nhất trên 10 ngàn học sinh giỏi của Mỹ. Một trong những điều kiện của Trung tâm đối với các cha mẹ nuôi là báo cáo về Trung Tâm tình trạng con nuôi. Năm đầu thì mỗi 6 tháng. Hai năm sau, mỗi năm một lần. Đại diện của tài tử Angelina Jolie thì chỉ vài ngày sau khi nhận bé Sáng đã gọi điện thoại về Trung tâm cho biết: " Sáng hòa nhập tốt với gia đình mới, hoàn toàn không quấy khóc đòi về, ăn uống không bị ói và đặc biệt thích chơi với Maddox". Maddox là… anh hai trong gia đình mới của Sáng, năm nay được 5 tuổi! Trong một tháng trước khi…nổi tiếng, bé Sáng đã được học nói những câu tiếng Anh thông thường và tách riêng ra để ít chơi với các bạn cùng nhóm.

Việc tiễn đưa bé Sáng rời Trung Tâm là vụ tiễn đưa ồn ào nhất. Tôi nghĩ là sau vụ xin con nuôi ầm ĩ này, trẻ mồ côi Việt Nam sẽ có nhiều dịp xuất ngoại. Tương lai chẳng ai biết trước nhưng từ chiếc giường khiêm tốn trong một viện mồ côi mà được về nằm tại một phòng ngủ xa hoa mà chỉ nguyên chiếc giường không đã có giá bốn ngàn đô thì đổi đời là cái chắc! Chú bé nay mang một cái tên mới rất tả pí lù là Pax Thiên Jolie này chỉ mới 3 tuổi 4 tháng nên chẳng thiết tới chuyện đổi đời. Chú quen sống với các cô bảo mẫu và các bạn trong Trung

Tâm Bảo Trợ Trẻ Mồ Côi Tam Bình mất rồi. Không thích thì tại sao chú bé Sáng lại lọt vào mắt xanh của ngôi sao màn bạc nổi tiếng Jolie trong đám đông trẻ mồ côi trong Trung Tâm Tam Bình? Chính là nhờ tính nhút nhát trời sinh. Khi cặp vợ chồng Brad Pitt và Angelina Jolie bất ngờ đến thăm trại Tam Bình năm ngoái, trong khi các bé khác xúm quanh cặp tài tử thì bé Sáng chui vào một xó nhà chơi một mình. Nhờ màn...diễn xuất tự nhiên và vô tình này, chú bé đã trúng tuyển mà không thèm thi cử gì cả. Trong lễ trao nhận vừa qua, em khóc thét lên rồi lại chui vào một góc ngồi. Bà mẹ nuôi trẻ tuổi Angela cũng...*à terre* rồi bò vào chỗ Sáng ngồi, dỗ dành, vỗ về, luôn miệng nói câu tiếng Việt cô vừa học được: "Không sao đâu!"

Có lẽ không sao thật! Bởi vì cô Angelina Jolie đã nổi tiếng với những hoạt động xã hội. Nguyên cái mác Đại Sứ Thiện Chí của Liên Hiệp Quốc đã bảo đảm cho người đẹp ưa làm việc thiện và ưa nuôi con nuôi không phân biệt màu da và chủng tộc này. Cô đã nuôi hai đứa con nuôi, một người Kampuchia và một người Ethiopia trước khi nhận nuôi bé Sáng. Nuôi con nuôi người Á Châu, nhất là người Hoa, đang là một trào lưu của các gia đình hiếm muộn ở Bắc Mỹ. Nhan nhản chung quanh chúng ta là những cặp vợ chồng da trắng đẩy xe trên đó có những đứa con nuôi da vàng dạo chơi trên các công viên, trong các khu mua sắm. Họ sung sướng pha chút hãnh diện về những đứa con khác màu da này. Chúng được thương yêu thực sự chứ không phải bị coi như...đồ bỏ trên đất nước quê hương của chúng. Tại nước cộng sản Trung Hoa mỗi gia đình chỉ được phép có một con và, theo như truyền thống trọng nam khinh nữ từ ngàn xưa còn rơi rớt lại, họ trọng con trai nên không muốn có con gái. Cho đi là một cách giải quyết gọn gàng. Kể từ năm 1991, khi Trung Quốc nới lỏng luật cho nhận con nuôi hầu giải quyết nạn…thừa bé gái thì chỉ nguyên tại Hoa Kỳ, các gia đình Mỹ đã nhận nuôi 55 ngàn trẻ em Trung Quốc, hầu hết là các bé gái! Chỉ trong năm 2005, có 7.900 bé người Hoa trực chỉ các gia đình Mỹ.

Các gia đình Canada đã nhận nuôi cả thảy 6245 em bé Trung Quốc trong thời gian chín năm từ năm 1993 đến 2002. Con số này ngày càng tăng. Năm 2002 có 800 trường hợp thì năm 2003 đã tăng lên 1108 vụ nuôi con nuôi người Hoa, hầu hết là các bé gái. Phần lớn các em được các gia đình tại Montreal, thuộc tỉnh bang Québec nhận nuôi, bởi vì tỉnh bang Quebec đã có một khoản luật riêng nhằm làm dễ dàng việc nuôi con nuôi người Hoa.

Việc…được mùa con nuôi đi Bắc Mỹ này đã sanh ra những tệ trạng tại Trung Quốc. Tệ nhất là việc bắt cóc con nít để bán làm con nuôi cho người ngoại quốc. Tháng 11 năm 2006 vừa qua, một đường dây bắt cóc hoặc mua con nít gồm 27 người đã bị bắt tại Quảng Đông. Từ năm 2002 tới nay đường dây này đã bán khoảng một ngàn em bé cho các cô nhi viện ở tỉnh Hải Nam kế cận với giá từ 400 đến 538 đô Mỹ một em. Các cô nhi viện này mua trẻ em làm chi? Họ cho làm con nuôi người ngoại quốc với một điều kiện bất thành văn là mỗi cha mẹ nuôi phải "cúng" cho cô nhi viện ba ngàn đô Mỹ tiền mặt, bằng giấy một trăm, cho mỗi vụ. Lời trông thấy! Tiền lời này chỉ một phần rất nhỏ được dùng để canh tân các cô nhi viện. Phần lớn chạy vào túi các chức sắc địa phương và các Giám Đốc cô nhi viện! Một ông Giám Đốc đã dùng tiền này để gửi con gái đi du học tại Thụy Sĩ! Một ông khác đã xây các viện dưỡng lão tư để… kinh doanh!

Đi Mỹ hay Canada, chắc chắn các em sẽ có một đời sống sung túc hơn. Thường thì các em được cho làm con nuôi khi còn rất nhỏ nên không có vấn đề gì. Nhưng khi các em đã vào tuổi *teen* nhiều em đã nhìn ra sự khác biệt về màu da và đặt nhiều câu hỏi về nguồn gốc của mình. Qiu Meng Fogarty, 13 tuổi, muốn mọi người gọi cô bằng tên Trung Hoa thay vì tên Mỹ. "Chúng tôi chẳng giống ai cả!", cô bé người Hoa này đã khẳng khái thốt lên như vậy. Các chuyên gia chuyên về con nuôi thì cho rằng chuyện mắt xanh mắt đen, tóc vàng tóc đen, không thành vấn đề. Trẻ em lớn lên tại Mỹ không *care* chuyện này! Nhưng tự chúng, những trẻ con nuôi gốc Á Châu vẫn cứ băn khoăn. Em McKenzies Forbes, 17 tuổi, đã từng cho biết: " Khi tôi ở bên cạnh những người Á châu khác, tôi cảm nhận được sự gắn bó mà tôi không có được khi ở bên những người khác." Trong kỳ hè năm ngoái, em Qiu Meng đã tham dự một trại hè dành cho các con nuôi từ khắp nơi trên thế giới tụ lại. Mãn khóa hè, các trại viên tạo thành một vòng tròn và nối họ với nhau bằng một sợi dây cột vào tay. Khi một huấn luyện viên bóng chuyền yêu cầu cô bỏ đoạn dây trước khi chơi, cô bé đã cẩn thận cất sợi dây, mang về nhà và treo trong phòng ngủ, dưới những họa phẩm và những bức thư pháp Trung Hoa!

Hình như trong tâm khảm những đứa trẻ con nuôi thường luôn luôn có một ý hướng trở về bản chất gốc. Bằng cách này hay cách khác. Các em cô nhi được đưa qua Mỹ trong chiến dịch *Baby Lift* trong giờ hấp hối của miền Nam Việt Nam ba chục năm trước đây nay đã trên ba mươi tuổi. Chúng đang kéo nhau trở về thăm lại Việt Nam, tìm lại tông tích, cha mẹ hoặc những người đã nuôi dạy chúng trước đây. Nhưng cách tìm về của em bé con nuôi Việt Nam này có lẽ là cách độc đáo nhất. Em tên là Anita Hilde có bố mẹ nuôi người Na Uy. Một buổi tối, lúc nửa đêm, trời tuyết, đường sá vắng tanh, em đứng trước cửa một trường Đại Học để xin quá giang xe về nhà. Đúng lúc đó, anh Phạm Tín An Ninh cùng gia đình ngồi đầy một xe chạy ngang qua sau khi đi dự tiệc ăn Tết tại nhà bà Huyền Trân Thomassen, một Việt Kiều hiện là Giảng Sư Nhân Chủng Học Xã Hội tại Đại Học Oslo, có chồng người Na Uy làm Đại Sứ tại Mễ Tây Cơ. Anh Ninh ngừng xe lại, bảo đứa con trai xuống ghế sau để cô gái lỡ độ đường ngồi bên cạnh anh. Cô tự giới thiệu tên, bắt tay chào mọi người. Anh Ninh thấy cô gái có vẻ mặt Á đông nhưng cách phát âm tiếng Na Uy và điệu bộ y như một cô bé người bản xứ. Xe chạy. Cô run người vì lạnh. Thấy trên người cô chỉ có một chiếc áo len mỏng, anh Ninh vội dừng xe, cởi chiếc áo choàng bằng lông cừu choàng qua vai cô bé. Qua câu chuyện với mọi người trên xe, cô bé cho biết cô được cha mẹ nuôi người Na Uy nhận nuôi từ lúc hai tuổi nên cô chẳng biết gì về gốc gác của mình. Sau này lớn lên cô mới được cha mẹ nuôi kể lại là cô được Cơ quan Bảo Trợ Nhi đồng Liên Hiệp Quốc nhận từ một viện mồ côi ở Việt Nam vào năm 1975 và ông bà nhận nuôi cô từ cơ quan này. Cô rất muốn về Việt Nam để biết quê hương và tìm cha mẹ và nếu họ đã mất, cô sẽ xây mộ cho các bậc sinh thành. Nhà của cô Anita rất gần nhà anh Ninh, chỉ mất khoảng mười phút lái xe. Anh Ninh kể lại: *" Khi qua hết mấy khu rừng thông thanh vắng, cô chỉ ngôi nhà lớn nằm lưng chừng trên một ngọn đồi, bảo tôi dừng lại phía dưới. Cô sẽ đi lên bằng con đường tắt. Cô cám ơn tôi, cởi trả lại tôi chiếc áo choàng. Thấy trời lạnh lắm, tuyết đang rơi mà ngôi nhà nằm khá cao, tôi bảo cô cứ giữ lại mặc đi, ngày mai, chủ nhật, tôi sẽ ghé lấy. Cô nhìn tôi gật đầu, chào mọi người một lần nữa rồi bước đi trong tuyết".* Ngày hôm sau, anh Ninh trở lại căn nhà để lấy áo. Người mở cửa là một bà già trên bảy chục tuổi nhưng vẫn còn khỏe mạnh, nói năng lịch thiệp. Anh Ninh kể lể tự sự và xin lại chiếc áo. *"Bà tròn mắt ngạc nhiên hỏi tôi:*

'Anita nào? Vì đứa con gái duy nhất của chúng tôi đã chết gần một năm rồi.' Bây giờ đến lượt tôi ngơ ngác. Tôi kể cho bà nghe chuyện tôi gặp cô Anita trước cổng trường Đại Học, và cho cô quá giang xe về đây lúc nửa đêm. Bà mời tôi vào nhà, chỉ cho tôi tấm ảnh treo trên vách. ' Đây chính là cô Anita tôi gặp tối hôm qua'. Tôi nói to như để xác nhận với bà. Bà nhìn tôi sụt sùi hai dòng nước mắt: ' Không biết có điều gì trùng hợp. Con gái tôi đã thực sự chết rồi!' Bà gọi chồng và hai người dẫn anh Ninh ra phía vườn sau nhà, nơi có mộ của Anita. Ngôi mộ phủ đầy tuyết trắng. Bia mộ ghi rõ: Anita Hilde. Trên cây thập tự ở đầu mộ có treo vật gì bị tuyết phủ lấp. Bà cụ lấy xuống, phủi tuyết: đó chính là chiếc áo của anh Ninh đã cho Anita mượn tối qua! Trở vào trong nhà, uống cà phê nóng, hai người mới kể cho anh Ninh nghe là cha mẹ ruột của Anita đã chết trong chiến tranh. Khi hấp hối, mẹ cô có trăn trối nhờ người mang cô về một viện mồ côi mà bà quen. " *Bà có để trong túi áo quần của đứa con một tấm hình khi vợ chồng bà làm đám cưới. Tôi chưa kịp hỏi, ông đã đưa cho tôi tập album, và chỉ cho tôi tấm ảnh đen trắng ngả màu vàng sậm, được dán ngay ở trang đầu. Nhìn tấm ảnh, tôi giật thót cả người, như bị mộng du vào một cõi xa xăm nào đó. Hai người trong tấm ảnh chính là vợ chồng Trần Chính Tâm, người em mồ côi kết nghĩa mà chúng tôi đã lạc mất nhau trong những ngày cuối của cuộc chiến*".

Đây là câu chuyện như hư cấu mà tôi đọc được trong đặc san Nhân Trí Dũng của Tổng Hội Cựu Thiếu Sinh Quân Việt Nam Hải Ngoại, số Xuân Đinh Hợi. Nhưng chuyện được kể dưới dạng hồi ký với những sự kiện thật, tên người thật. *Chapeau* của Tòa Soạn nơi đầu truyện được viết như sau: "*Tác giả là cấp chỉ huy và là anh kết nghĩa của Cựu TSQ Trần Chính Tâm. Ông đã viết lên cái chí khí của một Cựu TSQ một đời sống anh dũng trên chiến trường, và kỷ luật trong quân ngũ. Ông tự trách mình đã không giữ được lời thề sống chết có nhau năm xưa. Vì vậy nỗi đau ấy vẫn canh cánh bên lòng và được trải dài torng bài viết này. Kính mong quý anh em CTSQ cùng lớp hoặc biết và chúng ta cùng thắp một nén hương tưởng nhớ gia đình CTSQ Trần Chính Tâm và chia sẻ với tác giả nỗi sầu thiên thu này. Ai biết tin gì về CTSQ Trần Chính Tâm xin liên lạc về Đặc San Nhân Trí Dũng".* Như vậy, theo ước đoán thông thường, đây là một chuyện thực. Thực mà như hư cấu. Trong bài viết mang tên *"Cô Gái Quá Giang Đêm Mồng Một Tết"* này, anh Phạm Tín An Ninh, hiện sống tại Na Uy, đã kể lại tình đồng đội sống chết có nhau của hai người đều là cựu Thiếu Sinh Quân. Cuối cuộc chiến, trong cuộc gọi là Triệt Thoái Cao Nguyên, anh Ninh phụ trách liên lạc trên trực thăng, đã bắt liên lạc được với anh Tâm đang cùng đơn vị di tản. Vợ con của Tâm đã mất liên lạc với chồng từ Phú Bổn. Anh Ninh muốn cứu Tâm nên đã hẹn Tâm ra một chỗ vắng để bốc lên trực thăng nhưng Tâm, nhất định sống chết với anh em trong đơn vị, đã từ chối. Từ đó hai người mất liên lạc với nhau. Thêm một chi tiết: vợ Tâm, trước khi lập gia đình, là một bé mồ côi sống trong một cô nhi viện! Có lẽ đó là cô nhi viện mà bà đã trăn trối gửi con trước khi nhắm mắt từ giã cõi đời.

Trong hỗn loạn của những ngày cuối cùng của cuộc chiến, nhiều trẻ mồ côi Việt Nam đã được di tản ra ngoại quốc. Có những trẻ trong các chuyến bay này không là trẻ mồ côi mà do cha mẹ cậy cục nhờ đưa con ra nước ngoài. Trong cái hỗn mang của làn sóng đỏ đang hung hăng ụp tới, cứ cho con đi bằng mọi cách, sau đó sẽ tính. Bà chị họ tôi lại tìm ra một cách khác để cho con đi: bà nhờ người Phi Luật Tân làm việc tại Sài Gòn nhận hai đứa con trai của bà làm con nuôi để di tản cùng họ.

Hai đứa nhỏ tới Manila, sống với cha mẹ nuôi có tính toán này. Hơn chục năm sau bà mới vượt biên thành công và định cư tại Mỹ. Bà xin mang hai đứa trẻ nay đã trở thành hai tên Phi chính cống về đoàn tụ tại Mỹ. Nhưng giấy tờ thì chúng là người Phi, có cha mẹ người Phi, không có lý do gì để bà nhận chúng lại được. Phải mất nhiều năm trời, giấy tờ rất rắc rối nhiêu khê, bà mới đưa được hai chú nhóc…Phi này về với gia đình!

Tài tử xi nê nuôi con nuôi chẳng phải chỉ có Angelina Jolie. Cô đào Mia Farrow cũng đã từng nuôi và khổ vì con nuôi. Cô nuôi một con nuôi người Đại Hàn tên Soon-Yi Previn. Khi cô nhỏ này trổ mã thì nổ ra cuộc tình giữa ông chồng của cô, tài tử màn bạc Woody Allen, và cô con nuôi. Hai người bỏ đi chung sống với nhau để lại bà mẹ nuôi cười đau khóc hận!

Bố nuôi và con nuôi bây giờ là chuyện dài mà người dân Hà Nội phải…thơ.

Trông xa, cứ tưởng... bác già
Lại gần mới biết: chỉ là...chú thôi
Cầm tay – đích thị anh rồi
Đè nhau xuống chiếu, là...tôi với mình!

(Trần Ngọc Thụ)

Bố nuôi thường là các bác Giám Đốc đông bạc đông tiền. Trong lãnh vực tư nhân là các đại gia, trong chốn quan trường là những tai to mặt lớn, tác giả của những màn tham nhũng. Có chức, có tiền thì thiếu gì…bê non. Bê non thứ xịn, đúng theo mốt bây giờ là các cô sinh viên dưới tỉnh lên. Bổn phận của bố nuôi đại khái gồm những tiết mục sau: một căn hộ khép kín giá vài trăm triệu đến cả tỷ bạc, xe máy xịn, điện thoại di động, tủ lạnh, máy điều hòa không khí, lò vi sóng, máy rửa bát, máy luộc trứng, làm bánh, mọi khoản tiền học hành, sách vở, vui chơi… Nghĩa là lo từ A đến Z. Bổn phận của cô con nuôi là…

ai cũng biết cả. Các cụ xưa còn biết nữa là!

Đố ai nằm võng không đưa

Ru con không hát anh chừa nguyệt hoa.

Thời khóa biểu của các quan ngày nay cũng…thơ.

Thời gian chia sẻ làm ba

Sáng họp Giám đốc, chiều sa...lòng bồ!

Bất cứ lúc nào bố gọi là con phải có mặt. Khi thì đóng vai thư ký trong các buổi làm việc, khi thì theo bố đi công tác dài ngày, khi thì hầu hạ cơm nước cho bố, khi thì… Cứ bố bố con con nhưng lại không phải là bố bố con con. Sự đời nó rắc rối như vậy nên các bà vợ của Giám đốc cứ hoa cả mắt.

Khi Thị Kính, lúc Thị Mầu

Váy dài, váy ngắn biết đâu mà lần!

Một cư dân Hà Nội, chị Nhung, hiện đang làm việc cho một tổ chức tư nhân nước ngoài diễn tả cảnh "ngậm bồ hòn làm ngọt" của các đấng phu nhân như sau: " Họ cũng chỉ đi với nhau chứ có chứng cớ gì đâu. Khi bắt tận tay thì mới làm gì được chứ, nhưng ai mà để cho bắt được. Mà bắt được thì cũng phải giữ cho chồng. Người ta đang làm to thế mà ầm ĩ lên thì mất hết à? Thực ra thì họ cũng kín lắm, đợi mà biết được thì cũng khó!"

Khúc biến tấu con nuôi của các ông tai to mặt lớn đã chọc quê hai chữ "con nuôi". Chuyện! Giữa thời buổi nhố nhăng, cái gì mà các quan to đất Việt ngày nay chẳng…biến tấu được!

03/2007

PHỞƠƠ

Trong đầu tôi vẫn còn văng vẳng tiếng rao phở. Âm chót được kéo dài như một âm đuôi nhắc khéo tới cái mùi bất hủ của một món ăn đã nhích quá công dụng của một món ăn. Phở càng ngày càng…chễm chệ. Chắc có nhiều bạn trẻ hồ nghi về một tiếng rao phở. Phở đâu có hạ mình đi rong ngoài phố phường như những thứ lục tục tầm thường khác. Phở ngày nay không còn là thứ…ma cà bông vất vưởng ngoài đường xá. Nó yên vị trong các cửa tiệm. Dù sang hay hèn cũng là một cửa tiệm.

Thời thơ ấu của tôi ngoài Hà nội phở vất vả hơn. Nó không có tới bốn cái bánh xe để di chuyển một cách đường hoàng cốt cách mà kĩu kịt trên bờ vai của bác hàng phở. Hai đầu gánh của một gánh phở như không cân bằng nhau. Một bên là nồi nước phở được đặt trên một lò có những khúc củi lớn hồng rực lửa than. Một bên là một chiếc bàn có ngăn chứa đầy đủ từ bát, đũa, thìa đến những ô bánh phở, những mảnh thịt và những thứ gia vị khác cho ra một tô phở. Tác giả Nguyễn Văn Lục, trong bài viết: *"Cuộc Sống Ở Một Nơi Nào Khác"* sau chuyến về thăm Hà Nội trong dịp Tết Đinh Hợi 2007 vừa qua, đã...ôn cố: "*Tôi còn nhớ những hàng phở gánh sớm đông, khói toả ra nghi ngút, mùi phở thơm đến sặc mũi trên đường phố cửa Bắc, xế con đường đôi, nay là đường Hoàng Diệu. Một bên gánh là tủ kính để bánh phở và đĩa thịt thái tươm tất. Bên kia nồi nước phở nghi ngút khói. Khó quên được mùi phở, thơm ơi là thơm, sao mà nó thèm thuồng đến chảy nước dãi ra được.*" Và tiếng rao. Tiếng rao vang lên trong cái lành lạnh của trời đất, cái hoang vắng của đêm đen, uốn lượn trên những hàng cây tán lá, len lén chui qua từng cánh cửa, đánh thức cơn thèm phở của người dân đất ngàn năm văn vật.

Phở Hà Nội mới đích thị là phở...tông truyền. Ít nhất có một người đã xác tín như vậy. Đó là ông Đoàn Tiểu Long. Trong bài "Phở" trên trang lưới Talawas, ông đã...hiên ngang: *"Có thể khẳng định ngay: chỉ có phở nấu theo kiểu Bắc, hay chính xác hơn nữa là theo kiểu Hà Nội, mới đáng gọi là phở. Các hiệu phở ở đất Sài Gòn muốn bán được, cứ là phải treo biển "phở Hà Nội". Và cùng là phở Hà Nội, thì chỉ có phở ở Hà Nội là ngon nhất, không đâu sánh bằng".*

Tại sao vậy? Vẫn theo người đệ tử chân truyền của phở này thì nhờ ở thiên thời, địa lợi và nhân hòa. Nói chuyện phở mà nghe như bàn về binh pháp Tôn Tử! Thiên thời là cái không khí xứ Bắc, dù là cái se lạnh của mùa thu hay cái buốt giá của mùa đông, phở vẫn cứ đằm thắm với đất trời. *"À phải rồi, chính là nhờ cái khí lạnh đã làm khói từ nồi nước dùng, từ bát phở đang bốc hơi nghi ngút kia quện lại, lơ lửng mãi trong không trung cho người thèm ăn tha hồ hít hà mà chảy nước miếng."*

Địa lợi là vì nguồn nước thiêng của thành Thăng Long, thứ nước ngọt lự khiến các cô gái Hà Thành da trắng răng xinh, nấu làm nước phở nó mới ra phở; nhờ thứ rau húng láng chỉ thơm khi trỗi dậy từ đất ngàn năm văn vật. *"Để ý đi: nếu chỉ cho hành hoa và rau mùi thái nhỏ vào bát phở, ta sẽ không thấy hương thơm gì đặc biệt đâu. Nhưng nếu thay rau mùi bằng rau húng Láng kia, bát phở sẽ thơm ngát, hương thơm của chất tinh dầu quý báu trong lá rau xinh xinh đó."*

Nhân hòa là cái khó tính và bảo thủ trong việc ăn uống của người Hà Nội. *"Người ta vẫn chịu khó xếp hàng, chen chúc nhau trong một cái quán chật chội, bẩn thỉu, với những chiếc bàn gỗ cũ kỹ, thấp lè tè, để ăn một bát phở ngon...Người miền Nam vốn quen ngồi bàn cao, rộng rãi...ra đây không hiểu được điều này. Họ hết sức ngạc nhiên (và khoái chí nữa) thấy các cô gái Hà thành xinh như mộng, mặc váy ngắn, ngồi bên chiếc bàn gỗ cáu bẩn thấp lè tè, còn thấp hơn cả đầu gối các cô, mà mê mải húp từng thìa phở làm má và môi hồng rực lên, chẳng buồn để ý đến sự hớ hênh của mình."*

Ông Đoàn Tiểu Long là người có lòng với phở nhưng anh Lê Phú Cường, hiện cư ngụ tại Úc, là người đồng đạo với tôi, đạo Phở. Thấy tôi viết hai bài về phở, anh ngửi thấy ngay cái tâm của tôi đối với phở, anh liên lạc với tôi bằng điện thư. Với anh, phở là nhất. Không gì có thể hơn phở. Đụng tới phở là đụng tới...thánh tích. Chơi xấu với phở là chuyện không thể chấp nhận được. Một ngày cuối năm 2006, tôi nhận được *e-mail* của Cường: *"Chú Song Thao ơi, hôm qua lên mạng cháu thấy bài PHO của chú trên Tuổi Trẻ Online. Họ không ghi tên tác giả gì cả, chỉ nói là trích từ mạng. Cháu gửi thư yêu cầu họ và cho họ biết tên của tác giả và website của chú nữa."* Đụng tới phở là mệt với Cường. Những bài Phiếm của tôi bị chôm lia lịa trên báo mạng và báo in, cả trong nước lẫn ngoài nước, tới mức tôi bị chai đi, không có phản ứng. Nhưng với Cường, với những bài liên quan tới phở, đó không phải là chuyện giỡn! Chàng thanh niên tự nhận là tín đồ của phở không muốn ai xúc phạm tới sự minh bạch của những bài...phở đức tụng. Bởi vì anh đã...liều mình với phở. Anh bỏ ra ba năm nghiên cứu về phở để làm một cái gì đó cho món ăn đã được anh tôn lên hàng...tôn giáo này. Cái gì đó là một cuộc triển lãm 10 ngày về phở, lấy tô phở làm hình ảnh ẩn dụ để qua phở, giới thiệu đến công chúng Úc và thế hệ trẻ người Úc gốc Việt về văn hóa và lịch sử đất nước Việt Nam. Vì sao anh mặn với phở đến như vậy? *"Cuối năm 2002, tôi biết tin bếp trưởng người Pháp Didier Corlou giới thiệu về gánh phở Việt Nam tại hội thảo 'Phở - Di Sản Của Việt Nam' ở Hà Nội. Lúc đó, câu hỏi lớn nhất trong đầu tôi là tại sao người nước ngoài làm được, còn mình thì không?"* Lúc đó Cường đang làm việc tại Trung Tâm Nghệ Thuật Casular Powerhouse *(Casula Powerhouse Arts Center)* tại tiểu bang New South Wales của Úc. Anh đưa ý định đầy mùi phở này ra phe phẩy trước mũi cấp chỉ huy. Họ bật đèn xanh cho anh. Thế là anh về Việt Nam thu thập tài liệu. Anh sống chết với phở với ý định "gánh" phở đi khắp thế giới. *"Không phải yêu đơn thuần, mà nói chính xác là tôi đã trở thành tín đồ phở mất rồi! Tôi vẫn luôn tự hỏi người Việt Nam chúng ta có thể phát triển một "phở đạo" như người Nhật từng có với "trà đạo" hay không? Chỉ riêng cách thưởng thức phở là cả một nghệ thuật mà những kẻ ngoại đạo cần tìm hiểu."* Tháng 6 năm 2006, cuộc triển lãm về "Đạo Phở" đã thành công vượt bực. Mặc những cơn mưa rả rích, mặc cái lạnh tháng sáu, trên 400 người đã tới với phở, đúng hơn với một tấm lòng với phở. Say phở, đài truyền hình Úc SBS lập tức đề nghị Cường hợp tác làm một bộ phim về phở. Kịch bản do Cường và cô Joanna Savill, phóng viên ẩm thực của SBS, viết chung. Ngoài bộ phim này, Lê Phú

Cường còn ráo riết chuẩn bị cho một cuộc triển lãm qui mô hơn mang tên *"Phở goes Global"*, phở tới toàn cầu! Xuất phát từ Úc vào cuối năm 2007, Cường sẽ gánh phở đi khắp thế giới, với sự tiếp tay của các nghệ sĩ người Nhật Bản, Đại Hàn, Đức, Mỹ, Pháp... Bạn nào có lòng với phở muốn ghé vai chung sức với Cường hoặc muốn cùng Cường hít mùi phở, có thể liên lạc với Cường qua địa chỉ: cuong@casulapowerhouse.com. Gánh phở sẽ mang theo một cuốn phim, một vở kịch mang tên *"Phở, Feast For All Senses"*, một chợ phở, một buổi thảo luận văn hóa và một cuốn sách về phở.

Cuốn sách bìa trắng nổi bật dòng chữ *"I Love Phở"* mà chữ *"love"* được cách điệu bằng một trái tim đỏ chót đã làm tôi sửng sốt khi nhận được. Tôi có thói quen mỗi sáng đón chờ ông đưa thư mang đến những niềm vui từ bạn bè khắp năm châu bốn bể. Sáng hôm đó, cuốn sách dày 60 trang vuông vức mỗi bề 21 phân, in trên giấy láng bóng, màu sắc như một cuốn sách thuộc loại đẹp của ngoại quốc, đã làm tôi sung sướng biết bao. Bài viết, tranh ảnh, thơ văn sực lên chỉ một mùi phở. Tất cả được viết bằng Anh ngữ trừ hai trang thơ của Đinh Linh và Phan Nhiên Hạo.

Trong tích Hy Lạp, Narcissus
Nhìn xuống nước, thấy mặt đẹp trai
Của chính hắn. Hắn tự mê hắn
Cho đến chết cũng không chừa.
Nhìn xuống nước, tôi không thấy gì
Ngoài tái, nạm, gầu, gân, sách.

(Đinh Linh)

Gánh phở của Cường chưa ra khỏi nước Úc nhưng phở đã nhanh chân nhảy nhót khắp nơi. Ở đâu có bước chân người Việt đặt tới là ở đó có phở. Mà ở đâu có phở là có tín đồ của phở. Rặt một thứ tín đồ ngoan đạo hành lễ lia chia!

Xưa, săn thú bằng cung, người ta
Cần khéo léo, kiên nhẫn và can đảm.
Săn thú to, họ phải đi cả đàn, có khi mất cả tuần.
Nếu về tay không, họ còn bị vợ xài xể.
Nay, người ta săn tái, nạm, gầu, gân, sách,
Bằng muỗng và hai que mủ.

(Đinh Linh)

Đi săn phở phải bắt đầu từ nơi chôn nhau cắt rốn của phở. Phở ngon thường phát xuất từ những gánh phở dung dị, hơi tuệch toạng, xuề xòa, thân mật. Đó là phở của những Thạch Lam, Vũ Bằng, Nguyễn Tuân. Con người ngày nay vệ sinh khác xưa nên phở cũng dồi phấn thoa son sạch sẽ. Theo ký giả Văn Lang của báo Người Việt, California thì tại Sài Gòn có hai loại phở: phở đời cũ và phở đời mới. Thường thì mới bao giờ cũng hơn cũ. Cứ hỏi các ông xem có ông nào không gật đầu đồng ý như vậy không! Nhưng với phở thì hình như có biệt lệ. Dân ghiền phở lại cứ thích....bổn cũ soạn lại hơn. Nghĩ tới phở là nghĩ tới Pasteur. Cái tên Pasteur được biết tới nhờ những công trình khoa học nhiều hơn hay nhờ phở nhiều hơn? Không ai khẳng định được nhưng tôi nghĩ là ông Pasteur có cái may mắn được ăn theo phở. Trên thế giới này có bao nhiêu tiệm phở mang tên Pasteur, tôi quả không biết. Nhưng tại Montreal của tôi vẫn có ông Pasteur ngồi trên tấm bảng của một tiệm phở. Một anh bạn ngoại quốc thắc mắc với tôi: bộ ông Pasteur có dính líu với phở hay sao mà người ta lấy tên ông ấy đặt cho tiệm phở? Trong những công trình khoa học lớn lao của Louis Pasteur quả nhiên chẳng có công trình nào dành cho phở. Vậy mà ông nổi tiếng vì phở!

Louis Pasteur sinh 1822. Ông bảo phòng thí nghiệm

Là đền thờ cho tương lai. Ở đấy, nhân loại sẽ tiến bộ,
Cải tiến và tăng cường. Ông chết 1895, trước khi
Được cải tiến và tăng cường bởi phở Pasteur.
Cuộc đời quả thật oái oăm.
Được tên trên bát nhưng không ăn lời.

(Đinh Linh)

Những tiệm phở trên đường Pasteur là phở đời cũ. Phở đời mới là phở…Tổng Thống 2000. Tiệm nằm bên hông chợ Bến Thành mang tên đi vào thế kỷ mới: Phở 2000. Khi Tổng Thống Hoa Kỳ Bill Clinton tới tiệm phở này đánh một hơi hai tô phở thì tiệm bỗng trở thành phở…quý tộc. Bảng hiệu có thêm hàng chữ: *"Phở for the President"*. Và giá phở được nâng lên cho xứng đáng với cái ghế đã được Tổng Thống Hoa Kỳ ghé bàn tọa vào. Phở số 2000, từ 2 năm nay, bị cạnh tranh bởi hệ thống phở có con số nhỏ hơn: Phở 24. Số nhỏ nhưng…lớn mạnh: hiện đã có trên 50 tiệm trong nước lại còn có chi nhánh tại Nam Dương và Phi Luật Tân. Trong tương lai Phở 24 sẽ tấn công qua Úc và Đại Hàn trước khi đổ bộ vào Little Saigon! Con số 24 là một… tuyên ngôn của tiệm phở thuộc loại sang này: 24 loại gia vị, 24 tiếng đồng hồ ninh xương, giá 24 ngàn. Ông Đoàn Tiểu Long chép miệng tiếc rẻ: "*Giá mà các cô phục vụ mặc váy ngắn 24 phân nữa thì tốt quá!*" Cuộc chiến giữa những con số vừa có một anh…chân dài chen chân vào với một tiệm duy nhất trên đường Hai Bà Trưng, đối diện với nhà thờ Tân Định: Phở Đà Điểu! Tiệm này có hai cái gây…ấn tượng: đưa thịt đà điểu vào phở và chơi bảnh hơn anh 24 ngàn bằng cái giá 27 ngàn một tô thường và 37 ngàn cho tô đặc biệt. Tô đặc biệt khác tô thường vì có thêm gân đà điểu! Bạn và tôi, chúng ta chắc chưa có dịp đi ăn phở đà điểu. Ông ký giả Huy Thọ của báo Tuổi Trẻ thì ăn rồi. Ông ấy kể như thế này: *"Vừa ăn tôi vừa ngắm nhìn khung cảnh xung quanh và hài lòng khi thấy bàn ghế sạch đẹp, thậm chí khá sang trọng... Trên bàn ăn là những chiếc đĩa men bóng loáng của gốm sứ Minh Long. Bát phở được bưng lên trông khá ngon mắt với những lát thịt nâu thẫm của đà điểu. Thơm. Quả tình là rất thơm. Ngọt, nhưng không phải vị của bột nêm. Có mùi phở nồng nàn nhưng không lộ liễu vị gừng nướng để tẩy mùi thịt. Tôi an tâm chén sạch một tô to đùng. Nhưng phở đà điểu có gì khác với phở bò, nhất là miếng thịt chín có màu na ná nhau? Có. Đó chính là cái mùi vị là lạ của lát thịt không thể lẫn với bò hay trâu; nhất là những miếng gân bé bằng đầu đũa, nhai sần sật, không quá dai và không quá mềm."*

Phở nguyên thủy là phở bốn chân. Ông Nguyễn Tuân chỉ cấp bằng cho mỗi thứ phở này. Khi phở hạ cố xuống tới hai chân là phở gà thì phở lại rẽ qua một hướng khác. Hóa ra cái loại gia cầm nhỏ xíu cũng làm ra chuyện được. Có những người chỉ mê có phở gà. Nhất là gà trống thiến. Phở gà trống thiến đã nâng đỡ được cô mầm non Yến Vỹ trở thành ca sĩ được giới thanh niên suýt soa một thời. Phở gà trứng non lại nâng đỡ được kiến thức về sử nước nhà của dân chơi Sài Gòn. Từ màn khói bốc lên thơm ngào ngạt mùi lá chanh, ông vua Hiền Vương mới nằm trong bộ nhớ của dân chúng. Con gà nhỏ xíu đã làm được chuyện ngoạn mục như vậy thì đà điểu, to xác hơn gà nhiều, chắc cũng làm nên đại sự. Chúng ta chịu khó chờ hồi sau phân giải!

Phở đà điểu chỉ mới xuất hiện tại Sài Gòn nhưng phở bò phở gà thì đã la cà khắp thế giới. Tìm ở bất cứ một thành phố nào trên thế giới, dù nhỏ hay lớn, mà có bóng dáng người Việt là có phở. Nó là hiện thân của Việt Nam dưới mắt người ngoại quốc. Nó phổ biến và tiếng tăm đến nỗi mọi thứ màu da đều phải thử. Mà đã thử thì dứt không ra. Ăn phở, đó là một sự thiết yếu.

Tôi ăn khuôn mặt này

Vì nó ngon như phở, món làm cho chúng ta nổi tiếng khắp thế giới.

Tôi sống phía Bắc Los Angeles

Phải chịu khó đi xa mới ăn được quê hương

Từ đây đến Little Saigon cách hai giờ lái xe, đến Sài Gòn cách mười tám giờ máy bay phản lực

Đến Hà Nội là nơi xa nhất

Từ đây đến tôi mất ba mươi mấy năm

Ăn đi, cho thêm ớt vào và tương, những gièm pha khác nữa. Gia vị

của phiêu lưu, lưu đày.

Làm thế nào để trở thành một kẻ lưu vong chuyên nghiệp?

Ăn đi. Nhìn hai bàn tay trên bàn. Đã từng

sờ mó vào sự mất mát nguồn gốc, quen thuộc như chạm ngực người đàn bà.

Tôi là một người lưu vong thèm ăn phở

Tôi không làm bộ

Và tôi ghét các đệ tử của Derrida, những kẻ bày trò chống lại sự thiết yếu.

(Phan Nhiên Hạo)

Tôi ghi nhận được hai sự kiện mới xảy ra gần đây liên quan đến sự thiết yếu của phở. Một ở Việt Nam, và một ở Mỹ. Phòng Thương Mại và Công Nghiệp Việt Nam đã công bố một cuộc điều tra về chỉ số năng lực cạnh tranh cấp tỉnh, nói nôm na là sắp hạng các tỉnh về khả năng đầu tư. Cái vui của cuộc điều tra này là người ta đã dùng đơn vị là…tô phở để sắp hạng. Thí dụ như tỉnh Long An tăng được 9 điểm có nghĩa là thu nhập bình quân theo đầu người của tỉnh này sẽ tăng thêm 94 tô phở cho một người trong một năm! Tại thành phố Seattle và Tacoma thuộc tiểu bang Washington, dân buôn lậu cần sa đã dùng tiếng lóng gọi cần sa là phở để đánh lừa cảnh sát. Cảnh sát tương kế tựu kế đặt tên cho chiến dịch lùng bắt nhóm này là chiến dịch *"This Bud Phở You"*. *Phở* chỉ cần sa theo tiếng lóng của chính các tay buôn lậu, *Bud* có nghĩa là mầm lá, búp hoa, ý nói là dập tắt được nhóm này từ trong trứng nước!

Phở đi vào đời sống sâu đến như thế. Chưa hết! Phở còn cứu được cuộc sống nữa. Ngày trước, ở Việt Nam, gia đình bên vợ tôi nuôi một cô giúp việc. Mỗi khi đau, cô ấy chỉ xin được ăn một tô phở là lành bệnh ngay tức thì. Quả thật như vậy. Chẳng cần biết là bệnh gì, cứ đánh một tô phở là trăm lần như một, bệnh lui quân ngay lập tức! Cái lối lấy phở làm thuốc đó hóa ra còn xảy ra với ông Bác sĩ Nguyễn Văn Mẫn. Quý vị còn nhớ ông bác sĩ này không? Đó là ông Thị trưởng Đà Nẵng thời biến động miền Trung đấy. Sang bên Pháp, ông bị bệnh tim nặng. Bạn ông, Kỹ sư Võ Long Triều, trong hồi ký đang được đăng hàng tuần trên báo Người Việt, đã kể lại: *"Anh đau tim trầm trọng, không ăn uống hơn một tháng, chỉ sống dai dẳng bằng nước thuốc chuyền vào máu, cho đến khi các giáo sư thượng thặng bó tay, khuyên gia đình đem ông về nhà lo việc mai táng. Tôi vào nhà thương thăm, anh tỏ vẻ cảm động nói: "Ít ra trước khi chết tao cũng gặp được mặt mày". Gia đình đưa Mẫn về nhà, tôi phụ giúp lo việc hậu sự cho anh. Mẫn bảo với vợ rằng anh thèm phở quá, trước khi chết muốn ăn một tô phở thật ngon. Gia đình thỏa mãn yêu cầu. Ăn vào thấy khỏe, dù bác sĩ cấm và anh cũng biết là ăn vào có thể chết ngay. Ngày hôm sau anh lại đòi một tô phở nữa, gia đình cũng chìu ý. Mẫn thấy người khỏe lại hẳn, nhưng vì là bác sĩ, nên anh biết rõ đó là việc không nên, do đó Mẫn ngưng ăn phở ngay và tự giới hạn chuyện ăn uống tối đa cho đến khi bình phục khá nhiều, anh trở lại bệnh viện tái khám. Bác sĩ và Giáo sư Y khoa đã từng chữa bệnh cho anh ngạc nhiên không biết vì sao? Không thể tìm hiểu lý do nào đã làm cho anh lành bệnh?"*

Phở đã đi vào huyền thoại! Cứ để nó thong dong!

03/2007

QUẬY

Tôi vốn rất mù mờ về các người đẹp của điện ảnh và ca nhạc. Muốn biết về những ngôi sao chói chang này, tôi thường phải hỏi vợ hỏi con. Vậy mà cái tên Paris Hilton thì tôi chẳng phải hỏi han chi cả. Tôi biết dù cô chưa bao giờ là một diễn viên thuộc hạng cừ. Chắc có bạn quở: Hilton thì ai chẳng biết. Nếu không biết thì cứ ngước nhìn lên những khách sạn chọc trời ở bất cứ thành phố lớn nào, thế nào cũng có cái mang tên Hilton. Ừ thì cô bé 26 tuổi, da trắng, tóc vàng, mắt xanh này vốn thuộc dòng dõi…khách sạn nhưng qua bao nhiêu đời, trải qua bao thế hệ Hilton, có ai biết mặt mũi một Hilton nào đâu, dù có tới ăn ngủ tại Hilton? Sở dĩ người có kiến thức rất khiêm nhường về các tài tử trình diễn như tôi biết được cô Paris Hilton là bởi vì cô ta quậy.

Tôi không có ý chờ cô tiểu thư Paris Hilton ra khỏi tù mới viết bài này nhưng viết về dân quậy mà làm ngơ cô nhỏ siêu quậy này thì như ăn bún riêu không có mắm tôm vậy. Nhạt nhẽo chết! Cái nhạt nhẽo mà muối và nước mắm nếu nhảy vào sẽ vô duyên ỏm. Phải mắm cơ! Chính cái mùi thum thủm của mắm mới làm nên chuyện. Quậy cũng như mắm. Thối nhưng cứ thích dí mũi vào!

Cô con gái nhà tỷ phú này đúng là siêu quậy. Bảo là có tài thì chẳng thấy có tài gì. Xuất hiện trong một chương trình truyền hình nhạt như nước ốc mang tên *The Simple Life* không thể coi là một…minh tinh nổi tiếng được. Vậy mà sao bàn dân thiên hạ ai cũng biết tên biết mặt. Đó là nhờ những ngón nghề ăn chơi đàng điếm, bồ bịch tùm lum, tung phim sếch cho bàn dân thiên hạ mặc sức dán mắt vào. Toàn những trò ai cũng có thể làm được nếu có chút lì lợm. Vậy mà cái mặt nhâng nhâng nháo nháo đó sao vẫn ăn khách khiến các *paparazzi* xoạc cẳng chạy theo ná thở! Cô đi vào tù mà như tổng thống vào tù. Cô ra tù như nữ hoàng hồi loan. Loạn cả báo chí khắp thế giới. Nguyên nhân cô vào tù cũng chỉ là quậy! Bị rút bằng lái xe mà vẫn lái trong lúc say rượu. Chuyện đó bất cứ một tên say nào cũng có thể làm được mà báo chí có nói tới thì cũng chỉ cho vào mục…xe cán chó, chó cán xe! Vậy mà tin tức và hình ảnh của nữ hoàng quậy này leo lên trang nhất ầm ĩ trong nhiều ngày. Giới ngồi lê đôi mách không thiếu gì việc làm trong thời gian này. Họ còn đang chờ cuốn hồi ký ngồi tù mà cô nàng tóc vàng này hứa sẽ tung ra thị trường sau khi hoàn tất thời gian 23 ngày bóc lịch. Chắc chắn cuốn "hồi ký cải tạo" này sẽ là một *best seller* vượt qua hai cuốn hồi ký Paris đã viết trước đây là *"Confessions of an Heiress"* xuất bản năm 2004 và cuốn *"Your Heiress Diary: Confess It All To Me"* phát hành năm 2005.

Quậy ngày nay hình như là chuyện…cách mạng. Các bà các cô thi nhau nổi dậy xé tung mọi hàng rào tù túng của dư luận. Đây là chuyện toàn cầu hóa chứ không phải riêng lẻ ở một nước nào. Việt Nam ta đã gia nhập WTO nên chuyện gì thế giới có ta cũng có. Chuyện quậy cũng rứa!

Bên Mỹ có cô nàng con tỷ phú Hilton quậy văng mạng thì bên ta các tiểu thư công tử con các nhà tư bản đỏ cũng quậy văng xúc xích. Thua kém chi ai!

Trần thị Hải Yến là một sinh viên của một trường Đại Học ở Hà Nội. Cô đi học đều đặn, lần điểm danh nào cũng có mặt. Dáng người gầy yếu, khắc khổ và rụt rè, cô sinh viên này thỉnh thoảng còn mang một cô bạn ăn diện "cực kỳ" tới lớp ngồi chơi. Tới kỳ thi học kỳ, một vị giảng viên khó tính mới phát giác ra cô gái vẫn đi học không phải là Trần Thị Hải Yến mà cái cô…cực kỳ thỉnh thoảng tới lớp chơi mới đích danh y thị. Cô chăm chỉ tới lớp đã được cô "cực kỳ" thuê mỗi tháng triệu rưỡi để đi học dùm cho cô có thời giờ ăn chơi, mua sắm và ngủ! Mấy tiết mục bên ngoài trường này, Hải Yến rất xuất sắc. Quậy ăn đứt thiên hạ. Một buổi trưa, sau khi ngủ dậy, cô tiểu thư đỏ muốn đi *shopping* một phát. Không sẵn tiền, cô bán chiếc xế xịn. Cô móc di động gọi một mối quen. Anh nhà buôn biết mối sộp bèn cưỡi tắc xi tới ngay. Cô phán rất gọn nhẹ: "Anh dắt đi, 30 triệu!" Ba chục triệu đã là giá hời, nhưng anh nhà buôn nổi máu con buôn, cò kè: " 25 thôi em nhé!". Em tức vì bị chạm nọc. Móc điện thoại ra, em gọi một người khác. Năm phút sau, khách mua tới, em nhìn anh nhà buôn cả quỷnh bằng nửa con mắt, dõng dạc phán với kẻ đến sau: " 12 triệu! Đưa tiền đây và dắt xe đi!". Cầm tiền trước cặp mắt ngơ ngẩn của anh con buôn thứ nhất, cô vẫy tắc xi dông ngay lên phố. Xuống xe, cô móc thẻ VIP ra trả. Anh tài xế ghi thẻ. Cuối tháng cô mới trả hãng xe một thể! Nhưng cô đâu có phải trả. Ông bà via sẽ cáng đáng hết tiền mẹ tiền con của cô con gái yêu. Một lần, bà chủ nhà trọ của cô đã suýt ngất xỉu khi, trước khi đi Singapore chơi một tuần, cô nhờ bà trao lại đống hóa đơn ghi các khoản nợ cho bố mẹ cô. Số tiền tổng cộng trong hóa đơn: 207 triệu! Bà chủ nhà trọ cả quỷnh không biết cô ăn tiêu những gì mà khủng khiếp như vậy. Nếu bà có thể theo cô vào vũ trường thì biết ngay. Cô kêu nguyên một chai rượu đắt giá nhất để đãi bạn bè. Uống không hết, người ta thường gửi lại, lần sau đến uống tiếp. Cô khác người ta: uống không hết bỏ luôn, ngày mai tới kêu chai khác!

Cũng con nhà...đỏ, Lan quậy theo một mô típ khác. Cô sinh viên Đại Học Sư Phạm, ban Ngoại Ngữ này từ Lạng Sơn xuống trọ học ở Hà Nội. Lúc Hà Nội mất điện do nước hồ Hòa Bình cạn, cô rủ một người bạn ra khách sạn ngủ cho mát. Ra đến nơi, cô lo xa. Nhỡ khách sạn cũng mất điện thì sao? Cô bèn mua hai cái vé máy bay vào Sài Gòn để...ngủ, nhân tiện mua sắm ít đồ. Khi về, cô phán: " Chỉ mất có hơn 20 triệu! Rẻ chán!". Rẻ thật! Khi Hà Nội mất nước, cô com-măng luôn 20 bình nước khoáng *La Vie*. Uống chi mà dữ vậy? Cô có uống đâu, cô dùng để tắm. Và cô tắm bằng thứ nước khoáng này trong gần một tháng vì...thích!

Phía các cậu công tử đỏ, họ tiêu tiền theo...hội. Có hội *casino* gồm các cậu chỉ thích đánh bạc, hội "làm vườn" chuyên chinh phục gái tơ mang ra công viên ghế đá để chăm sóc cây cỏ, hội "thiếu vitamin cay" cụng rượu bằng bát, hội "chơi chim cảnh" chuyên săn hàng độc trên mạng. Một cậu tên Trung vừa đậu vào Đại Học đã được ông bố "đầu tư" một *laptop* gần hai ngàn đô Mỹ, một con xế 20 triệu đồng, một di động hơn 5 triệu và căn nhà 495 triệu. Đó là không kể những thứ lặt vặt như máy giặt, ti vi. Đầy đủ tiện nghi như thế thì học làm sao được. Cậu quý tử đỏ thâu đêm suốt sáng đánh bạc. Thua thì gõ tiền nhà, được thì ăn tiêu vung vít. Cửa nào cũng là cửa tử!

Không quậy với mấy con bài vớ vẩn, cậu Hùng chỉ thích

quậy với các bóng hồng. Cô hàng xóm của cậu được mô tả là " con quan, sành điệu, thuê nhà một mình, xài toàn hàng hiệu" không dễ gì mà cưa được. Bao nhiêu chàng trai đã ôm đầu máu. Hùng không ngại khó, chơi liền. Bữa hẹn đầu tiên, cậu con quan bán chiếc Dream lấy 19 triệu, chiếc điện thoại di động và tấm thẻ ATM lấy 15 triệu. Cậu thuê một xế tứ Mercedes E240 để tới đón người đẹp đi chơi. Thấy ghế xe chưa xịn, Hùng bỏ tiền bọc lông thú. Lo xe xong, cậu mới sắm một bộ đồ xịn, hàng ngoại rồi đưa em đi *shop*, đi ăn, đi vũ trường, rượu ngoại rót như suối.

Những thứ con quan như Trung, như Hùng đang quậy khắp Hà thành. Bố mẹ càng vớ bẫm, con càng quậy dữ. Một cậu đã tâm sự trên báo Tuổi Trẻ Chủ Nhật, dĩ nhiên dưới cái tên giả, nỗi niềm sau: " *Chúng tôi là ai? Chúng tôi là những đứa trẻ như bao đứa trẻ khác, trước đây chúng tôi cũng có một cuộc sống bình thường và hạnh phúc. Nhưng mọi thứ thay đổi khi bố mẹ chúng tôi có thêm chức quyền. Chính họ cũng đã thay đổi rất nhiều. Chúng tôi có rất nhiều tiền, ngoài ra không có một cái gì khác. Ước muốn được ăn một bữa cơm tối gia đình, đối với các bạn khác là có thể, nhưng với chúng tôi là không thể. Làm sao mà bố mẹ chúng tôi có nhiều tiền thế? Xin nói thẳng, đó là tham nhũng và ăn phần trăm từ những dự án công trình lớn... Chúng tôi không phải là những đứa ngu dốt, nhưng thật sự không còn niềm tin. Bố mẹ chỉ biết có tiền mà thôi; ai cho tiền thì yêu quí, ai giỏi trong công ty nhưng không cùng thuyền với mình thì tìm mọi cách dìm người ta cho đến chết. Đến bố mẹ, chúng tôi cũng không còn sự kính trọng, hỏi chúng tôi còn phải kính trọng ai nữa... Một xã hội toàn sự giả dối, người tốt thì bị trù dập, người giỏi không được làm đúng việc, chúng tôi không nhìn thấy nhiều lắm ở cái tương lai của mình, thấy mình trước sau cũng như bố mẹ mình mà thôi. Vậy bây giờ không ăn chơi, đập phá đi thì để làm gì? Biết đâu có ngày bố mẹ mình vào tù? Lúc ấy thì sẽ chẳng còn gì. Vậy thì tranh thủ ngày nào hay ngày ấy!"* Con quậy, bố mẹ quậy, hai cái quậy...bổ túc cho nhau. Thì các cụ đã nói rồi. Tiền của bất lương có bao giờ bền!

Không tư bản đỏ, không con quan, không tiền bạc nhưng tuổi trẻ trong nước bây giờ vẫn quậy. Quậy từ trên trời quậy xuống. Tôi không nghe có dân tộc nào có một dịch vụ rất thường xảy ra ở Việt Nam ngày nay. Đó là dịch vụ cứu *net.* Chuyện trên *net* là chuyện trên trời. Cứ vào *net* là vung vít khắp nơi. Muốn lên trời phải có *computer.* Mà cái thứ...máy bay không chạy bằng xăng này thường ít có ở tư gia. Các cô các cậu muốn chu du thiên hạ chỉ có cách ra các địa điểm cho thuê máy công cộng, trả tiền theo số giờ ngồi trước máy. Say sưa trong thế giới ảo, *chat* chiếc tưng bừng, nhiều cô cậu bừng con mắt dậy thấy mình bỗng không đủ tiền trả. Bèn kiếm người giải cứu. Kiếm ở đâu? Kiếm ngay trên *net.* Rao hàng một hồi cũng kiếm được quới nhân mang tiền tới chuộc *net.* Cái giá phải trả thường là cái thứ trời cho. Hao mòn chi mà phải nghĩ ngợi! Ca dao cũng hỗ trợ cho dân quậy từ xưa: *Lẳng lơ cũng chẳng có mòn / Chính chuyên cũng chẳng sơn son để dành!*

Không mòn nhưng bệnh. Bệnh...báng thịt! Bệnh thì chữa, có chi! Tại khoa Phụ Sản Bệnh viện Đại Học Y Dược ở Sài gòn ngày nào cũng có vài nàng dưới 18 tuổi tới hút bỏ...tàn dư của những cuộc tình chớp nhoáng. Chỉ nguyên trong một tháng, tháng 12 năm 2006, bệnh viện này đã tiếp nhận 481 ca, trong số đó có hơn 40% dưới 18 tuổi và hơn 20% là nữ sinh các cấp. Trong hai tuần đầu của tháng giêng năm 2007, đã có 248 ca nạo thai, trong đó hơn 24% dưới 18 tuổi. Bác sĩ Nguyễn Thị Thanh Hà, Trưởng Khoa Phụ Sản của Bệnh viện này cho biết mới đây có một ca nạo bào thai đã được 12 tuần cho một em gái mới có 13 tuổi!

Phóng viên của báo Thanh Niên đã đi thực tế tại một phòng khám sản khoa tư nhân trên phố Núi Trúc, Hà Nội, gặp ba cô gái mặt còn búng ra sữa. Họ hồn nhiên nói cười, nói chuyện điện thoại di động liên hồi. *"Cuối cùng tôi cũng bắt chuyện được với K.L. Cô hồn nhiên cho biết đây là địa chỉ khám phụ khoa và hút thai rất uy tín. Cô bác sĩ ở đây hơi khó tính một chút nhưng làm rất cẩn thận, sạch sẽ và an toàn. Lan Anh hút thai lần này là lần thứ tư, còn K.L. chỉ mới hai lần thôi. Tôi tỏ vẻ thông cảm:*

" Đau thế mà sao các em chịu được, sao không dùng biện pháp tránh thai?"

K.L. cười xùy:

" Đau một chút thôi, biết sớm làm sớm thì có sao đâu, như hút điều hòa kinh nguyệt ấy mà! Cũng rất muốn dùng biện pháp tránh thai nhưng uống thuốc thì sợ mẹ phát hiện. Dùng bao cao su thì bạn trai không thích vì vướng víu, nhiều khi mất cảm hứng. Chính vì vậy mà bọn em bị dính luôn. Bây giờ lớp 6, lớp 7 đã biết yêu, đã biết đi nhà nghỉ và cũng biết cả nạo hút thai. Bọn em bây giờ mới biết là lạc hậu lắm rồi!"

" Nhưng các em không sợ sau này ảnh hưởng đến việc sinh đẻ sao?"

K.L. xì môi:

" Tính xa thế!"

Những cô bé học sinh cấp 1, cấp 2 bây giờ quậy không đợi tuổi. Tôi đọc được trên báo mạng Ngôi Sao trong nước những ca quậy tới bến của các cô gái này. Đây là ba chuyện trong một bài báo.

Chuyện thứ nhất: Hiền, 14 tuổi thường hay dạt nhà đi hoang

cùng một nhóm bạn ở một trường cấp 2 tại quận Hoàn Kiếm. Cô cùng hai cô bạn cùng lớp thành lập một hội chuyên chơi đêm và cặp kè với những anh chàng hơn tuổi. Chưa học hết lớp 9, Hiền đã bai bai trường lớp vì chán thầy cô "lạc hậu" hay càm ràm trách móc. Trong một tiệc cưới, cô gặp Hoàng, 18 tuổi, lẻo mép, ăn nói có duyên. Cô kết liền. Chỉ mới lần đi chơi chung thứ hai, Hiền đã chủ động đề nghị vào nhà nghỉ. Họ vào một nhà nghỉ trên đường Hoàng Quốc Việt. Không đắn đo suy nghĩ, Hiền tự ý "chiều" chàng trai.

Chuyện thứ hai: Quyên, 13 tuổi, thích lang thang trong *net.* Em lấy *nickname* là *thobongxinhxinh.* Đúng vào dịp Noel, Quyên bắt được một anh chàng trên mạng tự xưng là sinh viên năm thứ nhất. Họ hẹn gặp nhau một tuần sau đó. Quyên thích thú anh chàng đẹp trai và ăn nói có duyên này. 22 giờ rưỡi, chàng này dục Quyên về để mai còn đi học, cô đòi đi chơi thêm. Chơi thêm tăng hai, 12 giờ đêm Quyên vẫn còn say sưa hát *karaoke.* Anh chàng dục về, Quyên bằng lòng. Ra tới đường, Quyên chuyển hướng: " Giờ này mà về thì nhà em đóng cửa rồi." Chàng phải thuê phòng khách sạn cho Quyên ngủ nhưng cô nhất định không chịu ở một mình. Cô nài nỉ: " Anh ngủ cùng em đi vì em sợ một mình lắm!" Vậy là họ ngủ hai mình. Ngủ như vậy sẽ có kết quả phụ: Quyên mất cái ngàn vàng! Chắc phải nói lại cho đúng: cái thứ nhất định hiến như thế chẳng thể gọi là ngàn vàng được. Chắc chỉ đáng giá cỡ một…trinh!

Chuyện thứ ba: Vinh, 20 tuổi, thuộc loại sát gái. Trong một lần ăn sinh nhật ở nhà bạn, anh làm quen được một em khá ngon. Tiệc tàn, Vinh xung phong đưa em gái về nhà. Đi loanh quanh một hồi, hỏi nhà em ở đâu thì em cứ ỡm ờ. Đường nào cũng chưa phải đường về nhà em! Hết Hồ Gươm qua Hồ Tây mà em vẫn cứ tỉnh bơ bảo chưa đến đường về nhà em. Em bỗng gục vào vai Vinh nhỏ nhẹ: "Em thích ngủ cơ!" Tay chơi như Vinh mà cũng bất ngờ. Thường thì trúng mánh như vậy là số hên nhưng em mới học lớp 8, lại chưa biết thân thế em như thế nào, đụng vào có mà đi bóc lịch. Vinh rét nhưng cũng đành phải đi thuê phòng ngủ cho em qua đêm. Vào phòng, bảo em đi tắm, Vinh ở ngoài này dông một nước. Anh vẫn tỉnh táo để không phải giao du với muỗi trong tù!

Nước non mình quậy như vậy có lẽ thuộc hàng quốc tế rồi. Vào được WTO là phải. Cỡ Paris Hilton chắc cũng không hơn được. Nói chi tới những cô nàng cùng chung chí hướng với nàng tỷ phú hay quậy như Britney Spears, Nicole Richie hay Lindsay Lohan. Những cô gái thuộc hạng…tử tế. Một nữ diễn viên Hollywood hỏi bạn:

" Con gái tử tế như chúng mình buổi tối nên lên giường vào lúc mấy giờ?"

" Mày lên giường vào lúc mấy giờ mà còn hỏi?"

" Tám giờ! Để tới 10 giờ còn phải về nhà!"

Hilton đã từ nhà tù về nhà. Trước khi cô ra tù đã có tin đồn là có người đã chịu chi một triệu đô cho cuốn nhật ký…cải tạo của cô. Lại còn những món tiền khổng lồ đã được đề nghị để được độc quyền phỏng vấn. Khi cô bước ra khỏi cổng nhà tù *Century Regional Detention Facility* ở Lynwood, hàng rừng người và máy chụp hình, máy quay phim đã nhoang nhoáng như sao sa. Ngôi nhà ở của cô cũng bị các anh phó nhòm mang những chiếc xe kềnh càng tới trấn ngữ. Ngay ngày hôm sau, cô đã lên trả lời phỏng vấn trong chương trình truyền hình nổi tiếng là ăn khách của Larry King. Người ta tưởng cô công chúa quậy khi vào tù hay lúc ra tù cũng như nhau. Dân chơi cỡ chì thì 23 ngày nằm ấp ăn thua chi! Hóa ra hơn 3 tuần nằm khám cũng có ép phê với cô gái siêu quậy 26 tuổi này. Tôi chọn trích ra một vài câu hỏi đáp trong chương trình Larry King, không theo thứ tự.

" Sau ba ngày vào tù, cô được thả ra vì bị bệnh. Mọi người rất tò mò, đó là bệnh gì vậy?"

" Tôi bị hoang tưởng là mình sẽ bị giam giữ cả đời. Lần đầu tiên vào phòng giam, tôi gặp ảo giác và hoảng loạn lo người khác tấn công. Tôi không ăn ngủ được."

" Cô thấy thế nào khi bị tống giam lại?"

" Tôi sốc khủng khiếp. ông biết đấy, thật hạnh phúc khi được ở nhà, vậy mà họ lôi xềnh xệch tôi vào nhà giam. Không thể tin nổi!"

……………

" Mục đích của việc bỏ tù, tống giam một ai đó là để họ học được những bài học nhất định. Cô thì thế nào?"

" Có bài học đau đớn, nhưng việc gì cũng có nguyên do của nó. Ở đây, tôi có thời gian chết để khám phá điều gì là quan trọng, điều gì tôi muốn làm, và hiểu xem tôi là ai. Rất khó khi tìm hiểu chính bản thân mình. Tôi có cái nhìn mới về cuộc đời, dù ban đầu không dễ dàng với người như tôi."

………………

" Công chúng sẽ thấy gì ở một Paris Hilton mới kể từ ngày 28/6/2007? Ít xuất hiện trên báo hơn?"

" Tôi đã trưởng thành và khôn hơn nhiều từ kinh nghiệm vừa rồi. Thực ra tôi cũng không biết mình sẽ như thế nào. Tôi đã 26 tuổi và là một người trưởng thành. Tôi sẽ sống trách nhiệm và chín chắn hơn, như một hình mẫu lý tưởng cho các cô gái."

Cầu xin Ơn Trên phù hộ cho những lời nói của một siêu quậy!

07/2007

TẮM

Bon chen cho lắm, tắm cũng ở truồng! Câu nói này không phải của tôi mà là của dân gian. Dân gian nói thì thường phải trúng. Cái vụ tắm táp này thì trúng đứt đuôi rồi khỏi phải bàn ra tán vào lôi thôi. Nhìn quanh, chúng ta thấy có nhiều vị lúc nào cũng cho là mình quan trọng, com-lê cà vạt suốt ngày đêm. Khi đi ngủ họ có cởi bộ đồ lớn ra không thì tôi không biết nhưng khi tắm chắc chắn phải rũ bỏ mọi sự. Để châm chọc những nhân vật quan trọng này, chúng tôi thường giễu là chắc khi đi tắm họ cũng vẫn mặc đồ lớn!

Thực ra đồ lớn đồ nhỏ gì, tắm là cứ phải tô hô hết! Tô hô như vậy không nên để ông mặt trời nghía vào. Phải cửa đóng then cài, một mình mình biết một mình mình hay. Ai lại như cái ông tinh nghịch nhất nước Trạng Quỳnh. Thấy bà nữ sĩ Đoàn Thị Điểm đang dội nước trong nhà tắm lại đòi gõ cửa vào... tham quan. Dĩ nhiên bà nữ sĩ đâu có cho coi *free* như vậy được. Bà ra điều kiện. Nếu đối được câu đối bà ra thì...mãn nhãn. *Da trắng vỗ bì bạch.* Đối đi! Trạng Quỳnh chịu thua. Miệng chưa mở được thì cũng đừng đòi mở mắt! Nhiều chục năm sau, đồn rằng có người đối được câu đối này. *Trời xanh màu thiên thanh.* Vế đối khá chỉnh. Chỉ có một điểm chưa được là từ "vỗ" là một động từ trong khi từ "màu" không phải động từ. Nhưng nếu bà nữ sĩ họ Đoàn có dễ dãi OK thì chắc cũng chẳng có chuyện gì xảy ra. Thứ nhất là vì người đối được là một nhà sư. Thứ hai là thời gian đối đã cả trăm năm sau khi vế đối được ra. Vậy nên, thứ nhất bậc tu hành chắc cũng không có nhu cầu…mặn mà cỡ đó. Thứ hai, là lúc đối được câu đố mà bà Đoàn có gật đầu thì cũng chẳng còn gì đáng xem!

Tắm thường chỉ một mình. Tắm hai mình có thể nguy hiểm. Nguy hiểm cỡ nào thì tùy tình huống. Tắm với bồ nguy hiểm một cách. Tắm với vợ nguy hiểm cách khác. Tắm…hơi có lẽ nguy hiểm hơn cả. Hết hơi như không! Tôi không có tính cường điệu nên không hư cấu được chuyện chết người này. Đành phải dựa vào tin tức. Chuyện sau đây xảy ra vào chiều ngày 4 tháng 3 vừa qua ở Hạ Long, một địa điểm du lịch ở miền Bắc nước ta. Anh Đào Ngọc P. , 39 tuổi, vào phòng xông hơi với một nữ tiếp viên tại nhà hàng Cây Cọ. Một tiếng đồng hồ sau vẫn chưa thấy họ ra, nhân viên nhà hàng mới vào coi sự tình. Họ phát hiện ra cả hai người đã chết ở tư thế ngồi trong bồn tắm mà trên người không một mảnh vải che thân! Các chuyên gia pháp y khám nghiệm hai tử thi đã cho biết là không có nước trong phổi và trên người không có dấu vết thương tích hoặc phù sưng. Chỉ có tắm thôi mà chết, không hiểu tại sao.

Phòng tắm dùng để tắm. Ai chẳng biết vậy! Biết như vậy không chắc là đúng. Từ sau ngày Sài Gòn đổi tên, rất nhiều phòng tắm, nhất là trong các chung cư, trở thành chuồng heo! Đổi đời, phòng tắm đổi nhiệm vụ, quay một góc 180 độ, đang từ một nơi giữ vệ sinh thành một nơi thiếu vệ sinh nhất. Một anh năn nỉ bạn:

"Anh làm ơn giúp tôi một tay khiêng con heo này về nhà tôi với!"

"Để làm chi vậy?"

"Tôi sẽ mang nó bỏ vào trong phòng tắm."

"Anh định nuôi heo trong đó à?"

"Không! Chỉ để trả thù vợ tôi!"

"Chuyện chi lạ vậy?"

"Chẳng là bà ấy luôn tự hào là cái gì cũng biết cả. Tôi vừa nói giá xăng lên. Bà ấy liền bảo biết rồi. Tôi nói chuyện thảm sát trong trường học ở Mỹ, bà ấy cũng bảo biết rồi."

"Chuyện ấy có liên quan gì tới con heo này đâu?"

"Liên quan chứ! Tôi bỏ con heo này vào phòng tắm. Chiều nay, bà ấy về nhà thế nào cũng chui vào phòng tắm trước. Bà ấy sẽ chạy ra và la lên với tôi; "Có con heo trong phòng tắm". Tôi khẽ quay đầu lại, nhẹ nhàng nói: Biết rồi!"

Bà vợ này phải là người thích tắm nhưng chắc chắn bà không hơn được ông bạn nhà thơ Trang Châu của tôi. Đi chơi xa với Trang Châu cứ chóng mặt vì sự vào ra phòng tắm của chàng. Trong cuốn bút ký "Về Biển Đông" thuật lại cuộc đi vớt người tị nạn vượt biên vào năm 1988, chuyện tắm táp chiếm khá nhiều chỗ trong cuốn sách. Cứ vài trang sách, ông ấy lại tắm. Tắm từ Phi Luật Tân tới Singapore! Xuống tàu, nơi nước ngọt bị hạn chế, ông ấy cũng vẫn cứ say mê chuyện tắm như thường! *"Mỗi ngày, mỗi người chỉ được tắm một lần và chỉ được mở hai lần nước: lần đầu để dội cho ướt người, sau đó thoa xà bông và lần thứ hai dội cho sạch xà bông, mỗi lần lâu không quá một phút. Quần áo phải dùng ngay nước tắm để giặt"*.

Ông Trang Châu tắm nhiều nhưng có biết tắm không? Tắm

có gì khó mà biết hay không biết. Cứ dội nước ào ào, thoa xà bông, kỳ cọ, rửa sạch xà bông, lau khô người là xong chứ gì! Không dễ dàng như vậy. Theo các chuyên viên thẩm mỹ thì tắm rắc rối hơn nhiều. Phải qua nhiều công đoạn. Trước hết phải dùng miếng sơ mướp hay bàn chải chà xát mạnh khắp thân người để giúp máu huyết lưu thông và tẩy sạch những chất dơ trên da. Tiếp theo là dùng đá bọt hay cọ rửa chân để tẩy đi lớp biểu bì khô cứng trên da chân giúp làm mềm chân. Hơi nước nóng trong bồn tắm làm giãn nở các lỗ chân lông trên da mặt, nếu da mặt có những nốt mụn đầu đen thì lợi dụng sự giãn nở này để nặn mụn ra. Tắm xong, lau khô bằng cách chà xát mạnh trên khắp người cho máu lưu thông. Nếu trên người có những chỗ lông cần tẩy đi thì cần làm ngay lúc này. Vì sau khi tắm, da đã sạch, lớp tế bào chết đã bong ra, tẩy lông có kết quả hơn lúc khác. Xức kem dưỡng da khắp người để giúp da cân bằng độ ẩm cần thiết. Dưỡng da mặt với loại kem dùng cho mặt. Chót hết là làm móng tay, móng chân vì lúc này da mềm rất dễ cắt. Tuy nhiên không nên giũa móng tay móng chân vì sau khi bị ngâm trong nước, móng đã bị mềm, yếu, không chịu nổi lực ép.

Tắm đúng qui cách nó rắc rối như vậy, mất công lắm. Chắc chỉ dành cho quí bà rỗi rãi. Đàn ông chúng tôi chắc không ai muốn tắm táp nhiêu khê như vậy. Tắm chỉ có nghĩa là mở vòi hoa sen ào ào như tập trận là xong.

Ta cởi quần áo
Ta vặn nước
Nước chảy từ đầu đến chân
Ôi khoái,
Nước chảy từ trời
Chảy từ Hoàng Hà

Chảy từ mây
Từ núi cao
Từ suối
Từ sông
Bây giờ đến
Đến tóc
Đến vai
Đến lưng
Đến bụng
Đến những chỗ đó
Đến những nơi em gọi là mặt trời
Đến những nơi em gọi là muông thú.

(Nguyên Sa)

Tắm ào ào như vậy sảng khoái biết bao! Nước sông nước suối chẳng mất tiền mua. Cô đào Angelina Jolie nổi tiếng vì đã lãnh giải Oscar nhưng cũng nổi tiếng sau khi nhận nuôi chú bé Thiện của Việt Nam thì lại phải bỏ nhiều tiền ra để tắm. Vào cuối tháng giêng năm nay, cô trả 700 đô thuê một phòng tại khách sạn Shutters, một khách sạn loại xịn bên bờ biển ở Santa Monica, California , trong có 2 tiếng đồng hồ chỉ để cùng cậu con trai nuôi Maddox vào tắm một cái rồi...*check out!* Điều lạ là cô có hai căn biệt thự tại ngay chính thành phố Santa Monica này!

Cái ngông của cô đào chiếu bóng Mỹ này nhắc người ta nhớ tới những màn tắm trong phim ảnh. Tắm là một thủ thuật câu khách trong nghệ thuật thứ bảy. Muốn cho phim ăn khách cứ cho nhân vật nữ vào phòng tắm là tiện nhất. Trong các phim nghệ thuật thì cảnh tắm thường có công dụng và cần thiết cho diễn biến của phim. Còn tắm chỉ có mục đích cho khán giả mãn nhãn trong các phim thương mại thì các diễn viên cứ cởi lia chia trong phòng tắm. Dĩ nhiên phải là các nữ diễn viên. Nam diễn viên chẳng bao giờ cần tắm cả! Tắm trong các phim sản xuất ở Việt Nam được coi như…truyền thống. Nếu có cảnh bộ đội hành quân trong rừng vắng thì thế nào cũng gặp một vài cô sơn nữ khỏa thân tắm trong dòng suối. Cái sự tắm táp đó có tác dụng gì trong diễn tiến của phim hay không thì bất biết. Miễn là…phơi ra! Đến cụ Đồ Chiểu cũng không được tha! Không, cụ Đồ Chiểu thì không cần tắm nhưng cô Kiều Nguyệt Nga *(Khoan khoan ngồi đó chớ ra / Nàng là phận gái ta là phận trai)* màn buông trướng rủ là thế mà cũng phải tắm suối trong phim Lục Vân Tiên. Nữ diễn viên trong vai Kiều Nguyệt Nga phần đầu đã phải khỏa thân lội suối cùng cô tỳ nữ Kim Liên chính là hoa hậu Hà Kiều Anh. Còn cuốn phim "Chuông Reo Là Bắn" được trình chiếu trong dịp Tết năm nay thì khỏi nói. Các nữ diễn viên tắm rửa liên miên rất ư là sạch sẽ. Một bạn trẻ đã đưa lên *blog* lời bình phẩm như thế này: "Điểm đặc biệt của phim này là rất nhiều cảnh diễn ra trong bồn tắm. Mưu kế được nghĩ ra trong bồn tắm, hả hê cũng trong bồn tắm, nói chuyện điện thoại cũng phải leo vô bồn tắm ngồi mới nói được. Sự tức giận, bất lực, thất vọng cũng ở trong bồn tắm. Chết cũng phải trần truồng mà chết trong bồn tắm!"

Những tia nước
Tỏa từ cái búp sen
Vuốt ve thân hình em
Tinh khiết
Ngày im lắng
nghe chiếc kim gõ nhịp
Từ chiếc đồng hồ trên vách
gõ theo trái tim
lăn trên da em

mảnh xà bông mềm
tiếng bọt vỡ như lời thầm thì của biển
bông nở đơm trên làn da lãng mạn
Cõi hồn anh phấp phới tưới nhụy hoa.

Tôi chưa có dịp hỏi nhà thơ Quan Dương xem những câu thơ trên có phải được làm trong lúc ông đang tắm không. Bởi vì phòng tắm là cái nôi của những ý tưởng. Đã nhiều lần, đang hồi bí không biết cho nhân vật trong truyện hành động ra sao để đẩy câu chuyện đi, tôi đã cầu cứu tới phòng tắm. Thường thì rất được việc. Trong khi tắm những ý tưởng lạ bỗng nảy ra. Hình như sự tự do tuyệt đối của con người trong lúc thân thể không bị ràng buộc quần áo, đầu óc đang được những tia nước xối xả kích thích đã làm nảy sinh ra những suy nghĩ khác lạ. Tôi nghĩ là rất nhiều bạn văn thơ của tôi chia sẻ được kinh nghiệm này. Anh Don Ha là một nhà địa ốc, 38 tuổi, sinh sống tại Nam Auckland, Tân Tây Lan, chẳng viết lách gì nhưng cũng nảy ra được những quyết định mới lạ trong khi tắm. Anh vừa làm mọi người tá hỏa vào cuối tháng giêng năm nay khi quyết định bỏ ra 2 triệu đô để mua một chú ngựa đua. Đây là con ngựa đua đắt giá vào hàng thứ ba trong lịch sử ngựa đua của Tân Tây Lan từ trước tới giờ! Kỷ lục thuộc về con ngựa Don Eduardo được mua với giá 3,6 triệu đô vào năm 2000, thứ nhì là con Saperavi được mua với giá 2,2 triệu đô vào năm ngoái, 2006. Giữa một đám đông nhốn nháo suýt soa vì cái giá kinh khủng mà một anh di dân gốc Việt vừa đặt, anh ký giấy tờ và cho biết là anh nảy ra ý nghĩ mua chú ngựa đua này trong lúc tắm! Anh Ha giải thích thêm: “ Đa số các ý tưởng có tính cách đột phá táo bạo của tôi đã diễn ra khi tôi đang đứng dưới vòi sen,”

Chẳng đứng dưới vòi sen nhưng cũng có những ý tưởng khác người là bà Bille. Bà người Đức vô gia cư, vô nghề nghiệp,

44 tuổi xanh này nhất định chỉ tắm tại các vòi nước công cộng. Khi tắm dĩ nhiên là bà nhông nhông tấm thân 136 kí giữa bá quan thiên hạ. Nhiều thịt không phải là ưu điểm khi trình diễn dưới mắt người khác nhưng cũng sốn mắt người qua đường. Cảnh sát Munich đã 21 lần ghi giấy phạt bà nhưng bà cứ tỉnh bơ mang đầy đủ xà bông, dầu gội đầu ra tắm trước mắt mọi người. Đưa bà vào các trung tâm dành cho người vô gia cư để tắm, bà không chịu. Munich hiện có tới 183 vòi phun nước công cộng. Tha hồ mà tắm táp!

Cái vụ tắm ngoài trời của bà Bille coi bộ được. Nhưng tắm ngoài trời ở cái tuổi 44 coi bộ không được. Cứ nhỏ nhít như những lần tắm mưa ngày bé của chúng ta mới thần tiên. Con trai con gái cứ nhông nhông chạy ra sân cho những giọt mưa lạnh quất xuống người. Cơn mưa của đất trời như những ân sủng làm thơm thêm chùm kỷ niệm ngây thơ. Có ai tắm mưa ngày thơ mà quên được những kỷ niệm một thời tuổi nhỏ. Ông bạn Luân Hoán của tôi thì nhất định không quên. Ông ấy nhớ kỹ lắm.

nhớ xưa, hồi mới lên mười
chiều chiều mưa tạt thềm mời tắm mưa
chạy ra ngõ rợp tàu dừa
vuốt đầu, vuốt mặt, thì vừa gặp em
tóc tơ đã ướt chèm nhèm
hai bàn tay bụm cái thềm tinh hoa
em lên sáu, bảy, thôi mà
sao hai con mắt tôi đà xốn xang?
mười năm sau, trở về làng
mưa, chiều, tôi núp dưới hàng keo xanh
em không tắm nữa, đã đành
cõi xưa, nhìn trộm, để dành cho ai?

Em không tắm nữa vì tồng ngồng ngoài trời ở cái tuổi tồng ngồng rồi coi sao tiện. Nhưng ở Việt Nam bây giờ người ta sống không có tuổi. Lớn sầm đầu như sinh viên mà vẫn cứ trai gái thản nhiên tụm ba tụm bảy tô hô tắm hồ. Tắm như vậy gọi là… tắm tiên. Tắm tiên là tắm tồng ngồng giữa trời coi những cặp mắt của thiên hạ như…nơ pa! Ngay sát nách Sài Gòn, tại huyện Dĩ An, có những hồ Bãi Tràm hay Hồ Đá 621 do những mạch nước ngầm chảy vào những hố do những người khai thác đá bỏ lại tạo thành. Cảnh vật nơi đây rất lãng mạn, tình tứ và im ắng. Chiều chiều sinh viên nam nữ thường rủ nhau ra tắm tiên. Nam cũng như nữ, không một mảnh vải che thân, từng cặp giỡn nước thoải mái, giặt giũ tự nhiên. Tắm xong, họ chở nhau vào sâu phía trong, nơi vắng người, ôm ấp và quấn vào nhau giữa sự chứng giám của đất trời!

em bơi nghiêng cọng hoa
em lặn chao mặt nước
gió chiều vàng xuýt xoa
làm sao không mơ ước?
lòng trải cùng nước xanh
tình nở như hoa súng
đất trời nào rộng bằng
trái tim đang chín ửng
yêu em yêu dòng sông
yêu em yêu bờ cát
em lội qua mấy dòng
cả dòng thơ bát ngát

(Luân Hoán)

Tắm như thế mới là tắm chứ!

04/2007

TÁN

Mùa xuân năm 1958, sau một thời gian tán bằng những lá thư qua lại giữa Sài Gòn và Huế, nhà thơ Trần Dạ Từ đáp tầu hỏa ra Huế để lần đầu tiên gặp Nhã Ca, lúc đó chưa là một nhà văn, nhà thơ nổi tiếng mà chỉ là một độc giả yêu thơ Trần Dạ Từ. Và có lẽ, yêu người thơ nữa, mặc dù lúc đó chỉ là một người tình…không chân dung. Trần Dạ Từ đã tán như thế nào? Nhưng khoan đã, chúng ta thử nhảy qua bên…đàng gái để xem tim cô nữ sinh xứ Huế Trần Thị Thu Vân đập ra làm sao. "*Coi chừng. Tới giờ. Đó. Tiếng còi tầu. Con bé thật ngố. Đã biết trước, chờ sẵn, vậy mà vẫn giật mình, làm gẫy mất một bông thược dược. Tầu hỏa đang hú còi vào ga. Ghê quá. Anh ta tới rồi đấy. Tầu từ Đà Nẵng ra đúng sáng mồng một tết. Còn phải tìm đường, tìm nhà. Trước sau một giờ trưa, sẽ đi qua cổng. Bẩy giờ tối sẽ tới, sẽ gặp. Thư cuối năm, anh ta báo trước vậy. Buổi trưa, bao nhiêu người qua đường, biết ai là anh ta. Run quá. Coi tề, cái người nhìn mình một cái rồi quay đi, bước nhanh hơn. Anh ta?*

Anh ta vậy hả? Mỏng như tờ giấy. Còn mặt mũi? Kịp thấy chi mô. Mới nghĩ chắc anh ta đó, mắt con bé đã hoa lên rồi. Nhát. Tối đến. Con bé ra sao hỉ? Không nhớ. Bước vào nhà, chưa mời, anh ta đã ngồi. Ba đang loay hoay vặn cái radio bóng đèn tổ bố, đầy tiếng kêu rồ rồ. Anh ta vậy. Ông anh lớn trong nhà nhăn mặt bỏ sang phòng bên. Con bé ú ớ. Những lá thư xuôi ngược cả năm Huế-Sàigòn-Huế. Những bài thơ tình đầu. Anh ta ngồi đó. Ốm nhom. Mặt rỗ. Giọng Bắc kỳ dấm dẳng như ông thánh ông tướng. Được gì nhỉ? Cái miệng. May quá, anh ta còn biết cười."

Đó là hồi hộp phía Huế. Phía Sài gòn, tán tỉnh ra sao? Chúng ta đọc tiếp bài "Mồng Một Tết, 1958" do chính Nhã Ca kể lại.

" Đi dạo với anh một lát nhé. Được chứ?"

Anh ta nói khi đứng ở cổng.

" Anh ra trước. Rẽ trái. Đợi ở góc đường."

Con bé khoác cái áo vét nỉ màu vàng, buộc tóc. Có chút mưa bụi lất phất. Sợ cả tiếng guốc mình lê trên lề đường. Run dữ. Rứa mà dám đi với anh ta ra đường.

Một ngã ba.

" Cái gì đây?"

" Cây sầu đông."

Không biết nói gì, anh con trai cứ dựa vào cây để học hỏi về...thực vật học. Hết cây này tới cây khác. Rồi hỏi về tên đường. Cuối cùng, thu hết can đảm, hẹn gặp lại trưa ngày hôm sau.

" Ở mô?"

" Anh ở khách sạn Đồng Lợi. Số 47, đường Gia Long, trên lầu, phòng số 4."

Khách sạn? Con bé mà dám leo lên một khách sạn giữa thành phố Huế. Có mà muốn tự tử.

" Anh chờ sẵn ở dưới. Trưa mai. Tới nhé."

Con bé làm thinh.

" Tùy em. Anh sẽ chờ từ một giờ trưa. Nếu em không đến, sáu giờ chiều có chuyến tầu rời Huế. Chúng ta sẽ không gặp nhau nữa. Lạnh rồi. Em vào đi. Từ biệt".

Xong một cuộc tán. May nhờ có đoạn cuối hơi có ý nghĩa. Nếu không thì cây cỏ cũng mắc cở vì không làm xong được nhiệm vụ đưa đường. Chắc cũng nhờ vớt vát được tí chút ở đoạn cuối nên mới có đoạn thơ sau của Trần Dạ Từ.

Lần đầu ta ghé môi hôn
Những con ve nhỏ hết hồn kêu vang
Vườn xanh, cỏ biếc, trưa vàng
Nghìn cây phượng vỹ huy hoàng trổ bông

Trên môi ta, vạn đóa hồng
Hôn em trời đất một lòng chứa chan
Tiếng cười đâu đó ròn tan
Nụ hôn ngày đó miên man một đời

Vậy là cũng nên chuyện. Chuyện vợ chồng. Bền chặt cho tới ngày hôm nay.

Thuở chúng tôi tới tuổi biết yêu, chuyện tán tỉnh lơ mơ lắm. Kết nhan sắc của một giai nhân, muốn thân cận, chẳng biết làm gì hơn là lượn xe đạp qua nhà người đẹp. Sáng, trưa, chiều, tối. Nhìn được mặt là sung sướng rồi. Nếu chẳng may không nhìn được mặt thì nhìn cái cổng cũng an bụng ra về được. Có tiến xa hơn được là nhờ trời. Trời không cho nàng có được một đứa em hay vẩn vơ chơi trên lề đường trước cửa, hay một ông anh tình cờ học chung trường chung lớp với kẻ si tình, hoặc nàng không chung lớp với cô em gái ở nhà, thì "mối tình" mười phần chắc tới chín phần bế mạc!

Tới tuổi cảm thấy cô đơn mà chưa có đối tượng thì làm một màn đứng chờ trước cửa các trường nữ. Trưng Vương. Gia Long. Marie Curie. Regina Pacis. Đứng như vậy có rất nhiều bạn không quen biết đứng chung. Cũng đỡ run nhưng lại nhiều đối thủ. Chấm được một nàng, đạp xe theo, thỉnh thoảng vượt lên, thoáng nhìn qua, mồm miệng tới khi đó nhất định không chịu…lao động. Nàng cười một phát thì đời nở hương. Nàng nghiêm mặt thì mưa gió âm u. Nếu còn tiếp tục lẵng nhẵng thì hội phụ nữ liên đới gồm các bạn nàng sẽ đan xe đạp chèn ép có khi bể đầu sứt trán. Cuộc "làm đuôi" sẽ kết thúc. Phần bại nghiêng về phía kẻ tình si.

Ít có anh chàng si tình nào bạo mồm bạo miệng như ông Luân Hoán. Ông ấy hỏi lia chia.

này em tóc kẹp đuôi gà
đạp xe thong thả gặp ta mỗi ngày
em làm gì hết hôm nay?
giảng đường? thư viện? bóng cây? hiên nhà?
em thay áo? tắm? ngắm hoa?
em ăn me? ổi? thanh trà? hay dâu?
soi gương lặng lẽ cúi đầu?
mân mê mắn chí? lầu bầu mắng em?
hay là mê mải ngồi xem
chàng Vi Tiểu Bảo ẵm thêm ả nào?
khóc cùng nhân vật Quỳnh Dao?
cười vui theo chuyện tào lao bạn bè?
say sưa, nũng nịu ngồi nghe
kép em hí hố ngồi khoe khoang mình?

Tán gái kiểu theo đuôi xe đạp như vậy không phải là một kiểu tán đáng được đưa vào sách giáo khoa bộ môn…tán tỉnh. Nó vừa có vẻ ngây ngô vừa thiếu hiệu quả mà còn mang lại nhiều thương tích. Nhưng thời chúng tôi mà dám đạp xe theo mấy em cũng đã được bạn bè phong là can đảm rồi. Thường thì yêu chỉ để ở trong lòng, hẹn mai này, khi công thành danh toại, sẽ tìm cách đón nàng về dinh. Nhưng thuở xa xưa đó không phải là không có những anh hùng xuất chúng. Tán tỉnh một cách bạo dạn. Mồm miệng không có khẩu trang. Tía lia hót hươu hót vượn. Bạn bè tôi cũng có những…anh kiệt như vậy. Đó là những người được lũ cù lần chúng tôi thán phục. Có anh cũng đã gây ra được những liều thuốc chuột, những vết cắt tay, hoặc thậm chí những vụ phá thai nữa. Anh hùng hào kiệt thời nào mà chẳng có, nhưng đó là những tinh hoa rất hiếm hoi. Đám đông chúng tôi vẫn như những chú ngỗng đực chẳng nên cơm cháo gì. Cho tới bây giờ, nhìn lại, vẫn còn có thể đỏ mặt được.

Tiếc rằng thời đó chuyện tình của hai nhà văn Túy Hồng và Thanh Nam chưa được phổ biến rộng rãi. Nếu có, chúng tôi đã có một bài học nhãn tiền về chuyên đề "đánh mau đánh mạnh". Hai nhà văn này xáp vào nhau một cách chóng vánh, gọn gàng. Không hiểu họ có mất thời giờ tán tỉnh nhau không. Tôi e chưa kịp tán đã thành…hôn! " *Tháng chạp năm 1966, tôi gặp Thanh Nam lần đầu và lấy chàng ngay trong ngày cuối tháng đó thì Thanh Nam đã là một lực sĩ đuối sức trên hai vòng đua tình và tiền. Khi một phụ nữ gặp gã đàn ông chưa quá vài lần mà đã ngủ với hắn ngay và lấy hắn làm chồng liền, đó là hỏa hoạn của tình dục, của hoang dâm bấy lâu đè nén đã thừa cơ bật dậy. Những cuộc hôn nhân vội vã như thế này thường xuyên có thể đưa đến đổ vỡ, nhưng Thanh Nam và tôi lì lợm chung sống với nhau hoài bên bầy con bốn đứa.*" (Túy Hồng, Nghìn Trùng Thanh Nam, Thế Kỷ 21 số 218, tháng 6/2007).

Thời thế đổi thay, mỗi ngày mỗi tiến bộ. Tán tỉnh cũng tiến

bộ. Cái thứ ú a ú ớ mồm miệng như bị thóc, gan mật như thỏ đế như lũ chúng tôi hồi đó đã bị đào thải. Giả thử cỡ tôi sống vào thời buổi bây giờ, tán tỉnh lơ phơ như vậy chắc suốt đời không kiếm được người đàn bà trong đời mình. Vậy thì tôi biết gì chuyện tán tỉnh yêu đương nhau bây giờ mà nói! Quả có vậy. Tôi đành dựa vào thống kê mà nói. Theo một cuộc thăm dò có 4001 chàng trai trả lời do báo mạng VnExpress ở Việt Nam tổ chức vào đầu năm 2006 thì đối tượng tán tỉnh ngày nay là những cô gái gợi cảm. Có tới 24,5% người trả lời đồng ý như vậy. Thế nào là gợi cảm? Anh Trung, một chuyên gia máy tính thẳng thắn phát biểu: " Phụ nữ đẹp, trước hết phải *sexy*. Đàn ông tụi tôi luôn ngưỡng mộ các đường cong vì đó là sự khác biệt lớn nhất giữa nam và nữ. Những cô gái, những thiếu phụ có khuôn ngực nảy nở luôn làm tôi hoa mắt, chóng mặt". Có thể thật chăng? Vậy nếu tôi tán tỉnh vào thời nay thì tôi tán nhầm đối tượng mất. Thời chúng tôi, duyên dáng và hiền dịu mới là cái làm chúng tôi…hoa mắt! Cũng may, duyên dáng và hiền dịu vẫn có chỗ đứng trong thang bậc những đối tượng đáng tán tỉnh với 20,2% cho hiền dịu và 21,2% cho duyên dáng. Anh Ngọc Hưng, một giáo viên cấp 3, đã cho điểm hiền dịu: " Sự hiền dịu của phụ nữ làm mềm trái tim đàn ông". Ông Quang, một kỹ sư, lại kết sự duyên dáng: " Xét theo nét thì bà nhà tôi không đẹp, nhưng chẳng hiểu sao tôi cứ bị nàng cuốn hút đến tận bây giờ; chắc đó là cái mà các cụ gọi là duyên". Duyên là cái chi chi? Người thì gán cho cái hũm trên má, người thì gán cho cái nốt ruồi xinh xinh. Duyên thường không cụ thể như vậy. Nó mông lung nhưng hấp dẫn. Các cụ thì phán: *Vô duyên chưa nói đã cười / Có duyên hỏi chín mười lời không thưa.*

Đứng về phía bên kia sân cỏ, phụ nữ thích cỡ đàn ông nào tán tỉnh? Đẹp trai không được nhiều điểm. Thời chúng tôi cũng vậy, nhan sắc bậc nam nhi đứng sau sự trì chí tán tỉnh. *Đẹp trai không bằng chai mặt!* Sự thành đạt mới là mục tiêu nhắm tới của các nàng. Trong một cuộc thăm dò song song với cuộc thăm dò phái nam, cũng của tờ báo mạng VnExpress, đã có 28,9% trong số 3550 các cô tham gia đồng ý như vậy. Nàng Hương, nhân viên ngân hàng luận như sau về sự thành đạt: "Không phải là tôi tham tiền, nhưng sự thành đạt mang lại cho nam giới một tác phong rất đường hoàng đĩnh đạc, rất đàn ông, rất đẹp. Mà họ thành đạt chứng tỏ họ tài giỏi. Gái ham tài mà!" Đàn ông con trai phải có những nét đẹp nào? Không phải là đẹp trai đâu. Bô trai đâu có mài ra mà ăn được! Các nàng bây giờ tìm chỗ dựa nơi những chàng có các tính cách như sự điềm đạm (21%), tính hài hước (16%), lòng nhân hậu (13%). Cô sinh viên Thu Hương của Đại Học Khoa Học Xã Hội và Nhân Văn, Viện Đại Học Hà Nội, diễn tả: " Vẻ đẹp của người đàn ông không phải ở dáng người cao ráo hay cái mũi thẳng, cặp mày rậm, mà ở tính cách của anh ta. Nhiều người đàn ông vóc dáng bé nhỏ nhưng tính cách rộng rãi, độ lượng nên tôi thấy họ rất đẹp". Chỉ có 13% để ý tới vẻ đẹp bên ngoài của phái nam. Nhưng không phải cái đẹp kiểu tu mi nam tử xưa rích xưa rang đâu, mà là cái đẹp nằm trong sự cường tráng. Cô sinh viên Thu Hương kết luận: " Đàn ông mạnh mẽ hay không là ở trái tim, không nhất thiết phải nhìn vào cơ bắp của anh ta".

Tán tỉnh kiểu Trần Dạ Từ - Nhã Ca đã bị bỏ xa rồi. Ngày nay tán tỉnh nó gấp rút, nhanh lẹ và chớp nhoáng hơn nhiều. Nhà văn Võ Phiến là người rất tinh mắt. Ông đã thấy loại ái tình này từ lâu: trước khi Thanh Nam Túy Hồng vồ vập nhau lận! Trong một bài viết trên tạp chí Bách Khoa số 211 & 212, tháng 10/1965, bài "Cách Yêu Mỗi Thời", ông đã vạch mặt chỉ tên thứ tán tỉnh vũ bão: " *Yêu lối James Bond là bất thần vồ chớp nhoáng người con gái nào ở ngay tầm tay mình, không tỉ tê, không tâm sự gì hết, cứ đè xuống làm ái tình thật hung tợn, rồi bỏ đi tỉnh bơ; thế là người con gái kia đâm mê tít. Trong lối yêu đương ấy, giá trị người đàn bà chỉ còn là một thể xác, một phương tiện cung ứng khoái lạc. Còn người đàn ông, còn James Bond? Thì anh ta cũng không còn là một "nhân vị" trọn vẹn nữa, bất quá chỉ là một đối tượng để đàn bà chọn lựa, anh ta là một thứ máy yêu hảo hạng, xài tốt hơn các máy yêu khác, thế thôi".*

Có quá lắm không? Cái kiểu tán tỉnh bằng thân xác như vậy e rằng đã đi quá đà, chỉ thấy trên màn ảnh hay trong một phần nhỏ con người sống trong xã hội phương Tây. Phần lớn nam thanh nữ tú vẫn điềm đạm hơn nhiều. Họ cũng vẫn mở miệng trước khi mở áo quần người khác giống. Có điều họ không mở miệng trước mặt nhau mà trước cái ống liên hợp vô tri vô giác. Điện thoại, ngoài cái công dụng nhãn tiền là giúp những người ở xa nhau dễ nói chuyện với nhau, còn giúp hai kẻ khác phái tán tỉnh nhau mà không đỏ mặt bối rối. Thời thanh xuân của tôi, điện thoại đã có nhưng chưa phổ biến tới mức đi đâu cũng có cái điện thoại dính vào người như bây giờ. Các chuyên gia tâm lý khuyên các chàng trai trẻ một vài điều hữu ích khi dùng điện thoại. Không nên tán bằng điện thoại vì ít kết quả. Hãy dùng điện thoại để hẹn hò. Và chỉ tán khi ngồi trước mặt nhau. Tuy nhiên khi hẹn bằng điện thoại thì minh bạch ngay địa điểm và thời gian dứt khoát. Đừng kéo dài cuộc điện đàm. Cố tạo ra một cuộc đối thoại thật tươi vui và ngắn gọn. Làm sao khi dứt vẫn để lại trong lòng nàng chút vấn vương nghĩ ngợi.

Có xin nhau một nụ cười
Qua đường điện thoại tiếng rồi cúp ngang
Phố đêm đêm vẫn đèn vàng

Nhìn nhau cột điện hai hàng trông sao.

(Nguyễn Nam An)

Ngày nay điện thoại đang xuống hàng thứ yếu. *Internet* mới là cách tán tỉnh của trai thanh gái lịch thời @. Nào *e-mail*, nào *chat*, nào *webcam.* Xa mà gần. Hàng vạn cây số cách chia mà như ngồi nói cười thoải mái trước mặt nhau. Đây là phương tiện hiện đại nhất cho chuyện tán tỉnh. Rất nhiều nam thanh nữ tú xa cách nhau cả một, hai đại dương mà tán tỉnh làm quen, kết tình và nên vợ nên chồng.

Em là ai? Chiêm bao đầy nỗi nhớ
Để bỗng nhiên anh trở chứng si tình
Tay ghì níu thời gian gần tắt thở
Gõ lên bàn keyboard *gọi thanh xuân.*

(Quan Dương)

Đến nông nỗi tán nhau bằng @ thế này thì tôi chịu chết. Tôi quả không theo kịp thời đại. Các bạn cứ tự nhiên tán tỉnh nhau trên màn hình. Tôi quay lại. Tôi trở lại với tôi. Thủ phận. Tán tiếc chi nổi nữa. Có họa là tán kiểu tôi đang tán đây: tán hươu tán vượn!

06/2007

TEM

Thuở nhỏ tôi đã có một thời mê sưu tập tem. Mê dữ lắm. Chắc còn mê hơn mê gái! Thực ra điều này cũng không chắc lắm. Tôi mê sưu tập tem rất lâu trước khi tìm ra cái thú mê gái. Cho đến nay tôi quên không biết lý do tại sao lại phụ tình với tem sau đó. Có lẽ vì mặn tình với những bóng hồng chăng? Đang nói chuyện tem lại sa đà sang chuyện…hồng hồng tuyết tuyết! Rõ phiền, những sinh vật thích ô mai!

Mê tem cũng có cái lý của chúng. Nếu bạn là người nhìn con tem như một thứ để liếm liếm, dán dán rồi bỏ vào thùng thư thì chẳng có chuyện gì để nói. Nhưng nhìn vào con tem thấy cả một tác phẩm nghệ thuật, thấy những xứ sở xa lạ, thấy nét đẹp của thiên nhiên..v..v.. thì lại khác. Chúng ta có thể nói chuyện với nhau được rồi. Bạn đã có thời, như tôi, nhìn đâu cũng mong tìm kiếm được tem không? Lúc say tem, tới nhà ai chơi cũng hỏi lục những bao thư để xé lấy tem, vào lớp là chụm đầu vào nhau trao đổi tem, viết thư cho ai cũng hỏi xin tem, nhập hội chơi tem quốc tế để trao đổi tem với các bè bạn ngoại quốc, canh ngày phát hành tem đầu tiên để mua, dí mũi vào tủ kính các tiệm bán tem sưu tập, và nếu trong túi có tiền thì thế nào tiền cũng nhúc nhích chạy vào két của những cửa hàng quyến rũ này. Vậy là bắt đầu dại! Theo đúng những lời khuyên của những người đi trước thì không nên mua tem. Dân chơi thì chỉ chơi thôi chứ không mua bán gì cả. Lời khuyên này nghe rất… tiết kiệm nhưng mấy ai khi đã say mê lại giữ được lòng! Theo cẩm nang của dân chơi tem thì giai đoạn đầu tiên là săn tem. Săn ở đâu? Xin bất cứ nơi đâu có thể xin được, bạn bè, thân nhân, hàng xóm láng giềng… Lục lọi trong các ngóc ngách có thể lưu trữ những bức thư cũ như trong tủ, rương, hộp. Chớ nên rớ vào xấp thư tình ướp nước hoa thơm ngát của các bà chị. Phỏng tay, nát đầu như không! Kế đó là tích trữ tem. Cất vào hộp, dán vào *album.* Nếu có tem trùng nhau thì cũng đừng vất đi, cứ giữ đó để trao đổi với dân chơi khác. Sau đó là gia nhập các hội chơi tem, gặp gỡ các đàn anh đàn chị chơi tem để học hỏi thêm. Hồi đó, tôi sang hết biết. Gia nhập những nhóm chơi tem quốc tế đàng hoàng. Ngày nào cũng nóng lòng chờ thư tới từ khắp các nước. Tem nằm trong thư, tem dán ngoài thư, thu lượm bằng thích. Khi hết chơi tem rồi cũng vẫn ngóng thư: thư tình. Quen thói đến bây giờ cũng vẫn ngóng ông đưa thư hàng ngày dù chẳng còn kiếm tem hay đợi những bức thư xanh. Thú vui thành quán tính suốt đời như vậy chắc phải là thứ thú vui nặng ký!

Chơi tem là thú sưu tập có nhiều người chơi nhất. Ngay từ thập niên 1860 đã có người chơi cái trò rị mọ này. Nói là rị mọ bởi vì chơi tem cũng như chơi hoa, phải nhẹ tay. Thường thì tem sưu tầm là tem đã dùng rồi. Người sưu tầm phải gỡ tem ra khỏi bao thư sao cho khéo bởi vì con tem chỉ rách một chút, ngay cả chỉ mất một răng cưa, cũng đã là thứ bỏ đi rồi. Gỡ một con tem ra khỏi bì thư cần nâng niu như nâng niu một cành hoa. Chẳng bao giờ nên chơi trò vũ phu xé gỡ ra ngay dù con tem đã bong sẵn ra được một phần. Hành hạ tem như vậy coi như vứt tem đi vì mặt sau con tem chỉ bị tróc ra một chút giấy cũng đã trở thành…phế nhân rồi. Nên dùng kéo thật sắc cắt một vành chung quanh tem mà không phạm vào tem, thả tem vào trong một chiếc đĩa chứa nước để cho nhả keo ra. Không nên dùng nước nóng hoặc nước lạnh. Dùng nước ấm bằng nhiệt độ thân thể con người. Tem là bạn nên cũng là người! Nước nóng quá sẽ làm nhả mực dấu trên tem hoặc các màu mực khác trên bao thư. Ngâm tem khoảng 15 phút thì có thể bóc ra được. Lý tưởng nhất là con tem tự rời ra khỏi bao thư. Không nên dùng cây kẹp để bóc tem vì tem ướt rất dễ rách. Dùng tay bóc từ một góc bóc ra. Nếu thấy khó bóc thì ngừng lại ngay và ngâm lại con tem vào nước. Mỗi quốc gia dùng một loại keo khác nhau. Có thứ dễ bóc, có thứ khó bóc. Cần kiên nhẫn đối xử như đối xử với người yêu. Có nũng nịu một chút thì cũng phải kiên nhẫn chiều chuộng. Bắt buộc! Dân ga lăng mà!

Khi đã mời được em tem ra khỏi bao thư nên dùng ngón tay trỏ và ngón tay cái mân mê phía sau gỡ hết chất keo còn dính trên tem ra. Sau đó thả vào một đĩa nước sạch khác để rửa ráy cho thật sạch. Sau đó vớt tem ra, đặt ngay vào một tờ giấy hút nước. Nên dùng giấy lau tay *Bounty* mà chúng ta hay dùng trong bếp. Xếp tem theo từng hàng, không đụng nhau, mặt tem ngửa lên trên. Lấy một tờ giấy khác úp lên trên, khẽ vỗ cho các chất dơ dính hết vào giấy. Lấy tem ra đặt vào cuốn sổ sấy tem. Sổ này có bán tại các điểm bán tem sưu tầm. Cũng rẻ thôi, khoảng 5 đô. Sổ có một lớp giấy nhựa và một lớp giấy thấm chồng lên nhau. Dùng từ trang cuối dùng lên như chúng ta đọc sách chữ Hán vậy. Đặt tem vào giữa lớp giấy thấm và giấy nhựa, lưng tem ép vào lớp giấy nhựa cho khỏi dính. Khi đã xếp tem xong, dùng một cuốn tự điển dày đè lên trên. Để qua đêm sẽ có được những con tem phẳng phiu, khô ráo và mượt mà!

Nếu bạn không chơi tem mà đã chót đọc tới đây thì cho tôi xin lỗi. Nhưng tôi nghĩ phần kỹ thuật săn sóc tem trên cũng không phải là vô bổ cho cách xử thế của bạn. Bởi vì kỹ thuật chăm sóc tem giống y chang như kỹ thuật đối xử với người đẹp dù người đẹp có còn tem hay không! Thường trên các sản phẩm chai lọ hoặc đĩa hát, thuốc men có dán tem. Thứ tem chúng ta thường gọi là tem *gin* dán trên sản phẩm để bảo đảm hàng họ là thứ mới tinh chưa ai dùng tới. Đó cũng là một loại tem nhưng không ăn nhậu gì tới tem bưu điện mà chúng ta đang nói tới.

Tem bưu điện có từ bao giờ? Con tem đầu tiên trên thế giới là tem *"Penny Black"*, màu đen, trị giá 1 xu do nước Anh phát hành vào năm 1840. Bởi vì là tem Anh nên dĩ nhiên có in hình nữ hoàng, một truyền thống tới bây giờ vẫn còn giữ! Nữ hoàng trên con tem đầu tiên này là vua...bà Victoria còn rất trẻ. Tem còn rất thô sơ, được in liền tù tì trên một trang giấy, không có chấm quanh từng con tem cho dễ xé ra dùng như ngày nay. Muốn xài một con tem, người ta phải dùng kéo cắt rời ra. Canada cũng theo truyền thống đó để phát hành con tem đầu tiên vào năm 1851. Cũng bắt chước in màu đen, cũng hình nữ hoàng Victoria 19 tuổi. Có điều nữ hoàng này có giá hơn nữ hoàng được in tại Anh 11 năm trước: giá tới 12 xu lận! Nói tới Nữ hoàng là mất vui! Bởi vì xứ Canada của tôi ngày nay vẫn còn...thờ Nữ Hoàng. Tem cũng vẫn nữ hoàng ngự trị. Có điều là đương kim nữ hoàng Elizabeth Đệ Nhị.chỉ ngự trị trên tem và là Quốc Trưởng trên giấy tờ chứ chẳng có trị gì cả. Không trị mà vẫn cứ hưởng. Hàng năm Canada vẫn phải nộp tiền sang

Anh, lại còn nuôi tốn cơm tốn gạo quan Toàn Quyền đại diện nữ hoàng. Một đại diện cho toàn quốc và cả chục Phó Toàn Quyền cho mỗi tỉnh bang. Toàn Quyền do chính phủ Canada bổ nhiệm nên rất...màu sắc. Sau một thời kỳ dài Toàn Quyền da trắng, đã có một Toàn Quyền da vàng và hiện nay là Toàn Quyền da đen, gốc Haiti, trẻ măng, rất ưa nhảy nhót! Nữ Hoàng trắng có đại diện là Toàn Quyền đen. Thật đề huề! Con tem Canada in hình Nữ hoàng đen đã 155 tuổi cũng vững chắc lên giá. Trị giá của con tem nhỏ chút xíu này đã lên tới 100 ngàn đô Mỹ. Cũng tem Nữ hoàng, cũng mặt bà vua Victoria, nhưng màu hồng, giá 5 xu, phát hành năm 1865 chỉ dùng trên đảo Vancouver, đã có giá 50 ngàn đô Mỹ! Nữ Hoàng còn chường mặt trên các con tem ở Newfoundland, Nova Scotia, New Brunswick và Prince Edward Island. Toàn các xứ sau này trở thành tỉnh bang của Canada cả!

Tại sao cái xứ Canada lại...sùng kính Nữ Hoàng đến như vậy? Bộ không có mặt nào đáng lên tem hơn sao? Đó là câu hỏi của ông Charles Connell, Tổng Giám Đốc Bưu Điện New Brunswick từ thời Canada chưa thống nhất thành một quốc gia. Nghĩ sao làm vậy, ông bèn cho in, vào năm 1860, một số lượng tem lên đến 500 ngàn con in hình chính ông ta. Con tem có trị giá 5 xu. Hành động xấc xược và tự cao tự đại này đã làm chấn động dân chúng. Nội các phải họp để quyết định hai việc: hủy bỏ số tem đã in và đá đít ông Tổng Giám Đốc láo xược này! Ông "thần" nổi loạn không chịu bị đá đít: ông đã từ chức trước đó! Ông chơi trội trưng hình mình lên tem như vậy cũng có lý do chính trị. Lúc đó New Brunswick đang tranh đấu để dành độc lập thoát ra khỏi bàn tay cai trị của Anh và trước đó bưu điện cũng đã cho Nữ Hoàng đi chơi bằng cách in hình tàu thủy và xe lửa lên tem. Nhưng làm...cách mạng bằng cách tự cho mình chường mặt lên tem thì quả là lợi dụng và…cải lương! Sau khi hủy bỏ tem có hình ông Tổng Giám Đốc, Bưu Điện New Brunswick đã tạ tội bằng cách in một loại tem 5 xu mới với hình Nữ hoàng Victoria trở lại! Sử sách còn ghi lại đây là vụ xì căng đan lớn nhất trong giới tem cò! Ngày nay, những con tem in hình ông Charles Connell còn sót lại lên giá vùn vụt trong giới chơi tem. Trị giá hiện nay là 50 ngàn đô Mỹ!

Nữ Hoàng có phải là khuôn mặt làm mưa làm gió nhất trên tem cò không? Không! Người có hình in trên tem nhiều nhất là Winston Churchill. Nhà chính khách nổi danh về năng khiếu khôi hài và điếu xì gà dính trên môi này đã xuất hiện tất cả trên 474 kiểu tem. Tôi khoái nhất cái giai thoại ông Thủ Tướng tồng ngồng từ phòng tắm bước ra thì gặp ông đại diện nước Mỹ tới hội đàm. Trước sự ngỡ ngàng của ông đại diện, Churchill đã…phiếm: "Tôi muốn chứng tỏ là nước Anh không có gì giấu giếm nước Mỹ hết!" Sau khi ông qua đời vào năm 1965, một loạt tem tưởng niệm ông đã được phát hành. Rồi năm 1974, kỷ niệm 100 năm sinh nhật ông, tem lại được in búa xua mang chân dung ông. Mặc dù ông là người chống Đức nhưng Đức cũng in tem có hình ông! Churchill là người được in hình chân dung nhiều nhất trên tem nhưng người được nhắc tới nhiều nhất trên tem lại là nhà thám hiểm Christopher Colombus. Có cả thảy 700 mẫu tem vinh danh Columbus. Phần lớn in hình con tàu của ông, ngọn hải đăng hoặc những địa danh được đặt theo tên ông.

Viết tới đây tôi bỗng nhớ đến một câu khá vui về vua nước Anh: cuối cùng trên thế giới này sẽ chỉ còn 5 vua: các vua cơ, rô, chuồn, bích và vua nước Anh! Tôi không hiểu được lòng kính trọng hoàng gia của dân Anh. Họ làm như không có vua thì họ không sống được thì phải. Mặc dầu hoàng gia có ra gì đâu. Hết xì căng đan này đến xì căng đan khác. Năm 2005, nhân ngày cưới của Hoàng Tử…già Charles và cô dâu nạ giòng Camilla, Bưu Điện Anh đã cho phát hành 2 mẫu tem của cặp uyên ương nhiều tai tiếng này. Một tem in hình hai người đang cười toe toét giá 30 xu và một tem nghiêm trang hơn giá 68 xu. Nụ cười có 30 xu chắc không phải là nụ cười tươi. Không biết hai mẫu tem này có…ăn khách không chứ thua mẫu tem của ban tứ quái The Beattles là cái chắc! Không những dân Anh hâm mộ con tem này mà dân Mỹ, Nhật, Canada… cũng khoái hết biết. Dân chơi tem Canada đòi gửi tem tứ quái qua càng nhiều càng tốt. Bưu Điện Canada thấy ngon ăn cũng nhảy vào bán tem The Beatlles. Đây là lần đầu tiên một bưu điện nước khác bán tem của bưu điện Anh! Con tem *hot* này đã phá vỡ mọi kỷ lục thế giới về số bán.

Kỷ lục thế giới về bộ tem đắt nhất là một bộ tem Mỹ ấn hành năm 1918. Giá của chúng: gần 3 triệu đô Mỹ, chính xác là 2 triệu 970 ngàn đô! Tem in hình chiếc máy bay chiến đấu Curtis JN-4 có trị giá 24 xu. Tem quý là vì hình chiếc máy bay đã bị in ngược. Chỉ có 100 con tem…ngược ngạo này. Trong số 100 con tem này chỉ có một bộ 4 con có đánh số ở bên rìa: số 8493 cũng ngược nốt! Vậy là bộ 4 con tem này hốt bạc! Dân chơi tem có nguyên tắc riêng của họ. Cái gì hiếm thì quý. Tem in lỗi thường chỉ có ít nên quý, thi nhau mà làm giá. Cũng như tem đánh dấu ngày hoàn tất thủy lộ Saint Lawrence được in vào năm 1959 của Canada. Tem in hình con ó và cờ lá phong biểu tượng cho sự hợp tác Mỹ Canada. Có một số tem hình bị in ngược. Một bộ tem in ngược gồm 4 con tem nay có giá là 50 ngàn đô.

Không in ngược, không tì vết gì đặc biệt nhưng con tem *Alexandria Blue Boy* phát hành năm 1847 dán trên một bao thư trong đó có một bức tình thư giữa hai vợ chồng cũng đã đạt tới giá 1 triệu đô vào năm 1981. Đến bây giờ không biết nó lên giá tới bao nhiêu. Một chuyên gia về tem đã phỏng đoán phải tới giá 200 triệu đô! Đây là con tem được in ở Alexandria, màu xanh, trước khi những con tem Mỹ ra đời. Người ta biết, cho đến nay, đây là con tem duy nhất còn sống sót. Nhưng không phải vì vậy mà nó đạt tới giá khủng khiếp trên. Nó quý vì sau nó là một chuyện tình. Chuyện tình này do một nhà thơ kiêm Giám Đốc Bưu Điện xúc cảnh sinh tình tạo nên con tem này. Tem có hình 40 bông hồng bao vòng quanh chữ "Alexandria Post Office". Chuyện tình xảy ra giữa hai anh em họ James Wallace Hooff, 24 tuổi, và Jannett Hooff Brown, 23 tuổi. Trong bao thư là một bức hình hai người chụp chung nay đã ngả từ màu đen sang nâu và một bức thư của chàng James viết cho nàng Jannett lúc đó đang đến thăm họ hàng tại Richmond. Thư đề ngày 24 tháng 11 năm 1847. Bức thư bày tỏ niềm nhớ thương và trách móc người yêu đã không viết thư cho anh. Cuối bức thư, trước chữ ký là hàng chữ: "Anh của em với tất cả tình cảm nồng ấm nhất". Sáu năm sau khi viết bức thư này, hai người đã cưới nhau. Họ có tất cả ba người con. Chính cô con gái lớn nhất, Mary Fawcett, đã tình cờ tìm thấy bức thư trong một chiếc hộp đựng đồ khâu vá và đã bán cho một nhà sưu tập tem vào năm 1907.

Một chuyện tình trên tem thư đẹp như vậy chắc cũng đáng giá 200 triệu đô! Bây giờ tôi không còn sưu tập tem nữa. Nếu còn, biết đâu tôi cũng đã tấp tểnh! Trong lần về thăm nhà mới đây, tôi đã nhìn lại được những tập *album* tem mà tôi đã sưu tập được từ những ngày học trò. Chúng gợi nhớ lại cả một thời thanh xuân mê mệt với những con tem đầy màu sắc. Có một con tem nhìn lại bây giờ tôi còn thấy ngượng ngùng. Đó là con tem rất đẹp của Monaco. Đây là con tem sống, tức là chưa xài, còn nguyên lớp keo bên mặt trái. Lúc đó , tôi mới chập chững chơi tem, thấy người ta nói tem chết, tức là tem đã xài rồi có giá trị hơn tem sống, tôi đã ma lanh lấy bút lông mực tàu ngồi nắn nót vẽ lên trên tem hình một phần tư con dấu bưu điện để… giết con tem! Cả một thời ngây ngô nhưng không vô tội trở lại trong trí tôi, với sự ngượng ngùng như vẫn còn tươi trong tim. Con dấu trên tem ngờ nghệch và vụng dại đã nhắc tôi những lỗi lầm đã vướng mắc trong suốt cuộc đời lắm gian truân và nhiều đổi thay của tôi. Thoắt đó mà đã bạc đầu! Những dấu, những tem…

tôi là một con dấu
em là một con tem...
mỗi tem chỉ một dấu
mỗi dấu đóng nhiều tem...

Ơ hay, đã bạc đầu rồi mà còn chẳng hiểu ông nhà thơ Lê Vĩnh Thọ này nói cái gì!

05/2007

THÚ

Lẽ ra tôi chẳng nên viết gì về việc nuôi thú. Chó mèo, chim cá không có trong con tim của tôi. Cô em họ tôi nhỏ nhẹ. "Anh cứ thử nuôi đi rồi biết. Chúng dễ thương lắm cơ!". Cô nuôi hai con chó, loại nho nhỏ, xinh xinh, trắng muốt, bồng bế suốt ngày. Lâu lâu lại làm dáng cho chó bằng những chiếc nơ ở cổ. Trông đẹp thật. Cả nhà xúm xít bồng bế, hôn hít. Bà thím tôi, một chú em, hai vợ chồng cô em, và ba đứa con, ba thế hệ đều một lòng mến chó. Ban ngày, con cháu đi làm đi học cả, bà thím tôi làm bạn với chó. "Không có nó chắc thím buồn đến chết mất!". Tôi thông cảm với bà nhưng trong ý nghĩ của tôi, chó vẫn cứ là chó. Tôi chọc bà. "Cháu không có chó chắc cháu cũng buồn đến chết mất". Bà cười tươi, như tìm được một... đồng chí. Tôi thêm. "Buồn vì không có thứ chó thơm ngát nằm trên đĩa!". Bà phát nhẹ vào vai tôi. "Cái anh này!". Rồi như sực tỉnh, bà trách nhẹ. "Sao lại ăn uống như vậy!". Bà né người xa tôi. Làm như tôi ăn thịt người không bằng!

Chó bây giờ đã là người. Một loại...siêu người! Các cô gái Nhật Bản ngày nay chán con nít, chỉ thích chó. Cô Toshiko Horikoshi tất bật đi mua sắm áo quần trong một tiệm sang trọng. Tay cô đẩy một chiếc xe con nít. Trong xe không có đứa con nít nào mà chỉ có hai chú chó ngồi chễm chệ trên nệm. Ginger, một chú chó lông xù và Tinkerbell, một nàng chó lai nhỏ xíu. Luật trong các cửa hàng là cấm chó chạy nên cô bác sĩ phẫu thuật này phải cho chúng ngồi trong xe. Thả xuống là chúng chạy loăng quăng theo chân cô chủ. Cô chủ vừa nói vừa nở một nụ cười hạnh phúc. "Chúng cứ như trẻ con ấy, giống như một đứa bé bám sát mẹ vậy!" Trẻ con? Cô đâu có cần trẻ con. Cô đã ly dị chồng chỉ vì anh này muốn cô sanh con. Bỏ chồng, không muốn có con, nhưng cô thương chó. "Tôi chẳng cần ai giúp đỡ và cũng không cần chồng. Như vậy tôi có nhiều thời gian rảnh và thích làm gì thì làm. Nhưng đôi khi tôi cũng cảm thấy cô đơn và bây giờ, khi trở về nhà, tôi có thể chơi với hai cún con của tôi!"

Cô bác sĩ chuyên gia về bệnh đục thủy tinh thể này không cô đơn. Nuôi chó thay vì nuôi con đang là trào lưu ở Nhật. Hiện nay số chó ở Nhật nhiều hơn số trẻ em dưới 10 tuổi và chiều hướng này càng ngày càng gia tăng. Những "cha mẹ" của chó ngày càng muốn biểu tỏ lòng thương chó một cách ồn ào hơn. Cho chúng mặc áo bằng lụa mềm, đi chơi *spa,* tắm nước nóng, đi nghỉ mát, đi bác sĩ thường xuyên, đi đấm bóp, trượt ván nước, tập yoga. Các cửa hàng thời trang cho chó mọc như nấm. Tây cũng phải nể mặt! Harriet Sternstein có một cửa tiệm chuyên bán đồ dành cho chó ở Paris đã chịu thua. Theo cô chuyên phục vụ chó này thì riêng về khoản đồ trang sức cho chó thì Nhật Bản đi tiên phong, Pháp đi sau Nhật 15 năm và đi sau Mỹ 10 năm! Tại Tokyo, các cửa hàng bán gia súc mở cửa đến tận 5 giờ sáng và giá một chú cún con giống *chihuahua* lên tới hơn hai ngàn đô Mỹ. Ai đi mua chó vào lúc 5 giờ sáng? Tôi thắc mắc quá. Tìm hiểu thêm thì mới biết là mốt nuôi chó thịnh hành ở Nhật đến nỗi chó trở thành một đơn vị tình cảm. Các ông đi chơi trong các hộp đêm, thường tới sáng mới mò ra. Lúc đó các cô tiếp viên trong nhà hàng thường cặp kè với các ông khách đã ngà ngà say ra cửa. Các cô sẽ thủ thỉ bên tai các ông là muốn có một chú chó cho bằng chị bằng em. Rượu gật liền. Cô em ôm chó về. Ngày hôm sau, cô em sẽ mang chú chó lại cửa tiệm và lấy lại tiền mặt sau khi đã trả cho cửa tiệm một số phần trăm nào đó! Tối hôm đó, màn kịch lại tiếp tục với một ông khách khác.

Ngay từ ngày mới chân ướt chân ráo sang định cư tại xứ sở này, tôi đã đọc được một tài liệu dành cho những tay mơ muốn hội nhập vào cuộc sống ở một nơi xa lạ. Họ khuyên nên thận trọng với hai việc đầu tư. Mua nhà và mua xe. Khi quyết định mua xe, tôi đã đắn đo suy tính, bàn với vợ, tính số chỗ ngồi cho con cái. Hai vợ chồng, bốn đứa con mà xe chỉ có năm chỗ ngồi. Thiếu đứt một chỗ. Loại xe *minivan* bảy chỗ ngồi lúc đó chưa phổ thông mà giá cả lại đắt. Hỏi người nọ người kia tôi mới tìm ra được loại xe ghế ngồi phía trước không phải là hai ghế rời mà là một băng có ba chỗ ngồi, ba cái nịt đàng hoàng. Vậy là đúng chỉ số. Mừng hết lớn. Ngày nay xe cộ vừa nhiều vừa đáp ứng được mọi nhu cầu. Nếu bạn là người nuôi chó, bạn sẽ không… nhà quê như tôi hồi đó. Bạn sẽ tìm xe nào đầy đủ tiện nghi cho chó. Người tính sau! Tổ chức *American Kennel Club* đã làm một cuộc thăm dò đàng hoàng. Gần nửa số người nuôi chó, đúng ra là 47%, khi mua xe đã nghĩ tới tiện nghi cho chó trên xe trước khi nghĩ tới những chuyện khác. Với những người có thâm niên nuôi chó từ mười năm trở lên thì tỷ lệ lên đến 52%.

Bà Lisa Peterson, phát ngôn viên của tổ chức này, đã nói huỵch toẹt. "Lý do duy nhất mà tôi mua chiếc *Honda Odyssey* là vì tất cả các xe *minivan* khác đều quá nhỏ khiến các chú cún của tôi không được thoải mái!". Hãng xe *Honda* xứng đáng được bà Lisa chọn lựa. Loại xe *minivan* của họ đã có phiên bản...chó. Chỗ đáng lẽ là hộp để găng tay được họ biến thành một cái ổ êm ái cho chó, hàng ghế thứ nhì được biến cải thành chỗ thoải mái của chó với trọng lực thấp để tăng thêm sự thăng bằng, một đường đi cho chó giữa hai ghế, lại thêm nịt riêng cho chó đàng hoàng. Xe *Volvo* được trang mạng *Cars.com* tuyên dương là hãng xe "tốt nhất trong việc cung hiến sản phẩm cho các khách hàng nuôi chó". Trang mạng chuyên đánh giá các loại xe "bạn của chó" *DogCars.com* đã cho điểm tốt các loại xe sau: *Honda Element, Nissan Xterra, Dodge Nitro, Dodge Grand Caravan, Honda Fit Sport* (cho các loại chó nhỏ), *Jeep Compass, Kia Sedona, Range Rover Sport Supercharged, Subaru Forester* (hơn 60% chủ xe này có nuôi chó), *Suzuki Forenza Wagon, Toyota Rav4* và *Volvo's XC90.* Tôi cứ chép nguyên văn bảng... phong thần này ra để những người như cô em họ tôi có tài liệu nghiên cứu. Tôi thì dĩ nhiên làm lơ với cái bảng liệt kê vô bổ này.

Bà Leona Helmsley thì khác tôi. Tuy bà là tỷ phú chuyên kinh doanh khách sạn và địa ốc tại Nữu Ước nhưng tôi chẳng thèm giống bà. Không giống nhau về tiền bạc, tôi còn thập phần khác bà về phương diện...chó má. Bà mới về với tổ tiên vào trung tuần tháng 8 vừa qua. Trong di chúc để lại, bà chia cho ông anh trai Alvin Rosenthal 10 triệu đô và bổ nhiệm ông là người quản lý tài sản. Hai người cháu David và Walter Panzirer, mỗi người thừa hưởng 5 triệu đô với điều kiện phải tới thăm mộ cha mình ít nhất mỗi năm một lần. Hai người cháu nội khác là Craig và Meegan Panzirer thì không được một xu teng nào với lý do "chúng biết rõ hơn ai hết nguyên nhân tại sao"! Người tài xế lái xe cho bà được 100 ngàn đô. Trong khi đó, chú chó Trouble yêu quý của bà được hưởng phần gia tài lớn nhất là 12 triệu đô mà chẳng có điều kiện gì cả! Và khi Trouble... thăng hà, chú sẽ được chôn ngay bên cạnh bà.

Cứ tính đẳng cấp bằng số tiền được thừa hưởng thì chó đã hơn người. Mèo cũng là một loại gia súc ngang hàng với chó tuy hai thứ này ghét nhau chết bỏ! Vậy mèo cũng phải có tư cách đàng hoàng. Ai thích nuôi mèo cũng nghĩ vậy. Một bà... ái mèo có một chị mèo bị đau. Bà quýnh quáng mời thú y sĩ tới nhà chữa bệnh cho ả mèo cưng. Sau khi khám kỹ, bác sĩ thú y cho bà biết là nàng mèo có thai. Bà bất bình: "Vô lý! Nó không hề gần một con mèo đực nào cả thì làm sao mà có thai được!" Ông bác sĩ chỉ một chú mèo đực đang lảng vảng quanh bà chủ: "Thế con này thì sao?". Bà chủ quắc mắt to tiếng: "Ông đừng nghĩ bậy! Đó là anh của nó!".

Mèo là giống đàng hoàng như vậy nên nhiều người quý mèo là lẽ tự nhiên. Chỉ phải cái tội mấy anh meo meo này không ngay thật. Dấu dấu diếm diếm. Bà chị tôi có một miếng đất trồng hoa ngay bên hông nhà, lối vào có cửa đàng hoàng. Cửa để chặn người thì được nhưng mèo thì không được. Chỉ một cú vươn mình nhẹ là mèo có thể nhảy phốc qua được. Chú mèo bên hàng xóm thường chơi trò thể dục nhảy cao như vậy. Cứ tối tối là chú...vượt biên chỉ để làm mỗi một việc là ban ân huệ cho đám đất trồng hoa thêm phân bón. Phân bón có thể tốt cho hoa nhưng không hợp với mũi người. Chua loen loét! Bà chị tôi tìm đủ cách để ngăn cản. Cắm những que nhọn như bàn chông, rải thuốc chống mèo. Chẳng ăn thua gì. Ông anh tôi nghĩ chỉ còn cách rình và bắn ná bằng dây thung cho tởn tới già! Ông chưa thi hành được kế chống miu một cách mạnh bạo như vậy thì tôi vội can. Bởi vì tôi vừa đọc được một tin khá nguy hiểm cho lòng thù ghét mèo của ông. Tháng 8 vừa qua, một tòa án ở San Diego đang thụ lý một vụ…sát miu. Nạn nhân là một chú mèo đực 3 tuổi tên là Bill đã bị ông hàng xóm bắn bằng tên sắt. Chủ nhân của chú mèo đã đưa nạn nhân vào bệnh viện giải phẫu nhưng vì mũi tên bằng sắt ngập quá sâu vào cơ thể nên chú mèo đã bai bai chủ hai ngày sau khi bị nạn. Thủ phạm cho biết là chú mèo này thường xuyên sang khuôn viên nhà ông để tè bậy, đuổi mãi không được nên ông đã phải bắn tên. Nữ công tố viên Katherine Flaherty nói trước tòa: "Con vật đã phải trải qua một cơn đau đớn khủng khiếp". Và bà xin cái án 4 năm tù để cảnh cáo thủ phạm!

Tòa án bên Canada chúng tôi cũng không chịu thua kém. Tại Cobalt Walk thuộc vùng Soryfield, Halifax, một chú mèo 5 tháng tuổi bị bốn người đập chết bằng cây gậy đánh *golf*. Họ công khai đập chết chú mèo Pearl ngay trước cửa nhà. Cô bé 11 tuổi, chủ của chú mèo và hai người em họ ngồi gần đó đã tận mắt chứng kiến. Cảnh sát can thiệp liền một khi. Họ dẫn cả 4 người về bót, lấy lời khai , hỏi các nhân chứng và quyết định truy tố ra tòa một thiếu niên, người trực tiếp cầm gậy đập.

Chó chết hết chuyện, dân gian ta thường kết như vậy. Nhưng chó hay mèo chết ở bên xứ này còn nhiều chuyện lắm. Không phải chỉ là chuyện chết mèo mà là chuyện chết người. Mà tội của hai ông bà già Roderick Alexander Harper, 88 tuổi, và bà vợ Helene May Harper, 77 tuổi, dân Úc, chỉ là tội cười trước cái chết của một chú mèo. Hai ông bà có ông con tên Stephan Alexander Harper năm nay đã 43 tuổi. Ông con này nuôi một chú mèo. Chẳng may chú mèo lăn ra chết. Ông bà này chắc lòng dạ như tôi, không mặn mà với thú vật lắm, nên trót dại cười trước sự mất mát của ông con. Ông con nổi nóng, vớ cây rìu, phang cho cả cha lẫn mẹ nhiều nhát vào đầu chết không kịp ngáp. Ra tòa, hắn một mực khai là chính mẹ hắn đã đầu độc chú mèo cưng của hắn.

Đụng vào mèo nguy hiểm như vậy, mèo nào cũng thế. Mèo bốn chân hay mèo hai chân. Cách ngôn: muốn giữ mạng an toàn thì không nên…có mèo!

Bạn đừng cười. Tôi cứ tình thực mà nói như vậy. Bởi vì có chú mèo Oscar thì mất mạng lúc nào sẽ biết liền. Chú mèo này được nuôi trong một viện Dưỡng Lão ở Providence. Chú mới phát lộ tài năng ngửi thấy mùi chết chóc. Mỗi ngày chú đi vơ vẩn qua các phòng của các ông bà già. Ngửi thấy mùi chết chóc ở phòng nào là chú vô nằm ngay trong phòng đó. Các bác sĩ và y tá đã theo dõi "tài năng" của chú Oscar nhiều lần. Họ đã ghi nhận được 25 trường hợp chú mèo ngửi thấy tin dữ trước cả các bác sĩ và y tá. Thông thường khi Oscar ở lại phòng nào thì người đó sống được nhiều nhất là 4 tiếng đồng hồ nữa. Bác sĩ D. Dosa làm việc tại đây đã cho biết chú mèo đoán trước được cái chết còn giỏi hơn các bác sĩ nữa. Chút tài mọn của chú mèo Oscar đã giúp cho người sắp chết khỏi cô đơn. Vì khi thấy chú vô mai phục trong phòng nào thì thân nhân của người đó được gọi khẩn cấp vào vĩnh biệt người thân.

Nuôi mèo thì chẳng nên nuôi cá. Bởi vì cá là thứ hầu sực của mèo. Chuyện mèo dùng đuôi câu cá trong bồn lên đớp thì ai cũng biết. Trong một dịp đi Cali chơi, tôi có dịp theo một người bạn tới thăm một tay chơi cá cảnh. Ông này có vài cửa hàng làm "neo" tiền bạc thừa mứa. Trong nhà ông, từ phòng khách tới... nhà xe la liệt những hồ cá. Cái nào cái nấy to tổ chảng, đèn đuốc sáng choang, xanh đỏ tím vàng, nhìn vào như đang đứng trước hội hoa đăng! Gia chủ đưa chúng tôi đi xem hết hồ nọ tới hồ kia, cứ như đang đi trong sở thú! Hồ cá nước mặn với những loài cá màu sắc rực rỡ vừa lạ vừa đẹp. Ông nói giá tiền của từng con cá. Giá nào cũng ngất ngưởng. Mặt ông cũng ngất ngưởng. Khi qua tới những hồ cá Rồng, loại vàng loại bạc, mỗi hồ chỉ đủ chỗ cho một chú cá to sù vẫy vùng, cái giá ông nói lên tới cả chục ngàn đô có dư cho mỗi con cá. Dĩ nhiên mắt ông chờ đợi nét ngỡ ngàng trên mặt tôi. Tôi quả có suy nghĩ. Trong trường hợp này, cá đã làm nên giá trị con người!

Cá ở nhà ông Luân Hoán màu sắc lung tung. Cứ thích là mua về thả trong bồn. Chúng không có giá về tiền bạc nhưng có giá về xúc cảm. Chúng đã đẻ ra thơ.

đứng ngắm hồ cá
rải những hạt colorbits và natrafin vào lòng nước
nhìn những con electric-yellow-labido óng ánh vàng
những con hap-livingston
tranh ăn uyển chuyển
thử lắng nghe những tiếng cá nói
nhận không ra
nhưng văng vẳng tiếng thơ lãng đãng

Và chim. Những hoàng yến bạch yến, những chích chòe sơn ca. Tiếng kêu tiếng hót vang nhà. Có những buổi sáng chú chim yêu đời ngẩng cao cổ hát lên trời cao, nhà thơ nghe hứng chí, lòng dâng theo tiếng chim, nhấc điện thoại gọi tôi, kê máy vào sát lồng chim cho tôi hưởng ké tiếng hót trong veo tỏa cùng trời đất. Nghe tiếng chim tôi thấy lại cả trời tuổi thơ. Ờ nhỉ, tôi đã viết là tôi không nuôi chi cả. Chó mèo chim cá không có trong tim tôi. Hóa ra tôi đã lú lẫn. Tiếng chim nghe ké qua điện thoại đã nhắc tôi về những chú chim sáo tôi đã nâng niu trong thời thơ ấu.

Những ngày thôn dã tôi đã mải mê dang nắng đi bắt châu

chấu cào cào cho chim. Nhìn chim ngúc ngoắc đầu nuốt từng con vật xanh xanh động đậy như muốn thoát ra khỏi cặp mỏ cứng ngắc, tôi đã có cái khoái của một chú bé thương chim như thương những đứa em ruột thịt. Nuốt xong một con mồi xanh tươi, chim ngoắc ngoắc đầu như vừa ý. Rồi bụng đã đầy, lòng sảng khoái, chim cất cao cổ hót lên những cung điệu làm say đắm lòng người. Tiếng hót của chim giữa đồng quê hình như trong trẻo hơn tiếng hót của thân chim trong lồng. Bước nhảy của chim lúc thúc theo chân tôi trên những bờ cỏ xem ra cũng tươi tắn hơn những bước nhảy chuyền trên những khúc cây khô gác ngang lồng chim. Người với chim ngày xưa như bạn. Chim tự do bay nhưng vẫn quấn quít với người. Tình người với chim không vướng víu những que nan ngăn cách. Người không nuôi chim nhưng đánh bạn với chim.

Làm bạn với chim khác với nuôi chim. Nhất là nuôi chim trong xã hội cộng sản. Một công dân Đông Đức gọi điện thoại đến Cơ quan Mật Vụ An Ninh Quốc Gia STASI: "Thưa các đồng chí, tên tôi là Mayer. Tôi xin báo cáo là con vẹt của tôi vừa xổng chuồng. Nếu các đồng chí bắt lại được nó, tôi xin thưa là tôi không chịu trách nhiệm về quan điểm chính trị của nó. Báo cáo các đồng chí rõ."

Người sợ thì vẹt cũng biết rét. Nhà nọ có nuôi một con vẹt, mở miệng ra là hô "Đả đảo Cộng sản!". Một bữa có công an khu vực vào nhà. Chủ nhà vội tống con vẹt vào ngăn đá của tủ lạnh. Công an ra về, chủ nhà vẫn còn hoảng sợ, quên mất tiêu chú vẹt trong ngăn đá. Vài tiếng đồng hồ sau, bình tĩnh lại, chủ nhà mới sực nhớ tới chú vẹt, vội mở tủ lạnh. Vừa chui đầu ra, chú vẹt đã nhanh nhẩu hô: "Hoan hô Cộng Sản!". Quá ngạc nhiên, chủ mới hỏi vẹt nguyên do tại sao thay đổi lập trường nhanh như chong chóng vậy. Vẹt ta rùng mình: " Bốn tiếng đồng hồ ở Tây Bá Lợi Á là đủ lắm rồi!"

Tôi chưa bao giờ thấy có vẹt trong số chim ngụ cư tại nhà ông Luân Hoán. Có lẽ thơ mà cứ nhắc đi nhắc lại thì bằng giết thơ chăng? Bù lại, ông có nuôi một loài chim không biết nói.

buổi sáng nằm nghe con chim hót
chợt nhớ con chim đẹp nhất đời
chẳng sáng mai nào quên ngỏng cổ
gật gù ca ngợi cuộc đời vui

con chim kỳ vĩ, ngon lành thật
đầu láng cổ bành da đỏ au
miệng dọc môi hồng ướt mật
dài thân vỗ cánh ngập trời sâu

À, thế ra tôi cũng nuôi chim!

09/2007

TIM

Tim là một cơ phận nằm sâu trong lồng ngực, thường thì chỉ có bác sĩ giải phẫu mới lôi ra ngoài được, nhưng lại là thứ được người ta lôi ra ngoài lia chia để chứng tỏ tấm lòng của mình, tuy lòng là một thứ nằm tuốt bên dưới không được thanh nhã như tim. Bởi vì được bày hàng lung tung chỗ này chỗ khác nên tim là thứ hay bị bỏ quên nhất. Chỗ để người ta bỏ quên con tim thường là cặp mắt, nụ cười, hột nốt ruồi duyên, đồng tiền trên má..v..v.. Toàn những thứ nhỏ hơn con tim cả! Kể từ ngày ông nhạc sĩ Đức Huy bỏ quên con tim ở kinh thành ánh sáng Paris thì tim mới tìm được chỗ rộng rãi hơn để bị bỏ quên. Và có lẽ vì có chỗ rộng rãi nên cũng kể từ ngày đó tim bị bỏ quên nhiều hơn. Không bỏ quên người ta cũng cứ ong ỏng hát lên là đã bỏ quên. Vì đó là thời thượng. Không biết bỏ quên là quê một cục!

Nhưng trầm trọng hơn là tim…vỡ. Nghe thì có vẻ…bế mạc cuộc đời nhưng từ ngày T.T.Kh vỡ tim đến nay, cũng đã già nửa thế kỷ, những người vỡ tim vẫn cứ thổn thức:

Người ấy thường hay vuốt tóc tôi,
Thở dài trong lúc thấy tôi vui.
Bảo rằng hoa dáng như tim vỡ,
Anh sợ tình ta cũng thế thôi.

Bỏ quên con tim hay tim vỡ đều là những thứ lẩm cẩm của những người đang yêu. Yêu dính vào với trái tim. Để gửi một thông điệp tình yêu, người ta chỉ cần vẽ một con tim, thế là hiểu nhau liền tức khắc. Để chấp nhận một tình yêu, người ta trao cho quả tim, tuy người được trao cùng lắm chỉ sờ được cái bao che trái tim. Để báo một tin vui hai trái tim từ nay gắn bó với nhau, người ta vẽ tùm lum đủ loại trái tim cách điệu trên tấm thiệp báo hỷ. Và người ta có riêng hẳn một ngày trong năm, ngày *Valentine,* để có dịp vẽ trái tim thả cửa trên mọi xó xỉnh.

Ai nghĩ ra trò cột cái cục thịt bằng nắm tay lúc nào cũng nhúc nhích này vào với thứ chẳng ai thấy được là tình yêu? Không ai rõ được dung nhan của cái người nhiều tưởng tượng này nhưng người ta tin rằng sự liên kết giữa trái tim và tình yêu chỉ bắt đầu từ thời Trung Cổ khi các nhà thơ thi vị hóa con tim bằng tình yêu. Trước đó trái tim được nối kết vào những thứ cao hơn nhiều. Thời cổ Ai Cập người ta tin rằng thần *Ptah* đã thai nghén thế giới trong trái tim trước khi tạo dựng ra bằng lời phán. Trái tim là cái lõi của đời sống, ý chí và thông minh. Sách sử thời đó còn được ghi lại những câu như: “ Trái tim là suối nguồn của mọi trí tuệ” hoặc “Những gì tay làm, nơi nào chân dẫn chúng ta tới, làm sao mọi phần trong cơ thể chúng ta chuyển động – tất cả do lệnh của trái tim”. Trái tim thời đó đóng vai trò của trí não ngày nay. Nó là…kinh đô của các bậc thần linh trong tôn giáo. Trong Kinh Thánh trái tim là nhân cách nội tại: “Thiên Chúa nhìn sự vật không giống như con người; bởi vì con người nhìn vào cái vẻ bên ngoài, nhưng Thiên Chúa nhìn vào trái tim" (Samuel 16:7). Ấn Giáo nhắc đi nhắc lại trái tim là nơi trú ngụ của Atman. Hồi Giáo cho trái tim là chỗ xác thịt của tinh thần và suy tưởng.

Ngày nay yêu nhau thì cứ phải có tí ti tim. Chứ chẳng lẽ chỉ yêu ở đầu môi chót lưỡi? Nghĩ ra thì cũng hợp lý. Trái tim là cơ phận đầu tiên được hình thành trong bụng mẹ và cũng là cơ phận chỉ ngừng hoạt động khi cơ thể chết. Thế nên "yêu bằng cả trái tim" là yêu ra rít không để đâu cho hết. Nếu tính tình yêu theo nhịp đập của con tim thì hết xảy! Trong 24 tiếng đồng hồ, tim đập gần 100 ngàn nhịp, bơm 2000 *gallon* máu giầu *oxy* đi khắp 96 ngàn cây số các mạch máu liên kết tế bào của các cơ quan nội tạng và bộ phận của cơ thể. Cứ nhân lên với một tháng, một năm, mười năm, một đời người thì tình yêu cứ thủ thỉ nhắc đi nhắc lại biết bao nhiêu lần?

mỗi nhánh chữ đều có tôi phục kích
nằm lăm le tình mộng trong tim
em lấp ló, tức thì tôi nhận diện
yêu hay không chuyện của trái tim

(Lê Hân)

Chuyện của trái tim thì nhiều lắm. Cứ như lẽ thông thường, yêu nhau xuôi rót thì hai trái tim bận so nhịp nên chẳng thèm biết đến ai, nhưng khi hai trái tim lệch nhịp nhau, tình yêu bị bệnh, trái tim…không ngủ yên, thì người ta la làng lên. Nói cho vui vậy thôi chứ sức đâu mà la. Khi đã dính bệnh thì mình chẳng là mình nữa, ngơ ngơ ngáo ngáo, râu ria phát khiếp, ra đường chẳng nhìn thấy thế nhân, chẳng la người ta cũng biết bệnh! Đó là tâm bệnh. Bệnh của những người yêu nhau và của các ông bà thi sĩ. *Gió mưa là bệnh của trời / Tương tư là bệnh của tôi yêu nàng.* Còn bệnh tim là một thực thể khác kém thơ mộng hơn nhiều, chẳng dính dáng gì tới mưa với nắng cả.

Chắc ai cũng biết phóng viên truyền hình Larry King nổi tiếng của đài tin tức CNN. Ông…trời con này là đất lành cho bệnh tim đậu. Này nhé: ông hít 3 bao thuốc mỗi ngày; bị bệnh mạch vành; ăn rất ít rau nhưng nhiều thịt và chất béo; có bố chết sớm vì bệnh tim. Đó là…tình hình sinh hoạt của ông cách đây 17 năm. Ông cứ tỉnh bơ sống như vậy cho tới một đêm ông bị đau nhức vai phải và cảm thấy như kiệt sức. Trên đường tới bệnh viện, ông thần này vẫn cố hút một điếu thuốc, và khi cơn đau đã được các bác sĩ chữa cho hơi giảm bớt, ông đòi về. Nếu ông về thì đài CNN chẳng còn ông tới ngày nay! May mà ông cũng biết sợ và nghe lời bác sĩ ở lại bệnh viện, con tim bệnh hoạn của ông qua được cơn hiểm nghèo. Có điều từ ngày đó ông phải dùng tim nhân tạo và thay đổi cách sinh hoạt!

Ai cũng có thể bị những cơn đau tim không hẹn mà tới. Nó như anh Thần Chết. Rất bất lịch sự, tới là tới ngay cửa nhà, chẳng có phôn phiếc hò hẹn gì cả. Dấu hiệu đau như Larry King đã trải qua, nhiều người cảm thấy nhưng cho qua, nghĩ là nó tự đến rồi hết, có chi mà thắc mắc. Vậy khi có những triệu chứng như: đau ngực hoặc tức ngực; khó chịu ở phần trên (một bên cánh tay, lưng, cổ , hàm, dạ dày); thở gấp; toát mồ hôi lạnh; buồn nôn; đột nhiên mệt mỏi khác thường dù không thiếu ngủ, thì hãy đi *check* ngay. Với một phần ba số người bị đau tim, triệu chứng đầu tiên cũng là cuối cùng, và một nửa trong số họ bái bai cuộc đời khi chưa kịp tới bệnh viện! Trên thế giới có 1 tỷ người mắc bệnh tim, có bạn trong con số khá lớn này không? Ai mà biết được! Trái tim của chúng ta tự nó không thấy đau bao giờ bởi vì nó không có bộ phận chuyên biệt cho cảm giác đau. Nó đau nhờ ở những chỗ khác! Thế mới rắc rối tơ vò! Khi tim có vấn đề, các dây thần kinh nối với tim cũng mất ổn định.

Khi đi tới cột sống, chúng có thể làm chạm mạch các các dây thần kinh khác như dây nối tới tay hay ngực chẳng hạn. Vì vậy chúng ta sẽ cảm thấy đau ở tay ngực, hay hàm hay bất kỳ nơi nào khác ngoài tim. Não cũng tham gia bằng cách kích thích thần kinh phế vị làm chúng ta đau bụng hay đổ mồ hôi lạnh. Nhưng nếu các dây thần kinh không chạm nhau thì chẳng có chuyện gì xảy ra, chẳng đau đớn chi ở bất cứ đâu trong khi tim vẫn bệnh! Thế mới phiền phức. Vậy thì chúng ta phải làm sao? Nếu chúng ta ở trong trường hợp của ông Larry King nói trên, nghĩa là có rất nhiều…triển vọng đau tim, thì tốt nhất là nên đi khám bác sĩ thường xuyên và chắc chắn sẽ được khuyên thay đổi lối sống. Nhiều người ngại đi tới các quan tu bíp. Kể cũng ngại thật!

Một cô bé đi khám bác sĩ về tâm sự với mẹ: " Ông bác sĩ này vô tâm quá mẹ ạ! Ai đời đi khám bệnh mà quên mang theo ống nghe. Thế là ông ấy phải áp sát tai vào ngực con để nghe tim!". Bà mẹ giật mình, nhìn con dò xét, phán: " May cho mày là nó không để quên kim chích ở nhà đấy!"

Con đi khám bệnh mà mẹ đau tim! Nói đau tim là nói chung chung. Tim có nhiều thứ trong đó, cấu trúc rất phức tạp. Nào là cơ tim, van tim. Nào là mạch máu nuôi dưỡng tim, thần kinh tim. Cảm giác đau ở vùng ngực cũng rất chung chung. Có thể đau nơi các cơ ở ngoài lồng ngực, đau các xương sườn hay cũng có khi đau các cơ và thần kinh liên sườn, màng phổi, cơ tim, các mạch máu lớn. Muốn biết chính xác phải được chẩn bệnh cụ thể, chụp tia X, đo tâm điện và các xét nghiệm khác.

Tim rất…thần kỳ! Khi hoạt động trơn tru, tim là một cỗ máy phi thường bơm máu tới từng ngõ ngách nhỏ hẹp trong cơ thể. Bạn thử xòe bàn tay ra rồi nắm lại liên tục khoảng 60 tới 70 lần trong một phút. Tim cũng co bóp như vậy. Và không ngừng nghỉ trong suốt cuộc đời bạn! Máu được tim bơm tới não thì chúng ta suy nghĩ được, tới cơ bắp thì chúng ta có thể xách đồ cho người đẹp được, tới chú nhỏ thì chú nhỏ có thể giương buồm ra khơi cho biết mặt trùng dương! Tim lại còn biết lượng định chỗ nào đang cần nhiều máu thì bơm máu ồ ạt tới chỗ đó, thường thì 5 lít máu mỗi phút nhưng khi cần thì tăng tốc tới 20 lít mỗi phút. Hệ tuần hoàn được ví như một hệ thống hỏa xa, trái tim là sân ga chính, nơi tất cả các chuyến tàu đều phải ghé qua. Động mạch, tĩnh mạch là các đường ray xe lửa đưa tàu đi khắp hệ thống cơ thể, giúp máu là hành khách đi tới bất cứ ngõ ngách nào. Chỗ nào cần nhiều máu thì toa xe sẽ chở đầy nhóc hành khách tới. Chỗ nào sinh hoạt bình thường thì toa xe sẽ có số hành khách lưa thưa hơn. Nếu đường ray bị hư hỏng một chỗ nào hoặc có những chướng ngại vật cản tàu đi qua, hành khách không tới được nơi hẹn sẽ sốt ruột chửi thề inh ỏi. Nếu tàu bị ngừng lại quá lâu, gây cản trở lưu thông, một số sân ga sẽ ngừng hoạt động và dần dần ảnh hưởng sẽ tràn lan sang các sân ga kế cận. Thế là…bệnh. Không thông không chữa, cả hệ thống hỏa xa sẽ bị tê liệt. Có khi dẫn tới phá sản. Máu không lưu thông được, cơ thể sẽ…chuyển sang từ trần!

Những ai hay bị bệnh tim? Đó là những người ăn uống ẩu tả không chịu kiêng cữ, không tập luyện thể dục thể thao hay những người hút thuốc. Vì vậy nam giới có khả năng bị bệnh tim lớn hơn nữ giới. Có nhiều phương pháp điều trị bệnh tim: dùng thuốc, phẫu thuật, ghép tim và thay tim nhân tạo. Ca phẫu thuật ghép tim đầu tiên được thực hiện bởi một bác sĩ Nam Phi tên Christian Barnard vào năm 1967. Theo như báo cáo của Cơ Quan Y Tế Thế Giới WHO năm 2004 thì bệnh tim là bệnh gây tử vong hàng đầu trên thế giới, chiếm tỷ lệ 30%!

Bệnh nhân tim mạch nam thường thắc mắc: chăn gối có cần

kiêng cữ không ta? Thắc mắc này khá phổ biến vì chúng ta vẫn thường được dậy dỗ là ba bát cơm mới được một giọt máu, ba bát máu mới được một giọt tinh, vậy thì chăn gối là một việc rất tốn…cơm! Bệnh tật thì kham chi nổi. Một ông bạn tôi bị té gãy chân, bác sĩ bảo là tạm thời nên ngưng việc âu yếm vợ. Ông vốn là người cẩn thận nên ngưng ngay. Một năm sau, chân đã lành từ lâu tuy vẫn còn khập khiễng chút đỉnh, không thấy ông bác sĩ bảo ban gì, ông thu hết can đảm hỏi là bây giờ ông hành sự việc nam nhi được chưa? Bác sĩ giơ tay ngạc nhiên: vậy là hơn năm nay ông vẫn kiêng cữ sao? Ông gật đầu. Bác sĩ chỉ biết lắc đầu. Có cái chân mà còn vậy, quả tim thì biết sao? Phát ngôn viên hội Tim Mạch Anh đưa ra khuyến cáo: " Có nhiều bằng chứng cho thấy luyện tập đóng vai trò quan trọng trong quá trình phục hồi của bệnh nhân tim mạch và quan hệ tình dục là một cách luyện tập tốt." Vậy là yên chí lớn. Cứ luyện tập! Nhưng cũng nên tự lượng sức. Lượng như thế nào? Nếu bạn đi bộ trên một đoạn đường bằng phẳng dài 270 thước mà không thấy đau ngực hoặc khó thở thì có thể…luyện tập được!

Ông Gérard Langevin ở thành phố Montréal chúng tôi thì chẳng bao giờ đau ngực cả. Ngay cả nhịp đập của con tim ông cũng chẳng có! Chẳng là ông đang mang tim nhân tạo. Thay tim là một phương cách để chữa những người bị đau tim có con tim đáng phế thải. Thường thì người ta phải chờ có người cho tim thì mới thay. Mà người hiến tim thì đâu có nhiều. Trên toàn Canada chỉ thay tim được cho khoảng 200 người mỗi năm và tỉnh bang Québec chúng tôi chỉ có khoảng từ 30 đến 40 bệnh nhân nhận được tim mới mỗi năm. Thay tim rồi lại còn phải dùng thuốc chống phản ứng rất tốn kém. Chi bằng chế ra tim nhân tạo. Một máy tim nhân tạo mới có tên HeartMate II vừa được nhà chế tạo Thoratec hoàn tất và đang trong vòng thí nghiệm tại một số bệnh viện chọn lọc ở Canada và Mỹ. Tháng 12 năm 2006, ông Langevin là người Canada đầu tiên được mang tim nhân tạo mới HeartMate II trị giá 100 ngàn đô này. Sở dĩ ông không có nhịp tim là vì máy hoạt động bằng cách liên tục chuyển máu đi thay vì bơm máu như tim thường. Máy được đeo trên dây lưng chỉ lớn bằng cỡ một cục pin loại D, được nối vào mạch máu chính, chạy bằng hai cục pin trong 8 tiếng. Ông Langevin luôn có 6 cục pin dự trữ trong người và những pin này đều có thể sạc lại được. Cả cơ quan Y Tế Canada lẫn cơ quan Quản Trị Thực Phẩm và Dược Phẩm Hoa Kỳ đều chưa công nhận máy HeartMate II này. Có lẽ họ phải chờ coi hiệu quả của máy trong vòng 2 năm nữa. Tuy nhiên giới khoa học rất hoan nghênh. Bác sĩ Nadia Giannetti của Đại Học McGill cho biết: “ Đây là một thành quả lớn. Chúng tôi chờ đợi chiếc máy này từ lâu lắm rồi!”. Ông Langevin thì mừng quá đỗi. Mọi người tưởng ông không qua khỏi mùa Giáng Sinh 2006, vậy mà nay ông khoan khoái cho biết: “Tôi cảm thấy là một con người hoàn toàn mới. Thật ra, tôi thấy mình như chỉ mới 3 tháng tuổi!” Ba tháng là thời gian ông đeo máy HeartMate II.

Tim là một thứ dễ nhức nhối. Anh bị bồ bỏ, em bị kép cho de, tim nào chẳng mang thương tích. Rồi cuộc sống có vạn chuyện buồn cũng làm méo mó con tim. Viện Đại Học London ở Anh vừa làm một cuộc khảo sát trên 8000 người và tìm ra là những người có cảm giác bị đối xử bất công trong gia đình cũng như ngoài xã hội có nguy cơ bị bệnh tim cao hơn 55% so với những người không có cảm giác trên. Theo các nhà khoa học, cảm giác bất công tạo ra những xúc cảm tiêu cực có thể dẫn đến những thay đổi về hóa sinh trong cơ thể, dẫn đến nguy cơ bị bệnh tim. Chúng ta có một trường hợp cụ thể: Đức Tổng Giám Mục Nguyễn Kim Điền, Tổng Giám Mục Giáo Phận

Huế. Sau năm 1975, Ngài nổi tiếng là người chống đối chính quyền Cộng sản. Ngài là Giám Mục duy nhất đã phạt treo chén không cho thi hành nhiệm vụ một linh mục trong giáo phận vì linh mục này đã tích cực hoạt động cho nhà nước. Đường lối cứng rắn của Ngài khiến Ngài thường xuyên được công an canh chừng nghiêm ngặt. Ngài không được tham dự các phiên họp của Hội Đồng Giám Mục Việt Nam, không được đi triều kiến Giáo Hoàng tại La Mã, không được ra khỏi thành phố Huế mà không có phép. Nhà cầm quyền Cộng sản đã gây khó dễ tối đa cho vị chủ chăn này. Công An thành phố Huế nhiều lần triệu tập Ngài tới Sở Công An và Ủy Ban Nhân Dân tỉnh để "làm việc". Mỗi lần như vậy có khi kéo dài nhiều ngày, nhiều tuần, nhiều tháng, mỗi ngày từ sáng đến chiều, buổi trưa được về ăn cơm rồi trở lại. Mục đích của họ là khủng bố tinh thần, làm cho con người mệt mỏi, khiếp sợ và khuất phục. Ngài bị đau tim vào năm 1983. Lần "làm việc" sau cùng của ngài tại trụ sở Ủy Ban Nhân Dân tỉnh vào cuối năm 1987, đầu năm 1988 kéo dài liên tục trong 3 tháng cho tới một bữa Ngài bị mệt, công an cho mời bác sĩ tới tận nơi khám. Huyết áp của ngài lên quá cao họ mới chịu phép cho Ngài về nghỉ. Tháng 5 năm 1988, Ngài được đưa vào Sài gòn chữa bệnh và Ngài đã qua đời vào ngày 8 tháng 6 năm 1988 tại bệnh viện Chợ Rẫy. Lúc đó Ngài được 77 tuổi.

Loanh quanh với chuyện tim bị bệnh, chán chết. Con tim trong đôi mắt nhân gian là biểu tượng của tình yêu. Mọi loại tình yêu. Để lại tình yêu là để lại con tim. Pháp sư Viên Chiếu, trụ trì chùa Pháp Hoa, núi Quan Âm, tỉnh Thiểm Tây, Trung Quốc, rất thương yêu các đệ tử và chúng sinh của Ngài. Tháng 6 năm 1994, khi Ngài 93 tuổi, vị sư nữ này, trong một buổi giảng kinh tối, đã nói với mọi người: " Ta sẽ để lại trái tim ta cho chúng sinh". Sau đó Ngài ngồi kiết già và viên tịch. Theo đúng pháp quy của nhà chùa, các đệ tử đặt nhục thể của Ngài trên một phiến đá xanh, xếp củi chung quanh và hỏa hóa. Lửa cháy sáng suốt một ngày một đêm. Trong đống tro nguội sau đó, các đệ tử thu được trên 100 viên xá lợi to nhỏ khác nhau. Điều kỳ diệu hơn cả là trái tim của Ngài không hề bị thiêu cháy. Sau khi ngọn lửa tắt, trái tim vẫn còn mềm, nóng, sau đó mới nguội dần và cứng lại, biến thành một viên xá lợi lớn màu nâu thẫm. Khoảng 100 đệ tử có mặt trong lễ hỏa táng đã tận mắt chứng kiến hiện tượng lạ lùng đó. Chùa Pháp Hoa đã cung thỉnh trái tim xá lợi của Ngài về Hội Phật Giáo tỉnh Thiểm Tây.

Ông bạn tôi, nhà thơ Đức Phổ, cũng có một trái tim biết yêu. Tình yêu của ông nhỏ hơn. Trái tim của ông cam chịu hơn.

Em trói tim ta
trong lọn tóc xinh
ta cựa quậy
chỉ đụng nhằm hạnh phúc.
Không do dự
cũng không hề toan tính
tuồng yêu mê
đã nhốt cuộc ta rồi.

Tội nghiệp cho trái tim của nhà thơ. Hết bị trói lại bị nhốt. Vậy mà cũng hạnh phúc!

08/2007

TRĂM

Lẳng lặng mà nghe nó chúc nhau
Chúc nhau trăm tuổi bạc đầu râu
Phen này ông quyết đi buôn cối
Thiên hạ bao nhiêu đứa giã trầu.

Ông Tú Vị Xuyên là một người sắc sảo. Thơ của ông không huých bên này cũng tạt rơ-ve bên nọ. Nội chỉ trong một bài thơ chúc tết mà ông phạng tất. Từ anh nhà giàu, anh nhà quan đến anh nhà dân. Anh già ông cũng chẳng tha! Bốn câu thơ trích trên đây là…quà tết cho riêng giới già trong một bài thơ mà ông chẳng quên một giới nào cả!

Câu chúc tết thường là câu đầu môi chót lưỡi. Người ta thường không tin những gì mình chúc. Đôi khi chúc là chúc vậy thôi, người ta không cả muốn những điều họ chúc thực sự xảy ra. Lỡ chúng được như vậy thì hơn mình sao? Chúc là… chúc. Thế thôi. Trăm tuổi thì mấy ai đạt được! Đó là chuyện thời ông Tú Vị Xuyên chứ bây giờ trăm tuổi là chuyện nhỏ.

Ngay chỉ quanh quẩn trong một số hạn hẹp người tôi quen biết trong thành phố này cũng đã có hai cụ vượt qua ngưỡng cửa trăm năm. Một cụ đã trăm tuổi từ năm năm trước giờ vẫn cứ ngồi đánh tứ sắc suốt ngày như không. Một cụ vừa…tới đích đã được mấy anh tây chủ nhà già mà cụ cư ngụ tình nguyện và hân hoan tổ chức sinh nhật bách tuế cho cụ. Mấy anh tây này còn dành cho cụ một bất ngờ là đã lẳng lặng đi thuê một ban nhạc Việt nam tới xập xình để cụ…về nguồn!

Trăm tuổi! Chỉ nguyên nhà già Griffith McConnell ở khu Côte St. Luc thuộc thành phố Montreal của tôi đã sơ sơ có tất cả 10 cụ, 7 cụ bà và 3 cụ ông, về tới mức trăm trong năm nay, nâng tổng số các cụ trăm tuổi trở lên tới con số 14. Chỉ mới hai năm trước chứ không xa, cụ Robert Thomson là người duy nhất trăm tuổi trong nhà già này. Nay cụ đã tính lập một câu lạc bộ trăm tuổi! Câu lạc bộ này các cụ bà sẽ chiếm đa số. Hai cụ Việt Nam tôi biết cũng đều là các cụ bà. Tình trạng các cụ bà sống lâu hơn các cụ ông là tình trạng chung trên thế giới. Khoa học đang tìm câu giải thích. Theo chuyên gia nghiên cứu về sức khỏe thuộc Đại Học Michigan David Williams thì sở dĩ có tình trạng bất cân phân này là tại…các ông. Các ông mắc căn bệnh sĩ diện! Bệnh này có từ lâu, ít nhất cũng từ thời cụ Nguyễn Công Trứ! Chí khí nam nhi bắt các ông nhất định " phải có danh gì với núi sông". Lỡ không có danh thì thất vọng, ông thì tự kết liễu đời… trai, ông thì buồn phiền trầm cảm có hại cho sức khỏe, ông thì chán đời rượu chè be bét coi mạng sống như củ khoai! Cũng từ cái bệnh…nam nhi này mà các ông tự kiêu chẳng thèm tới gặp mấy ông bà tu bíp làm chi cho…mất mặt! Các ông luôn luôn nghĩ một cách chủ quan và muốn tự giải quyết bệnh tật trong khi các bà lại thường muốn có những lời khuyên của bác sĩ. Theo thống kê thì tại Mỹ số các ông chịu tới phòng mạch chỉ bằng nửa số các bà. Vậy mà các ông lại bệnh tật hơn phái yếu. Trong 15 bệnh gây tử vong cao nhất thì số các ông mắc bệnh luôn luôn cao hơn các bà. Ở mọi lứa tuổi, chính các ông mới là phái yếu, bệnh tật rề rề. Nguyên do là vì các ông hút thuốc, nhậu rượu, ma túy và sống buông thả hơn. Đó là lối giải thích của giới chuyên môn. Tôi thì chỉ tin những gì thấy trước mắt. Phe...cằn nhằn dĩ nhiên là sống dai hơn phe bị nghe cằn nhằn!

Sống dai là một chuyện, sống có...chất lượng lại là chuyện khác. Chuyện chất lượng coi bộ khó. Mới sáu chục cái xuân già mà đã quên trước quên sau thì còn tới bốn chục...cây số nữa mới tới trăm năm liệu có lú lẫn chăng? Thường thì là có. Một cặp vợ chồng trăm năm đang ngồi coi ti vi, cụ bà nhờ cụ ông đi vào bếp lấy kem dùm.

" Ông ghi ra giấy không lại quên!"

" Giấy với má gì. Tôi nhớ mà!"

" Vậy thì ông cho một ít trái dâu lên trên mặt kem nhé. Tôi thích dâu lắm. Tốt nhất là ông nên ghi lại đàng hoàng rồi hãy vào bếp. Ông là chúa hay quên!"

" Bà thật rắc rối. Bà muốn một ly kem có dâu ở trên phải không? Đấy, tôi nhớ chứ, bà thấy không?"

Ông đi vào bếp. Khoảng hai chục phút sau, ông trở lên phòng khách tay bưng một đĩa xúc xích và trứng. Bà già nhìn vào đĩa, thở dài:

" Biết ngay mà! Ông có nhớ gì đâu! Ông lại quên mang bánh mì ra cho tôi rồi!"

Ấy, sống dai thường có những phó sản tức cười như vậy. Một phó sản khác là...giận. Con cái đã ra riêng hết, đi ra đi vào trơ khấc chỉ có hai cái bóng đã bên nhau dăm bảy chục năm. Quen quá hóa nhàm. Tính tình nhau thì đã bày ra cả, chẳng còn gì là...bí mật. Nói năng với nhau thì cũng đã thành nếp, có gì mới đâu. Vậy là cà khịa nhau từng chút một. Giận! Không thèm nói nữa. Cho bõ ghét!

già rồi em lại giận dai
cả tuần không nói hỏi hoài không thưa
anh biết làm sao cho vừa
cho em thôi giận ban trưa ban chiều
tụi mình hai đứa buồn hiu
nhà thênh thang rộng anh khều với ai.

(Trần Phù Thế)

Còn khều được là còn khỏe. Nhưng khỏe như hai kiện tướng trăm tuổi có dư này thì hết nói. Ông cụ Tudorica Anghel, người Lỗ Ma Ni, năm nay đã 105 tuổi, mà chưa hề biết đến bác sĩ hay bệnh viện. Mãi tới đầu tháng 4 vừa qua, lần đầu tiên cụ mới chịu phép tới phòng mạch bác sĩ. Lý do: cụ thấy đau bụng sau khi ăn dưa leo ngâm quá hạn. Bà bác sĩ Diana Cimpoiescu khám đi khám lại chỉ tìm ra được là cụ mắc chứng khó tiêu thôi. Còn sức khỏe tổng quát chẳng có vấn đề gì cả ngoài chứng lãng tai! Cụ bà Cruz Hernandez ở làng San Agustin, El Salvador còn gân hơn nữa. Năm nay cụ đã 129 tuổi, có 169 cháu chắt, mà chưa bao giờ bị đau ốm cả. Dĩ nhiên phòng mạch bác sĩ hay bệnh viện là những chỗ xa lạ với cụ. Mà cụ có kiêng khem gì đâu. Buổi trưa cụ làm một ly bia, hàng ngày vẫn cà phê sữa bỏ nhiều đường và vẫn phì phèo thuốc lá. Hồi được trăm tuổi cụ vẫn thường vấn thuốc lá lấy để hút! Cụ bà 129 tuổi này có giấy rửa tội *origin* ghi rõ ngày sanh là 3/5/1878. Chính quyền El Salvador đang đề nghị với sách kỷ lục Guinness ghi nhận cụ là người già nhất hành tinh.Thế nhưng cụ chẳng chờ được. Cụ đã vĩnh viễn ra đi vào ngày 9 tháng 3 vừa qua!

Bà cụ được ghi nhận chính thức là người cao tuổi nhất thế giới là dân…nước tôi: cụ Julie Winnefred Bertrand, cùng cư ngụ tại Montreal với tôi vừa qua đời vào ngày 18 tháng giêng vừa qua ở tuổi 116. Thời trẻ cụ đã có "quan hệ gần gũi" với chàng luật sư Louis St Laurent, người sau này trở thành Thủ Tướng Canada từ năm 1948 đến 1957. Cụ ông cao niên nhất thế giới được ghi nhận trong sách kỷ lục Guinness, cụ Emiliano Mercado del Toro, 115 tuổi, người Puerto Rico, cũng đã từ giã chúng ta vào ngày 24 tháng giêng năm nay. Cụ này độc thân vui tính, không vợ không con, không cháu không chắt gì cả.

Các cây cổ thụ trên coi bộ chẳng có bí quyết gì để sống hùng sống mạnh quá trăm năm cuộc đời cả. Cụ thì con cháu đầy đàn, cụ thì chẳng vợ con, cụ thì cà phê, thuốc lá, rượu chè thả cửa. Các cụ đều là người thành thật, có sao nói vậy, chứ không tinh quái như ông cụ trăm tuổi được tôi phỏng vấn mới đây.

" Thưa cụ, cụ có thể cho đám hậu sinh chúng cháu biết bí quyết sống trên trăm tuổi của cụ được không ạ?"

" Cậu hỏi để làm chi vậy?"

" Thưa để cháu đưa lên báo cho mọi người bắt chước theo hầu có được cuộc sống lâu dài và khỏe mạnh như cụ."

" Ờ! Ba ngày nữa cậu trở lại, tôi sẽ trả lời."

" Thưa cụ, sao lại phải ba ngày nữa vậy?"

" Ơ hay cái cậu này! Đã bảo ba ngày là ba ngày, nghe không rõ à? Tôi còn chưa quyết định nhận quảng cáo cho bên nào giữa hai bên: một bên là hãng chế tạo bia, một bên là hãng bào chế thuốc bổ bằng nhân sâm!"

Cụ Vương Hồng Sển, vị thầy của tôi ở Đại Học Văn Khoa ngày xưa, rất được lòng sinh viên vì cách ăn nói bộc trực, thẳng thừng, chắc chắn không…ma lanh như ông già cà chớn trên. Cụ Vương sanh năm 1902 và mất năm 1996, còn thiếu 6 năm nữa mới được gia nhập vào câu lạc bộ Trăm Tuổi, nhưng cũng đã mượn người xưa để luận về sự trăm tuổi. " *Chuyện cũ nhắc lại đây: trong quyển "Chuyện Cười Cổ Nhân", mở trang đầu, thấy chuyện ông Ký viên, một hôm ra đồng gặp ba ông lão trên bảy tám mươi còn làm việc đồng áng khỏe như trai tơ, lấy làm lạ hỏi về khoa cấp dưỡng, ba ông dạy: Ông thứ 1:* " Thất nội cơ thô xú" *(Vợ nhà thô kém); Ông nhì:* "Vãn phạm giảm số khẩu" *(Cơm chiều bớt vài miếng); Ông ba:* "Dạ ngọa bất phúc thủ" *(Đêm nằm chẳng úp đầu. Nghĩa tục, chữ rất thanh)....Muốn vui lâu ép buộc ba điều: già không nên có vợ đẹp, không nên rán ăn quá sức vào buổi tối, và không nên nằm sấp mặt, tức cữ cái kia kia; áp dụng đủ ba phương pháp ấy, tránh khỏi đau lưng, khỏi đau dạ dày và không cỡi gió!"*. (Sài Gòn Tạp Pín Lù).

Ông già Hugh Hefner không coi những lời khuyên vàng ngọc trên của cụ Vương ra ký lô nào! Bạn có biết ông già này không? Đó là người đã sáng lập ra tờ tạp chí đàn ông ai cũng biết vào khoảng trên nửa thế kỷ trước: tờ Playboy! Tờ báo toàn những con người ngà ngọc không được quấn vải này hiện nay vẫn ra đều đều hàng tháng nhưng ông Hugh thì đã về hưu, giao cho cô con gái Christina Hefner tiếp tục sự nghiệp hoa lá cành. Chúng ta, những độc giả, chỉ được thấy hình các cô gái này dẹp lép trên trang báo, nhưng ông chủ Hugh Hefner thì được ôm các núi lửa này bằng xương bằng thịt. Đó có lẽ là người đàn ông diễm phúc nhất trần gian. Năm nay ông già trai lơ này đã 81 tuổi (sống với toàn người đẹp trẻ măng hầu hết cuộc đời mà thọ được tới 81 thì cũng coi như quá trăm tuổi!). Ngày 24 tháng 3 vừa qua, người đã tổ chức mừng sinh nhật một cách rất ư không vừa lòng cụ Vương. Buổi tiệc mừng được kéo dài suốt hai ngày đêm từ khách sạn The Palm đến Las Vegas với rượu ngon, gái đẹp trong đó có cả cô con nhà tỷ phú siêu quậy Paris Hilton. Người đẹp Hilton đã nhảy một bản *valse* rất mùi mẫn với ông già chịu chơi này. Mừng sinh nhật xong, ông già vẫn tươi rói trong khi các người đẹp đều mệt lử!

Trăm tuổi là già chăng? Già quá đi chứ còn gì nữa. Theo người xưa thì bảy chục đã là...cổ lai hy! Người xưa thì...xưa là cái chắc. Cái tuổi "hy hữu trong thiên hạ từ xưa đến nay" này nay đã bị dân Việt chúng ta cười vào mũi. Theo bộ Y Tế Việt Nam thì tuổi thọ trung bình của dânViệt nay đã lên tới 71,3 tuổi rồi! Nếu cần một con số so sánh thì vào năm 1945 dân nước ta chỉ sống trung bình được 38 năm. Nhưng nếu so sánh với các nước Á Châu khác thì dân Việt chưa thể gọi là sống dai được. Tuổi thọ trung bình của Mã Lai và Thái Lan là 72, của Brunei là 76, của Singapore là 77 và của Nhật là 85 cho các cụ bà và 78 cho các cụ ông. Nước Nhật hiện có 23 ngàn người trên trăm tuổi. Nước Mỹ, với dân số đông gấp đôi Nhật có tới 50.454 cụ trên trăm tuổi vào năm 2000. Theo Viện Thống Kê Hoa Kỳ thì năm nay có 71 ngàn cụ có tuổi tính bằng ba con số và dự trù vào năm 2050 con số này sẽ vượt qua mức 1 triệu!

Kéo dài tuổi thọ đến trăm năm ngày nay coi bộ không khó. Nghĩ như vậy nên khi vừa được 90 tuổi, cụ Alec Holden, dân Anh, đã tới công ty chuyên cá độ William Hill để cá...trăm tuổi. Dân Anh là dân chuyên cá độ. Cái gì họ cũng có thể cá được. Công ty William Hill bắt liền. Trông thấy hình dạng ốm yếu của ông già 90 tuổi Holden họ nghĩ họ sẽ ăn chắc. Họ nhận tiền đặt của cụ cửu tuần Holden là 100 bảng và cá 1 ăn 250. Nghĩa là nếu cụ Holden ngáp ngáp được tới trăm cái đông tàn thì cụ sẽ thắng cuộc ôm trọn 25 ngàn bảng Anh. Nếu cụ về với Chúa trước khi trăm tuổi thì công ty sẽ được 100 bảng của cụ. Cụ Holden đã dai dẳng bám lấy cuộc sống tới năm nay là đúng con số trăm, tỉnh bơ đến lãnh bạc! Được hỏi sao cụ dám tin tưởng sẽ sống tới trăm tuổi để cá cược, cụ phều phào: "Tôi làm thì ít, chơi thì nhiều. Năm nào tôi cũng phải làm một hai chuyến đi du lịch kết hợp với nghỉ ngơi. Không nghỉ hè thì cũng nghỉ đông. Buổi sáng tôi hay ăn cháo ngũ cốc. Và tất nhiên sống đến tuổi này thì phải biết thở ra hít vào một cách điều độ!"

Trăm tuổi đã…ngon rồi nhưng các nhà khoa học vẫn chưa bằng lòng. Họ còn đang tìm cách kéo dài thêm tuổi thọ của con người bằng cách đột kích vào những gien làm con người lão hóa. Các nhà khoa học Mỹ đã tìm ra gien *Klotho* mà nếu con người thiếu gien này sẽ sớm già. Chính gien này đã làm chậm lại quá trình lão hóa như yếu xương, nghẽn động mạch và yếu các cơ. Trong khi đó, vào năm 2003, một nhóm nhà khoa học Mỹ đã phát hiện ra sự lão hóa nơi con người là do sự biến đổi ở một *protein* được gọi là *Lamin A* gây ra. Vào năm 2004, một nhóm nghiên cứu tại trường Đại Học Hương Cảng do Giáo sư Zhou Zhongjun cầm đầu đã nghiên cứu sâu hơn và đã phát triển các chất ức chế *Zmpste 24* nhằm phá vỡ sự sinh sản *Lamin A*. Với các nghiên cứu chuyên sâu, người ta hy vọng sẽ kéo dài tuổi thọ của con người tới 200 và thậm chí tới ngàn tuổi nữa!

Cứ lấy mục tiêu trước mắt là 200 tuổi đi. Nếu khoa học có thể chế tạo được viên thuốc tiên uống vào là chơi một mạch tới 200 tuổi, bạn có sẵn sàng nuốt viên thuốc này không? Nhiều phần là có. Con người ai cũng muốn sống lâu. Chơi với người thú vị hơn chơi với giun! Giáo sư Gregory Stock của *School of Public Health* thuộc Đại Học UCLA nhìn vào khía cạnh lạc quan của lớp công dân thọ tới 200 tuổi này. Theo ông thì việc kéo dài tuổi thọ gấp đôi sẽ cho người ta cơ hội làm lại những sai lầm, có những kế hoạch lâu dài hơn và giảm đáng kể chi phí chăm sóc sức khỏe nhờ trì hoãn được sớm các chứng bệnh do lão hóa.

Chuyên gia tâm lý Richard Kalish không lạc quan như vậy. Thi nhau sống dai sẽ thay đổi hầu hết các tương quan xã hội hiện có. Xã hội này đang dung nạp những con người trăm tuổi là cùng mà tự nhiên phải è lưng ra cưu mang những con người vài trăm tuổi. Nó phải lúng túng chứ! Lúng túng dữ! Giả dụ như một cặp vợ chồng chung sống với nhau đến năm sáu chục tuổi, họ biết rằng sẽ chịu đựng nhau mười lăm, hai chục năm nữa thôi là tan hàng, chặc lưỡi một cái, nín thở qua cầu cho nó đẹp! Bây giờ đường còn xa vời vợi, cả một khoảng thời gian thênh thang trước mặt, lại còn có tương lai nên rất dễ bề đứt gánh để làm lại cuộc đời. Hôn nhân sẽ không bền vững như hiện nay tuy hiện nay cũng đã không thể gọi là bền vững được rồi. Nhiều cuộc hôn nhân trong một đời người sẽ tạo ra một hình thái gia đình khác. Anh chị em không thuần nhất như hiện nay mà con anh, con em, con chúng ta là một tình trạng phổ quát. Rồi còn cách biệt tuổi tác giữa anh chị em. Sẽ có cách biệt năm bảy chục năm giữa anh chị em. Và cách biệt cả trăm năm giữa cha mẹ và con cái. Một tình trạng như vậy sẽ khiến chúng ta phải có một hình thái xã hội khác. Nhà tâm lý học Chris Hackler của Đại Học Arkansas đã phát biểu như thế này: "Tuổi thọ gấp đôi sẽ tái định hình khái niệm gia đình theo những cách khác. Nếu tình trạng đa hôn nhân trở nên phổ biến đúng như dự báo của Kalish và mỗi cặp vợ chồng sẽ có nhiều con, khi ấy sự căng thẳng giữa các anh chị em ruột sẽ trở nên phổ biến hơn. Đặc biệt, nếu các cặp vợ chồng tiếp tục xu hướng hiện tại có con bắt đầu ở độ tuổi 20 hoặc 30 thì sẽ có 8, thậm chí 10 thế hệ cùng chung sống trong một đại gia đình!"

Đời sống xã hội, với những nhân viên có thâm niên làm việc cỡ trăm năm, sự khác biệt giữa lớp công nhân trẻ và già sẽ làm nhức nhối không khí làm việc. Sẽ không có sự kế tục của những tài năng và ý tưởng trẻ trung khiến công việc trì trệ, tồn đọng và tụt hậu. Về chính trị, nếu một cá nhân tiếp tục nắm giữ quyền lực tới cuối đời thì điều gì sẽ xảy ra. Hình như ngay từ bây giờ, chúng ta đã manh nha thấy câu trả lời trong các chế độ độc tài.

Trăm tuổi! Nghe tuổi già sức yếu như vậy nhưng đó là một...sát thủ! Nạn nhân là...ngôn ngữ. Ngày nay chúng ta thường dùng từ “trăm tuổi” để chỉ sự trở về với đất của những bậc già nua. Cụ tôi đã trăm tuổi! Trăm tuổi có nghĩa là phải đi đứt rồi. Vậy mà ngày nay trăm tuổi vẫn cứ sống hùng sống mạnh nhởn nhơ với đời, từ “trăm tuổi” bị...bức tử về mặt ý nghĩa. Chắc đã tới lúc chúng ta phải đổi lại ngôn ngữ: cụ tôi đã...ngàn tuổi!

Chứ trăm tuổi, ngày nay, chuyện nhỏ!

05/2007

TRÚNG

Nói tới trúng ai cũng nghĩ tới xổ số. Nghĩ như vậy không sai. Tôi cũng thuộc vào loại mua số nhà nghề. Ròng rã gần suốt hai chục năm tròn, tôi nuôi số. Mỗi tuần có hai lần số 6/49 tại Canada thì mỗi tuần tôi cúng tiền hai lần. Cứ đều răm rắp như vậy. Vậy mà cứ bù trất. Trúng triếc gì đâu! Thậm chí có nhiều lần số trúng một nẻo, số trên vé của tôi quay ngoắt qua nẻo khác, sáu con số trên báo làm mặt lạ với sáu con số trên vé! Tôi tự khen mình…né giỏi, những trái banh có vẽ số nhảy từ trong lồng cầu ra ngoăn ngoắt mà chẳng trái nào trúng được mình cả! Ông bạn Luân Hoán của tôi thì lại khác. Ông trúng hoài. Tuần rồi, tiền trúng lên tới 40 triệu, tiêu gì cho hết. Ông trúng nguyên 6 con số. Có điều ông mua hai vé, mỗi vé trúng 3 số. Cộng lại thì đủ 6 số. Thay vì cầm gọn 40 triệu, ông lãnh được hai cái mười đồng! Ông tới nhà tôi ngồi chửi thề. Tôi cũng có đôi lời khuyên ông. Ông là người khéo tay, cắt dán rất nghề. Hồi tôi cho in cuốn truyện đầu tay "Bỏ Chốn Mù Sương" chính ông cắt dán chữ từ những tờ báo cũ để tạo thành cái bìa rất đẹp. Vậy thì sao bây giờ ông không cắt dán cho 6 con số nó nằm chung với nhau coi có bạc triệu liền không? Ông tỏ ra rất thích nhưng máu rét trong người ông lên cao hơn máu liều nên ông chỉ cười trừ! Đây không phải lần đầu tiên ông héo lánh tới con số bạc triệu đâu. Nhiều lần ông đã mon men tới chỗ trúng 5 con số. Chỉ cần thêm một bước nữa. Hồi năm 1969, phi hành gia Neil Armstrong của Mỹ đã lần đầu tiên bước chân lên mặt trăng. Không hiểu có sửa soạn trước hay không mà ông Neil đã nói một câu bất hủ: " Đây là một bước nhỏ của một con người, nhưng là một bước nhẩy vĩ đại của nhân loại". Ông Luân Hoán cũng chỉ cần có một con số nữa để có thể ưỡn ngực ngôn đại khái: đây là một con số nhỏ trên tấm vé số nhưng là một số tiền vĩ đại tiêu mệt nghỉ!

Cái bước cỏn con mà ông Luân Hoán chưa đạt được, nhiều người đã bước qua. Họ đã trúng. Đoạn đường dẫn tới vinh quang có nhiều ngả, ngả nào cũng ôm được bạc triệu. Có đoạn đường bằng phẳng, dễ như…ăn bánh! Ông Tom Walker ngụ tại Spokane thuộc tiểu bang Washington đã vớ được 3 triệu ngon ơ nhờ ăn chiếc bánh *fortune cookie* tại một tiệm ăn Tàu. Ông đi nghỉ mát tại Whidbey Island, mua chơi một vé số nơi đất lạ, bỏ vào túi rồi quên khuấy đi mất. Một tháng sau ông đi ăn tại một nhà hàng Tàu. Tàn bữa ăn, ông bóc một chiếc bánh do nhà hàng dọn miễn phí. Trong chiếc bánh có một câu chúc: "Ngày thứ hai này có thể sẽ là một ngày rất quan trọng với ông đấy!" Bữa ông đi ăn là Chủ Nhật. Ngày hôm sau, thứ hai, câu chúc vẫn vấn vương trong đầu, ông nghĩ ngợi. Và ông chợt nhớ ra mình có mua một vé số khi đi nghỉ hè mà quên chưa dò. Ông vội mang ra dò. Y boong trúng 3 triệu! Đi ăn nhà hàng Tàu thì tôi cũng có đi ăn, tráng miệng bằng chiếc bánh *fortune cookie* cuộn tròn cong cong như con ốc thì tôi cũng có ăn, lôi miếng giấy nhỏ xíu ra đọc thì tôi cũng có đọc, vậy mà sao tôi không có 3 triệu? Tôi cũng ngồi nghĩ như ông Tom Walker. Và tôi cũng nhớ ra. Ông Tom sống và mua vé ở tiểu bang Washington, vậy thì làm gì mà ông ấy chẳng vớ được ba triệu ông Hoa Thịnh Đốn xanh xanh!

Ông Wayne Schenk, 51 tuổi, cũng trúng một triệu trong kỳ xổ số của tiểu bang New York. Tiền có thể mua được tất cả trừ thời gian. Ông Wayne có lẽ là người thấm thía câu này nhất. Ông bị ung thư phổi và bác sĩ cho biết ông chỉ sống được một năm nữa thôi. Ông là một cựu chiến binh trong binh chủng Thủy Quân Lục Chiến, không vợ, không con. Vậy thì một triệu có ý nghĩa gì với ông? Ông dùng tiền mua thời gian sống. Ông làm hồ sơ nhập bệnh viện Philadelphia, một bệnh viện nổi tiếng về chữa trị ung thư, để mong kéo dài thời gian sống. Số tiền ông phải chi ngay cho bệnh viện là 125 ngàn đô và đóng thêm tiền cọc 250 ngàn đô nữa để bảo đảm đủ tiền chữa chạy. Gần 400 ngàn đô, ông dư sức qua cầu! Nhưng quái ác là theo quy định của xổ số thì số tiền 1 triệu đô sẽ chỉ được lãnh mỗi năm 50 ngàn. Lãnh trong 20 năm thì xong. Ông Wayne đâu có thể phí phạm thời gian như vậy được! Ông muốn có ngay trọn số tiền để mua thời gian. Đúng là đặt cái cầy trước con trâu! Mọi người xúm vào giúp ông mang cái cầy ra sau con trâu. Ông Ủy Viên Hội Đồng Lập Pháp Joseph Errigo dự tính trình một dự luật cho phép Công ty Xổ số New York trả tiền một lần trong trường hợp đặc biệt này. Nhưng người ta lo ngại là làm sao mà một dự luật có thể biến thành luật trong vòng một năm được. Vậy là bù trất! Cứ cho rằng các ông nghị mẫn cán sẽ cố nặn cho ra luật trong vòng một năm thì ông Wayne cũng chẳng khá hơn. Vì nếu lãnh trước một lần thì số tiền 1 triệu sẽ chỉ còn 400 ngàn, đóng thuế xong thì số tiền thực sự ông Wayne cầm trong tay chỉ hơn 200 ngàn. Đâu có đủ tiền trả cho bệnh viện! Ông Wayne đã rầu rĩ nói là tôi may mắn nhưng thực sự chẳng có gì may mắn cả!

Con đường tới bạc triệu của ông Wayne Schenk gian nan trắc trở như vậy nên nhiều người mua số thì mua nhưng máu thua đã đậm đặc trong người nên rất lơ là trong việc dò kết quả. Vậy mà trúng số cứ như tình yêu vậy, khi mình chạy tới thì nó lảng xa, khi mình lảng xa thì nó chạy tới. Mỗi tuần ông Ed Nabors, 52 tuổi, ra quán cà phê nhâm nhi một lần. Tuần nào ông cũng không quên mua một tờ vé số. Mua là mua vậy thôi, ông luôn luôn nghĩ là dễ gì mà trúng. Ông chẳng thèm dò số nữa. Lần này cũng vậy. Ông mua một vé số Megamillions mà lô độc đắc lên tới gần 800 triệu đô. Người ta xôn xao nhưng ông Ed vẫn chẳng có gì nôn nóng. Ông cũng chẳng vội vàng dò số. Một ngày sau, ông mới nghe nói là một trong hai vé số trúng độc đắc được bán ra ở Dalton, thuộc tiểu bang Georgia. Dalton thì đúng là chỗ ông cư ngụ và mua vé số rồi. Còn ai trong số cư dân ở đây mà chưa dò số khi số tiền *jackpot* đã ngất ngưởng ở con số 780 triệu. Có lẽ chỉ còn ông. Tôi đã chết lặng đi lúc nào không biết! Đó là lời tự thú của ông sau khi trúng. Bởi vì ông đã trúng phân nửa số độc đắc: 390 triệu đô. Ông quyết định lãnh trọn gói một lần. Số tiền 390 triệu tụt xuống còn 116 triệu rưỡi. Đóng thuế xong ông còn bỏ túi được chẵn 80 triệu đô. Ông Ed may mắn trúng số nhưng ông không có cái may mắn được trúng số ở Canada. Nếu ông trúng ở Canada thì đương nhiên ông được lãnh trọn gói một lần không bị trừ một xu nào và nhà nước cũng không thu của ông một xu thuế. Số tiền 390 triệu trúng số sẽ còn nguyên 390 triệu chui vào túi ông Ed! Tôi có cái may mắn thứ hai: được làm dân Canada, nhưng chưa có cái may mắn thứ nhất: trúng số. Cũng bù trất!

Bà Jackie Alston, 38 tuổi, độc thân nhưng có con, làm việc tại một nhà tù ở Virginia. Bà mua một vé số *Powerball Lottery* xổ vào ngày 29 tháng 11 năm 2006 với số độc đắc 74 triệu rưởi tại một trạm xăng ở quận Halifax. Cũng như ông Ed Nabors, bà cũng chỉ dò số khi nghe tin là vé số độc đắc được bán ra ở quận Halifax. Bà dò số và biết mình trúng 74 triệu rưởi đô. Tôi chưa trúng số bao giờ nhưng vẫn thử tưởng tượng ra tình huống mình sẽ xử sự ra sao nếu mình…tới số! Sẽ ngất xỉu, sẽ nhảy múa như một tên điên, sẽ run bần bật như bị kinh phong hay tái mét mặt mày không biết mình đang đứng ở nơi mô. Tất cả các tình huống tưởng tượng của tôi đều trật lất. Bà Jackie là một cai ngục nên nội công của bà thượng thừa hơn nhiều. Bà lẳng lặng cất kỹ tấm vé số và sống như chưa hề có 74 triệu rưởi trong túi: " Cho đến nay tôi âm thầm làm hết những công việc của mình và sống một cuộc sống hết sức bình thường. Nhiều người quan sát tôi, nhưng thực sự họ không biết rõ. Thực là buồn cười!" Nhiều tháng trời trôi qua, nhiều người đồn đoán xa gần, bà Jackie vẫn tỉnh bơ. Mãi cho tới giữa tháng 2/2007, bà mới xin nghỉ việc. Lúc đó mọi người mới biết bà tân triệu phú. Lô trúng trị giá 74 triệu rưởi, bà chọn cách lãnh một lần nên số tiền teo lại chỉ còn 36 triệu chưa trừ thuế! Lại một lần nữa tôi tiếc cho bà Jackie không được làm dân Canada!

Nhưng làm dân Canada không chắc đã là một điều hay. Một cụ ông 70 tuổi ở Toronto đang kiện cáo về tấm vé trúng 12 triệu rưởi đô của ông xổ vào giữa tháng 3/2007. Ông nhớ từng con số ông đã đánh trong nhiều lần. Đó là những con số liên quan đến ngày sinh của các người trong gia đình, tuổi của họ và những con số có nguồn gốc riêng tư đại khái như vậy. Ông già này quả quyết là ông đã bị đại lý bán vé số lừa ông để cướp đoạt tấm vé trúng. Tấm vé này đã được Sở Xổ Số trả cho một cô gái 22 tuổi mặc dù cô này đã bị nghi ngờ có dính líu với một cửa tiệm tạp hóa ở Burlington, nơi anh cô làm quản lý và cha mẹ cô đều làm việc tại đó. Phần ông già thì, theo Sở Xổ Số, ông ta không nhớ rõ đã mua tấm vé số ở đâu và đã khai ra cả lô địa điểm mà không có địa điểm nào được ghi nhận là đã bán ra lố trúng độc đắc trong vòng bốn năm qua. Ông già tức quá đã nhờ vị dân biểu đơn vị nhà, ông Norm Sterling, đưa vấn đề ra công luận để làm rõ trắng đen. Vị dân biểu này cho biết là, theo lời ông già, thì ông đã kêu ngay cho Sở Xổ Số khi nhận ra số trúng đúng là số vé ông đã mua. Nhân viên Sở Xổ Số bảo ông đừng kêu cảnh sát và cũng đừng thuê luật sư và họ sẽ gọi lại cho ông. Ông già chờ cả tuần lễ không thấy động tĩnh gì, phôn lại nữa thì họ cho một mã số và hỏi ông về địa điểm ông đã mua vé số. Sau đó họ im luôn, không trả lời gì cả. Trả lời cho lời cáo buộc này, Sở Xổ Số cho biết là tất cả các cuộc điện đàm đều đã được ghi âm và không có nhân viên nào bảo ông già đừng gọi cảnh sát và đừng thuê luật sư cả! Cuộc điều tra còn đang tiếp diễn.

Tôi cứ tưởng Canada là thiên đàng của dân trúng số nhưng hình như không được như vậy. Thỉnh thoảng cao hứng tôi lại bốc thơm cái xứ sở cho tôi tạm dung. Nhưng nay đọc được một vài tin tức không đáng phấn khởi, tôi thấy như mình hơi dễ dãi. Đành rằng nhà nước Canada không bao giờ thèm ăn chia với những người được thần tài đá đít yêu, trúng bao nhiêu ẵm luôn nguyên con không thuế thiếc chi cả, nhưng vận may của dân Canada thường kéo theo vận rủi. Tiền vào rồi lại ra. Cứ sắc sắc không không. Đồng tiền hình như có cái ma lực của chúng. Anh Gerald Muswagon, 42 tuổi, ở Manitoba trúng độc đắc số *Super 7* ẵm 10 triệu ngon ơ vào năm 1998. Tiền vào anh chàng triệu phú…mì ăn liền đổ đốn quay ra ăn chơi. Anh mua xe, mua nhà không chỉ cho mình mà còn mua cho bạn bè. Chơi trội như vậy thì bạc triệu cũng hết, anh trở về kiếp khố rách áo ôm phải xin làm công việc đồng áng nặng nhọc. Chịu không nổi những ngày không tiền sau khi đã phủ phê tiền bạc, anh treo cổ tự tử tại nhà để xe của bố mẹ!

Merryl Whynot, 66 tuổi, người Nova Scotia chẳng cần tự tử cũng tiêu đời. Trúng 117.012 đô trong kỳ xổ số vào tháng 3/2005 của số 6/49, ông bị anh Thần Chết lừ lừ tới chỉ hai tuần sau khi anh Thần Tài vừa rộng rãi phát cho ông tí tiền còm. Ông định dùng số tiền này để mua một chiếc xe mới. Bây giờ ông chẳng bao giờ cần xe nữa, có chăng là xe...hàng mã!

Trúng số vất vả như vậy mà sao ai cũng thích bỏ tiền ra mua hy vọng? Tiền hình như lúc nào cũng có màu óng ánh quyến rũ. Nó quyến rũ con người mua số nhưng đồng thời cũng như một chất mật quyến rũ đàn ruồi bu vào đòi dự phần. Bà Fern Hawley ở Cape Breton, Nova Scotia, có lẽ thấm điều này hơn cả. Chỉ một tuần sau khi bà lãnh lô độc đắc 6/49 lên tới 10 triệu đô, bà...chán tiền! Bà tuyên bố là bà muốn trả lại cho Sở Xổ Số. Lý do: người người lũ lượt vây kín trước cửa nhà bà, thùng thư đầy nhóc thư, điện thoại reo tối ngày. Bà không còn cuộc sống nữa. Tiền mà làm chi!

Vậy mà bà Fern cũng còn khá. Cặp vợ chồng Zenovij Pacholuk và Dolores Coffey ở LaSalle, vùng phụ cận Montreal, mới lao đao. Chuyện vừa xảy ra, đang nói tới. Không phải chỉ nói suông mà ra Quốc Hội Quebec đàng hoàng. Cặp vợ chồng này vừa trúng 27 triệu đô trong cuộc xổ số ngày 26 tháng 5 vừa qua. Hình và tên tuổi họ được bỏ lên trang web của Loto Quebec cũng như in trên tờ tin tức phổ biến rộng rãi của cơ quan xổ số này. Anh chàng Edwin Scarlott Mata Lima, mới 18 tuổi, vừa từ Mexico tới định cư tại Quebec được 4 tháng, đã lần được tới nhà của hai tân triệu phú, đe dọa, bắt họ phải dẫn anh ta ra nhà băng và rút “hàng triệu đô” đưa cho anh ta. Anh chàng không mua số mà đòi chia tiền trúng này đã bị bắt giam. Ông dân biểu Gilles Taillon đã đưa câu chuyện này ra trước quốc hội tỉnh bang. Cảnh sát đã được chỉ thị giữ an ninh cho cặp vợ chồng này cùng đứa con gái 3 tuổi rưỡi của họ. Sở Xổ Số đã biện minh là họ cần phổ biến hình ảnh và tên tuổi người trúng số để cho mọi người biết đã có người trúng thật. Họ không làm trái luật pháp vì ngay trên tấm giấy số đã có in điều kiện này. Khi mua số là người mua mặc nhiên chấp nhận…ra công khai. Mấy ông xổ số cũng đã nghĩ tới chuyện bất tiện của người trúng số nên họ đã phát cho tất cả những người may mắn trúng từ 50 ngàn đô trở lên một bộ chỉ nam chỉ dẫn phải làm chi khi bị tống tiền! Ông cũng đúng mà bà cũng không sai. Dân trúng số có thân ráng giữ. Tốt hơn hết là chẳng nên trúng! Nói nghe… dễ ghét! Tiền tới tay mà bỏ qua được sao? Riêng tôi, tôi đã có kế hoạch khi trúng số tuy kế hoạch này đã để mốc meo cả hai chục năm chưa xài tới. Đó là tiền tới tay thì dông khỏi nhà luôn, biến mất tiêu cho đỡ đau tim. Còn đi đâu thì mỗi người phải vận dụng trí thông minh của mình. Chẳng lẽ tôi lại chỉ tới nhà tôi?

Ở bên Mỹ chẳng khá hơn. Anh chàng Thần Tài cũng thích dẫn anh chàng Thần…Sầu cùng tới chơi nhà thân chủ của mình. Tháng 11/2003, chàng Juan Rodriguez trúng 149 triệu đô. Anh muốn lãnh ngay cú một nên chỉ bỏ túi được 88 triệu rưởi. Tiền chưa ấm túi thì cô vợ đòi ly dị. Mất toi nửa gia tài, anh chỉ còn 44 triệu 250 ngàn. Năm 2002, anh Jack Withaker trúng 315 triệu đô, lãnh một lần được 112 triệu thôi. Vừa lãnh tiền xong nhà anh bị trộm hai lần vét sạch đồ đạc. Sau đó là bị kiện liên miên. Một phụ nữ tố cáo bị anh hiếp, một bà khác tố cáo bị anh làm nhục. Hàng xóm kiện anh say sưa phá phách làng xóm.

Một nữ đồng nghiệp kiện anh đã quấy rối tình dục. Một chủ quán *bar* kiện anh đã dọa giết ông ta. Một cô vũ nữ khỏa thân kiện anh đã có hành động sàm sỡ. Ai cũng muốn thò tay vào bẻ bớt miếng bánh quá ngọt của anh.

Trúng xổ số phiền toái như vậy thì ham làm chi? Tôi nhất định không thèm mua số nữa. Tiền đó cho ăn mày làm phước để thêm *credit* mua nát bàn hay thiên đàng đời sau có lý hơn. Nhưng dù không mua số, tôi cũng trúng! *E-mail* của tôi ngày nào chẳng có một hai cái thư báo cho biết là tôi trúng bạc triệu do các ông A ông B nào đó chết bất đắc kỳ tử không để lại chúc thư nên tôi có thể ghi tên là người thừa kế lãnh bạc cắc ngon ơ. Muốn lãnh tiền triệu thì cứ cho họ số công nhà băng. Phía dưới ký tên một ông luật sư có văn phòng luật ở một nước nào đó mà tôi chưa từng nghe tên. Đây là một trò lừa bịp, ai cũng biết, nhưng nhiều người vẫn mắc lừa vì có máu ham...trúng! Biết đâu?

Chuyện biết đâu tưởng là chuyện trôi sông bỏ biển thế mà có thật. Người trúng là cậu bé Nguyễn Bé Lorry ngụ tại Bình Thuận. Đầu đuôi ra sao, xin phép các bạn cho tôi kể chuyện tiểu thuyết một chút. Cô Nguyễn Thị Bé là con gái áp út của ông Mười Tân, ngụ tại Tân Xuân, Hàm Tân, tỉnh Bình Thuận. Cô tuổi Dần, sinh năm 1974, nên bố mẹ lo số cô sẽ vất vả. Mẹ mất sớm, cha phải nuôi 8 đứa con, nhiều khi không có gạo nấu cơm, cô Bé phải bỏ học khi đang học lớp 5 để đi ở đợ. Năm 1992, cô Bé được 18 tuổi, gói ghém mấy bộ đồ rách ra Phan Thiết giúp việc cho một người bà con xa. Đúng lúc đó, tỷ phú Larry Hillblom nhảy vào đầu tư tại Việt Nam. Ông mua lại khách sạn Vĩnh Thủy của Công Ty Du Lịch Bình Thuận, biến thành khách sạn 4 sao Novotel Coralia Ocean Dune. Ông còn lập ngay bên cạnh khách sạn một sân *golf* 18 lỗ được đánh giá là một trong những sân đẹp nhất châu Á Thái Bình Dương. Khi Novotel tuyển người thì cô bé nộp đơn xin việc và được nhận vào làm hầu phòng trong khách sạn. Cái tên quê mùa Nguyễn thị Bé được đổi lại là Nguyễn Thị Ngọc Hiền. Chỉ vài tháng sau khi có việc làm, Ngọc Hiền từ một cô bé ốm yếu đen đủi bỗng trở thành một cô gái hồng hào, trắng trẻo, dài tóc, đẹp da. Cô lọt vào mắt xanh của ông chủ nhưng không biết đó là một nhà tỷ phú vì ông thường ăn mặc giản dị quần *jean,* áo thung đầy bụi. Trong một lần dọn phòng, cô Bé đã trao đời con gái cho nhà tỷ phú hào hoa. Khi biết mình có thai, cô lẳng lặng bỏ việc, trở về quê vì sợ mang tiếng. Ông Larry cho người tìm kiếm cô Bé nhiều lần nhưng không thấy.

Ngày 20 tháng 5 năm 1995, nghe tin cách quần đảo Mariana của Mỹ khoảng 1000 dặm có một ngọn núi lửa vừa hoạt động trở lại và đang phun ra những cột nham thạch rất kỳ lạ, tỷ phú Larry dùng máy bay riêng bay tới coi. Khi bay được 100 dặm, gặp thời tiết xấu, máy bay rơi xuống biển. Người ta chỉ tìm được một phần thi thể của viên phi công nhưng không thấy xác nhà tỷ phú. Ông để lại một gia tài lên tới hơn 600 triệu đô. Và một số con rơi khá bộn bề. Một thời gian sau cái chết bất ngờ của ông Larry, chị Bé mới liên lạc được với một người bạn cùng làm tại khách sạn Novotel trước kia và cho biết đứa con lai của mình chính là con ông chủ Larry. Người này liền liên lạc với luật sư John Veague là người phụ trách việc chia tài sản của nhà tỷ phú vắn số. Vì sự an toàn của hai mẹ con, vị luật sư này đã đưa họ qua định cư tại một thị trấn duyên hải ở miền Đông Hoa Kỳ vào tháng 3 năm 1999. Do không tìm được xác nhà tỷ phú nên việc thử ADN gặp nhiều rắc rối, rất khó khăn. Cuối cùng họ phải lấy máu của mẹ nhà tỷ phú để thử sự chính xác của những đứa con rơi. Bé Nguyễn Bé Lorry được xác nhận chính là con của ông Larry và được chia một phần gia tài lên tới 30 triệu đô. Số tiền này cậu sẽ được hưởng vào năm 2013, khi đủ 18 tuổi. Tới lúc đó cậu sẽ bỏ túi không phải 30 triệu đô mà cả tiền lời của số tiền này, dự kiến tất cả lên đến 60 triệu!

Ngon ơ! Chẳng mua số mà vẫn trúng. Mà trúng đậm. Nhưng tiền khơi khơi rơi xuống đầu như vậy, mấy ai được. Biết như vậy nên tôi chẳng dại gì mà giơ đầu ra. Đành lại mua số. Bộ không sợ gặp những chuyện đau đầu như bà Fern Hawley hay cặp vợ chồng Zenovij Pacholuk và Dolores Coffey sao? Chuyện đó hạ hồi phân giải. Cứ trúng cái đã. Chỉ mong khi mình trúng thì đừng có cơn gió nào thổi qua! Trúng...gió hình như không phải là một thứ trúng nên trúng!

06/2007

TỤT

Không biết có bao nhiêu người trong chúng ta biết anh chàng Spencer Tunick. Anh ta có tới thành phố Montreal của tôi khoảng hai năm trước đây. Lúc đó Montreal sắp vào đông. Thời tiết đã lạnh. Tôi không tới thăm anh vì tới thăm anh thì mệt lắm. Phải tụt! Nhưng đã có gần hai ngàn người tới thăm anh Spencer này. Trước khi tới thành phố, anh cho biết chỉ cần khoảng một ngàn người. Vậy mà dân chúng kéo nhau tới đông đảo gần gấp đôi số người anh cần. Một ngàn người tụt một lúc đã là hi hữu. Vậy mà gần hai ngàn người. Họ răm rắp theo lệnh anh tụt hết, không một mảnh vải trên người giữa thời tiết lạnh lẽo. Theo tiếng loa chỉ huy, họ di chuyển như một đàn cừu giữa thành phố. Rồi họ nằm ngồi đủ tư thế. Phơi hết người ngợm ra trước ống kính. Mập, ốm, cao, thấp, đen, trắng không thành vấn đề. Miễn là một thân hình con người. Anh xếp đủ tư thế cạnh những thắng cảnh di tích của thành phố. Rồi chụp!

Chỉ có một chiêu kêu người ta chuồng cời ngoài đường phố

mà anh nổi tiếng. Các *order* hình không kịp cho anh làm. Anh chụp cho các báo, tạp chí, các viện bảo tàng, các cơ quan văn hóa nghệ thuật. Bởi vì hình của anh là hình nghệ thuật. Tôi đã coi cả trăm bức hình anh chụp. Mỗi bức có một vẻ đẹp riêng. Đi tới đâu anh cũng kéo được mọi người, trẻ già trai gái ra cởi quần áo ngay ngoài trời, giữa đường phố, mà chẳng cần trả thù lao cho một ai cả. Kể cũng lạ.

Khởi từ ông Adam bà Eve chỉ có chiếc lá vả trên người, càng ngày người ta càng đắp đậy thêm lên người cho kín đáo. Khi đã kín từ cổ tới chân, người ta mới cởi bớt ra. Cũng từ từ, mất rất nhiều thời gian. Nhịp độ càng ngày càng nhanh. Bây giờ thì tô hô thoải mái. Chẳng cứ các người cởi vì nghề nghiệp, chẳng cứ các hội viên các hội khỏa thân, dân thường khi cần cởi là cởi ngay. Lợi lộc anh Spencer Tunick hưởng hết.

Anh vừa thực hiện trong tháng 8 vừa qua một buổi chụp trên những tảng băng vừa tan trên triền núi Alps ở Thụy Sĩ do nhóm môi trường *Greenpeace* đặt hàng. Sáu trăm người đã tụt hết trong thời tiết lạnh từ 10 đến 15 độ bách phân, trên độ cao 2300 thước! Những tấm ảnh mà tác giả gọi là nghệ thuật "điêu khắc sống" hay "cảnh quang thân xác" này sẽ nhắc nhở con người đến việc băng đang tan dần trên núi, khiến khối băng mỗi năm co lại khoảng 100 thước do con người tạo nên bằng hiệu ứng nhà kính. Đâu có phải cởi truồng khơi khơi mà có chính nghĩa đàng hoàng đấy chứ!

Tô hô trên cao độ 2300 thước cũng chưa nhằm nhò chi. Các nhà leo núi khi chinh phục được đỉnh Everest cao nhất thế giới, cao tới 8848 thước lận, thường có một lối ăn mừng rất...thiên nhiên. Họ chuồng cời! Có lẽ tụt trên độ cao như vậy mát hơn chăng? Đầu năm nay, một nhà leo núi người Hòa Lan đã tạo kỷ lục leo lên đỉnh Everest với độc một chiếc quần soọc! Sự việc này làm ông Ang Tsering Sherpa, Chủ Tịch Hiệp Hội Leo Núi Nepal, không hài lòng. Ông bất bình: " Họ cởi quần áo và làm đủ trò, chúng tôi đang cố gắng ngăn chặn những việc như thế này lại. Đây là ngọn núi linh thiêng, là một phần tín ngưỡng của chúng tôi!"

Các "tài tử" của Spencer bất kể già trẻ trai gái kề cận tạo thành một đám đông dính vào nhau, chẳng có ai nổi bật, cũng chẳng có ai cô đơn trưng bày hình hài. Họ cũng chẳng cần chú ý tới đẹp xấu của thân hình. Có đâu như các cô ký điệu. Một cô tự cho mình có thân hình đẹp, sau khi đọc thông báo về một cuộc chụp hình tập thể của anh chàng Spencer Tunick, đã dọa ông chồng:

" Tôi chán anh quá rồi! Có bao giờ anh thèm để ý tới tôi đâu! Anh không biết thưởng thức thì mai tôi tham gia đi chụp hình cho mọi người coi vậy."

Anh chồng hững hờ:

" Ờ, em cứ đi chụp đi!"

" OK! Để xem người ta sẽ nói sao khi thấy thân hình em."

" Thì người ta sẽ nghĩ là anh lấy em vì tiền!"

Cô ký quá lo xa! Tôi thấy trong đám đông tô hô của anh Spencer có những bộ ngực chẳng nên phô ra trước công chúng, những chiếc bụng không nên bày hàng trên đường phố, những bộ mông làm lu mờ những chú bò mộng. Vậy mà có sao đâu!

Không biết có phải lỗi tại anh Tunick này không mà bây giờ cứ động một chút là người ta...tụt! Bệnh tụt ngày nay là bệnh toàn cầu. Ở Úc, nhân dịp các nguyên thủ họp hội nghị APEC, ông Will Saunders kêu gọi mọi người ra đường cởi bỏ quần áo để phản đối chiến tranh tại Iraq. Ông dự định có khoảng hai ngàn người tham gia, nhưng rốt cuộc chỉ có năm chục người nồng nỗng diễn hành. Ông Will Saunders lớn tiếng:

" Đây chính là cơ hội để chúng ta cho Bush thấy những gì ông ta đã làm!". Không hiểu ông Bush có thấy không nhưng hàng trăm người đứng bên đường thì thấy rất rõ. Họ còn thấy thêm có 8 sinh viên cũng tụt để ủng hộ ông Bush. Trên mông của 8 anh chị này có ghi dòng chữ "Ủng hộ Bush". Chống cũng tụt, ủng hộ cũng tụt, trong khi…lập trường của hai bên được phô bày ra chẳng khác gì nhau!

Tại Nepal, khí thế hùng dũng hơn. Khoảng 400 phụ nữ trong cộng đồng Badi ở phía tây nam Nepal đã kéo đến thủ đô Kathmandu để biểu tình đòi chính phủ chấm dứt tình trạng đói nghèo trong cộng đồng của họ bằng cách cấp nhà và cho trẻ em được học hành miễn phí. Họ hô hào: " Hãy đáp ứng yêu cầu của chúng tôi, nếu không thì chúng tôi sẽ bóc trần các đảng chính trị". Và họ đã tự bóc trần. Có bà cởi áo *sari* để lộ áo nịt ngực, có bà tốc váy, chỉ có 13 vị anh thư chơi luôn màn trăm phần trăm làm nức lòng những khán giả đứng hai bên đường.

Tôi không thấy liên hệ gì giữa học phí và chuồng cời, vậy mà mấy anh sinh viên bên Manila, Phi Luật Tân, lại vứt hết áo quần, trần trụi kéo xuống đường phản đối việc tăng học phí tại 88 trường Đại Học Phi. Học phí tăng từ 5% đến 8% nhưng các sinh viên chơi màn trăm phần trăm. Tính ra phần trăm thì chắc chắn các sinh viên thắng nhưng vì cuộc biểu tình chỉ toàn nam sinh viên nên cũng nên trừ bớt 50%! Cái 50% kia mới tạo tiếng vang mạnh mẽ. Vậy mà họ…kín đáo. Đáng tiếc!

Trong lần qua Boston mới đây, tôi mới được cầm trong tay tờ giấy bạc 2 đô Mỹ. Không hiểu sao tờ giấy bạc này rất hiếm. Giá trị của nó thì cũng hai đô thôi, chẳng có chi đặc biệt. Khi tôi trả tờ 2 đô tại một cửa tiệm, cô thu ngân viên đã để riêng tờ giấy bạc này ra. Chẳng biết để làm chi. Nhưng tại Santa Barbara thì Hội Khỏa Thân Nam Cali (*The Southern California Naturist*

Association) dùng để nhắc nhở mọi người ủng hộ chính nghĩa chuồng cời. Họ mua hàng và trả bằng tờ giấy bạc hai đô. Nếu món đồ trị giá trên hai đô thì cũng cứ trả một tờ hai đô và trả thêm những tờ giấy bạc khác. Bộ khỏa thân lại trị giá có hai đô hay sao? Không, giá trị của tờ giấy bạc không ăn nhậu gì tới vụ khỏa thân, nhưng vì tờ 2 đô là thứ hiếm, ít người xài, nên khi xài mà gán cho chúng một mục đích nào thì người nhận biết ngay mục đích đó. Nếu quảng cáo rùm beng lên thì khi cầm tờ 2 đô, ai cũng nhớ tới…truồng. Nhưng truồng thì từ hồi ông Adam đã truồng rồi, can cớ chi mà quảng cáo. Nguyên là tại bãi biển Bates Beach người ta đã tự do tô hô từ 30 năm nay. Vậy mà khi không, dân cư quanh vùng này nhất định không thích ngắm những thân hình không quần áo nữa. Có lẽ ngắm 30 năm đã đủ mòn mắt rồi nên chán! Họ phàn nàn với nhà cầm quyền. Cảnh sát tới bố ráp mời dân khỏa thân đi chỗ khác chơi. Ông Chủ Tịch hội tô hô cũng phàn nàn: " Chúng tôi có quyền có cách sống của mình trong một nơi nhất định. Chúng tôi muốn được chọn lựa "trang phục" cho mình theo sở thích". Trang phục họ chọn là…vô y! Hội sẽ tổ chức một cuộc diễn hành lấy chữ ký ủng hộ của dân chúng. Chắc là diễn hành theo trang phục thoải mái. Tôi đoán vậy! Nếu xin chữ ký trong…đồng phục của Hội thì, nếu là tôi, tôí ký cái rụp. Chỉ có một điều bất tiện: không hiểu họ sẽ cất chữ ký vào đâu?

Tắm biển với dân khỏa thân là một điều lợi ích. Mình sẽ thấy thời gian qua rất mau. Thường thì nằm dài trên bãi biển suốt ngày, người ta hay mang sách báo ra đọc. Ông bạn tôi là người thích đọc báo. Ông đi một vòng quanh bãi biển, làm gì thì tôi chẳng biết. Tôi chỉ biết bãi biển này nằm tuốt tận bên Cuba, nơi có rất nhiều các bà các cô bên Âu châu qua nghỉ mát. Họ có "tục lệ" đáng yêu là rất sợ ướt quần áo nên họ bỏ tất cả quần áo trên ghế. Ông bạn tôi vừa về đến chỗ bà vợ nằm là đụng ngay với cặp mắt nhiều...trăn trở của bà vợ.

" Anh vừa đi đâu về thế?"

" Anh đi loanh quanh cho giãn gân giãn cốt."

" Có nhìn thấy gì không?"

" Ờ! Thì cũng có."

" Thấy gì, ông mãnh?"

" Ở đằng kia có một cô gái tóc vàng, chắc là dân Thụy Điển...."

Bà vợ ngắt lời ngay:

" Chắc trên người không một mảnh vải phải không?"

" Lúc vừa mới tới anh quả thật không biết rõ. Bởi vì cô ta mang kính mát che gần hết mặt, trên người là một tờ báo che trên bụng. Nhưng khi anh vừa cầm tờ báo lên..."

Bà vợ lại vội vàng cắt lời:

" Anh thấy thích thú quá phải không?"

" Đúng thế! Anh muốn nhảy cẫng lên. Tờ báo đăng tin giá *stock* mình mua lên 10%!"

Đó là câu chuyện làm quà của ông bạn tôi kể cho tôi nghe khi ông đi nghỉ mát bên Varadero về. Không biết câu chuyện có được 10% sự thực không? Chuyện sau thì 100% thực. Vì tôi vừa đọc được trên báo *The Gazette* ở Montréal.

Tỉnh nhỏ Battleboro thuộc tiểu bang Vermont, Mỹ, là nơi mà vào năm 1724, những người Anh định cư đầu tiên trong tiểu bang đã tới cư ngụ. Nơi đây ngày nay là quê hương của cộng đồng các nghệ sĩ, nhạc sĩ, văn thi sĩ đến từ Boston và New York. Nói vậy để biết đây là một nơi chốn rất tự do. Nhưng các tín đồ của chủ nghĩa khỏa thân đã đi quá lố. Họ đi mua sắm, đi dạo chơi trong khu đông người mà chẳng cần che đậy chi cả. Các em tuổi *teen* bày trò thi chơi đánh vòng *hulahoop* trên vỉa hè, đua xe đạp trên đường phố trong tình trạng…sơ sinh! Riết rồi thành phố cũng phải lập kỷ cương. Các ông bà nghị vừa biểu quyết tạm cấm tô hô trên đường phố với số phiếu khít khao 3 chống 2! Ai vi phạm sẽ bị phạt vạ 100 đô.

Phạt cái tội…thiên nhiên chẳng phải chỉ có ở Battleboro. Nơi nào cũng có quy luật riêng về "quyền không mặc quần áo". Tại một số nước Tây phương như Thụy Điển, Nam Tư, Đan Mạch, Hòa Lan, Đức, Tây Ban Nha hay Croatia, dân chúng được tự do không mặc gì nơi công cộng, thậm chí tại Đức, nằm tắm nắng tự nhiên như bà Eva trong côngviên công cộng ngay giữa thành phố cũng là chuyện tự nhiên. Khỏa thân là ngây thơ vô tội. Chỉ có tội khi việc khỏa thân mang tính chất khiêu dâm. Thế nào là khiêu dâm? Khi cố ý làm gai mắt người khác hay vô ý làm người khác phải mắc cở. Tháng 11 năm 1998, tại vùng Nancy, Pháp, Sophie, cô gái làm việc trong một chung cư đang đi xuống *sous-sol* thì bất chợt có một gã đàn ông, hậu duệ đích tôn của ông Adam, cố tình chặn đường cô. Sự việc chỉ diễn ra trong 10 giây. Cảnh sát được Sophie kêu tới đã mang anh chàng thích mát mẻ này về bót. Sophie kiện ra tòa. Tòa phạt 4 tháng tù và bồi thường thiệt hại tinh thần cho nạn nhân 65.500 *euro*. Thiệt hại tinh thần của cô Sophie là bị trầm uất thường xuyên, suy sụp tinh thần, khi thì chán ăn khi thì ăn uống vô độ, phải nghỉ việc để tĩnh dưỡng sức khỏe. Theo các chuyên gia thì có khoảng 25% phụ nữ nhìn thấy đàn ông khỏa thân sẽ bị rối loạn tinh thần! Những ai thuộc vào 25% này thì tôi quả thật không biết!

Nữ hội viên của các hội thiên nhiên chắc không bị rối loạn chi cả, cả tinh thần lẫn vật chất. *Rằng quen đôi mắt đi rồi!* Họ còn rất tỉnh táo để phán đoán nữa. Một trọng tài túc cầu theo bạn bè vào một câu lạc bộ khỏa thân. Dĩ nhiên khi vào tới chỗ này, ông phải tô hô như mọi người xung quanh. Một cô tới bắt tay làm quen:

" Ông làm nghề trọng tài bóng tròn phải không?"

Ông này ngạc nhiên quá. Quần áo trọng tài ông có mặc đâu mà nữ nhân họ nhà nhộng này lại đoán trúng phóc như vậy. Ông hỏi lại:

" Sao cô đoán hay quá vậy?"

Cô gái nhún người khiêm nhượng:

" Có gì đâu! Lúc nào ông cũng kè kè cái còi thế kia thì ai mà chẳng đoán ra!"

Ông Ian Pollard và bà vợ Barbara ở Wiltshire, Anh, chẳng có ý định lập câu lạc bộ thiên nhiên trong vườn của họ làm gì tuy cả hai đều thích làm vườn trong trạng thái thiên nhiên. Họ có khu vườn đẹp nên chương trình truyền hình *Gardeners' World* của đài BBC tới quay và phỏng vấn họ. Họ cho biết là họ thích làm vườn trong tình trạng không vướng víu quần áo chi cả. Họ chỉ thật lòng trình bày ý thích riêng thôi. Ai ngờ dân chúng Anh khoái quá. Ừ nhỉ, biết đâu cây cỏ hoa lá rộn ràng hơn khi người làm vườn cũng hoa lá cành! Hàng ngàn thư từ, điện thoại và điện thư tới tấp gửi về cho hai ông bà không còn trẻ: ông đã lục tuần và bà cũng đã ngũ tuần lẻ ba. Hứng chí, ông bà tổ chức ngay một buổi gặp gỡ "dành cho người theo chủ nghĩa tự nhiên" tại ngay khu vườn *Abbey House* rộng 2 mẫu tại Malmesbury của hai người. Họ gọi đó là ngày "muốn mặc kiểu gì cũng được". Trong ba năm qua họ đã tổ chức được sáu lần gặp gỡ rồi. Lần mới nhất đã có 350 du khách tới tham dự trong đó có 300 người mặc theo đúng mốt nguyên sơ! Bạn và tôi, chúng ta đều đã có dịp tay dao tay kéo làm vườn. Không biết bạn làm sao chứ tôi thì nai nịt kỹ càng với quần áo dày, găng tay, giầy lao động. Cẩn tắc vô áy náy! Làm vườn theo kiểu của ông bà Pollard có chi nguy hiểm không? Ông gạt phắt ngay ý tưởng… cổ hủ này. “ Trái với định kiến của nhiều người, việc làm vườn trong trạng thái khỏa thân không nguy hiểm hơn việc trùm kín quần áo. Nếu cứ tiện tay vung vẩy dao kéo thì có nai nịt đến mấy thì bị thương vẫn cứ bị thương”. Nghe vậy thì biết vậy, có kiêng có lành, vườn tược thì thiếu gì con ong cái kiến!

Chuyện thiên nhiên là chuyện bàn ra tán vào của các phó thường dân. Các lãnh tụ hay nguyên thủ quốc gia chẳng dính vào làm chi cho mất oai. Nhưng báo chí là thứ hay giỡn mặt. Thân hình các ông bà lớn nhất nước ra sao nhỉ? Ờ, dân đọc báo ưa tò mò có vẻ…quan tâm. Thế là nay báo chí đưa ra cái mông của bà Thủ Tướng Đức, mai họ đưa ra bộ ngực của ông Tổng Thống Nga Vladimir Putin. Một bức hình ông Putin cởi trần đứng câu cá mới đây đã làm xôn xao dư luận. Ông nguyên thủ này đô quá. Bắp tay nổi vòng, ngực hai múi đâu ra đó trông có lý hết sức. Dân Nga vênh mặt lên hãnh diện. Sau thời gian gần một thế kỷ dưới chế độ Cộng sản với những lãnh tụ già nua người nọ nối tiếp người kia, họ đã chán ngấy những ông bụng ỏng da tái này. Tới thời ông Boris Yeltsin cũng chẳng khá hơn. Lúc nào cũng như đang ngơ ngơ với chai rượu, lại thêm bệnh hoạn triền miên suốt đời đi nghỉ chữa bệnh! Khi có một nguyên thủ trẻ, mới 54 tuổi, khỏe như Putin, nước Nga như hồi phục. Khi được nghía tấm thân lực lưỡng của Putin trên báo chí, họ khoái quá. Ông không hút thuốc, ít khi uống rượu, võ sĩ đai đen nhu đạo. Muốn gì hơn nữa? Các thiếu nữ Nga say mê với bài hát “Như Putin” *(Giống như Putin / đầy sức mạnh / như Putin / chàng không uống rượu).*

Thấy hình ảnh bán khỏa thân của Putin ăn khách, báo chí đua nhau sưu tầm và công bố những bức ảnh ở trần của các nguyên thủ quốc gia. Họ lục đăng hình của Tổng Thống Reagan và vợ tắm biển ở Hawai từ tháng 4/1984, hình Tổng Thống Bill Clinton đang đùa với sóng trên bãi biển Honolulu năm 1993, hình Thủ Tướng Anh Tony Blair ở trần trong vườn khi đi nghỉ hè ở Barbados. Nhưng khi bức hình đương kim Tổng Thống Pháp Nicolas Sarkozy đang ở trần chèo thuyền được báo Paris Match đăng lên thì có chuyện. Tờ L'Express tố cáo đối thủ Paris Match đã tẩy đi những vết mỡ bụng trên tấm hình. Báo Paris Match cãi lại là thế ngồi của ông Sarkozy khiến chỗ phình nhìn rõ hơn và họ chỉ "điều chỉnh phần tối trong tranh". Đây là bức hình nhiều…chuyện. Chính các *paparazzi* Mỹ đã rình chụp được bức hình này khi Tổng Thống Pháp đi nghỉ hè tại Winnipesaukee, tiểu bang New Hampshire, Mỹ, mới đây. Khi thấy các nhiếp ảnh gia của hãng AP bơi thuyền gần ông, ông Sarkozy đã cho ca-nô cặp sát vào và lớn tiếng mắng họ bằng tiếng Pháp. Hai phóng viên trên thuyền nói họ không hiểu và hỏi trên thuyền của Tổng Thống có ai nói được tiếng Mỹ không? Câu hỏi xỏ lá không được trả lời. Tổng Thống Pháp hết ga-lăng, nhảy lên giật máy hình của phóng viên, nhưng không biết nghĩ sao, ông chỉ dằn máy xuống rồi trả lại.

Dù có là hình của Tổng Thống ở trần đi chăng nữa, dân chúng chỉ tò mò một chút rồi thôi. Họ chỉ thích những thân hình đẹp. Có lẽ anh chàng chuyên chụp hình khỏa thân tập thể Spencer Tunick cũng vậy. Chỉ cốt lấy số đông nên không cần tuyển lựa. Cứ có thiện chí là OK. Dù thiện chí trưng bày những…niềm riêng méo mó. Mát mắt vẫn là thứ tiêu chuẩn: trẻ và đẹp. Bạn tôi có nhiều ông hành nghề tu bíp. Có ông nói với tôi là nghề nghiệp của các ông thì chỉ biết bệnh nhân là bệnh nhân. Khi khám bệnh các ông không nhìn thấy những thứ bên lề. Nghe vậy biết vậy. Chuyện sau đây là chuyện kể ra cho vui, tôi không chịu trách nhiệm!

Một bà 50 trạc ngũ tuần từ trong phòng khám bước ra nói với bạn:

“ Y học bây giờ tiến bộ quá!”

Bà bạn đồng ý:

“ Bộ bà không biết chúng ta đang ở thế kỷ thứ 21 hay sao?”

“ Dĩ nhiên tôi biết chứ! Bà biết không, ba chục năm trước đây, mỗi lần tôi bị đau cuống họng phải đi khám bệnh, các bác sĩ thường bắt tôi cởi hết quần áo, khám đi khám lại, mất cả tiếng đồng hồ mới tìm ra bệnh. Còn bây giờ, tôi cũng bị viêm họng, bác sĩ chỉ bắt tôi há miệng ra rồi cho mấy viên trụ sinh, thế là xong!”

09/2007

VÍ

Chỉ vài ngày sau khi Hiệp Định Genève được ký kết, tôi đã có mặt ở Sài Gòn. Vào Nam sớm như vậy nên tôi còn kịp được hưởng vài món cuối mùa. Một trong những món đó là cảnh ruồng bố. Lúc đó tôi ở Khánh Hội, bên kia Cầu Ông Lãnh. Mỗi lần công an Bình Xuyên bố ráp, họ quây nguyên một vùng, nội bất xuất ngoại bất nhập. Thường thì những cuộc bố ráp này diễn ra vào sáng tinh mơ, trời đất còn nhá nhem tối, mọi người chưa ra khỏi nhà để đi làm. Tất cả đàn ông từ 14, 15 tuổi trở lên đều phải ra một thửa đất rộng, ngồi xếp hàng chồm hổm chờ. Một chiếc xe công an tới thả ra một người được trùm kín trong một chiếc bao bố có khoét hai lỗ nơi mắt. Công an dẫn cái… bao bố đi lòng vòng trong đoàn người ngồi mặt cắt không còn hột máu. Nếu tới trước mặt người nào mà cái bao bố gật đầu thì người đó tới số: công an sẽ áp tải lên xe mang về bót. Người được chụp bao bố là một Việt Cộng hay một tội phạm nào đó được mang ra để điểm chỉ cho công an tìm đồng bọn trong cùng một tổ chức hay cùng một đường dây. Thường thì khi ra ngồi như vậy, người nào cũng phải có giấy tờ đầy đủ trong người. Thiếu một cái là có chuyện chẳng lành. Bữa đó, tôi mắt nhắm mắt mở chưa ra khỏi giường, nghe tiếng đập cửa gấp rút, vội khoác chiếc áo chạy ra ngay, quên mất chiếc ví. Thấy cô em đứng lởn vởn quanh bãi...bố, tôi vội nói lớn: "Anh quên chiếc ví trong túi quần, em chạy về lấy cho anh." Ông hàng xóm ngồi bên cạnh vội xen vào: "Dzô tới đây gồi còn dzí dzới dzí. Trong này kêu là bóp cha nội!"

Bóp là tiếng Nam, ví là tiếng Bắc. Cả hai đều chỉ chung một thứ. Nhưng nói kiểu Nam Bắc đề huề cả hai chữ là một sự phiền toái. Bởi vì "ví' còn là tiếng nói trại để chỉ cái thứ nhạy cảm mà cả đàn bà lẫn đàn ông đều có nhưng một bên thì bóp được một bên chẳng ai nghĩ tới chuyện bóp!

Cổ áo dậy thì
Em quên gài cửa
Thơ ngây bỏ nhà
theo ta xuống phố
Búp mặc áo hồng
Ngực xuân chúm nụ

Vậy là ông Quan Dương đã nói hộ tôi cái mà tôi cứ loanh quanh hoài chưa nói cho ra lẽ được. Thứ trái cấm này mà chơi cái trò vũ phu đụng vào thì chỉ có ra cò bóp. Lớn nhỏ chi cũng vậy. Cậu bé Blackwell, 4 tuổi, học mẫu giáo tại trường La Vaga, thích thú leo lên xe buýt nhà trường, hồn nhiên nhảy bổ vào người cô phụ giáo, dụi mặt vào đôi gò bồng đảo đồ sộ và ấm áp của cô. Hành động này bị coi là "hành vi quấy rối tình dục" và ông Hiệu Trưởng đã viết thư về cho bố mẹ cậu mách anh nhóc mới có tý tuổi đầu mà đã làm cái hành động "có thể coi là sự va chạm giới tính"! Hình phạt: tạm thời đình chỉ việc học của ...

thủ phạm! Bố mẹ cậu bé không đồng ý. Họ cho là cô phụ giáo đã quá "nhạy cảm" với sự va chạm xác thịt nên đã hiểu nhầm hành vi bày tỏ yêu thương của một đứa bé 4 tuổi. Luật sư David Davis ở Waco cũng đồng tình với quan điểm của bố mẹ cậu bé. Nhà trường lùi một bước: bãi bỏ lệnh cấm cậu Blackwell tới trường học nhưng vẫn ghi trong học bạ của bé câu: "Có hành vi xâm phạm thân thể giáo viên". Gia đình cậu bé vẫn còn đang tranh đấu để xóa bỏ câu ghi chú tai hại này!

Hai trái đu đưa thường là xốn mắt và làm ngứa tay này chỉ có ý nghĩa với phái nam từ tuổi dậy thì trở lên. Mới 4 tuổi thì giá trị đích thực của thứ hoa quả không bao giờ trái mùa này còn rất mơ hồ và khác biệt với…trị giá của chúng dưới mắt nam nhi. Nam nhi loại mới nứt mắt còn mài đũng quần ở trường cấp hai đã dở trò ngứa tay. *"Gã nhớ vài năm sau gã và một thằng bạn ngồi bàn sau ở lớp học cứ bàn luận xem vú đứa nào nổi nhất lớp. Cuối cùng thì giải quán quân thuộc về con bé lớp trưởng. Nó lớn hơn mọi người vài tuổi mà, lại là đứa đầu tiên đeo coóc- xê ở trường cấp II này. Thằng bạn đố gã sờ vú lớp trưởng. Máu sỹ diện nổi lên gã nghĩ ra một mẹo. Gã bảo thằng bạn hai thằng cùng giả vờ cãi chửi nhau đúng lúc lớp trưởng nhìn thấy. Đúng như dự đoán, lớp trưởng lại gần hai đứa để "can thiệp". Gã đấm luôn vào mặt thằng kia một quả. Nhân tiện gã giả vờ lỡ đà tạt luôn sang ngực lớp trưởng vài cú rơ-ve. Thật là hả hê!"* (Đặng Thân, Mẩu Thịt Thừa, Hợp Lưu số 93, tháng 2&3/2007).

Tuổi sau đó thì cứ trái ngọt mà chén. Đào này, hồng này, quít này, cam này, lê này, bưởi này. Cứng tuổi thì con mắt vẫn còn có đuôi!

Tiếng ai cười nói vang trong nắng
Phải bà hàng xóm ngực rung rinh

Máy ai cắt cỏ vườn bên cạnh
Khiến nên ánh sáng đầy âm thanh
Ngọc gió trên cao vừa lướt nhẹ
Ngẩn ngơ con chó hít trời xanh.

(Võ Phiến)

Máy cắt cỏ to là thế, chó (nhất là chó Mỹ) lớn là thế mà chúng không được lòng con mắt. Cứ cái rung rinh mà thấy trước tiên! Muốn rung rinh được thì phải nhờ trời. Trời không cho thì nhờ…bia! Ở bên nước Bulgaria có thứ bia Boza uống nó không trôi xuống bụng mà…đọng lại ở ngực. Bia này cũng làm từ lúa mì lên men và men bia thôi nhưng sao mà hiệu nghiệm cho cái rung rinh. Các bà uống Boza vào là vòng số 1 nở ra. Anh chàng Constantin Barbu đã cất công từ Lỗ Ma Ni vượt sông Danube tới Bảo Gia Lợi để ôm bia về cho vợ. *"Tôi đã mua một thùng cho vợ tôi dùng thử. Tôi rất hy vọng sẽ thấy sự đổi khác!"*.

Bia nở ngực được thì thuốc phải nở bạo hơn. Trên *internet* thiếu gì lời rao hàng bán thuốc nở ngực tự nhiên chẳng đụng tới dao kéo. Đây là một đoạn tiêu biểu: "Tại sao phải tốn 5000 USD để giải phẫu ngực trong khi bạn có thể có bộ ngực lớn ra 1 – 2 *cup size,* đẹp tự nhiên mà chỉ tốn có 240 USD? Các bạn gái muốn có một bộ ngực cao, có rãnh tự nhiên, căng tròn, đẹp hấp dẫn, xin đến với thuốc nở ngực *Cleavage Plus.* Đây là một sản phẩm mới, nóng bỏng và sẽ là cơn ác mộng cho giới bác sĩ chuyên khoa giải phẫu thẩm mỹ ngực…Uống một tháng, ngực bắt đầu căng to. Uống từ 2 đến 4 tháng, to ra ½-1 *cup size.* Uống từ 4 đến 6 tháng, to ra 1 – 2 *cup size.* Mua 4 chai tặng ngay 2 chai, giá chỉ có 60 USD/chai". Một bà ở Gia Lâm, Hà Nội, 55 tuổi đã nghe lời quảng cáo, dùng thử và gặp…ác mộng đúng như lời quảng cáo. Có điều là ác mộng không phải cho giới bác sĩ giải phẫu thẩm mỹ mà cho ngay chính đương sự!

Hai tháng sau khi uống bà cảm thấy thường xuyên chóng mặt, ngực có to ra không thì chưa biết nhưng ngón tay, ngón chân phình to ra, mặt bị biến dạng, phải vào bệnh viện cấp cứu! Theo các bác sĩ thì thuốc làm nở ngực quảng cáo trên thị trường thực chất là một dạng bổ sung *hormone* giúp phát triển mô ngực. Chúng xuất hiện dưới nhiều tên như *Placenta X-A; Placenta X-B; Cleavage Plus; Perfect Women Crème; Contour Crème...* Tuy nhiên kết quả thực sự thì còn phải chờ, không biết ra sao!

Cô con gái tỉ phú khách sạn Paris Hilton lúc nào cũng loay hoay muốn chọc vào mắt thiên hạ để mọi người phải nhớ tới mình. Cô làm được nhiều thứ lắm. Ăn diện không giống ai, tung ra phim sex với bạn trai, đóng một chương trình truyền hình ngớ nga ngớ ngẩn mang tên *Simple Life*, hợp với cô ca sĩ quậy Britney Spear trà đình tửu quán… Ví nàng ra sao, cả bàn dân thiên hạ đã rõ từ chân tơ kẽ tóc. Đó là một thứ khiêm nhượng. Tựa như chanh quít…ủng! Thế mà bỗng nhiên, vào một tối đẹp trời, cô nàng xuất hiện với chanh quít bỗng vươn lên thành một thứ gần như là bưởi. Thiên hạ căng mắt ngạc nhiên. Dao kéo chi đây! Một dân Hồ Ly Vọng gặp cô tại một bữa tiệc đã không bưng miệng được. *"Ngực cô ấy lớn hơn bình thường. Mọi người cứ trố mắt ra nhìn. Ai cũng biết người cô ấy có chút xíu nên khách khứa đêm đó mới ngạc nhiên như thế!"*. Hỏi mận thì mận cứ ỡm ờ. Chẳng gật mà cũng chẳng lắc. Cứ lơ mơ như thế cho "chúng nó" bàn ra tán vào. Thế mới là nghệ thuật quảng cáo!

Siêu mẫu Phi Thanh Vân của Việt Nam thì huỵch toẹt có sao nói vậy người ơi! *"Còn nhớ khi mang bộ ngực mới, lần đầu tiên đứng dậy, tôi bị ngã chúi về phía trước vì cơ thể mất thăng bằng. Nhưng bây giờ tất cả đã trở thành một phần cơ thể tôi. Nếu phải lấy ra chắc chắn tôi sẽ tự tử!"* Ghê chưa! Ai bảo con người chỉ cần lá, con người cũng cần trái nữa chứ! Nhưng nguyên cớ vì sao mà nàng Phi Thanh Vân này lại cần có thêm…trái mới? Bởi vì ham lên sân khấu! Sau khi đã chịu khó đọc tất cả các sách về giải phẫu thẩm mỹ để nghiên cứu, năm 2003, Phi Thanh Vân mới quyết định leo lên bàn giải phẫu. *"Tôi ôm điện thoại gọi tới tất cả bệnh viện trong thành phố và cuối cùng tìm ra một nơi làm ngực với giá 45 triệu đồng. Tìm đến bệnh viện đúng dịp có bác sĩ nước ngoài về áp dụng phương pháp mới trong giải phẫu thẩm mỹ ngực, tôi đăng ký làm vật thí nghiệm với chi phí 55 triệu đồng. Thông thường túi có tuổi thọ 10 đến 20 năm, nhưng lần này tôi may mắn được đặt túi ngực vĩnh viễn... Cảm giác đầu tiên nằm trên giường mổ, tay trái truyền nước biển, tay phải truyền máu, bị một loạt bóng đèn rọi thẳng xuống mặt, vẫn ám ảnh tôi đến tận bây giờ. Khi mở mắt ra, tôi thấy mình nằm trong phòng hồi sức, toàn thân đau nhức không thể cử động nổi dù chỉ năm đầu ngón tay. Cuộc giải phẫu lớn mất gần 4 tiếng đồng hồ khiến 11 ngày sau tôi mới có thể xuất viện."*

Để…đổi trái cây trên người, vất vả như vậy. Nhưng bù lại thì có *show* lia chia lại thêm các đại gia chạy theo hàng đàn. Trái cây, dù là trái giả bằng nhựa, vẫn cứ như quả bóng bay kéo sự nghiệp cùng với tiền tài danh vọng lên cao. Cũng tại Sài Gòn, cô người mẫu Tuyết Lan đã đùng đùng đi mua trái lớn chỉ vì tranh nhau chiếc áo đẹp! Trong một *show* diễn, một người mẫu đàn chị đã chơi gác cô bằng…ngực để chiếm chiếc áo đẹp bằng câu nói cao ngạo: "Ngực tao đẹp hơn ngực mày!" Ngay sáng hôm sau, Tuyết Lan tìm tới một thẩm mỹ viện liền tức khắc. Bác sĩ giải phẫu thẩm mỹ thành thực khuyên cô không nên giải phẫu vì "ngực chị khá đẹp và hợp với dáng người nên không cần phẫu thuật thêm". Cô không chịu. Bác sĩ khuyên chỉ nên độn thêm vào túi cỡ 200 ml, cô cũng không chịu, đòi chơi cỡ 250ml. Chiếc túi nước 250ml này quả được việc. Từ một cô người mẫu hạng tép riu luôn bị bắt nạt, cô đã leo lên hàng vơ-đét lúc nào cũng có năm bảy anh đại gia đông bạc lăng xăng chung quanh.

Trồng trái nhựa trên ngực không phải khi nào cũng suông sẻ như vậy. Cô người mẫu kiêm diễn viên khá nổi tiếng của thành phố Sài Gòn Lê Hải Thanh là một thí dụ. Cô cũng đã cẩn thận thăm dò chán chê mới quyết định đi nâng cấp vòng số 1. Cô chọn cỡ 225ml. Sau hơn 3 giờ phẫu thuật, khi tỉnh dậy, cô tá hỏa tam tinh: ngực một nơi, túi một nẻo! Chờ cho vết thương lành cô bắt sửa lại ngay. Ông bác sĩ thiếu bàn tay mát đành phải lôi cái túi nhựa vô duyên ra và hoàn lại tiền. Nhưng những vết sẹo chằng chịt trên ngực thì cô phải giữ lại suốt đời. Cô người mẫu nổi tiếng vì tài săn đại gia Kiều Mỹ Tiên thì vô duyên một cách khác. Vác hai ngàn đô Mỹ đi phẫu thuật cho hơn chị hơn em, cô nhận lãnh hai gò bồng đảo sưng đỏ và nhức nhối. Lấy túi nước ra rồi lại bỏ túi khác vô, bảy lần tất cả mà thất bại vẫn hoàn thất bại!

Bảy lần mà ăn thua chi! Cô nữ diễn viên bốc lửa người Mễ Tây Cơ Sabrina Sabrok chơi luôn 12 lần! Lần nâng cấp mới nhất cô nhét thêm vào mỗi bên ngực sơ sơ có 1 kí nâng trọng lượng cả hai bên lên tới 9 kí. Chín kí, chia đều ra thì mỗi bên 4 kí rưỡi. Là to bao nhiêu, tôi quả không hình dung được. Mà lớn như thế nào là đến…cỡ thợ mộc? Muốn hai trái phồng lên bao nhiêu là ý của chủ nhân nhà vườn nhưng trong việc gia cố đôi gò giới y khoa cũng định ra cái mức đàng hoàng. Cứ để tùy theo ý thích thì có mà…rách! Mức đó là bao nhiêu tôi cũng chẳng tìm hiểu làm chi. Có dùng tới đâu mà hỏi! Thông thường thì khoảng từ 275 cc tới 800 cc. Từ 800 cc đến 1000 cc là ngoại hạng. Nói theo danh từ chuyên môn là thuộc loại DD. Kỷ lục nhồi nhét vào một lần tới 1200 cc là thuộc về một phụ nữ giấu tên. Chỉ biết bà này có bộ ngực *naturel* cũng đã thuộc hàng… đại gia rồi! Loại ngực tấn công ra phía trước có ưu điểm gì, đứa bé 4 tuổi cũng đã biết. Nhưng có ưu thì cũng có nhược. Vác một bộ ngực ngồn ngộn rất có cơ may té sấp về phía trước như nàng chân dài Phi Thanh Vân đã có kinh nghiệm. Ngoài cái bất tiện đi đứng còn có nguy cơ bị đau lưng và đau đầu. Đau lưng thì có thể hiểu được nhưng tại sao lại đau đầu thì khó hiểu quá. Tôi cũng chịu không hiểu nổi. Tôi biết một bà bẩm sinh trời cho đôi gò bồng đảo lớn lao hơn người rất nhiều. Khi mới bắt đầu lên trung học thì các thày đã khó giảng bài trong lớp rồi. Có lẽ vì bận nuốt nước miếng! Bạn học cũng quấy rầy lia chia đến phát bực. Khi về già thì không chịu nổi. Chẳng phải vì bị quấy rầy mà vì đôi trái quá cỡ níu cái lưng già xuống đau chịu không nổi. Riết rồi phải đi giải phẫu. Cũng là giải phẫu nhưng là giải phẫu…ngược. Để lấy bớt ra cho nhẹ nhõm!

Cũng lấy ra nhưng là lấy của giả ra là trường hợp của chị Linh ở Hà Nội. Chị đi giải phẫu nâng ngực mà không cho chồng biết. Khi anh biết được thì anh giận. Giận tới hai tuần. Hết giận cũng không đụng tới thứ của giả trên ngực vợ. Vợ hỏi, anh cho biết là anh cảm thấy mình ôm mớ *silicon* chứ đâu có ôm vợ! Anh chồng cứ tự cấm vận như vậy, chị Linh không chịu nổi phải đi lấy túi độn ví ra!

Báo VNExpress ở trong nước đã làm một cuộc khảo sát. Câu hỏi như thế này: “Bạn nghĩ gì về việc vợ / bạn gái đi phẫu thuật thẩm mỹ?”. Có 2343 phiếu trả lời. Chỉ có 10,7% cho là rất tốt. Còn lại thì…lắc đầu: 38,8% ầu ơ “cũng được, miễn là an toàn”; 28,9% “không hưởng ứng vì tôi không thích của giả”; 21.5% “không đồng ý vì sợ nguy hiểm”!

Hai trái bên phải bên trái cân phân là bề mặt, dưới bề mặt cộm cộm này có những tuyến vú. Người có tuyến vú bình thường, người trời cho có thêm tuyến vú phụ. Rắc rối ở cái lòng quảng đại không đúng chỗ của trời này. Theo bác sĩ Nguyễn Chấn Hùng, Giám Đốc Bệnh Viện Ung Bướu Sài Gòn, thì vào tuần thứ 6 của thai kỳ, mô tuyến vú bắt đầu phát triển theo đường sữa từ nách đến vùng bẹn. Vào tuần thứ 9, đường sữa này bị thoái hóa và chỉ còn lại tuyến vú ở bên ngực. Tuy nhiên có trường hợp đường sữa không mất đi mà giữ nó suốt đời nên có những tuyến vú phụ hay tuyến vú lạc chỗ. Chuyện đi lạc này nhiều khi rất lạ. Như nơi một bà người Ba Tây, 22 tuổi, tuyến vú phụ này đã chu du xuống tới tận gan bàn chân trái! Nó cũng y chang hai bà chị trên ngực. Một đầu ví tròn xoe, có quầng thâm bao quanh, lại có thêm tí lông tơ bao phủ!

Bất thường kiểu khác là kiểu nhất bên trọng nhất bên khinh. Thay vì cân phân hai bên thì chỉ có một bên, bên kia là…mặt bằng phẳng lì! Đó là trường hợp mắc hội chứng Poland. Nhiều khi cả hai bên cùng phẳng lì như nhau!

Ngược lại, không bơm, không độn mà tự nhiên tòa thiên nhiên cứ ngạo nghễ với non sông. Ngạo nghễ một cách quá đáng. Kể cũng phiền! Một em bé 15 tuổi ở Sài Gòn bị tuyến vú phì đại vì xáo trộn bất thường về nội tiết tố. Ngực em cứ to dần cho tới…15 kí! Đây là trường hợp đặc biệt vì thường chỉ phì lên tới 1,2 kí hoặc 1,5 kí thôi. Nhưng tại bệnh viện Saint Paul ở Hà Nội, các bác sĩ đã giải phẫu một bệnh nhân 26 tuổi, sau khi sanh, tuyến vú cứ phình lên. Chỉ trong vòng 6 tháng đã đạt tới kích thước dễ nể: nặng 4 kí và dài nửa thước! Trái mướp này nằm trải dài xuống tới quá rốn.

Con cháu bà Triệu có khác! Nói cho vui vậy thôi chứ bà Triệu của chúng ta đã bị mấy anh ba nói…ẩu. Bị thua trận vì một nhi nữ, các anh Tàu căm giận bịa ra chuyện ví của vị nữ anh thư đất Việt dài tới…3 thước! Thực ra vào thời đó, theo phong tục tập quán, phụ nữ thường phải quấn vải cho vòng số 1 không vươn lên được. Có lẽ bà Triệu của chúng ta, vì là con nhà võ nên vóc vạc to lớn hơn người, ngực chắc cũng nhỉnh hơn thường tình chút ít. Các anh xâm lược bị bà đuổi chạy có cờ nên phóng đại lên cho đỡ quê. Làm như bà không phải là người mà là…con ma vú dài trong khám Chí Hòa vậy! Gặp ma mà chạy là đúng chỉ số. Có chi mà mất mặt bầu cua!

04/2007

XÌU

Đây là câu chuyện của anh Jochen M. Anh còn đang soan. Đàn ông ba chục tuổi đang là đúng độ. Anh làm quen được một cô gái. Đi ăn, đi dạo công viên, ghé quán uống một ly rượu. Họ lâng lâng trong cảm giác tuyệt vời. Hai người dìu nhau về phòng. Anh Jochen không nhớ ai dìu ai. Chuyện phải đến đã đến. Họ đã dìu nhau đi một quãng đường dài nhưng đường đi không tới. Nỗi khao khát của anh dâng lên tới cổ nhưng nó dừng lại ở phần dưới, nơi hiện diện của một…cọng bún. Anh luống cuống. Cô bạn gái sững sờ. Họ ôm nhau một lúc nữa. Rồi anh nhận được một lời an ủi từ cô bạn: chuyện như vậy vẫn thường xảy ra, rồi mọi chuyện sẽ đâu vào đó!

Sự kiện đáng mắc cở như vậy chưa bao giờ xảy ra với Jochen. "Trước đây, tất cả với tôi diễn ra hoàn toàn bình thường." Anh đoán tại anh bị *stress.* Cứ sáng sáng 8 giờ phải có mặt ở sở, về tới nhà thì đã 8 giờ tối. Vội vội vàng vàng, *stress* quá đi chứ! Nghĩ vậy nhưng anh chẳng dám tâm sự với ai. Anh nghĩ tự mình có thể vượt qua được. Anh hẹn lại với cô bạn. Kết quả: vẫn... bún. Không có gì phấn khởi cả. Anh hoảng loạn. Cố vớt vát, anh làm quen với bạn gái khác. Vẫn chun choen oặt oẹo! Anh điên tiết thử nữa. Ba cô bạn gái tiếp theo cũng không cải thiện được tình thế. Anh nhớ tới cảm giác khủng khiếp khi nằm cạnh những thân hình mềm mại. Anh ngắm nhìn tấm lưng trần tuyệt vời, chờ cây kim đồng hồ nhích dần cho tới sáng. Từ đó, anh sợ bạn gái. Anh không dám đi chơi. Vào siêu thị, thấy quả dưa leo trên kệ, anh cũng không dám nhìn lâu. Anh vùi đầu vào cái ti vi mỗi tối. Phải hai năm sau anh mới có can đảm bước qua ngưỡng cửa phòng mạch bác sĩ.

Tiến sĩ Axel-Jurg Potempa, chuyên gia tiết niệu học ở Munchen, Đức, không lạ gì với những chuyện đại loại như chuyện của anh Jochen. Ông đã điều trị khoảng 5 ngàn người như vậy. Theo ông thì nguyên tại Đức đã có khoảng 10 triệu ông ít nhất có một lần mất uy tín như thế. Và có khoảng từ 5 đến 8 triệu ông thường xuyên ở trong tình trạng trên bảo dưới không nghe. Trên thế giới số các ông không làm tròn bổn phận đánh đông dẹp bắc vào khoảng 150 triệu! Theo dự đoán của Potempa thì đến năm 2025, thế giới sẽ có tối thiểu 320 triệu quân tử bị…giải giới. Thật phí của trời!

Nguyên do vì sao mà một công việc người này làm dễ dàng như ăn phở người khác lại hì hục không xong? Trước thập niên 1970 tình trạng thằng em không chịu vâng lời thằng anh này hầu như được qui trách cho nguyên nhân tâm lý. Cái đầu không ổn thì cái những nhẵng đình công không chịu làm việc. Ngày nay, y học tiến bộ nhiều, người ta thấy anh chàng tâm lý bị oan. Chỉ có khoảng 25% là do nguyên nhân tâm lý hoàn toàn. Còn 75% là có nguyên nhân thực thể như bệnh đái đường, bệnh *Parkinson,* xơ cứng động mạch, bệnh về thần kinh, bệnh tim mạch, bệnh xưng khớp, lão hóa, thuốc lá, rượu, *stress,* thiếu hụt *hormone testosterone.* Tình trạng mất nam nhi tính cũng thay đổi tùy theo độ tuổi. Trong độ tuổi 40 có khoảng 40%, lên tới độ tuổi 70 thì 70% có vấn đề.

Cứ tưởng tượng trên thế giới có 150 triệu anh chàng Jochen! Thật là một sự phí phạm tài nguyên lớn lao. Muốn khôi phục khối tài nguyên này, có hai cách. Thứ nhất là chữa về tâm lý, thường lâu dài mới có hiệu quả. Thứ hai là dùng thuốc. Bây giờ thì cứ Viagra mà thẳng tiến! Anh Jochen đã theo cách thứ hai. Anh tung hô thứ thần dược này như sau: "Nhờ Viagra, tôi đã được sinh ra lần thứ hai!"

Viagra thôi sao? Dưa hấu cũng ngon lành vậy! Dưa hấu? Vâng, chính hắn, thứ dưa hấu bán đầy rẫy ngoài siêu thị đó! Các nhà khoa học Mỹ đã phát hiện trong dưa hấu có chứa nhiều *citrullin* tương tự như dược chất *sildenafil citrat* của Viagra. Vậy thì, thay vì uống Viagra, cứ chơi luôn dưa hấu, vừa ngon, vừa làm thuốc, tiện cả đôi đàng. Chỉ có một điều hơi phiền là phải chén luôn ba trái dưa hấu mới bằng một viên thuốc Viagra. Ba trái dưa hấu óc ách trong bụng thì cách gì mà ngựa phi đường xa! Nhưng tin vui đến từ tiểu bang Arizona. Một công ty dược chất thiên nhiên đã cô đọng ba trái dưa hấu trong một viên thuốc. Ực một cái giống như uống Viagra vậy thôi. Tên thuốc: *Stimulin.* Thuốc được chế tạo bằng ruột dưa hấu nên tuyệt đối an toàn cho cơ thể. Đó là quảng cáo của dược phòng, không liên quan gì đến tôi!

Nói tới những biệt dược của phòng the thì không thể làm lơ được ông vua Minh Mạng. Bài thuốc "nhất dạ ngũ giao sinh lục tử" của ông đã trở thành huyền thoại làm nức lòng nhiều bậc quân tử. Chính bản bài thuốc này đã thất truyền. Những bản còn lưu truyền đến ngày nay đều là những bản mô phỏng. Tôi có trong tay bản do Bác sĩ Nguyễn văn Dương, chuyên gia về y học cổ truyền, sao chép lại. Thôi thì cũng cứ chép lại. Nói là chép có nghĩa là không bảo đảm. Ai có can đảm thì cứ việc thử, trách nhiệm nằm trong tay ông trời! Thục địa, đào nhân mỗi thứ 40gr; sa sâm, đại táo mỗi thứ 30gr; bạch truật, đương qui, phòng phong, bạch thược, trần bì, xuyên khung, cam thảo, phục linh mỗi thứ 24gr; tần giao, tục đoạn, mộc hoa, kỳ tử, thương truật, độc hoạt, khương hoạt, bắc đỗ trọng mỗi thứ 16gr; đại hồi, nhục quế mỗi thứ 12gr; đường phèn 3 lạng. Ngâm trong 450ml rượu nếp ngon, uống mỗi ngày 4 lần, mỗi lần một ly nhỏ 30ml. Tối trước khi đi ngủ có thể uống thêm một ly nhỏ. Phải uống hàng tháng mới có ép-phê!

"Thốc kê hoàn" là một loại biệt dược khác. Cũng...vua chúa. Còn hơn bài thuốc Minh Mạng nữa vì đó là sản phẩm mà Võ Tắc Thiên thường dùng. Bà hoàng chịu chơi này khi đã quá tuổi trung niên, khả năng sinh lý đã giảm, bèn cho vời ngự y tới để chế thuốc hồi xuân. Ngự y dâng thuốc, Võ Tắc Thiên thấy hiệu quả nên ngày nào cũng dùng. Quan Thái Thú Lã Công Đại khi đó đã bảy chục tuổi lại bất lực nên không có con, thấy thuốc hay bèn uống theo. Ông có liền ba cậu con trai. Thấy đã đủ, ông không uống nữa, vứt thuốc ra vườn. Một chú gà trống thấy tiếc của trời vội xà tới mổ hết sạch. Mổ xong chú trống vội chạy đi đạp mái. Chú leo lên lưng gà mái mấy ngày không xuống làm gà mái trọc hết đầu. Vì vậy mới có tên thuốc là "thốc kê hoàn". Thốc có nghĩa là trọc đầu! Bài thuốc này tôi cũng có nhưng, bắt chước cô gái đi chơi chùa Hương của Nguyễn Nhược Pháp: *nhưng chả chép vào đây!*

Ngoài tâm lý trị liệu, thuốc uống, còn một lối thứ ba nữa để giúp...đề máy: giải phẩu. Ngay tại Việt Nam, bác sĩ Nguyễn Thành Như của bệnh viện Bình Dân đã hoàn tất ca phẫu thuật đầu tiên vào đầu tháng 9/2006. Bệnh nhân là một người bị tai nạn giao thông nặng, gây tổn hại đến động mạch thể hang. Do đó, máu không được dẫn tới đủ để chú bé ngẩng đầu hùng dũng được. Bác sĩ Như đã nối lại động mạch này, đường xá thông suốt, ngựa phi đường xa như thường.

Chuyện dao kéo là chuyện nay, xưa làm gì được vậy! Bó tay chăng? Không! Trong tiểu thuyết "Mẫu Thượng Ngàn" của tác giả Nguyễn Xuân Khánh, nhân vật tên Cam bị tra tấn trong tù. Cai ngục *"lấy hai thanh tre kẹp vào hai quả cà của người đàn ông. Rồi hắn bóp, mới đầu còn nhẹ, sau rồi nặng tay. Cho đến lúc ông Cam hét lên như xé trời và ngất lịm. Hai quả cà của Cam đã bị vỡ nát. Cái bìu bị sưng lên to như cái ấm giỏ và tím ngắt. Cam sốt mê man gần mười ngày, không ăn một hạt cơm, chỉ uống nước. Không biết sức chịu đựng của Cam phi thường đến thế nào mà sau đó vết thương của anh dần dà tự khỏi. Từ đấy có điều lạ vô cùng là con chim của anh co lại và rút vào trong bụng"*. Vậy là rồi đời. Nam nhi chỉ trông cậy vào cái vật nho nhỏ để ra dáng một nam nhi, nay chui tọt vào trong bụng gọi không ra thì chỉ có…ăn trét! Ông Cam dĩ nhiên không dám đèo bòng khi đã được thả ra khỏi tù ngục. Nhưng những trớ trêu của lịch sử thời Pháp thuộc đã đẩy ông vào hoàn cảnh khó xử. Ông phải lấy người đàn bà tên Ngát để cứu mạng sống của bà. Lấy là lấy vậy thôi chứ đêm cũng như ngày chẳng có chuyện gì có thể xảy ra được. Nhưng bất thần bà Ngát sanh được một bé trai. Không! Nhất định không có sự điêu ngoa gì nơi người đàn bà này. Rõ ràng là con ông Cam. Làm sao mà có được phép lạ như vậy? *"Có gì đâu! Hàng đêm bà Ngát vẫn kiên trì chữa trị cho ông. Chỉ có mình bà mới chữa như thế được thôi. Tức là bà ta bế đầu ông lên, cho ông bú như mẹ cho con bú. Rồi một tay bà xoa vào lưng ông, tay kia bà kéo cái chim ra.*

Đau đấy, nhưng có cái vú bú, và có cái tay xoa lưng ông cũng đỡ đau phần nào. Tôi còn nghe nói có bận bà kéo mạnh quá ông đau điếng, cắn chảy máu cả vú bà. Cứ như thế, mỗi ngày một ít, cuối cùng con chim chui hẳn ra. Và thế là ông Cam khỏi bệnh. Ông ta mừng đến phát khóc, ôm lấy vợ và nói: Bà đã sinh lại ra tôi lần thứ hai."

Câu nói của ông Cam ngày xưa y chang như câu nói của anh Jochen ngày nay. Ông Cam nhờ bà vợ, anh Jochen nhờ Viagra. Cả hai đều tưởng cuộc đời đã bế mạc. Mỗi người một cách. Ông Cam thì vì tai nạn, anh Jochen thì vì bệnh tật. Cả hai đều lấy lại được phong độ đàn ông. Cả hai đã được tái sinh!

Cũng như ông Cam nhưng nguyên do thì khác là những người bị teo…mầm xuân. Đời sống ngày nay là một cuộc tranh sống tất bật. Con người có nhiều mối lo và thường xuyên đối mặt với sự căng thẳng. Nếu sự căng thẳng này trở thành mãn tính và xảy ra trong một thời gian dài thì cơ thể sẽ tạo nhiều *adrenalin* hơn. Khi chúng ta lo lắng, sợ hãi, buồn phiền thì *adrenalin* cũng được tiết ra thêm. Cơ thể của chúng ta được quân bình là do hệ thần kinh giao cảm. Hệ thần kinh này có hai phần: hệ trực giao cảm và hệ đối giao cảm. Khi chúng ta lo âu, sợ hãi thì cơ thể sẽ có phản ứng. Phản ứng này do hệ trực giao cảm chỉ huy qua trung gian *adrenalin. Adrenalin* sẽ làm nở con ngươi, kích thích hạch nước mắt, gia tăng mồ hôi, tăng nhịp đập của tim, ngừng sự co giãn các cơ của bàng quan, giảm các hoạt động tiêu hóa v…v…Trong khi đó, hệ thần kinh đối giao cảm thì tác động ngược lại: làm mắt mở to, tim đập mạnh, thở hổn hển v..v… Riêng đối với chú em nhỏ ở phía nam thì dưới tác dụng của *adrenalin,* các cơ trơn trong các thể hang và các cơ trơn bao quanh các mạch máu trong chú nhỏ sẽ bị co thắt lại thường xuyên hơn, dai dẳng và liên tục hơn. Sự co thắt này làm giảm lưu lượng máu tới chú nhỏ làm chú nhỏ... nhỏ đi. Chú nhỏ biếng nhác, không chịu ngóc đầu dậy, mềm như sợi bún, công tác yếu xìu chẳng đi tới đâu! Chứng teo này thường xảy ra ở những người bị tổn thương hay bị thiến hoạn tinh hoàn hoặc tinh hoàn bị dị dạng. Mặt khác những người bị bệnh đái đường có biến chứng, bị *stress* kéo dài, bị cao huyết áp nhiều năm dẫn đến tổn thương mạch máu hay thần kinh cũng là những...ứng viên khả dĩ của teo! Những người thủ dâm nhiều làm cho các thể hang bị tổn thương do ma sát khiến các tế bào, cơ vòng bị chai hóa đi, mất dần khả năng đàn hồi cũng dễ teo! Nói chung chung như vậy người ta không cảm thấy sự xốn xang của mất mát. Nhưng nhìn vào mỗi trường hợp, đây là một niềm đau khổ miên man. Như nhân vật nam trong truyện ngắn của Nguyễn Văn Ninh: *"Ngày tôi còn đi học, mỗi lần mót tôi phải lẩn tránh bạn bè, tôi đi vào nơi mà bạn bè không vào. Nhìn xung quanh không thấy ai tôi mới kéo quần, tè. Cho đến thời sinh viên tôi không dám mặc quần đùi, mỗi lần đi tắm là tôi rất khổ sở. Tôi cứ phải chờ cho người ta tắm xong rồi mới lần lần xuống tắm, thay quần cứ phải vội vội vàng vàng, chưa kéo được quần ướt ra là mặc ngay quần khô vào. Người ướt sũng nước thấm ra quần khô khiến cho cái quần loang lổ như tờ báo... Không ai hiểu ông bằng ông, mà chính bản thân ông cũng không hiểu ông. Sau này, mỗi lần đi nghỉ mát, ai nấy đều mặc quần xịp, quần bơi, ông mặc quần đùi. Hôm nay, một mình ông ngồi trong phòng kín mà ông thiếu tự tin... Thôi, ta vào toa lét là xong. Ông đóng cửa toa lét rồi kiểm tra đi kiểm tra lại vài lần. Yên trí. Tám cái gương trong toa lét soi cái thân ông. Ông nhìn thấy mình, ông được nhân đôi lên. Không những thế, ông còn được nhân lên thành tám. Trong con người đứng trước gương đây, cái mà ông ưng ý nhất lại là cái mà ông chán nhất.*

Người mình chẳng kém gì một vận động viên nhưng sao nó lại như chẳng ăn nhập gì cả. Chẳng có sự cân bằng nào cả. Chán. Càng nhìn lại ông càng thất vọng. Sự thất vọng càng nhiều nó lại tác động ngay vào cái ấy. Cái ấy cứ teo lại như cái gai tre. Chán! Chán không cơ chứ. Bây giờ ông mới hiểu. Vợ ông, người tình của ông chỉ thích sờ ngực, sờ đùi, sờ tay. Hết. Ông sụp đổ. Ông thấy phía trước đối với ông thật là vô nghĩa." (Em Như Cỏ Non, Hợp Lưu số 84, tháng 8 & 9/2005).

Đầy đủ lệ bộ nam nhi nhưng cũng thuộc loại không ra gì là thứ mà dân gian gọi là "khóc ngoài quan ải". Công thành mà mới tới cửa thành đã hết đạn dược thì đánh đấm chi! Đó là tình trạng cười đau khóc hận làm ngỡ ngàng cả chàng lẫn nàng. Sao chàng lại…hư quá như vậy? Có nhiều nguyên nhân mà nguyên nhân tâm lý thường được nhắc tới nhiều. Tình trạng "chưa đi chợ đã hết tiền" thường là do quá xúc động không kềm chế nổi. Có thể là lần đầu tiên biết sự tình, có thể là do phong tục tập quán, tín ngưỡng hay mâu thuẫn trong hôn nhân. Cũng có thể do một số bệnh mạn tính, do suy giảm tình dục hay do thủ dâm. Ngoài ra việc quá nhạy các hạch thần kinh quanh vùng kín làm súng cướp cò nổ tầm bậy tầm bạ cũng là một nguyên nhân. Tìm ra nguyên nhân thì dễ nhưng chữa trị không phải là việc dễ. Có thể dùng thuốc: thuốc uống hoặc thuốc xoa. Có thể dùng phẫu thuật làm giảm sự mẫn cảm ở vùng kín. Nhưng trị liệu tâm lý là phương cách quan trọng. Cách trị liệu này cần sự hợp tác của người phối ngẫu trong cả hai kỹ thuật thông thường ngày nay: kỹ thuật *Seman* và kỹ thuật *Stop-Start.* Tựu trung đó là phương cách huấn luyện để kiểm soát được cảm xúc, giám sát sự nhạy cảm của người chồng.

Hình như bản năng săn bắt và chinh phục từ ngàn xưa vẫn còn rơi rớt lại nơi người nam. Họ luôn luôn muốn chứng tỏ sức mạnh của họ. Sức mạnh của con…chim có lẽ là sức mạnh hiển nhiên nhất mà người nam muốn bày tỏ cho mọi người thấy. Vậy mà do những trục trặc ngoài ý muốn, sức mạnh thiết yếu này mềm như bún. Bảo sao mà không…ưu tư được! Nhất là đối với những người có ưu thế qui tụ được những bóng hồng xung quanh. Như những nhà thơ chẳng hạn. *"Giai thoại làng thơ đã kể chuyện một thi sĩ tiền chiến vẫn được đời ca tụng là vua của thơ tình (ngôi vị xứng đáng đó, nhờ các tập thơ ông làm thời trẻ, đến nay vẫn chưa ai đoạt khỏi tay ông), nhưng ông vua tình yêu ấy lại có một nỗi khổ tâm riêng. Ông "đề máy" không nổ. Chạy chữa thuốc thang đủ cách, có lần qua tận thủ đô Liên Xô châm dầu thay nhớt, thay vít lửa, máy nổ lại. Về quê hương máy lại tắc tị, làm khổ lây những phụ nữ đồng hương lỡ mê thơ tình của ông, dại dột tưởng thơ tức là người!"* (Nguyễn Mộng Giác, Mùa Biển Động 4). Làm thơ coi bộ…nguy hiểm! Các bạn tôi nhiều người làm thơ nhưng không thấy ai nói gì về những vụ đề máy không thành công. Ai khảo đâu mà xưng! Tôi mang chuyện hỏi ông bạn thơ Luân Hoán, nay đã là thành viên của câu lạc bộ ăn tiền già, ông cười khì khì phát cho một bài thơ.

thừa bàn tay
thọc túi quần
gặp em
vấp ngọn núi sừng sững nghiêng
đứng kề bên lá-thuốc-tiên
sao nghe tâm bệnh
đảo điên hơn nhiều.

05/2007

XUÂN

Tết là tiếng kèn ra quân của mùa xuân. Nó lì xì đồng đều cho mỗi người một tuổi. Có muốn nhận hay không nó bất biết. Cứ nhét vào tay. Cỡ tuổi tôi thì món quà này chẳng muốn đón nhận. Báu gì mà nhận! Nhưng chạy đâu cho thoát?

anh quen quá những cuối năm cà chớn
ngó hiên người xuân mới lắm chạy vô
anh chạy đâu thì cũng không có tết
nên chạy ra xuống phố chắc đỡ buồn

(Nguyễn Nam An)

Chạy xuống phố, trốn tết, nhưng chắc chắn tuổi vẫn cứ dính vào người. Tuổi nào? Còn tuổi nào nữa! Câu hỏi tưởng như cà chớn nhưng thực ra rất...khoa học. Thứ tuổi mà tết ấn vào tay là tuổi thời gian (*chronological age*), cứ sống một năm trên đời là có một tuổi. Tuổi này cũng gọi là tuổi hành chánh bởi vì chúng được tính trên tất cả mọi thứ giấy tờ hành chánh. Cứ thay lịch là thay tuổi. Tôi tưởng chỉ có tôi buồn khi tuổi bỗng rơi xuống đôi vai, nhưng nhà thơ Quan Dương cũng có nỗi buồn y như tôi.

Hôm nay không giống hôm qua
Bởi vì ta phải chịu già chút thêm
Dẫu ta cứng cỏi xâm mình
Cũng không tránh khỏi rưng rưng ngậm ngùi

Ngậm ngùi chi cũng vậy. Tuổi thời gian rất công bằng, ai cũng lãnh nguyên con, không ai hơn ai kém. Có những thứ tuổi khác không được công bằng như vậy. Như tuổi trí lực chẳng hạn. Bằng tuổi nhau nhưng đầu óc mỗi người khác nhau. Người ta tính thứ tuổi mà tiếng Hồng Mao kêu là *mental age* này bằng cách đo chỉ số thông minh IQ. Đó là thứ thang bậc cho người ta tính toán mức phát triển trí óc tương ứng với từng độ tuổi. Tỉ như một em bé 10 tuổi trả lời được tất cả các câu hỏi được coi là chuẩn mực về phát triển trí óc của một đứa trẻ 10 tuổi thì chỉ số IQ là 100. Nếu cũng đứa bé 10 tuổi này mà không trả lời đúng được những câu hỏi chuẩn mực của độ tuổi của nó mà chỉ có thể trả lời được những câu hỏi dành cho một đứa bé ở độ tuổi 8 tuổi thì hơi bết, chỉ số IQ của nó chỉ là 80. Nhưng cũng đứa bé 10 tuổi mà trả lời được những câu hỏi dành cho độ tuổi 12 chẳng hạn thì chỉ số IQ của nó là 120, thông minh hơn người! Người thường thường bậc trung có chỉ số IQ = 100 chiếm đa số, chắc chúng ta đều ở vào hạng thông thường này. Khoảng 18% có IQ từ 101 đến 119 thuộc hạng thông minh và 15% có IQ thấp hơn trung bình. Nếu bạn có IQ trên 120 thì… số dách. Bạn là người thông minh khác thường. Trên nữa thì là xuất chúng. Nhưng nếu chỉ số IQ dưới 70 thì thuộc loại chậm phát triển, không khá!

Tuổi tâm lý là loại tuổi đo mức đặc trưng tâm lý của con người theo từng độ tuổi. Các nhà tâm lý học phân biệt đời sống tâm lý của con người qua các giai đoạn chính: tuổi ấu thơ, tuổi tiền mẫu giáo, tuổi mẫu giáo, tuổi đi học, tuổi vị thành niên, tuổi thành niên, tuổi trung niên, tuổi lão niên. Mỗi tuổi có những đặc trưng riêng. Tuổi mẫu giáo thiên về trực giác, tuổi thanh xuân nhiều mơ mộng, tuổi lão niên thường hoài cổ.

Tuổi xã hội lại tính tới chuyện khác. Chuyện về khả năng xử sự và thích ứng với hoàn cảnh xã hội của mỗi người. Tuổi loại này phụ thuộc nhiều vào trình độ văn hóa, sự từng trải, kinh nghiệm sống và mức độ thành thục về phương diện tâm lý. Cứ nhìn quanh ắt chúng ta sẽ thấy là có những người non tuổi mà xử sự rất chững chạc trong khi có những người đã cứng tuổi mà lại ngô nghê trong những tình huống của cuộc đời!

Như vậy tết chỉ đếm thêm cho con người một tuổi thời gian mà không phát búa xua cho mỗi người được những cái tuổi rắc rối kia. Chúng ta có thêm hiểu biết, mẫu mực, khôn ngoan hơn hay không là tùy chúng ta. Tết không ăn nhậu chi vào chuyện này được. Khôn ngoan nhất có lẽ là cụ Khổng. Cụ không chơi với những thứ tuổi được phân tích chi ly cặn kẽ trên mà cụ đặt riêng ra một loại tuổi thực tế hơn. Thứ tuổi không những bao gồm được sự phát triển của con người về trí óc, tâm lý, xã hội mà còn đề cập tới những mục tiêu cụ thể cho mỗi giai đoạn của đời người.

Giai đoạn 1: *"Thập hữu ngũ nhi chí vu học"*. Mười lăm tuổi thì để hết tâm trí vào việc học. Học có nghĩa là thu thập kiến thức nhưng đồng thời cũng tu dưỡng tâm tính.

Giai đoạn 2: *"Tam thập nhi lập"*. Ba chịch cái xuân xanh thì coi như đã ổn định cuộc sống trong gia đình, ngoài xã hội.

Giai đoạn 3: *"Tứ thập nhi bất hoặc"*. Tuổi này thì không còn mê hoặc, đã chín chắn, kinh nghiệm đầy mình nên nhìn những sự việc xảy ra trong xã hội một cách rõ ràng, không còn nghi ngờ gì nữa.

Giai đoạn 4: *"Ngũ thập nhi tri thiên mệnh"*. Tuổi này ngon rồi, biết rất rõ sứ mệnh của mình, nắm vững qui luật của thiên nhiên và xã hội nên xử sự rất ngon lành, dễ công thành danh toại.

Giai đoạn 5: *"Lục thập nhi nhĩ thuận"*. Sáu chịch, lên cụ rồi tuy chưa được lãnh tiền già, nhưng đã hiểu cặn kẽ nhân tình thế thái nên dễ thông cảm và khoan dung hơn, nhìn những trò đời không còn thấy chướng tai gai mắt.

Giai đoạn 6: "*Thất thập nhi tòng tâm sử dục, bất du cửu*". Tới cái tuổi cổ lai hy này thì đạt tới mức tâm tính và đạo đã hợp nhất, mọi thứ đã thành bản năng nên nghĩ gì hay làm gì cũng đều hợp đạo, không vượt ra ngoài quy tắc.

Tuổi kiểu Khổng Tử như vậy là tổng kết hết mọi thứ tuổi kiểu phân tích của Tây phương. Cụ này đúng là...cụ Khổng, khôn hết biết, ngôn một lần bằng người ta lai rai nhiều lần. Ấy chết, tôi còn quên một món...lai rai của phương Tây. Đó là tuổi sinh lý. Nó là cái chi chi vậy? Đó là loại tuổi phản ảnh mức độ phát triển của con người về mặt sinh lý. Nó chịu ảnh hưởng của thời tiết, dinh dưỡng, kinh tế, xã hội, văn hóa. Loại tuổi này đang...*hot!* Nó núp dưới chữ *"sex"* để chi phối cuộc sống con người ngày nay. Hầu như mọi lãnh vực đều bị nó hớp hồn. Xuân cũng vậy. Xuân là giai đoạn *hot* nhất của cuộc đời một cá nhân. Vậy thì tuổi nào là tuổi xuân?

Tuổi xuân tính theo kiểu...Nguyễn Bính là mười sáu.

Lòng Xuân lơ đãng, má Xuân hồng
Cô gái Xuân mơ chuyện vợ chồng
Đôi tám Xuân đi trên mái tóc
Đêm Xuân cô ngủ có buồn không?

Xuân ngày nay đến trễ hơn. Mười tám tuổi. Đó là tuổi

trưởng thành theo pháp lý. Ở Bắc Mỹ tuổi này đã tấp tểnh ra ở riêng để tạo một mùa xuân riêng. Ở Việt Nam, 18 tuổi vẫn lả tuổi ăn chưa no lo chưa tới, nhưng đã có những giấc mơ thầm kín. Mười tám tuổi, cô bé Quỳnh Như, con nhà giầu ở Huế, nhân vật trong trường thiên tiểu thuyết *"Mùa Biển Động"* của nhà văn Nguyễn Mộng Giác, có một buổi mừng sinh nhật rất vui vẻ và sinh động. Cô bé vừa lạc vào tuổi mười tám có lẽ không làm vừa ý nhà thơ. Cái thân thể vừa tròn mười tám mùa xuân đêm đó có ngủ được đâu! Đây là mẩu đối thoại giữa hai chị em ngủ chung giường.

" Thôi ngủ đi. Quá khuya rồi."

" Em không ngủ được, trong lòng cứ nao nao thế nào!"

" Hay mày phải lòng đứa nào rồi? Đêm nay có thấy đứa nào coi được đâu."

Quỳnh Như thành thật tâm sự:

" Em chả chú ý đến ai cả. Em chỉ thích có mỗi một mình em. Đêm nay em thấy mình lạ quá. Em lớn hẳn lên, đẹp hẳn lên. Qua mười tám tuổi, chao ơi, thiên hạ không ai dám gọi em là con bé nữa. Phải kêu "cô" đàng hoàng. "Thiếu nữ", ừ nhỉ, em đã thành một thiếu nữ như ai. Từ nay nhất định em không thèm mặc jupe *xanh đi học nữa. Phải áo dài. Chị biết không, hồi tối anh Ngô mời em làm người mẫu cho anh ấy vẽ bức tranh thi tốt nghiệp đấy".*

……..

Năm nay lên mười tám tuổi, trong nhà không ai hiểu cho cô cả...Mình muốn kể cho chị ấy nghe niềm hãnh diện đáng yêu của mình đêm nay, niềm thương bao dung mình muốn mọi người trên thế gian đều được chia sẻ âu yếm. Thiếu nữ! Mười tám tuổi! Thiếu nữ! Ôi chao, thật là tuyệt vời. Quỳnh Như bất giác cười khúc khích. Quỳnh Trang quay lại hỏi:

" Mày còn định bày trò gì nữa!"

Quỳnh Như cười rồi đáp:

" Chẳng có trò gì. Thấy vui nên cười, thế thôi.

" Con này điên rồi."

" Có lẽ."

Mười tám tuổi xuân như vậy đó! Ngủ nghê gì được đâu! Xuân nó ma quái lắm. Nó nhung nhăng cùng khắp. Mười tám tuổi là xuân. Chưa tới mười tám tuổi nhưng trong đêm động phòng cũng là xuân. Động phòng thì xuân quá đi chứ. Mười lăm tuổi đã làm người lớn trên giường tân hôn xuân đến như thế nào? Hai đứa bé nhà quê cùng mười lăm tuổi trong tiểu thuyết *"Mẫu Thượng Ngàn"* của Nguyễn Xuân Khánh, Điều và Nhụ, chơi với nhau từ nhỏ, lấy nhau theo sự sắp đặt của người lớn, đã có một đêm xuân trặc trẹo. Cô dâu Nhụ vào phòng rồi gài ngay then cửa. Chú rể Điều năn nỉ. *"Nó kiên trì gọi lần thứ hai; lần này tiếng gọi êm êm, năn nỉ như tiếng hát. Đến lúc mỏi mồm, Nhụ mới lên tiếng:*

" Đừng có vào. Đây ngượng lắm."

" Nhưng ông bảo: Đây phải ngủ với đấy."

" Rõ dơ! Đây nhất định không cho đấy vào đâu."

Phải có sự can thiệp của người ông, phải năm lần bảy lượt vừa liều mạng, vừa năn nỉ, Điều mới có cơ hội. *" Điều đã nhanh như chớp ôm lấy cái thân hình lẳn chắc mới chớm nở của cô bé. Nhụ cố chống đỡ song lần này không nổi, đành chịu thua. Điều luồn ngay bàn tay xuống dưới yếm, sờ ngực Nhụ. Điều có vẻ thích chí cười khúc khích. Nhụ khẽ hỏi:*

" Sao mà cười?"

" Tớ cười "cái" của đằng ấy."

" Làm sao?"

" Cậu có nhớ thằng lính khố đỏ ở ngoài đồng hôm xưa, nó

nhìn đằng ấy và nó nói thế nào không?"

" Không nhớ!" Nhụ trả lời khẽ nhưng là nói dối.

" Nó bảo: " Chum chúm núm cau". Tức là nó bảo "cái" của đằng ấy...nó to bằng cái núm cau."

" Thật là dơ!" Nhụ lại huých tay vào ngực Điều. Và toàn thân cô chợt nóng ran khi tay Điều mân mê đôi ngọc nhũ của nàng.

" Sao nó chóng lớn thế nhỉ? Sao nó chóng to thế nhỉ?"

" Chỉ điêu thôi!"

" Thật đấy! Đằng ấy sờ vào của mình mà xem. Ba tháng trước nó chỉ to bằng cái núm cau. Hôm nay nó đã bằng quả táo rồi."

Tay Điều từ vùng ngực đã không cưỡng lại được sự tò mò những điều bí hiểm, nó lần mò đi xuống vùng dưới, quá cái rốn, tìm đến một miền kỳ lạ mềm mại và mượt như nhung, mát rượi, nóng bỏng...Bàn tay vừa chạm tới vùng cấm địa thì bất thần bị chặn lại. Chặn đứng! Bàn tay của Nhụ không biết bằng cách nào, đã nắm chặt bàn tay của Điều. người con trai cảm thấy cổ họng khô đến rát bỏng. Nó hỏi:

" Sao thế?"

" Chưa được đâu!"

" Sao lại chưa được? Có ai cấm đâu?"

....

Nhụ ấp úng tìm lời mãi mới nói ra một cách rõ ràng:

" Cô Mùi bảo bây giờ "cái trên" chỉ mới bằng quả táo thì phải cố nhịn...không được động tới "cái dưới""

" Thế bao giờ mới được đụng tới "cái dưới?"

" Bao giờ "cái trên" to bằng cái bánh dầy thì "cái dưới" mới..."

" Nó mới làm sao?"

" Nó mới chín."

Hay thật! Cái ấy mà cũng chín hay sao? Câu chuyện dớ dẩn của đôi vợ chồng trẻ đến đây thì ngừng. Hai đứa cười khúc khích, rồi ôm lấy nhau mà ngủ suốt đêm".

Hai đứa trẻ này bị tục tảo hôn bắt đi tìm một đêm xuân hơi sớm. Cụ Khổng dạy chẳng bao giờ sai. *Thập hữu ngũ nhi chí vu học.* Mười lăm tuổi phải ráng mà học. Chúng còn phải bỏ nhiều công để học bài học…xuân!

Cũng cụ Khổng phán: " *Thất thập nhi tòng tâm sở dục, bất du cửu*". Bảy chục niên thì đã đắc đạo nên nghĩ hay làm gì cũng đều hợp đạo. Ông bạn họa sĩ Trịnh Cung năm nay cũng đã mấp mé bờ…cổ lai hy, chắc ông làm gì cũng hợp đạo! Chuyện ông vừa làm là chuyện…đổ! Người ta đồn rằng, chỉ một mẩu tin nhắn: "Em cần một bờ vai để khóc" của Phương Lan là Trịnh Cung đã "đổ" rồi!". Trịnh Cung nói về cái sự…té của ông: "Một cô gái trẻ đẹp làm thơ hay, gửi cho tôi một tín hiệu đẹp như thế thì không "đổ" mới là "có vấn đề" (cười). Mọi chuyện xảy ra không thể nhanh hơn thế. Chúng tôi cứ thế là ập vào và bốc cháy thôi!" Nhà thơ Phương Lan, chỉ đúng hai chục cái xuân xanh…tiếp lửa: "Tôi không giấu giếm. Tôi đã "tự đổ" trước khi thốt lên điều đó. Tôi cũng còn đủ tỉnh táo để biết rằng anh ấy "đổ" là vì xiêu lòng. Xiêu lòng vì thấy tôi "đổ" anh ấy đứ đừ rồi! Trong chuyện "bốc cháy" này, chẳng biết ai là lửa, ai là rơm! Nhưng nói chung là lúc ấy chẳng còn biết gì cả. Tôi bị choáng váng đúng như tôi vẫn thường…mơ thấy!" Vụ cháy này sanh ra một phản ứng phụ: nhà thơ hai chục tuổi vác cái bụng. Họ sống với nhau trong một mùa xuân chắc không có trong tâm trí của Ngài Khổng. Mùa xuân của riêng họ.

Người ta vẫn thường nghĩ là những người làm văn nghệ không có tuổi. Họ chỉ có tết! Họ lúc nào cũng như những đứa trẻ hồn nhiên trong cuộc đời. Ông bạn Trịnh Cung vốn là người hồn nhiên. Hồn nhiên quá đi chứ. Suốt đời ông chỉ đi tìm cái đẹp. Còn cái đẹp nào hơn cái đẹp của một trái cây vừa "chín". Ông đã làm hồng một trái cây chín. Tôi cùng một lứa với ông, chẳng làm được như ông. Ông Trịnh Cung, tôi nợ ông một chầu rượu…xuân!

01/2007

CÙNG MỘT TÁC GIẢ:

Bỏ Chốn Mù Sương

(tập truyện, Kinh Đô, Houston, Hoa Kỳ 1993)

Đong Đưa Cuộc Tình

(tập truyện, Ngày Nay, Houston, Hoa Kỳ 1996)

Còn Đó Bóng Hình

(tập truyện, Văn Mới, Los Angeles, Hoa Kỳ 1997)

Chân Mang Giầy Số 6

(tập truyện, Văn Mới, Los Angeles, Hoa Kỳ 1999)

Cuối Ngày, Một Lần Ngồi Lại

(tập truyện, Văn Mới, Los Angeles, Hoa Kỳ 2001)

Bên Lưng Những Con Chữ

(tập truyện, Văn Mới, Gardena, Hoa Kỳ 2003)

Phiếm 1

(Văn Mới, Gardena, Hoa Kỳ 2005)

(Tái bản lần thứ nhất: Nhân Ảnh, Toronto, Canada 2006)

Phiếm 2

(Văn Mới, Gardena, Hoa Kỳ 2005)

(Tái bản lần thứ nhất: Nhân Ảnh, Toronto, Canada 2006)

Phiếm 3

(Nhân Ảnh, Toronto, Canada 2006)

Chốn Cũ

(Nhân Ảnh, Toronto, Canada 2006)

Phiếm 4

(Nhân Ảnh, Toronto, Canada 2007)

Phiếm 5

(Nhân Ảnh, Toronto, Canada 2008)

Nhà xuất bản NHÂN ẢNH
26 Silktop Trail
Brampton, ON L6R 2K6
CANADA
E-mail: han.le3359@gmail.com

Liên lạc với tác giả:
TẠ TRUNG SƠN
7805 Claire Fauteux, #1
Montréal, PQ H1K 5B6 - Canada
Điện thoại: 514-354-5338
Email: *tatrungson@hotmail.com*

Ấn Phí: hai mươi Mỹ Kim

www.ingramcontent.com/pod-product-compliance
Lightning Source LLC
LaVergne TN
LVHW090219051026
849517LV00001B/129
* 9 7 9 8 3 3 0 5 0 5 8 8 3 *